வெல்லிங்டன்

வெல்லிங்டன்

சுகுமாரன் (பி.1957)

கோவையில் பிறந்தவர். அச்சிதழ், தொலைக்காட்சி, நூல் வெளியீட்டுத் துறைகளில் பணியாற்றியவர். கவிஞர், கட்டுரையாளர், நாவலாசிரியர், மொழிபெயர்ப்பாளர். காலச்சுவடு இதழின் பொறுப்பாசிரியர். கனடா தமிழ் இலக்கியத் தோட்டத்தின் வாழ்நாள் சாதனையாளருக் கான இயல் விருதை 2016இல் பெற்றார்.

தொடர்புக்கு: nsukumaran@gmail.com

ஆசிரியரின் பிற நூல்கள்

கவிதை

கோடைகாலக் குறிப்புகள் (1985)
பயணியின் சங்கீதங்கள் (1991)
சிலைகளின் காலம் (2000)
வாழ்நிலம் (2002)
பூமியை வாசிக்கும் சிறுமி (2006)
நீருக்குக் கதவுகள் இல்லை (2011)
செவ்வாய்க்கு மறுநாள், ஆனால் புதன்கிழமை அல்ல (2019)
சுகுமாரன் கவிதைகள் 1974–2019 (2020)
இன்னொருமுறை சந்திக்க வரும்போது (2022)

கட்டுரை

திசைகளும் தடங்களும் (2003)
தனிமையின் வழி (2007)
இழந்த பின்னும் இருக்கும் உலகம் (2008)
வெளிச்சம் தனிமையானது (2008)
வேழாம்பல் குறிப்புகள் (2010)
வாழிய நிலனே! (2011)

நாவல்

பெருவலி (2018)

மொழிபெயர்ப்பு – மலையாளத்திலிருந்து

மார்க்சிய அழகியல் – ஒரு முன்னுரை (விமர்சனம்) சச்சிதானந்தன் (1985)
இதுதான் என் பெயர் (நாவல்) சக்கரியா (2001)
பெண்வழிகள் (கவிதைகள்) (2005)
மயிலம்மா – போராட்டமே வாழ்க்கை (வாழ்க்கை வரலாறு) (2006)
காளி நாடகம் (சிறுகதைகள்) உண்ணி ஆர். (2007)
அரபிக் கடலோரம் (பத்திகள்) சக்கரியா (2008)
மதில்கள் (நாவல்) வைக்கம் முகம்மது பஷீர் (2008)
சினிமா அனுபவம் (திரை இலக்கியம்) அடூர் கோபாலகிருஷ்ணன் 2006/11
லீலை (பன்னிரண்டு சிறுகதைகள்) (2011)

மொழிபெயர்ப்பு – ஆங்கிலம் வழி

கவிதையின் திசைகள் (2001)
பாப்லோ நெரூதா கவிதைகள் (2004)
அஸீஸ் பே சம்பவம் (நாவல்) அய்ஃபர் டுன்ஷ் (2011)
லயோலா என்ற பெரும்பாம்பின் கதை (சிறுகதைகள்) (2011)
பட்டு (நாவல்) அலெசான்ட்ரோ பாரிக்கோ (2013)
தனிமையின் நூறு ஆண்டுகள் (நாவல்)
காப்ரியேல் கார்சியா மார்க்கேஸ் (2013)

சுகுமாரன்

வெல்லிங்டன்

காலச்சுவடு பதிப்பகம்

● அன்பார்ந்த வாசகருக்கு,

வணக்கம்.

காலச்சுவடு நூலை வாங்கியமைக்கு நன்றி.

நூலின் உள்ளடக்கம், உருவாக்கம், அட்டைப்படம் இன்ன பிற அம்சங்கள் பற்றிய உங்கள் கருத்துகளையும் ஆலோசனைகளையும் காலச்சுவடு வரவேற்கிறது. தகவல், எழுத்து, வாக்கியப் பிழைகள் தென்பட்டால் கட்டாயம் தெரிவித்து உதவுங்கள். நூல் தயாரிப்பில் கடும் குறைபாடு இருப்பின் மாற்றுப் பிரதி உங்களுக்குக் கிடைக்கக் காலச்சுவடு ஏற்பாடு செய்யும்.

மின்னஞ்சல்: *publisher@kalachuvadu.com*

காலச்சுவடு நாகர்கோவில் தலைமையகத்துக்கும் கடிதம் அனுப்பலாம்.

தங்கள்
எஸ்.ஆர். சுந்தரம் (கண்ணன்)
பதிப்பாளர் – நிர்வாக இயக்குநர்

வெல்லிங்டன் ♦ நாவல் ♦ ஆசிரியர்: சுகுமாரன் ♦ © சுகுமாரன் ♦ முதல் பதிப்பு: டிசம்பர் 2013, திருத்தப்பட்ட நான்காம் (குறும்) பதிப்பு: டிசம்பர் 2022 ♦ வெளியீடு: காலச்சுவடு பப்ளிகேஷன்ஸ் (பி) லிட்., 669 கே.பி. சாலை, நாகர்கோவில் 629001

Wellington ♦ Novel ♦ Sukumaran ♦ © N. Sukumaran ♦ Language: Tamil ♦ First Edition: December 2013, Revised Fourth (Short) Edition: December 2022 ♦ Size: Demy 1 x 8 ♦ Paper: 18.6 kg maplitho ♦ Pages: 344

Published by Kalachuvadu Publications Pvt. Ltd., 669 K.P. Road, Nagercoil 629001, India ♦ Phone: 91-4652-278525 ♦ e-mail: publications@kalachuvadu.com ♦ Printed at Clicto Print, Jaleel Towers, 42 KB Dasan Road, Teynampet Chennai 600018

ISBN: 978-93-82033-25-7

12/2022/S.No.559, kcp 4238, 18.6 (4) 1k

இந்த நாவலில் பாத்திரங்களாக வரும்
இருக்கும் அத்தைக்கும்
இருந்து மறைந்த மாமாவின் நினைவுக்கும்

“கரிய அலைபுரளும் சுருள் கூந்தல் கொண்டவள்; பூரண நிலவின் வதனம் கொண்டவள்; முடிவில்லா ஓரப் பார்வைகள் கொண்டவள்; அலங்கரித்த மெல்லுடல் கொண்ட கணிகை. அவளே இந்த இரட்டை பயநாடு.”

நீலகிரி மலைப்பகுதியைப் பற்றி
கி.பி.12ஆம் நூற்றாண்டில் கன்னட மொழியில்
எழுதப்பட்ட குறிப்பு

மாட்சிமை பொருந்திய பிரித்தானிய மன்னரின் விசுவாச ஊழியனான தன்னுடைய வலதுகை ஆள்காட்டி விரலுக்கும் கட்டை விரலுக்கும் நடுவிலிருந்துதான் மலைப்பிரதேசத் தின் சரித்திரம் தொடங்குகிறது என்பதை ஜான் சல்லிவன் கொஞ்சம் கர்வத்துடனும் அதைவிட அதிகமான அடக்கத்துடனும் நினைத்துப் பார்த்தார். மலையில் வீசும் காற்றின் ஈரத்தில் தன்னுடைய வியர்வைப் பிசுபிசுப்பும் நிரந்தரமாகக் கலந்திருக்கும். கிழக்கிந்தியக் கம்பெனியின் குமாஸ்தாக்களில் ஒருவனாக மதராஸ் பட்டணத் தில் சலிப்பான நாட்களை நகர்த்திக் கொண் டிருந்தபோதோ செங்கல்பட் கலெக்டராகக் கொளுத்தும் வெயிலில் அல்லாடிக்கொண்டிருந்த போதோ தனது வாழ்க்கை அந்த நீல மலைகளில் காத்திருப்பதை சல்லிவன் அறிந்திருக்கவில்லை.

கிழக்கிந்தியக் கம்பெனியார் ஒப்பந்தம் போட்டு திப்பு சுல்தானிடமிருந்து மலைப் பிரதேசத்தைச் சொந்தமாக்கிக் கொண்டது அதி காரச் செருக்கை ஸ்தாபித்துக் கொள்ளத்தானே தவிர வசிப்பதற்காக அல்லவென்று சல்லிவன் நினைத்தார். கோயம்புத்தூர் ஜில்லா கலெக்டர் ஆசனத்தில் உட்கார்ந்துகொண்டு அதுதான் உண்மை என்று நம்பவும் செய்தார். இல்லை யென்றால் கப்பலை விரட்டி, கண்காணாத சீமைகளுக்குப் படையெடுத்து அங்கேயெல்லாம் கால்களை ஊன்றிய வெள்ளைக்காரர்கள் இந்த வனத்தின் கன்னி நிலங்களை விட்டுவைத்திருக்க மாட்டார்கள் என்ற தீர்மானத்துக்கு வந்திருந்தார். அதுவும் இரண்டு நூற்றாண்டுக் காலம் யாரும் தீண்டிக் களங்கப்படாமல் கிடக்குமா இந்த மலை மடிப்புகள்? மலைப்பிரதேசத்தை வசப்படுத்தி யிருந்தும் ஆள்வதற்குக் கணிசமான ஜனத்திரள்

இல்லை என்பது காரணமாக இருக்கலாம். மலைக்காட்டின் சந்ததிகளான பூர்வகுடிகளையும் அவர்களின் தெய்வங்களை யும் பிரித்தானிய மாமன்னரின் பிரஜைகளாக நினைக்கும் விருப்பமில்லாமலிருக்கலாம்.

ஏனெனில் அவர்கள் வென்று சொந்தமாக்கிய இடங்க ளெல்லாம் பெரும்பாலும் சமவெளிகள். அங்கிருந்தவர்களில் சாதாரண ஜனங்கள் அப்பாவிகளாகவும் அவர்களை ஆட்சி செய்தவர்கள் சுயநலமிகளாகவும் இருந்தனர். சுயநலம் முற்றி அடுத்தவனின் ராஜாங்கத்திலும் சம்பத்திலும் ஸ்திரீகள் மேலும் மோகங்கொண்டு ஓயாமல் சண்டை போடுபவர்களாக இருந்தனர். என்றோ கலைந்துபோன பிரதாபங்களைப் பேசிக் குதூகலித்துக்கொண்டிருந்தார்கள். அவர்களை மயக்குவது கம்பெனியாருக்குச் சிரமமான செயலாக இருக்கவில்லை. கையை ஓங்கி உரக்கக் கத்தினால் காலடியில் விழுபவர்களாக இருந்தவர்களை மிரட்டினார்கள். சபலச் சித்தர்களாக இருந்தவர்களை ஆசைகாட்டி அடிமைகளாக்கினார்கள். அடிமைகள் தங்களுக்குரிய பூமியையும் காற்றையும் தாவரங் களையும் கம்பெனியாரின் காலடியில் சமர்ப்பித்து, கைகட்டி வாய்பொத்தி நடந்தார்கள்.

மாநிறமுள்ள குட்டையான ஜனங்களின் கூட்டம் தலை குனிந்து நிற்கும் சித்திரம் மனதுக்குள் வரும்போதெல்லாம் சல்லிவன் கேட்டுக்கொள்வார் – "என்ன மாதிரியான ஜனங்கள் இவர்கள்? முட்டாள்களா? வெகுளிகளா?"

இரண்டுமாகத்தான் இருக்க வேண்டும். இல்லையென்றால் கம்பெனியாரின் உடைமைகளை மாட்சிமை தங்கிய மன்ன ரின் சாம்ராஜ்ஜியம் எடுத்துக்கொண்டபோது எங்களை எப்படிப் பண்டமாற்றுச் செய்யப் போயிற்று என்று முனகக் கூடத் தெரியவில்லையே இந்தக் கூட்டத்துக்கு.

'இவ்வளவு யோசிக்கிற நானே கேட்டதில்லையே. கம்பெனி குமாஸ்தாவான என்னை ஏன் பிரிட்டிஷ் அரசாங்கத்தின் அங்கத்தினன் ஆக்கினீர்கள்? மதராஸ் பட்டணத்திலிருந்த என்னை எதற்காக கோயம்புத்தூர் ஜில்லாவுக்கு வீசியெறிந்தீர்கள்? எந்த எதிர்ப்பும் காட்டாமல் தானே நானும் இசைந்திருக்கிறேன். நானும் அடிமைதான். ஜான் சல்லிவன் எம்.சி.எஸ். ஜான் சல்லிவன் மதராஸ் சிவில் சர்வீஸ். ஜில்லா கலெக்டர் என்ற அதிகாரத்துக்கு ஆசைப்பட்ட அடிமை. அதனால்தானே இப்படி வசதியாக உட்கார்ந்து யோசிக்க முடிகிறது. இந்த யோசனைகளே கூட அடிமைத்தனம் தருகிற சௌகரியம். உண்மையில்

இப்படி யோசிப்பது ராஜ துரோகம்.' உதடுகள் இந்த வாசகத்தை உருவாக்கும்போது சல்லிவனின் வெளிர்சிவப்பு முகத்துக்குள் சிரிப்பின் அலை புரண்டது. 'பிரிட்டிஷ் சாம்ராஜ்ஜியம் நீடூ வாழ்க. மாட்சிமை தங்கிய மன்னரைக் கர்த்தர் காப்பாற்றுவாராக' என்று உச்சரித்தார். உச்சரிப்பில் கேலி தொனிக்கிறதா என்றும் சந்தேகப்பட்டார்.

ஜனங்களை அடக்கிய பிறகும் ஆட்சியை ஸ்தாபித்த பிறகும் இந்த மலைப்பிரதேசத்தில் வெள்ளைக்காரர்கள் கால் வைக்காதது ஏனென்பது சல்லிவனுக்குப் பிடிபடாம லேயே இருந்தது. 'மனிதர்களை ஜெயிப்பதுபோல இயற்கையை ஜெயிப்பது அவ்வளவு எளிதில்லையா? அதன் வசீகரம் புதிரானதா? விளங்கிக்கொள்ள நெருங்கும்போதெல்லாம் புதிர் இன்னும் அடர்த்தியாகிறதா? இந்த மலையும் வனங் களும் அப்படியான மர்மங்களை ஒளித்து வைத்திருக் கின்றனவா? அந்த அகங்காரம்தான் மலைமடிப்புகளுக்குள் நுழைந்து பார்க்க முடியாமல் பயமுறுத்துகிறதா? இயற்கை அச்சமூட்டக் கூடியதுதானா? கருணையின் சொரூப மில்லையா? ஒருவேளை கருணையே அச்சமூட்டக் கூடியது தானோ, கடவுளைப் போல! ஆனாலும் கடவுளை நெருங்கத் தானே விரும்புகிறோம். அப்படிக்கூட யாரும் இந்த மலை களிலும் வனாந்தரங்களிலும் பிரவேசிக்கவில்லையா? அங்கே வேறு என்ன இருக்கும்? மனிதர்கள் இருப்பார்களா? ஜீவராசிகள் இருக்குமா? இருக்கத்தான் வேண்டும். இல்லை யென்றால் அதைத் தன்னுடைய சாம்ராஜ்ஜியக் கனவின் பாகமாகத் திப்பு நினைத்திருப்பானா? அந்த மலைகளைப் பற்றித் தெரிய வந்திருக்குமா? மனிதர்களைத் தவிர யாருக்கு விவரங்கள் தேவைப்படுகின்றன? சல்லிவனின் மனதுக்குள் கேள்விகள் ஒன்றின் பின் ஒன்றாகப் புரண்டுகொண்டே யிருந்தன.

'திப்பு சுல்தானிடமிருந்து பிரதேசத்தின் ஆட்சியதி காரத்தைக் கம்பெனியார் கைச்சாத்துப்போட்டு வாங்கியது சும்மாவா? ஆட்சியோ அதிகாரமோ செய்ய வேண்டாம். ஒரு மர்மத்தைத் தெரிந்துகொள்ளும் ஆசைகூடவா இல்லாமற் போகும். அங்கே ஜன சஞ்சாரமிருக்கிறது என்பது நிச்சயம். அவர்களுக்கு இயற்கை கனிவு காட்டுகிறது என்பது நிச்சயம். அதை எப்படித் தெரிந்துகொள்வது? யாராவது போய்ப் பார்க்காமல் தெரியுமா? யார் போகக்கூடும்? யாரை அனுப்ப முடியும்?'

சல்லிவன் இப்படி யோசித்துக்கொண்டிருந்த நாட்களிலும் மலைப்பிராந்தியத்தில் ஆள் போக்குவரத்து நடந்துகொண்டு தான் இருந்தது. ஜில்லா ரெவின்யூ ரிக்கார்டுகளில் அதற்கு அத்தாட்சியிருந்தது. ஜில்லாவில் விளைகிற புகையிலையைக் கள்ளத்தனமாகச் சிலர் மலைகளுக்குள் கொண்டு போகிறார்கள் என்று பிரஸ்தாபிக்கப்பட்டிருப்பது கலெக்டரின் ஞாபகத்துக்கு வந்தது. புகையிலை அரசாங்கத்தின் குத்தகைப் பண்டம். அதை மலபார் ஜில்லாவுக்குக் கடத்துகிற கூட்டத்தைப் பற்றி ரிக்கார்டுகளில் எழுதியிருந்தது. சல்லிவனின் ஜில்லாவில் புகையிலை சாகுபடி நடக்கும் வளமான ஊர்கள் இரண்டோ மூன்றோ இருந்தன. எல்லாம் வாயில் நுழையாத பெயர்கள். தாராபுரம், ஒட்டன்சத்திரம், பல்லடம். சோறு தின்னுகிற நாக்குகளுக்குத்தான் இந்தப் பெயர்களைத் தப்பில்லாமல் உச்சரிக்க முடியும் என்ற எண்ணத்தில் ஒருமுறை சொல்லிப் பார்த்தார். பார்லியை விழுங்குகிற நாக்கில் ஒட்டாமல் விழுந்து சிதறின அந்த ஊர்கள்.

ஜில்லா மேப்பில் குறித்திருக்கும் ஊர்களின் இடத்தைக் கவனத்துக்குக் கொண்டுவந்தார் கலெக்டர். மேஜைமேல் நனைந்த கடற்பஞ்சு வைத்திருந்த கண்ணாடிக் கிண்ணத்தில் காப்பியிங் பென்சிலின் முனையைச் செருகி ஈரப்படுத்திக் கொண்டார். ராஜமகுடம் அச்சிட்டிருந்த பழுப்புக் காகிதத்தை எடுத்துப் பென்சிலால் மானசீகமாகப் புள்ளிவைத்து அந்த ஊர்களைக் குறித்தார். டாராபுர்ம், வொட்டான்சட்ரம், பல்லாடம். மூன்று ஊர்களின் பெயர்களும் ஊதா நிறத்தில் எழுந்தன. பென்சிலால் மூன்று ஊர்களையும் இணைத்துக் கோடுபோட்டார். கிட்டத்தட்ட முக்கோணம். 'மை லார்ட்' என்ற ஆச்சரியப் பெருமூச்சு அவரிடமிருந்து வந்தது. 'டுபாக்கோ ட்ரயாங்கிள்'.

'இந்த முக்கோணத்திலிருந்துதான் புகையிலைச் சிப்பங்கள் ஜில்லாவுக்கு வருகின்றன. இங்கிருந்து மதராசுக்கு. அங்கே யிருந்து இங்கிலாந்துக்கு. சாம்ராஜ்ஜியம் கிழித்திருக்கும் கோட்டை யாரோ குறுக்கே வெட்டுகிறார்கள். வரிகொடாமல் புகையிலையை உள்ளுக்குள்ளேயே விநியோகம் செய்கிறார்கள். நமக்கு இது சட்ட விரோதம். ஆனால் அவர்களுக்கு வயிற்றுப் பிழைப்பு. ஒருவேளை அரசாங்கத்தை எதிர்க்கிற வழியாகக் கூட இருக்கலாம். புகையிலைக் கடத்தலைப் பற்றி கவர்னருக் குத் தெரிவிப்பது கலெக்டரின் கடமை. அதைச் செய்வேன். பிரிட்டிஷ் போலீஸ்காரர்களும் ரெவின்யூ அதிகாரிகளும் அதைப் பார்த்துக்கொள்ளட்டும். என்னுடைய அக்கறை யெல்லாம் கடத்தல்காரர்கள் எப்படி மலையேறுகிறார்கள்?

பாதையே இல்லாத சரிவுகளிலும் செங்குத்தான பாறைகளிலும் அடர்ந்த கானகத்திலும் எப்படி ஊடுருவிப் போகிறார்கள்? மலைப்பாறைகளில் வசிக்கும் எலிகளைப் போல அவர்களுக்கும் மலைக்காட்டின் பூகோளப் படம் ஜென்ம சித்தியாக இருக்குமோ? இல்லை, இயற்கையே கனிந்து அவர்களுக்கு வழிகொடுப்பதாக இருக்குமா? ஆதி படுகர்களுக்கு வழிகொடுக்க நதி இளகியதுபோல மலைகளும் வனங்களும் கடத்தல்காரர்களுக்கு விலகிக் கொடுக்கிறதா?'

சம சீதோஷ்ணமான கோயம்புத்தூர் காற்றில் தாவரக் குளுமை அதிகமாக இருப்பதுபோலக் கலெக்டருக்குத் தோன்றியது. 'இந்தச் சீண்டல்தான் என்னை அமைதியில்லாதவனாக்குகிறது. கலெக்டர் ஜான் சல்லிவனைவிட தோட்டக்காரன் ஜான் சல்லிவன் தொந்தரவுக்குள்ளாகிறான். கலெக்டருக்கு இது ரெவின்யூ பூமிப் பிரச்சனை. நீதி நியாயப் பிரச்சனை. இயற்கைவாதியான சல்லிவனுக்கு இது ரத்தத்துக்குள்ளே துடிக்கும் வேட்கை. ஓயாமல் என்னைச் சீண்டித் தவிக்கவைக்கும் அந்தப் போக்கிரி மலைத்தொடர்களை அடையும் பாதைகள் எங்கிருக்கின்றன? எங்கேயிருந்து தொடங்குகின்றன?'

கோயம்புத்தூரிலிருந்து மேட்டுப்பாளையம்வரை கப்பி போட்ட மண்சாலைகள் இருக்கின்றன. கலெக்டர் ஜான் சல்லிவன் உத்தியோக நிமித்தம் பலமுறை அந்தச் சாலைகளில் யாத்திரை செய்துமிருக்கிறார்.

அடிவாரத்திலிருந்து பார்த்தால் பூமியின் விளிம்புபோல நிற்கும் மலைத்தொடர்கள். பகல் பொழுதுகளில் வெயிலின் காங்கையால் நீலநிறமாகத் தெரியும். இரவில் காட்டுத் தீயின் வெளிச்சத்தில் நடமாட்டங்கள் தெரியும். மேட்டுப்பாளையத்திலிருந்து மலையேறுவதற்கான பாதைகள் இல்லை என்று ரெவின்யூ ரிக்கார்டுகள் குறிப்பிடுகின்றன. கொஞ்சம் தொலைவிலிருக்கும் சிறுமுகையிலிருந்து சோலைகளுக்குள்ளாக எங்கோ ஒரு வழி மலையேறுகிறது. அதுதான் கடத்தல்காரர்களை இட்டுச் செல்லும் பாதையாக இருக்க வேண்டும். அது எங்கே முடிகிறது என்பது ரிக்கார்டுகளிலும் இல்லை. எங்காவது முடியும். முடிகிற இடத்தில் ஜன சஞ்சாரம் இருக்கும். அந்த வழியில் புகையிலைக் கடத்தல்காரர்களைத் தவிர யாராவது பயணம் செய்திருக்கிறார்களா?

ஜில்லா கலெக்டராக நியமனம் செய்யப்பட்ட நாளிலிருந்து தன்னை உலுக்கும் இந்தக் கேள்விகள் இன்று ஏன் இவ்வளவு தீவிரமாகத் துளைக்கின்றன? சல்லிவன் யோசித்தார்.

எல்லாம் விசேஷ தூதன் மூலம் கவர்னர் அனுப்பிய கடிதத்தின் விளைவு. 'ஜில்லா அபிவிருத்திக்காக என்னென்ன புதிய திட்டங்களை வகுக்கப் போகிறாய்' என்று கேட்கும் கவர்னரின் கடிதத்திலிருந்து தொடங்கிய உளைச்சல்.

பாளையக்காரர்களும் குட்டி ஜமீன்தார்களும் செலுத்துகிற வரிப்பணம் ஜில்லாவை நிர்வாகம் பண்ணக் காணாது. 'உபரி வருவாய்க்கு என்ன செய்யப்போகிறாய்?' என்று கவர்னர் கேட்டிருக்கிறார். விவசாயத்தையும் நெசவையும் கைத்தொழிலையும் செய்து நிம்மதியாகப் பிழைத்துக்கொண்டிருக்கும் அப்பாவி ஜனங்கள்மீது இனியும் வரி சுமத்த முடியாது. அவர்கள் முதுகு ஒடிந்துபோகும். வேண்டுமென்றால் நெல்லையும் கரும்பையும் இதர தானியங்களையும் பயிர் செய்பவர்களை வேறு நாணயப் பயிர்களை சாகுபடி செய்ய நிர்ப்பந்திக்கலாம். ஆனால் அதற்கு அவர்கள் சம்மதிப்பார்களா? தவிர முட்டைக்கோஸூம் டர்னிப்பும் உருளைக்கிழங்கும் காரட்டும் முள்ளங்கியும் பீட்ரூட்டும் இந்த மண்ணில் முளைக்குமா? வெயிலில் காய்ந்தாலும் ஈரப்பசை தேவை. அப்படி ஈரம் விடாத மண்வாகு அது இந்த ஜில்லாவிலேயே கிடையாது. இங்கிருக்கும் பூமிகளெல்லாம் ஆற்றின் ஓட்டத்தில் உயிர் பெறுபவை. ஆறு இல்லாத இடங்களில் கிணறுகள். அந்த ஜீவரகசியம் இந்தக் கறுப்பு மனிதர்களுக்குத் தெரிந்திருக்கிறது. ஏனென்றால் அவர்களுடைய ஜீவனம் மண்ணில் இருக்கிறது. அதை மாற்ற முடியாது. மாற்ற முடியாதா அல்லது மாற்ற விருப்பமில்லையா? பிரிட்டிஷ் கலெக்டர் சல்லிவனுக்கு விருப்பமிருந்தாலும் இயற்கையின் ஆராதகனான சல்லிவனுக்கு விருப்பமில்லைதான். 'நான் யாருக்கு ஊழியன்? பிரித்தானிய சாம்ராஜ்ஜியத்தின் மன்னருக்கா? பரமண்டலத்திலிருக்கிற பிதாவுக்கா?' குழப்பமாக இருந்தது சல்லிவனுக்கு.

புதிய தொழில்களைத் தொடங்கினால் தைரியமாகப் புதிய வரிகளைப் போடலாம். ஜில்லா முழுக்க அதிகமான பருத்திச் சாகுபடிக்கான திட்டங்களை ரேகைப்படுத்தி காகிதங்களை கவர்னர் அவர்களின் சமுகத்துக்குச் சமர்ப்பித்திருக்கிறார். சாத்தியமானால் ஜின்னிங் மில்களும் ஸ்பின்னிங் மில்களும் கட்டலாம். மான்செஸ்டரின் சீதோஷ்ணமிருக்கிற பூமி. அந்தச் சீதோஷ்ணத்துக்குக் காரணமும் மலைத்தொடர்கள். முடியுமானால் மலைகளிலிருந்து துள்ளி இறங்கியோடும் நதிகளை அணைபோட்டுத் தடுக்கலாம். பாசனமும் நடக்கும். மன்னர் மனதுவைத்தால் மின்சார உற்பத்தியும் நடக்கும். கவர்னர் வேண்டியபடி உபரி வருவாயைக் காட்டலாம். காகிதங்கள் இங்கிலாந்துக்குப்போய் பார்லிமென்டில் விவாதிக்கப்பட்டுக் காரியமாகத் தொடங்க எவ்வளவு அவகாசம்

தேவைப்படுமோ? உடனடியாக வருவாயைப் பெருக்க ஒரு யோசனையிருக்கிறது. அதை அரசாங்கம் அமல்படுத்துமா என்பது சந்தேகம். மாமன்னரின் சிரசு பதித்த பவுண்டு நாணயத்தாள்களை இரட்டிப்பாக அச்சடிக்கலாம்.

இரவு முழுவதும் சல்லிவன் தஸ்தாவேஜுகளைப் புரட்டிக் கொண்டிருந்தார். இலக்கங்களும் எழுத்துக்களும் விவரணைக் குறிப்புகளும் அலுப்பூட்டின. சர்வே நம்பர்கள், ரெவின்யூ வசூல் கணக்குகள், நிலுவையிலிருக்கும் பாக்கிகள், ஜில்லாவுக்கு வந்துபோன ராஜாங்கப் பிரதிநிதிகள் பற்றிய விவரங்கள், அவர்களுக்காக ஜில்லா நிர்வாகம் செய்த செலவினங்கள் எல்லாம் எண்களாகவும் தகவல்களாகவும் காகிதங்களில் இறைந்து கிடந்தன. கண்கள் அயரவிருந்த நொடியில் பார்வையில் பதிந்த தகவல் சல்லிவனை வியப்புக்குள்ளாக்கியது.

ஆறு வருடங்களுக்கு முன்னால் இரண்டுபேர் சல்லிவனின் கற்பனையில் இருக்கும் பாதை வழியாக மலையேறிருக்கிறார்கள். இதே ஜில்லாவின் பழைய கலெக்டர் காரோ மதராசிலிருக்கும் ரெவின்யூ போர்டுக்குச் சிபாரிசு செய்து சர்வேயர் கேய்ஸையும் அப்ரண்டிஸ் மக்மஹோனையும் அனுப்பிவைத்திருக்கிறார்.

'இத்தனை நாட்கள் இதே தஸ்தாவேஜுகளை எத்தனை முறை புரட்டியிருப்போம். இந்தத் தகவல் ஏன் கண்ணில் படவில்லை. இன்று மட்டும் எதற்காகப் பார்வையில் பட வேண்டும்? என் பிரபுவே, உமக்குத் தோத்திரம். இந்த மலைப் பிராந்தியத்தின் சரித்திரத்தைச் சிருஷ்டிக்க என்னை நியமித்திருக்கிறீரே அந்தக் கருணைக்காக. மாட்சிமை தங்கிய மன்னரே, தங்களுக்கு என் வந்தனம். என்னுடைய ஜீவிதத்தின் அர்த்தத்தைக் கண்டுபிடிக்கும் சந்தர்ப்பத்தைத் தங்களுடைய செங்கோல் கொடுத்திருக்கிறது. கர்த்தருடைய நாணயத்தையும் சீஸருடைய நாணயத்தையும் ஒன்றாகச் செலவுசெய்யும் பாக்கியம் என்னையல்லாமல் யாருக்கு வாய்த்திருக்கிறது?'

பரவசத்தில் ஜான் சல்லிவனின் சருமத்துக்குள்ளே ரத்தம் கொப்பளித்துப் பரவியது. அரைத்தூக்கத்தில் பங்கா இழுத்துக் கொண்டிருந்த சிப்பாய், கலெக்டர் துரை கூப்பிடுவதைக் கேட்டு மலங்க விழித்தான். அவனுடைய கோலத்தைப் பார்த்துக் கலெக்டருக்குச் சிரிப்பு வந்தது. 'பாவம், ஓய்ந்துவிட்டான்.' சைகை காட்டி அவனைப் போகச் சொன்னார். நடந்து போகும்போது அவனுடைய நிழல் வழக்கத்தைவிட நீண்டு அலைவதைக் கவனித்தார். கூரையிலிருந்து தொங்கி

எரியும் கண்ணாடி விளக்கின் சுடர் அணைவதுபோலக் குதித்துக்கொண்டிருந்தது. ஆசனத்திலிருந்து எழுந்து அறைக் குள்ளேயே நடந்தார். மரப்பலகைகள் பாவிய தரையில் அவருடைய காலடிகள் தாளமெழுப்பின. நடந்து வாசல் கதவுவரை போனார். வெளியே உட்கார்ந்திருந்த பாராக்காரன் பதறி எழுந்து நின்றான். அவனிடம் விளக்குக்கு எண்ணெய் எடுத்துவரும்படி பணித்தார். நகரத் தொடங்கிய அவனை நிறுத்தி குசினியில் ஆளிருந்தால் ஒரு கோப்பைத் தேநீரும் தயாரித்து வாங்கிவரச் சொன்னார். இரண்டையும் ஒரே இடத்திலிருந்து கொண்டு வரலாம். பாராக்காரன் அகன்றதும் மறுபடியும் அறைக்குள் நடந்து ஆசனத்தில் உட்கார்ந்தார். கூரைவிளக்கு மினுக்கிமினுக்கிப் பிரகாசிப்பதைச் சட்டை செய்யாமல் தஸ்தாவேஜில் கடைசியாகப் பார்த்துக்கொண் டிருந்த பக்கத்தில் பார்வையைப் படரவிட்டார்.

'மலைப்பிரயாணத்துக்கு முந்தின நாட்கள் வரைக்கும் கேய்ஸூம் மக்மஹோனும் சர்வே நடத்துவதற்காக மதுரா ஜில்லாவில் இருந்திருக்கிறார்கள். அதற்கு முன்பு இருவரும் கோயம்புத்தூர் ஜில்லாவில்தான் உத்தியோகம் பார்த்திருக் கிறார்கள். சாமர்த்தியசாலிகள். காரியத்தைப் பிசகில்லாமல் செய்து முடிப்பதில் வல்லவர்கள். அதனால் இரண்டு ஊழியர் களின் சேவையை மலைப்பிரதேச சர்வேக்காகப் பயன்படுத்திக் கொள்ள அனுமதிக்க வேண்டுமென்று கலெக்டர் காரோ குறிப்பெழுதியிருக்கிறார். இரண்டு ஊழியர்களும் மறுபடியும் கோயம்புத்தூருக்கு வரவழைக்கப்பட்டார்கள். பிரயாணம் என்றைக்குத் தொடங்கியதென்று பதியப்படவில்லை. தேவநாய்க்கன் கோட்டையிலிருந்து புறப்பட்டிருக்கிறார்கள். அப்படியானால் சிறுமுகை வழியாகத்தான் புறப்பட் டிருப்பார்கள்.' யூகித்தார் சல்லிவன். திப்புவின் மேல் கோட்டைப்படை அந்தப் பாதையைத்தான் போக்குவரத்துக்கு உபயோகித்திருந்தது என்பதும் மனதில் ஓடியது.

கலெக்டருக்கு முகமன் கூறி கேய்ஸ் ஜில்லா நிர்வாகத்துக்கு எழுதிய முதல் கடிதம் டேநாட்டிலிருந்து எழுதப்பட்டிருந்தது. கோத்தகிரிக்குக் கிழக்கே டேநாடு. அடுத்த கடிதம் மேல் கோட்டையிலிருந்து. கல்லட்டிக்கு அப்பால் சீகுர் மலைப் பாதையின் தொடக்கம். சல்லிவனின் தேகத்தில் பரபரப்பு ஏறியது. இன்னும் நாலே முக்கால் மைல் ஏறினால் வோட்டகமண்ட். 'சபாஷ், பரவாயில்லையே பையன்கள். சாதித்துவிட்டார்களே.'

ஆனால் அடுத்துப் பதிந்திருந்த குறிப்புகளில் கேய்ஸூம் சகாவும் வழிமாறிப் போயிருந்தார்கள். கல்லட்டியிலிருந்து

கிளைபிரியும் பாதைகளில் பெரியதை விட்டுவிட்டுக் குறுக்குப் பாதையில் முன்னேறியிருக்கிறார்கள். ‘முட்டாள்களே, பெரிய பாதையை விட்டு அதில் ஏன் போனீர்கள்? அது தண்டா நாட்டுக்குப் போகிற பாதையாயிற்றே? அங்கிருந்து வோட்டகமண்டுக்குப் போவது முடியாதே’. முடியவில்லை தான். கேய்ஸின் பிரயாண அறிக்கைக் குறிப்புகள் அத்தோடு முடிந்திருந்தன. அவர்கள் ஜில்லா தலைநகரத்துக்குத் திரும்பிய தினத்தைக் குறித்து அதன் அருகில் கையொப்பமிட்டு தஸ்தாவேஜை மூடியிருந்தார் காரோ.

ஜான் சல்லிவனுக்கு வியர்த்தது. ஏமாற்றம் முகத்தில் அறைந்தது. மனது கோபத்திலும் பச்சாதாபத்திலும் பொங்கியது. எத்தனை பொன்னான சந்தர்ப்பம். கன்னிப் பெண்ணின் சரீரத்தில் ஒற்றை விரலால் அழுத்தமாக வருடிய அடையாளம் மறைவதற்குள் பார்த்துவிடத் துடிக்கும் பரவச விநாடிகளை யல்லவா பாழாக்கி இருக்கிறார்கள். முட்டாள்கள்.

காகிதத்தில் மிஞ்சியிருந்த குறிப்புகள் மங்குவதுபோலத் தோன்றியது. கண்களைக் கசக்கிப் பார்த்தார். ஒரு வரி மட்டும் தெளிவாகப்பட்டது. “இந்த மலைக் காடுகளில் தேங்கி நிற்கும் தண்ணீர் இராக் காலங்களில் கண்ணாடிப்பாளமாகிறது. அவ்வளவு குளிர். ஆனாலும் ஜனங்கள் வாசம் செய்கிறார்கள்”

பாராக்காரன் வாசலில் வந்து நின்றான். சல்லிவன் நிமிர்ந்து பார்த்துத் தலையசைப்பில் உள்ளே வரச்சொன்னார். அவனுடைய வலதுகையில் சீனப் பீங்கான் கோப்பை இருந்தது. கோப்பையின் விளிம்பிலிருந்து தேநீரின் ஆவி நெளிந்து உயருவது விநோதமாக இருந்தது. எண்ணெய்ப் பாத்திரத்தையும் எண்ணெயை முகந்து ஊற்றும் துரட்டிக் கிண்ணத்தையும் இடது கையில் ஒன்றுசேர்த்துப் பிடித்திருந் தான். தேநீர்க் கோப்பையை மேஜைமேல் வைத்துவிட்டு விளக்குக்கு எண்ணெய்விட நகர்ந்தான். எண்ணெய் ஊற்றியதும் சுடர் பிரகாசித்து வெளிச்சம் விரிந்தது. பாராக்காரன் அவரை நோக்கித் தலைதாழ்த்தினான். தேநீர்க் கோப்பையை வாயருகே கொண்டு போவதற்கிடையில் தலையசைத்து சமிக்ஞை செய்தார் சல்லிவன். கதவைத் தாண்டிப் போகிற வனைப் பின்தொடர்ந்தது அவர் பார்வை. பாராக்காரன் மறைந்ததும் அவரது பார்வை கோப்பைக்குள் குவிந்தது. பொன்பழுப்பு நிறத் திரவத்திலிருந்து மெல்லிய ஆவியெழுவதை ரசித்துக்கொண்டே முதல் மிடற்றுத் தேநீரை உறிஞ்சினார். புத்துணர்வு நாவில் ஊறித் தேகத்தில் பரவியது.

“தேயிலைச் சாற்றில் உற்சாக ரசத்தை இயற்கை ஒளித்து வைத்திருக்கிறது, ஜான்” என்று பிரெஞ்சுக்கார சிநேகிதர்

வெல்லிங்டன் 17

லூயி சொல்லுவது சல்லிவனுக்கு நினைவு வந்தது. உண்மை தான். இந்தக் கசப்புச் சாற்றில் மனதை இளக்குகிற ஏதோ ஒன்று இருக்கிறது. பழகியவனை அடிமைப்படுத்தும் வசிய ரசாயனம். மாத ஆரம்பத்தில் கலெக்டர் பங்களாவின் குசினிக்கு எந்தெந்தச் சரக்கு வந்திருக்கிறது என்று அக்கறை காட்டாத அவர் அசாமிலிருந்தும் டார்ஜிலிங்கிலிருந்தும் தருவிக்கப்படும் தேயிலை வந்திருக்கிறதா என்பதை மட்டும் தவறாமல் பரிசோதிப்பார். எல்லாம் இந்தச் சிறு போதைக்காக. எல்லாம் ஜீன் பாப்டிஸ்ட் லூயி அறிமுகப்படுத்திய ருசி.

சல்லிவனின் மண்டைக்குள் சட்டென்று மின்னல் ஓடியது. தேநீர்க் கோப்பையை மேஜைமேல் வைத்தார். எழுதுபலகையில் காகிதங்களை ஒழுங்குபடுத்தினார். செருகு பேனாவை எடுத்து மைக்கூட்டில் முக்கினார். எழுத ஆரம்பித்தார்.

இரண்டு கடிதங்கள். முதல் கடிதம் மதராஸ் கவர்னர் சர். தாமஸ் மன்றோவுக்கு.

இந்த மலைப்பகுதியைப் பணம் விளையும் பிரதேசமாக மாறச் செய்யும் திட்டத்தை மாட்சிமை தங்கிய கவர்னர் அவர்கள் சமுகத்தின் பார்வைக்குக் கோயம்புத்தூர் ஜில்லா கலெக்டர் ஜான் சல்லிவன் எம்.சி.எஸ். சமர்ப்பிக்கிறார். மலைச்சரிவுகளில் ஜீவிதம் நடத்தும் படகர்களும் தோடர்களும் மலபாரிலிருந்து வந்து குடியேறியிருக்கும் மலையாளத்தார் களும் மைசூரிலிருந்து வந்த கன்னடிகர்களும் சமவெளியி லிருந்து புகையிலைக் கடத்தல் நிமித்தம் மலையேறி ஸ்திர ஜீவிதமாக்கியிருக்கும் கவுண்டர்களும் பறையர்களும் செய்யும் பாரம்பரிய விவசாயத்தை ஐரோப்பிய முறைக்கு மாற்றலாம். ஐரோப்பிய பூகண்டத்தில் பயிராகும் தாவரங்கள் சகலமும் இந்த மலைத்தொடரில் முளைக்கும்.

கவர்னர் அவர்களே, இங்குள்ள சீதோஷ்ணத்தை சுவிட்சர்லாந்து வெப்பமானியை வைத்து அளந்தால் இரண்டும் துல்லியமானதாக இருக்கக் காண்பீர்கள். இங்கிருக்கும் விவசாயிகள் ஏற்கெனவே ஐரோப்பிய உணவுப் பயிர்களைச் சில இடங்களில் விளைவித்திருக்கிறார்கள். மலபாரிலிருந்து கள்ளிக்கோட்டை மார்க்கமாக வந்த சுவிசேஷகர்கள் மேற்படிப் பயிர்களை விளைவித்துப் பார்த் திருப்பதாக ரிக்கார்டுகளில் பதிவுசெய்யப்பட்டிருப்பது கவர்னர் அவர்களுக்குத் தெரிந்த விஷயமே. எல்லையற்று நீண்டிருக்கும் மலைத்தொடரின் விரிந்த மடிகள் இன்னும் கன்னி நிலங்களாகவே காத்துக்கிடக்கின்றன. அவற்றில் நமது

வித்துகள் செழித்து முளைவிடும். நமது மலர்கள் விரியும். மலையின் சரிவுகளில் தேயிலை வளர்வதற்கான சாத்தியங் களைக் காண்கிறேன். இவையெல்லாம் திட்டங்கள். ஆனால் எதிர்காலத்தின் வசமிருக்கின்றன. இன்றிருப்பது கானகத்தின் மர்மம். அதை அறிய நாம் அந்த மர்மத்துக்குள் பிரவேசிப் பதைத் தவிர்த்து வேறு மார்க்கங்கள் இல்லை என்பதைத் தங்கள் கவனத்துக்குக் கொண்டுவருவது கடமையாகிறது. நமது அதிருஷ்டத்தை அடையும் வழிகளை உருவாக்குவதே இப்போது என் முன்னால் உள்ள பணி.

மலையில் பாதைகளை உண்டுபண்ணும் முஸ்தீபுக்காக ஜில்லா நிர்வாகத்தின் சேவையிலுள்ள இருவரை நியமிக்கிறேன். அசிஸ்டெண்ட் கலெக்டர்கள் மிஸ்டர் ஜே.சி. விஷ், மிஸ்டர் என். டபிள்யூ. கிண்டர்ஸ்லே இருவரும் இந்தப் பணிநிமித்தம் மலைப்பயணம் மேற்கொள்ள அனுமதியளிக்குமாறு கவர்னர் அவர்களைக் கோருகிறேன். திட்டமிட்டபடி இவர்களின் சர்வே பூர்த்தியாகுமானால் நமது கஜானாவில் அதிருஷ்ட தேவதை வாசம் செய்யத் தயங்கமாட்டாள்.

மேற்படித் திட்டத்துக்கு கவர்னர் அவர்களின் அனு மதியையும் தனி சகாயத்தையும் கோருகிறேன். கர்த்தர் மாட்சிமை தங்கிய மன்னரையும் வந்தனத்துக்குரிய தங்களை யும் ஆசீர்வதிப்பாராக.

தங்கள் விசுவாசமுள்ள
ஜான் சல்லிவன், எம்.சி.எஸ்.

எழுதிய கடிதத்தை ஒருமுறை வாசித்துப் பார்த்தார் சல்லிவன். எல்லாம் கச்சிதம். வேகமாக எழுதியதில் கலங்கிப் போயிருந்த ஒன்றிரண்டு வார்த்தைகளில் எழுத்தைச் சரி செய்தார். மறுபடியும் வாசித்தார். எழுதிய காகிதத்தைத் தனியாக எடுத்தார். கையொப்பத்துக்குக் கீழே உத்தியோக முத்திரை பதித்து அதன் மேல் ஊதினார். நாசூக்காக மடித்தார். பழுப்பு நிற உறையொன்றை எடுத்துக் கடிதத்தை அதற்குள் வைத்தார். 'காலையில் அனுப்பச் செய்ய வேண்டும்' என்று சொல்லிக்கொண்டே உறையை ஒதுக்கிவைத்தார். இன்னொரு காகிதத்தை எழுதுபலகையில் ஒழுங்காகப் பொருத்தினார்.

'மெசியே. ஜீன் பாப்டிஸ்ட் லூயி...'

இரண்டாவது கடிதத்தை எழுதத் தொடங்கினார் சல்லிவன்.

ஹெத்தே மனையின் பரம்பரைப் பூசாரி மாதாகவுடர் சொல்லத் தொடங்கினார் "இது நம்ம கதெ. நம்ம வம்சம் வளர்ந்த கதெ. தெய்வம் நம்ம ஜனங்களெக் காப்பாத்துன கதெ"

மைசூரு ராஜ்ஜியம் தலைமலையில் படக ஹள்ளியில் அவர்கள் ஏழு பேர் இருந்தார்கள். அந்தக் காலத்தில் மைசூரு ராஜ்ஜியத்தை எருமை நாடு என்று அழைத்து வந்தார்கள். ஏழு பேருக்கும் ஒரே பெயர்தான் இருந்தது. ஹெத்தப்பா. ஏழு ஹெத்தப்பரும் ஒரே தாயின் கர்ப்ப இருட்டில் குடியிருந்து பூமியின் வெளிச்சத்துக்கு வந்தவர்கள். கர்ப்பவாசனை அவர்களை ஒன்றாகவே வசிக்க வைத்தது. ஏழு பேரும் தாயின் ஒரே முலைச்சுரப் பில் பசியாறி வளர்ந்தார்கள்.

அவர்களின் உதடுபடாத இன்னொரு முலையைப் பருக தாய்க்கு ஒரு பெண்மாது பிறந்தாள். அவளுக்கு ஏலிங்கி என்று சந்தோஷப் பெயர் விளங்கியது. அவள்மீதும் அதே கர்ப்ப வாசனை வீசியதனால் மாளாத பாசம் வைத் திருந்தார்கள். ஏழு சகோதரர்களுக்கும் கலியாண மாகியிருந்தது. ஆறாவது சகோதரனை மட்டும் காலம் வஞ்சித்திருந்தது. அவனுடைய மனைவி இறந்துபோயிருந்தாள்.

ஏழு சகோதரர்களும் ஆறு மனைவிமார்களும் கிருபையுள்ளவர்களாக இருந்தார்கள். வனங்களைச் செம்மைப்படுத்தி வருடம் முழுவதற்கும் தின்பதற் கான ஆகார வகைகளுக்காகத் தானியங்களை விதைத்தார்கள். வித்துக்களுடன் அவர்களுடைய வியர்வையும் மண்ணில் விழுந்திருந்தது. அது மண்ணை இளகச் செய்தது. அதனால் பயிர்கள்

செழித்து வளர்ந்தன. அவர்களுடைய வாத்சல்யத்தைப் பார்த்துப் பூரித்து மரங்களும் செடிகளும் காய்களாகவும் கனிகளாகவும் அன்பைக் கொடுத்தன. ஏழு பேரும் ஆறு மனைவியரும் பாடுபட்டு விளைத்த தானியத்தை அளப்பதற்குப் பொதுவான ராசிக் கூடையைத்தான் வைத்திருந்தார்கள். ஏழு பேர் பிரசாதம் உண்ணுவதற்கும் ஒரே ஒரு சத்து வட்டிலைத்தான் வைத் திருந்தார்கள்.

ஏழு பேரின் சகோதரியைத் தெய்வம் தன்னுடைய மிக அதிகமான சந்தோஷ முகூர்த்தத்தில் ஜனிக்கச் செய்திருந்தது. அவளுடைய தேகத்தில் பச்சிலைத்தளிர்களின் மிருது இருந்தது. மண்ணிலிருந்து பெருகிய ஊற்றின் முதல் தேக்கத்தில் சிலு சிலுக்கும் ஜலத்தில் பௌர்ணமி ராத்திரியில் பிரதிபலிக்கும் சந்திர பிம்பம்போல அவளுடைய முகம் இருந்தது. அவ ளுடைய கூந்தல் மழைக்கால மேகம்போலக் கருமையாகவும் அடர்த்தியாகவும் இருந்தது. அவளுடைய நிழலும் பிரகாசம் கொண்டதாக இருந்தது. வம்சத்திலேயே அதிரூப சுந்தரி அவள்தானென்று எல்லாரும் சம்மதித்திருந்தார்கள். அதனா லேயே ஏழு சகோதரர்களும் அவளைப் பிரியத்துடன் பாது காத்து வளர்த்தார்கள். மையெழுதும் கோல் தவறுதலாகப் பட்டு அவளுடைய கண்கள் கலங்கினால்கூட ஏழு சகோதரர் களும் தின்னாமலும் குடிக்காமலும் அவளைச் சுற்றி நின்று பதறுவார்கள். அந்த மாதிரியான சந்தர்ப்பங்களிலெல்லாம் சகோதரிக்கு வேடிக்கையாகச் சிரிக்கத் தோன்றும். அண்ணன் மார்களின் பாசம்தான் அதற்குக் காரணமென்று அறிந்து வைத்திருந்தாள். அதனால் சிரித்ததில்லை. சிரிப்பும் மனுஷரைச் சங்கடப்படுத்த ஏதுவானது என்றும் அவள் அறிந்துவைத் திருந்தாள்.

ஒரு அந்திப் பொழுதில் துர்நிமித்தம் சம்பவிக்கும் வரையி லும் அவர்களுடைய எல்லா நாட்களும் சுப தினங்களாகவே போய்க்கொண்டிருந்தன. ஏழு பேரின் சகோதரி நியமம்போல அன்றைக்கு மாலை பசுக்களைக் கறக்கப் போகாமலிருந்திருந் தால் அந்த சுப தினங்கள் இருள் மூடாமல் இருந்திருக்கும். அப்படி இருந்தால் அதன் பெயர் ஜீவிதமா? துயரங்களோ கஷ்டங்களோ இல்லாமற்போனால் ஜீவிதத்தை நடத்தி வைப்பது தெய்வம் என்றாகாதே?

தொழுவத்தில் கட்டிப் போட்டிருந்த பசுக்கள் அவள் முற்றத்திலிறங்கியதும் கத்தத் தொடங்கின. மடியின் கனம் அந்தக் கத்தலில் புரிந்தது. கன்றுகளும் பால்குடித் தவிப்பில்

‘ம்மா’ என்று கத்தின. சகோதரி ஆதுரமான குரலில் “பன்னே பன்னே”[1] என்று சொல்லிகொண்டே தொழுவத்தை நெருங்கினாள். முதல் முளைக் கம்பில் கட்டியிருந்த பசு உடம்பை வளைத்து அவளைப் பார்த்தது. வாலை ஒருமுறைச் சுழற்றி வீசி தலையைக் குலுக்கித் தயாராக இருப்பதைத் தெரிவித்தது. சகோதரி மண்கலத்தை இடுப்பில் இடுக்கியபடி, மூக்கு விடைக்கத் துள்ளிக்கொண்டிருந்த கன்றுக்குட்டியை அவிழ்த்து விட்டாள். அது ‘ம்மா’ என்று தாவி தாய்ப்பசுவிடம் ஓடியது. அகிட்டில் முட்டிக் காம்பை இழுத்துப் பால் குடிக்கத் தொடங்கியது. கன்று தாயின் மடிக்காம்புகளை உறிஞ்சுவதைக் கனிவுடன் பார்த்துக்கொண்டிருந்தாள் சகோதரி. வயிறு நிரம்பியதும் உடம்பைச் சிலிர்த்துக்கொண்டு நின்றது. சகோதரி குத்தவைத்து உட்கார்ந்து பால்கறக்க ஆயத்தமானாள். அந்த நேரம் பார்த்துக் கன்று முதுகைச் சுழித்து ஓடத் தொடங்கியது. பால் கறக்க உட்கார்ந்த சகோதரி கலத்தைக் கீழே வைத்துவிட்டு கன்றைப் பிடித்துக் கட்டக் கயிற்றைத் தேடி எழுந்தாள். அதன் கழுத்தில் கட்டியிருந்த கயிற்றை அவிழ்த்துவிட்டிருப்பது ஞாபகம் வந்தது. கயிற்றை அவிழ்த்தெடுக்க மரத்தடியை நோக்கிப் போவதற்குள் கன்று கைக்கெட்டாத தூரத்தில் நின்று துள்ளிக் கொண்டிருந்தது. “என்னெகூட நெலெதெரியா?”[2] என்று செல்லமாகக் கேட்டுக்கொண்டு கூந்தலை உலுக்கினாள். மழைமேகம் போலக் கருநிறமும் சுருட்டை இல்லாத நீளமும் பளபளப்புமாக இருந்த அவளுடைய கூந்தல் காற்றில் பறந்தது. மயிரிழைகள் ஒன்றுடன் ஒன்று பிணைந்து புரிகளாயின. புரிகள் ஒன்று சேர்ந்து கயிறாயின. அந்தக் கூந்தல்கயிறு கறுப்பு மின்னல்போல அந்தரத்தில் ஊர்ந்துபோய் கன்றின் கழுத்தில் சுற்றிக்கொண்டது. கன்று துள்ளலடங்கி நின்றது. சகோதரி தலையை அசைத்து கயிற்றை இழுத்தாள். அதில் இழுபட்டு கன்று அவளருகில் வந்தது. “ஓடுறியா” என்று கேட்டுக்கொண்டு அதன் கழுத்தை வருடிக் கொடுத்தாள். மனைக்குள்ளிருந்து வாசலுக்கு வந்த மூத்த ஹெத்தப்பா இந்தக் காட்சியைப் பார்த்து அதிசயப் பட்டு நின்றார்.

“அண்ணா, அந்தப் பசுவைக் கறந்துவிடு. நான் இதைக் கட்டிப்போடட்டும்” என்றாள் சகோதரி. சகோதரர் கலத்தை எடுத்து பசுவின் காலடியில் குந்தினார். சொற்ப நிமிஷங்களுக்கு முன்பு பார்த்த காட்சி அவரை வாயடைக்கப் பண்ணியிருந்தது.

அதிசயமான அந்தக் காட்சி என்னவோ அபாயத்தையும் கொண்டுவரப் போகிறது என்று அவருக்குப் பட்டது.

---

1. வருகிறேன், வருகிறேன்
2. என்னோடு விளையாடுகிறாயா ?

அவருடைய ஊகம் பொய்யானதல்ல. அந்த அதிசய சம்ப வத்தைத் தூரத்திலிருந்து இன்னொரு பிறவியும் பார்த்துக் கொண்டிருந்தது.

மாறுவேடத்தில் வனத்துக்குள்ளே குதிரையில் சவாரி செய்துகொண்டிருந்த துருக்க ராஜாவின் கண்ணில் காட்சி விழுந்தது. வாயைப் பிளந்து இந்த அதிசயத்தைப் பார்த்தார். அவர் பார்க்கிறபோது கருங்கூந்தல் காற்றில் நெளிந்து கன்றின் கழுத்தில் விழுந்து கட்டிக்கொண்டிருந்தது. அந்தக் கூந்தல் புறப்பட்ட சிரசு மட்டுமே பார்வைக்குத் தெரிந்தது. திரும்பி நிற்கிற அந்தச் சிரசுக்குரியவள் எப்படி இருப்பாள் என்று யோசித்தார்.

மழைத்தாரைபோலச் சுருளே இல்லாத கூந்தலின் உடைமைக்காரி ரூபவதியாகத்தான் இருக்க வேண்டுமென்று மனம் சொன்னது. அவளானால் தான் நிற்கும் திசைப் பக்கம் திரும்பாமலிருக்கிறாளே என்று உள்ளுக்குள் சிணுங்கிக் கொண்டிருந்தார். உதடுகள் ‘ஸ்த்ரீயே, முகங்காட்டு’ என்று பிரார்த்தனைபோல முணுமுணுத்துக் கொண்டிருந்தன. விநாடிகள் விரயமாகிக் கொண்டிருந்தன. அவள் திரும்பவில்லை. முதுகைக் காட்டியபடியே கன்றுக்குட்டியை இழுத்துப் போவதையும் அதை மரத்தில் கட்டுவதையும் தவிப்புடன் பார்த்தார். அவருடைய தத்தளிப்பு அதிகமாகிக்கொண்டே வந்தபோது அவருடைய வலது பாதம் ஆத்திரத்துடன் குதிரை யின் விலாவில் மோதியது. குதிரை உடல் சிலிர்த்து முன்னங் கால்களைத் தூக்கி ‘பிஹிஹீ . . . ஹீ’ என்று கனைத்ததும் அவள் திரும்பியதும் ஒரே விநாடியில் சம்பவித்தன. துருக்க ராஜாவின் கண்கள் தெறித்து விழுந்து விடுவதுபோல விரிந்தன. அவரால் நம்ப முடியவில்லை. கானகக் கிராமத்துக்குள்ளே இப்படி ஒரு சவுந்தரியவதியா என்று திகைத்தார். அவளுடைய தேகத்திலிருந்து வீசிய ஜோதி அவருடைய விழிகளை இருட் டாக்கியது. ‘இறைவனே, இது என்ன அற்புதம். யாரும் காணாமல் பூத்திருக்கும் காட்டு ரோஜாவுக்குத் துல்லியமான தாக இருக்கிறதே இவள் அழகு’ என்று பரிதவித்தார். அவருடைய நாடிகளில் ரத்தம் வேட்கையுடன் ஓடியது. மோக ஜுரம் கொண்டு தேகம் நடுங்கியது.

குதிரையை முடுக்கி அவள் இருக்கும் முற்றத்தில் போய் நிறுத்தினார். ஏழு பேரின் சகோதரி அன்னிய புருஷனைப் பார்த்து வெலவெலப்புடன் “அண்ணா” என்று உரக்கக் கத்தினாள். பசுவைக் கறந்துகொண்டிருந்த மூத்தவர் திரும்பிப் பார்த்ததும் பயந்தார். பால் கலத்தைத் தரையில் வைத்துவிட்டு உடம்பை வளைத்து முன்னால் வந்தார். துருக்க ராஜா

தங்கள் மனையின் முன்னால் நிற்பது ஏனென்று கலங்கிக் கொண்டிருந்தார். "தாயி, நீ ஒகாசு ஹோகு[3]" என்று சகோதரியிடம் சொன்னார். அவள் ஒரு நொடி நின்று மலங்க விழித்தாள். குதிரை மேல் உட்கார்ந்திருக்கும் புருஷனைப் பார்த்தாள். அந்த உடையலங்காரமும் தோரணையும் அவளுக்குச் சிரிப் பூட்டின. சிரிப்பை அடக்கிக்கொண்டு வீட்டுக்குள்ளே போக லானாள். அவளுடைய தேகம் ஒசிந்து நகருவதைப் பார்த்தும் துருக்க ராஜாவின் மனதுக்குள் அக்கினி மூண்டது. மூத்தவரைப் பார்த்துத் துருக்க பாஷையில் "இது யார்? நீங்கள் யார்?" என்று கேட்டார்.

அவர் பேசிய பாஷையின் அர்த்தம் புரியாமலேயே பயத்துடன் "என்ன ஹெசரு ஹெத்தப்பா" என்றார். துருக்க ராஜாவுக்கும் மூத்தவர் சொன்னது புரியவில்லை.

மறுபடியும் துருக்க பாஷையில் என்னமோ கேட்டார். அதற்குள் வீட்டுக்குள்ளே போன சகோதரி சொன்னதைக் கேட்டு மற்ற சகோதரர்களும் அங்கே வந்தார்கள்.

நடப்பது என்னவென்று விளங்காமல் அவர்களும் நின்று விழித்தார்கள். ராஜாவுக்கு இவர்களிடம் என்ன சொல்லிப் புரியவைப்பது என்ற தர்மசங்கடம் வந்தது.

சகோதரர்களுக்கும் ராஜா சொல்வது என்னவென்று புரியாமல் தடுமாற்றமாக இருந்தது. அதே சமயம் ராஜாவின் அங்கரட்சகன் இன்னொரு குதிரையில் அங்கே வந்து சேர்ந்தான். ராஜா அவனிடம் அவர்கள் பாஷையில் உத்தர விட்டார். அவன் வாய்பொத்திக் கேட்டிருந்துவிட்டு சகோதரர் களைப் பார்த்து "இது நிங்க ஹட்டியா?"[4] என்றான். சகோதரர் களுக்கு ஆச்சரியமாக இருந்தது. அவர்களுடைய பாஷையைப் பிறத்தியான் ஒருவன் பேசுவதைக் கேட்க சந்தோஷமாகவும் இருந்தது. மூத்தவர் "ஹா, இது நிங்க ஹட்டி" என்று பதில் சொன்னார். "ஈ ஹெண்ணு தாரா?"[5] என்று கேட்டான். "என்ன அம்மே"[6] என்றார்.

அங்கரட்சகன் மறுபடியும் வாயைப் பொத்திக்கொண்டு ராஜாவிடம் பேசினான். ராஜா உத்தரவுபோடும் தோரணை யில் அவனிடம் சில விநாடிகள் பேசினார்.

---

3. தாயே, நீ உள்ளே போ.
4. இது உங்கள் கிராமமா?
5. இந்தப் பெண் யார்?
6. என் தங்கை

“ஹாங் ஹுஜூர், ஹாங் ஹுஜூர்” என்று மட்டுமே அவன் சொல்லிக்கொண்டிருந்தான். கடைசியில் சகோதரர்கள் பக்க மாகத் திரும்பினான். அவன் சொன்னதைக் கேட்டதும் அவர்கள் நடுநடுங்கிப் போனார்கள். ஏழு பேரின் கண்களி லிருந்தும் நீர் வழிந்தது. ஏழுபேரும் ஒரே சமயத்தில் மண்டி யிட்டு உட்கார்ந்து மன்றாடினார்கள். அவர்கள் கெஞ்சுவதைப் பொருட்படுத்தாமல் துருக்க ராஜா அங்கரட்சகனிடம் முத்தாய்ப்பாக எதையோ சொல்லிவிட்டுக் குதிரையின் விலாவில் உதைத்தார். ஹுங்காரம் எழுப்பிக்கொண்டு குதிரை வேகமாகப் பாய்ந்தது. அது கிளறிவிட்ட புழுதிப்படலம் அந்திச் சூரியனின் கதிர்கள் பட்டுத் தரையில் மேகமாகப் புரண்டது. மரக்கிளைகளிலிருந்து சில கரியன் சிட்டாக்களும் காக்கைகளும் படபடத்துப் பறந்தன. அந்தச் சத்தத்தில் வெருண்ட பசுக்கள் கனைத்துக் கத்தின.

குதிரை மேல் உட்கார்ந்தபடியே “சொன்னதை மறக்க வேண்டாம். மறந்தால் உயிர் பிழைக்கமாட்டீர்கள்” என்று எச்சரிக்கை செய்தான்.

அவனுடைய குதிரையும் புழுதி மேகத்தை உண்டு பண்ணிக்கொண்டு ஓடியது.

‘துருக்க ராஜாவுக்கு ஏழுபேரின் சகோதரியைக் கண்டதும் இஷ்டமாகிவிட்டது. அவளை விவாகம் செய்துகொள்ள விரும்புகிறார். அதுவும் உடனடியாகச் செய்துகொள்ள விரும்புகிறார். அதனால் நாளை பொழுது விடிந்ததும் சகோதரியை ஸ்நானம் செய்வித்து அலங்காரம் பண்ணித் தயாராக வைக்க வேண்டும். ராஜாவின் சிப்பாய்கள் வந்து அவளை அரண்மனைக்கு அழைத்துச் செல்வார்கள். ராஜா அவளை ரோஜாப்பூவைப் போலப் பார்த்துக்கொள்ளுவார். தவிரவும் இவ்வளவு சுந்தராங்கியான பெண் ராஜாவைத் தவிர வேறு யாருக்குச் சொந்தமாக முடியும்? இது ராஜாவின் உத்தரவு. அதில் பிசகினால் உங்கள் வம்சமே இல்லாமல் போய்விடும். ஜாக்கிரதை.’

இதுதான் அங்கரட்சகன் மூலமாகத் துருக்க ராஜா அவர்களிடம் தெரிவித்தது. கலக்கமடைந்த ஏழு சகோதரர் களும் ஆறு மனைவியரும் கூடியிருந்து ஆலோசனை செய்தார் கள். ‘ராஜாவின் இச்சை அநியாயமானதாக இருக்கிறதே? என்ன செய்வது? இந்த இக்கட்டிலிருந்து எப்படித் தப்புவது?’ என்று யோசித்தார்கள். ‘லிங்கத்தை ஆராதனை செய்யும் நாம் எப்படித் துருக்க ராஜாவுக்கு நமது பெண்ணைக் கொடுப்பது? அது தெய்வ நிந்தனையாகுமே?’ என்று புலம்பினார்கள்.

"தின்னாமலும் குடிக்காமலும் இப்படி உட்கார்ந்து யோசிப்பதில் பிரயோஜனமில்லை" என்றார் தொட்ட ஹெத்தப்பா. ராஜாவின் தண்டனையிலிருந்து தப்ப ஒரே ஒரு மார்க்கம்தான் அவர்கள் முன்னால் இருந்தது. குலத்துக்கு அழிவு வராதபடி காப்பாற்ற வேண்டுமென்றால் இதைத் தவிர வேறு உபாயம் அவர்களுக்குப் புலப்படவில்லை. முடிவாக அன்றைக்கு ராத்திரியே நடு இருளில் புறப்பட்டு சோலைக்குள் புகுந்து ராஜாவின் கண்ணுக்கோ சேனையின் கண்ணுக்கோ எட்டாத தூரம் போய்விட வேண்டும் என்று தீர்மானித்தார்கள். ஒரே கர்ப்பத்தின் கவிச்சையைப் பங்குபோட்டுக்கொண் டவர்கள் என்பதனால் அவர்களுக்கு மத்தியில் வேறே யோசனை இருக்கவில்லை.

வழக்கமாக நெருப்பு அணைந்து குளிரத் தொடங்குகிற அகாலத்தில் அவர்கள் வீட்டு அடுப்பு எரியத் தொடங்கியது. பெண்கள் மூன்று வேளைக்கு உண்பதற்கான கட்டுச் சாதத்தை சமைத்தார்கள். வன சஞ்சாரத்தில் தீர்ந்துபோனால் காய்கனி களைத் தின்று ஜீவிக்கலாம் என்று மூத்தவர் சொன்னதை எல்லாரும் ஒத்துக்கொண்டார்கள்.

அன்றைய இரவு நடு ஜாமத்திலேயே வீட்டைவிட்டுப் புறப்பட்டார்கள். புறப்படுகையில் குல தெய்வமான லிங்கத்தை யும் ராசிக் கூடையையும் விசேஷ நாளில் பிரசாதம் உண்ணும் சத்து வட்டிலையும் மறக்காமல் எடுத்துக்கொண்டார்கள். அவர்கள் வீட்டை விட்டிறங்கும்போது தொழுவத்தில் கட்டி யிருந்த பசுக்களும் எருமைகளும் தீனமாகக் கதறின. அவற்றின் கன்றுகள் காதுகளை அசைக்க மறந்து ஏக்கத்துடன் பார்த்தன. சகோதரி ஓடிப்போய் அவை ஒவ்வொன்றின் கழுத்தையும் வருடிக்கொடுத்துவிட்டு வந்தாள். அவளுடைய காலடிச் சத்தம் கேட்டு மரக் கூடுகளில் நித்திரை செய்துகொண்டிருந்த பட்சிகள் வெருண்டு விழித்து கீச்சிட்டன.

அந்தத் துக்கத்தைத் தாள முடியாமலும் யாராவது அறிந்துவிடுவார்கள் என்ற காப்ராவாலும் அவர்கள் காட்டு வழியில் ஒருவர் பின் ஒருவராகச் சத்தமின்றி நடந்தார்கள். சோலைகளுக்குள்ளாகவும் வனங்களைத் தாண்டியும் சுமார் நூறு மைல் நடந்த பிறகு எல்லாரும் களைப்படைந்துவிட்டார் கள். செடிகளின் மறைவில் இளைப்பாற உட்கார்ந்தார்கள். கண்ணுக்கும் கைக்கும் எட்டாத தூரம் வந்துவிட்டோம் என்ற நம்பிக்கை வந்திருந்தது. ஒருவரோடு ஒருவர் முகம் பார்த்துப் பேச ஆரம்பித்தார்கள். அப்போதுதான் கவனப் பிசகாகச் செய்திருந்த புத்திகெட்ட காரியம் ஞாபகத்துக்கு வந்தது. புறப்படுகிற அவசரத்தில் தொட்டிலில் தூங்கிக்கொண்

டிருந்த பெண் குழந்தையை விட்டுவிட்டு வந்திருந்தது உறைத்தது. குழந்தையின் தாய் அலற அவளுடன் சேர்ந்து பெண்கள் எல்லாரும் துக்கித்து அழுது புலம்பினார்கள்.

ஆண்கள் கலந்து யோசித்தார்கள். திரும்பப்போய் எடுத்து வரப் பார்த்தாலும் விடியற்காலை ஆகிவிடும். யாராவது கண்டுவிட்டால் அதுவும் ஆபத்து.

'வேறு வழியில்லை. நாமெல்லாருமே இன்றைக்கோ நாளைக்கோ காட்டுக்குள் விழுந்து மடியப் போகிறோம். அந்தச் சிறுபெண்ணாவது பிழைக்கட்டும். பொழுது விடிந்தால் எப்படியும் வீடு காலியாக இருப்பதை யாராவது பார்ப்பார்கள். பக்கத்தில் வந்து பார்த்து குழந்தையை எடுப்பார்கள். கொண்டு போய் வளர்ப்பார்கள்.' இனி அந்தப் பெண் மாதை மறந்து விடத் தேற்றிக்கொண்டார்கள். மறந்துவிடுவோம் என்று தீர்மானித்ததுபோலவே வேறு ஒரு முடிவையும் செய்தார்கள். இனி வம்சத்தில் பிறக்கிற எந்தக் குழந்தையையும் தொட்டிலில் கிடத்துவதில்லை என்பது அந்த முடிவு.

அப்படியாக அவர்கள் மூன்று இரவும் மூன்று பகலும் நடந்து வெகுதூரம் வந்திருந்தார்கள்.

இதற்கிடையில் துருக்க ராஜா தான் இச்சைப்பட்ட பெண்ணை அழைத்து வரும்படி சிப்பாய்களையும் பிரதானிகளையும் அனுப்பி வைத்தார். அவர்கள் ஹள்ளியில் வந்து பார்த்தபோது வீடுகள் மூடிக்கிடந்தன. பாழ் வீடாகக் கிடக்கிறது என்று அவர்கள் வந்து சொன்ன சேதி ராஜாவை ஆத்திரமடையச் செய்தது.

அவர்கள் எங்கே இருந்தாலும் தேடிப்பிடித்துத் தன் முன்னால் கொண்டுவர வேண்டும் என்று கட்டளையிட்டார். சிப்பாய்கள் நாலாப் பக்கமும் அவர்களைத் தேடி அலைந்தார்கள். மலைப் பிரதேசத்தின் வடக்கே மோயார் ஆற்றின் அக்கரையில் அவர்கள் இளைப்பாறிக் கொண்டிருப்பது சிப்பாய்களின் கண்களில் பட்டது.

கண்டுபிடித்துவிட்டோம் என்ற ஆனந்தத்துடன் அதிவேகமாக ஆற்றை நெருங்கி வந்தார்கள். இக்கரையிலிருந்தவர்களும் காடு அசாதாரணமாக அசைவதைப் பார்த்து சிப்பாய்களின் நடமாட்டத்தைக் கண்டுகொண்டார்கள். 'மோசம் போனோமே' என்று திகிலடைந்தார்கள். என்ன செய்வது என்று ஏங்கினார்கள். ஏழு சகோதரர்களில் மூத்தவர் தோளின் மேல் வைத்திருந்த லிங்கத்தை நினைத்து உருகினார்.

‘எங்களுக்கு ஆபத்து வந்துவிட்டது. எங்களைக் காப்பது உமது கடமை. இந்த அத்துவானக் காட்டில் எங்களுக்கு உம்மையன்றி வேறு திக்கில்லை’ என்று ஒரே மனதுடன் வேண்டினார். சகோதரர்களும் அவர்களது மனைவியரும் சகோதரியும் பீதியுடன் பிரார்த்தித்துக்கொண்டிருந்தார்கள்.

சிப்பாய்கள் ஆற்றங்கரையில் நின்று கும்மாளமாகச் சத்தம் போட்டுக்கொண்டு நீரில் கால்வைத்தார்கள். கரையைத் தாண்டி ஆற்றுக்குள் கால்வாசி தூரம் வந்திருப்பார்கள். அந்த விநாடியில் ஆறு சீற்றம் கொண்டு பொங்கியது. முழங்காலளவு தண்ணீர் ஓடிக்கொண்டிருந்த ஆற்றில் வெள்ளம் பிரவாக மெடுத்துப் பாய்ந்தது. இக்கரையிலிருக்கிறவர்களுக்கு ஜலத்தைத் தவிர அந்தப் பக்கம் இருக்கிற எதுவும் தெரியவில்லை. யானைகள் ஒன்றுக்குப் பின்னால் ஒன்று நகர்வதுபோலத் தண்ணீர் உயரமாக ஓடிக்கொண்டிருந்தது. கங்காதேவி ஆவேசத்துடன் தலைவிரி கோலமாக ஓடுவதை அவர்கள் பார்த்தார்கள். எல்லாரும் கல்லும் புல்லும் இறைந்து கிடந்த அந்த மண்ணிலேயே தெண்டனிட்டு கண்களில் நீர் வழிய தெய்வத்தைக் கும்பிட்டார்கள். அகதிகளான அவர்களைத் துரத்தி வந்த சிப்பாய்களில் அநேகம் பேரை வாரி எடுத்துக் கொண்டு போயிருந்தன கங்காதேவியின் நீர்க்கரங்கள். மிஞ்சின ஒன்றிரண்டு சிப்பாய்கள் விசித்திர சம்பவத்தைத் துருக்க ராஜா விடம் அறிக்கை செய்ய அச்சத்துடன் ஓடினார்கள்.

சகோதரர்களும் அவர்களது மனைவியரும் சகோதரியும் காடுகளிலும் மலைகளிலும் நாள்கணக்கில் அலைந்து திரிந்து காரை மரங்கள் அடர்ந்து வளர்ந்திருக்கும் வனத்தை அடைந்தார்கள். சுமந்து வந்த சாமான்களை இறக்கி வைத்து காரை மரங்களின் நிழலில் இளைப்பாறினார்கள். அவர்கள் உட்கார்ந்திருந்த இடத்துக்கு நேர்முகமாக மலைத் தொடர்கள் நிமிர்ந்து நின்றிருந்தன. பூமிக்கு வேலிபோட்டதுபோல இருந் தன மலைகள். அதற்கு அப்பால் எதுவும் இருக்காது என்று சொல்லும்படியாக உயர்ந்து நின்றிருந்தன.

தொடரின் ஒரு மலையைவிட இன்னொரு மலை உயரம். அடுத்தது அதைவிட உயரம். அடுத்தது இன்னும் உயரம். அதற்கடுத்தது இன்னும் இன்னும் உயரம் என்று நீண்டிருந்த மலைகளின் மீது மேகங்கள் உரசிக் கலைந்துபோவதைப் பார்த்தார்கள். மலையில் சரிவிலும் உச்சியிலும் மரங்களும் செடிகளும் தழைத்திருந்தன. வெயில் காங்கையால் அந்த மலைகள் நீலநிறமாகத் தோன்றின.

மூத்தவர் சொன்னார் “அதோ தெரிகிற நீலமலையில் ஏறி அந்த வனத்தில் ஜீவித்துவருவோம்”. எல்லாரும் ஒத்துக் கொண்டு மலையேறினார்கள்.

அவர்கள் வந்து சேர்ந்த இடம் மேட்டுச் சமவெளியாக இருந்தது. மலைகளுக்கு நடுவில் தானியமடிக்கும் களம்போல இருந்த அந்த இடத்தில் வசிக்கத் தீர்மானித்தார்கள். அந்த இடத்துக்குப் பேட்டிலாடா என்று பெயரும் வைத்தார்கள்.

சில காலம் அங்கே வசித்ததில் அவர்களுடைய பயம் விலகியிருந்தது. இனி ராஜாவைப் பற்றிய பயம் இல்லை. அதனால் விவசாயம் செய்தும் மாடுகளை எருமைகளை வளர்த்தும் ஜீவிக்கலாம் என்ற நம்பிக்கை வந்திருந்தது. தனித்தனியாக ஹட்டிகள் கட்டி வாழ ஆசைப்பட்டார்கள்.

அப்படியான ஒருநாள் வனத்தில் அகஸ்மாத்தாக ஒரு கலைமான் அவர்கள் கண்ணுக்குப் புலப்பட்டது. ஏழு சகோதரர்களில் ஐந்து பேர் அந்த மானைப் பிடித்துக்கொள்வோம் என்று அதன் பின்னால் ஓடினார்கள். இளையவர்களில் ஒருவன் மூத்தவர் கூடவே நின்றான். இருட்டுக்குள் வெளிச்சம் துளைத்துப் போகிற வேகத்தில் காட்டுக்குள்ளே மான் ஓடியது. அதைத் துரத்திக்கொண்டு ஓடிய ஒவ்வொருவரும் ஒவ்வொரு இடத்தில் அதைப் பிடிக்க முடியாமல் களைத்துப் போய் நின்றார்கள். ஒவ்வொருவரும் வனத்தில் அவரவர் நின்ற இடத்தில் மயங்கி விழுந்து அப்படியே உறங்கிப் போனார்கள். மறுநாள் விழித்துப் பார்க்கையில்தான் ஒவ்வொருவருக்கும் சகோதரர்களைப் பிரிந்து தனியாகிப் போனது தெரிந்தது. வனங்களில் தட்டுத் தடுமாறி தனித்தனியாக பேட்டிலாடாவுக்கு வந்து சேர்ந்தார்கள். நான்கு பேரால் மட்டுந்தான் அப்படித் திரும்ப முடிந்தது. இரண்டு மூன்று நாட்களாகியும் ஒருவன் வரவேயில்லை. ஆறுபேருக்குத் துக்கத்துடன் அவன் காணாமற்போனதை ஒப்புக்கொள்ள வேண்டியிருந்தது.

ஒண்டியாக வனாந்தரத்தில் மானைத் துரத்திப் போனவர்கள் களைத்து விழுந்தது தெய்வச் செயல் என்றார் மூத்தவர். அவர்கள் விழுந்த இடங்களைக் கடவுள் காண்பித்த இடமென்று பாவிக்க வேண்டுமென்றும் அந்த இடங்களிலேயே போய் அவர்கள் பிழைக்கலாமென்றும் சொன்னார். அவருடைய அனுமதி பெற்று ஒவ்வொருவரும் அந்தந்த இடங்களில் வாழ்க்கையைத் தொடங்கினார்கள். முதலில் குடிசைகள் போட்டார்கள். பூமியில் பாடுபட்டதன் பலன் விளைந்து மனைகள் எழும்பின. ஹட்டிகள் உண்டாயின. ஹட்டிகள் பெருகி ஊர்களாயின. ஊர்கள் சேர்ந்து சீமைகளாயின. தோடநாடு சீமே. பொறங்காடு சீமே. மேக்குநாடு சீமே. குந்தே சீமே. மலைகளின் சரிவுகளிலும் மேட்டுச் சமவெளிகளிலும் ஆறுகள் பாயும் பள்ளத்தாக்குகளிலும் ஜனங்கள் பரவினார்கள். அப்படியாக வம்சம் பல்கிப் பெருகியது.

●

பதினாறு நாட்கள் மலைவாசத்துக்குப் பிறகு இருட்டுவதற்குச் சற்று முன்பாக அசிஸ்டெண்ட் கலெக்டர்கள் விஷ்ஷூம் கிண்டர்ஸ்லேயும் திரும்பி வந்திருந்தார்கள். பங்களாவுக்குப் போவதற்காக சல்லிவன் எழுந்த நேரம். அலுவலக வராந்தாவி லேயே அவர்களைக் கைகுலுக்கி வரவேற்றார். அவர்கள் நடையில் சோர்விருந்தது. முகங்களின் வெளிர் சிவப்பு நிறம் மாறிக் கிட்டத்தட்ட செம்மண் நிறமாக இருந்தது. வெட்டப்படாத சிகையும் மழிக்கப்படாத தாடியும் அலைச்சலைப் பகிரங்கப்படுத்தின. 'பாவம் பையன்கள்' என்று இரக்கப்பட்டார்.

வராந்தாவுக்கு வெளியே சின்னக் கூட்டம் நின்றிருந்தது. எல்லாரும் சர்வே குழுவுடன் மலை யேறியவர்கள். எல்லார் மேலும் மலைப்புழுதி அப்பியிருந்தது.

துணைக்குப் போயிருந்த கூலிகளில் ஒருவனைத் தவிர எல்லாரும் இருந்தார்கள். விடுபட்டவனின் பெயரைக் கேட்டபோது நஞ்சன் என்றார்கள். சிறுமுகையிலிருந்து பவுங்கநாடுவரைக்கும் கூடவே வந்தவன் பாதி வழியில் சோலைகளுக்குள் மறைந்து விட்டான். 'என்ன ஆனானோ தெரியவில்லை துரையே, புலியோ சிறுத்தையோ கொன்று போட்டதோ இல்லை யானை மிதித்ததோ தெரிய வில்லை துரையே' என்று விசனப்பட்டார்கள். சல்லிவன் பார்வையில் கேள்வியுடன் விஷ்ஷை யும் கிண்டர்ஸ்லேயையும் ஏறிட்டார். சமாதானப் படுத்துகிற மந்தகாசத்துடன் விஷ்தான் பதில் சொன்னான்.

"அவனுக்கு ஒன்றும் ஆகியிருக்காது சார். காடு அவனுக்கு ரொம்பப் பழக்கமான இடம் என்று தோன்றியது. தாயின் மடியில் தவழ்வது

போல இருட்டான சோலைகளுக்குள் அவன் நடமாடுவதைக் கவனித்திருந்தேன். ஏதோ ஒரு பள்ளத்தாக்கில் மறைந்து போய்விடுவான் என்றும் நினைத்திருந்தேன். அது சரியாகவே நடந்தது. ஆரம்பத்திலிருந்தே எனக்கு அவன் மேல் நம்பிக்கை யில்லை. எப்போதும் அவன் தேகத்திலிருந்து நனைந்த புகையிலை வாடை வீசிக்கொண்டேயிருந்தது. புகையிலை கடத்துகிற கூட்டத்தைச் சேர்ந்தவனாக இருக்கலாம் என்று சந்தேகப்பட்டேன். அது சரி என்று அவன் நிரூபித்துவிட்டான், மிஸ்டர் ஜான்" சொல்லிவிட்டு சல்லிவனையும் கிண்டர்ஸ்லேயை யும் பார்த்துத் தோளைக் குலுக்கிக் கைகளை மலர்த்திக் காட்டினான் விஷ். ஆமோதிப்பதுபோல கிண்டர்ஸ்லே சிரித்தான். அவனுடைய அபிநயத்தைப் பார்த்து கலெக்டருக் கும் சிரிப்பு வந்தது. அலுவலக முகப்பில் கோச் வண்டி வருவது அரண்ட வெளிச்சத்தில் தெரிந்தது.

வராந்தாவைக் கடந்து படிகளில் இறங்கும்போது, கூலி களை அனுப்பிவைத்துவிட்டு டின்னருக்கு பங்களாவுக்கு வந்து விடும்படிச் சொன்னார். அசிஸ்டென்ட் கலெக்டர்கள் இருவரும் ஒருவருக்கொருவர் ஜாடையில் என்னவோ பரிமாறிக் கொள்ளுவது அவர் பார்வைக்குத் தப்பவில்லை.

"என்ன, ஏதாவது பிரச்சனையா?"

"ஒரே பிரச்சனைதான் சார். கால்களையும் கைகளையும் நீட்டி மனிதர்களைப் போல உறங்க வேண்டும். காட்டு விலங்கு களைப் போலக் குறுகிப் படுத்துத் தூங்கியதில் முதுகெலும்பு வளைந்து போயிருக்குமோ என்றுகூடச் சந்தேகப்படுகிறேன்" என்றான் விஷ்.

"என்ன சொல்ல வருகிறாய் விஷ்?".

"இரண்டு நாளைக்கு எங்களைத் தேட வேண்டாம் மிஸ்டர் ஜான். லண்டனில் ஏதாவது கிளப்பில் கனத்த மார்புகளுள்ள சீமாட்டி எவளையாவது கட்டிகொண்டு நடனமாட விரும்பு கிறோம்" என்று தொடங்கிய விஷ்ஷை இடைவெட்டினான் கிண்டர்ஸ்லே.

"விஷ், அது எப்படி ஒரு சீமாட்டியுடன் இரண்டு பேரும் நடனமாடுவது?"

"நீ சொல்வது சரிதான். அது சாத்தியமில்லை. லண்டன் போவதும் சாத்தியமில்லை. ஆகவே மிஸ்டர். ஜான், அப்படி உற்சாகமாகக் கழிப்பதாகக் கனவு கண்டு உறங்க விரும்புகிறோம். நீங்கள் அனுப்பிவைத்த காடு இருக்கிறதே, அபாரம். முடிவே

இல்லாததுபோலப் போய்க்கொண்டே இருக்கிறது. இதில் ஆச்சரியமான சங்கதி மலையின் மடிப்புகளிலெல்லாம் ஜனங் களைப் பார்த்தோம். பத்தோ பதினாறோ நாள் அங்கே அலைவதற்குள்ளே நமக்கு உயிர் போய்விட்டது. அந்த ஜனங்கள் எப்படிப் பிழைக்கிறார்களோ?"

"நீங்கள் அவர்களைப் பார்த்தீர்களா? அவர்களுடன் பேசினீர்களா?" சல்லிவனின் குரலில் ஆர்வம் ததும்பியது.

"மிஸ்டர் ஜான், இரண்டு நாட்களுக்கு நாங்கள் அதைப் பற்றிப் பேசுவதாக இல்லை. எங்களுக்கு இரண்டு நாட்கள் ரஜா. அதற்கடுத்த நாள் நீங்கள் எங்களுக்கு விதித்த அற்புத தண்டனையைப் பற்றி நாம் கலெக்டர் ஆபீசில் விவாதிக்கலாம். இப்போது நாங்கள் உத்தரவு வாங்கிக்கொள்கிறோம். கவலைப் படாதீர்கள், நாங்கள் எங்கும் போய்விடமாட்டோம். ஆபீசர்ஸ் காட்டேஜில்தான் இருப்போம்".

இலக்கைக் குறிவைத்துவிட்ட வேட்டைநாய்போலத் திமிறுபவனை இழுத்துப் பிடிக்க முடியாது என்று சல்லிவனுக்குப் புரிந்தது.

"சரி, உங்கள் விருப்பப்படியே ஆகட்டும். ஆனால் ஒரு விஷயம். உங்களைச் சந்திக்கும்போது ரிப்போர்ட்டுடன் சந்திக்க விரும்புகிறேன். மனிதனுக்கு ஒரு நாளைக்கு எட்டு மணி நேர உறக்கமே அதிகம். நாற்பத்தெட்டு மணி நேரமும் நீங்கள் தூங்கிக்கொண்டிருப்பீர்கள் என்று நான் நம்பவில்லை. ஆகவே, தயாராக வந்து சேருங்கள். நல்ல இரவு"

முகப்பில் வந்து நின்ற கோச்சில் ஏறிக்கொண்டார். அது குரல் கேட்காத தூரம் நகரும்வரை பேசாமலிருந்த கிண்டர்ஸ்லே "விஷ், இந்திய குமாஸ்தாக்கள் சொல்வது போல இந்தக் கலெக்டர் கொஞ்சம் சித்தக் கலக்கமுள்ளவர் தான்" என்றான்.

"நம் எல்லாரையும்போல" என்றபடி வராந்தாப்படிகளில் ஏறினான். கிண்டர்ஸ்லே பின் தொடர்ந்தான். இருவரும் கலெக்டர் அலுவலக சிரஸ்தாரின் அறைக்குள் நுழைந்தார்கள். எப்போதும் பாதிப் பிருஷ்டத்தை மாத்திரம் ஆசனத்தில் வைத்து உட்காருபவரான சிரஸ்தார் அசிஸ்டென்ட் கலெக்டர் களைப் பார்த்ததும் எழுந்து நின்றார். "நமஸ்காரம் துரைவாள்" என்று இளித்தார். 'சரியான கோழை' என்று விஷ்ஷின் முதுகுக்குப் பின்னால் கிண்டர்ஸ்லே முணுமுணுத்தான்.

“வெளியே கூலிகள் இருக்கிறார்கள். அவர்களுக்கானதை பட்டுவாடாச் செய்து அனுப்புங்கள்” என்று சொல்லிவிட்டு வெளியேறினார்கள்.

கலெக்டர் அலுவலகக் காம்பவுண்டுக்குள் விளக்குகள் எரிய ஆரம்பித்திருந்தன. விளக்குக் கம்பங்களின் நிழல்கள் மண்ணில் விழுந்து கிடந்தன. குத்தவைத்து உட்கார்ந்திருந்த கூலிகள் இருவரையும் பார்த்ததும் எழுந்து நிற்க முயன்றார்கள். அவர்களிடம் “கணகண, குளி”[1] என்றான் விஷ். கிண்டர்ஸ்லே சிரித்தான்

“இந்த மலைப்பயணத்தின் அனுகூலம் படகர்களின் பாஷையில் சில வார்த்தைகளைக் கற்றுக்கொண்டதுதான். ஏனு தம்மா?”

இருளைக் கிளுகிளுக்கச் செய்து எதிரொலித்தது இருவரின் கூட்டுச்சிரிப்பு. கூலிகளின் முகத்திலும் அந்தச் சிரிப்பு பிரதி பலித்தது.

‘சபாஷ், சரியான புள்ளியிலிருந்துதான் தொடங்கியிருக் கிறார்கள். தேவநாயக்கன் கோட்டையிலிருந்து. கேய்ஸூம் மக்மஹோனும் போன அதே மார்க்கம். பையன்கள் சூட்டிகை யானவர்கள்தான்’ என்ற சிலாகிப்புடன் அசிஸ்டெண்ட் கலெக்டர்கள் தயாரித்துச் சமர்ப்பித்திருந்த சர்வே ரிப்போர்ட்டைப் பரிசீலனை செய்துகொண்டிருந்தார் சல்லிவன்.

‘நாங்கள் புறப்பட்ட தினம் ஜனவரி இரண்டு. அன்று அதிகாலை ஆறுமணிக்கு டணாய்க்கன் கோட்டையிலிருந்து புறப்பட்டோம். மலையடிவாரத்திலிருந்து இரண்டு மைல் தள்ளியிருக்கிறது இந்த ஸ்தலம். மலையிலிருந்து சரிந்து விழுகிற பனிப்படலம் உத்தேசமாக எல்லாப் பருவங்களிலும் இந்த மேட்டுச் சமவெளியை மூடியிருக்கிறது. சூரியன் தாமதமாகத் தான் எட்டிப் பார்த்தது. நாங்கள் இங்கே வந்து சேர்வதற்கு முந்தைய இரவு மழை பெய்திருக்க வேண்டும். அல்லது கனத்த பனிமூட்டமிருந்திருக்க வேண்டும். மரங்களில் நீர்த் துளிகள் தொங்கிக்கொண்டிருந்தன. புதர்களிலும் புல் தரை யிலும் தண்ணீர் முத்துக்கள் சிதறிக் கிடந்தன. செம்மண் ஊறியிருந்தது. சில இடங்களில் காலடிச் சுவடுகளைப் பார்த்தோம். அவை கேய்ஸுடையதாக இருக்கலாம் என்று

---

1. வேண்டாம், வேண்டாம். உட்கார்.

நான் சந்தேகப்பட்டேன். இல்லை, ஆறு வருடங்களாகக் காலடிகள் கலையாமல் இருக்காது. அது மலைக்கரடியின் காலடிகள் என்று செக்கன்ட் அசிஸ்டென்ட் கலெக்டர் கிண்டர்ஸ்லே திட்டவட்டமாகத் தெரிவித்ததனால் அதை அங்கீகரிக்க வேண்டியதாயிற்று'

'நான்சென்ஸ். சர்வே ரிப்போர்ட்டா இது?' என்று எரிச்சலடைந்தார் சல்லிவன். ஒற்றை விநாடி எரிச்சல். அது மறைந்ததும் முகம் மலர்ந்தது. 'பையன் ராட்சசன். ரிப்போர்ட்டுக்குள் மலைப்பிரதேசத்தின் ஜீவனைச் செருகப் பார்க்கிறான்'.

ரிப்போர்ட்டைத் தொடர்ந்தார்.

'டணாய்க்கன் கோட்டையிலிருந்து பாதை மேலே ஊர்ந்து ஏறுகிறது. பாதையல்ல. மனிதர்கள் நடந்து நடந்து பதிந்திருக்கும் வனரேகை. அதில் நடப்பது சிரமம். இருந்தாலும் நடந்தோம். அதிகாலையில் எலும்பை நொறுக்கும் குளிர். சூரியன் மேலே வரவர சரீரம் உற்சாகம் கொண்டுவிடுகிறது. வெயிலை உடம்பில் தாங்கிக்கொண்டு நடப்பது குளிருக்கு இதம். இரண்டு நாட்கள் அந்த வழியில் நடந்தோம். அன்றைக்கு மாலை டேர்நாட்டை அடைந்தோம். சின்ன கிராமம். இந்தப் பகுதியைப் பவுங்கநாடு என்கிறார்கள். அடுத்த முப்பத்தியாறு மணி நேரத்தில் ஆச்சரியகரமாகப் பதினாறு மைல்கள் நடந்திருக்கிறோம். காடும் சோலைகளும் எங்களுக்குப் பழக்கப்பட்டுவிட்டன. அன்று மாலை அங்கேயே முகாமிட்டோம். மறுநாள் உதய காலத்தில் பயணத்தைத் தொடர்ந்து ஒன்பது மைல்கள் தாண்டினோம். தொட்டியர் நாடு என்ற இடத்தில் முகாம். எட்டு மைல்களுக்கு அப்பாலிருக்கும் குதிரைமுடிக்கு நாங்கள் வந்து சேர்ந்தது ஏழாம் தேதி.

இங்கிருக்கும் வனத்துக்கு ஒரு பொது சுபாவமிருப்பதை அவதானித்தோம். மலைகளையொட்டிய பகுதியில் கானகம் இயற்கையின் குகைபோல முடிவற்றுப் போகிறது. உயரமான மரங்கள். அடர்ந்த புதர்கள். செழித்து வளர்ந்திருக்கும் புல்வெளிகள். மலையின் இடைகளில் காட்டுத் தாவரங்கள் வளர்ந்திருக்கின்றன. சில இடங்களில் குட்டையாக. சில இடங்களில் ஆளுயரத்துக்கு. அதைச் சோலை என்கிறார்கள். அளவுபார்த்து நட்டுவைத்ததுபோலத் தெரிகின்றன. இங்கிலாந்தின் தெற்குக் கடற்கரைப் பகுதியில்தான் இவ்வளவு கிரமமான தாவர வளர்ச்சியைப் பார்க்க முடியும். அந்தி வெயில் விடைபெற்று நகர்கிறபோது சோலைகளும் வெளிச்சத்தைப் பின்தொடர்ந்து நடக்கின்றன. குதிரைமுடியிலிருந்து ஏழு மைல் தூரத்திலிருக்கிற மேல்கோட்டைக்கு நாங்கள் வந்து சேர்ந்தது ஒன்பதாம் தேதி. இதற்கு மேல் செங்குத்தான பாதைகள்.

ஒற்றைக்கால் வைத்து ஜாக்கிரதையாக நடக்கவேண்டிய குறுகிய தடங்கள். அதைக் கடக்க மூன்று நாட்கள் வேண்டி வந்ததிலிருந்தே வழியின் அபாயங்களைத் தெரிந்துகொள்ளலாம். வழிமட்டுமல்ல பொழுதுகளும் விநோதமானவை. எந்த நேரத்தில் மழை வரும், எந்த நேரத்தில் மேகங்களுக்குப் பின்னால் சூரியன் ஒளிந்துகொள்ளும், எந்த நேரத்தில் மஞ்சு மூட்டம் கவியும் என்று அனுமானிக்க முடியாத விநோதமான சீதோஷ்ணக் கண்ணாமூச்சி. இந்த மலைப்பிரதேசத்தின் வசியமே இந்த சீதோஷ்ணம்தான். பன்னிரண்டாம் தேதி மைக்காநாடு பிரதேசத்துக் கிராமமான நெல்லாகொரலிக்கு வந்து சேர்ந்தோம். இதற்கு மேல் மலையேறுவதற்கான வலு எங்களில் யாருக்கும் இல்லை. எங்கள் சர்வே பணியை இங்கேயே ஆரம்பிக்க முடிவு செய்தோம். இந்த இடங்கள் மேட்டுச் சமவெளிகள். மலைத்தொடரின் இடையிடையே கிடக்கும் உயரமான இந்தப் பீடபூமிப் பிரதேசங்களில்தான் ஜனசஞ்சாரத்தைப் பார்க்க முடிகிறது. கிராமங்கள் என்று சொல்வது டம்பமான வார்த்தை. நாலோ ஐந்தோ மண்குடில்கள். கூரைக்குப் புல் வேய்ந்திருக்கிறார்கள். எல்லாக் குடில்களுக்குப் பக்கத்திலும் தொழுவம் இருக்கிறது. சராசரியாக ஒரு குடிசைவாசி நாலு எருமைகளையாவது வளர்க்கிறான் என்று அனுமானிக்கலாம். சொற்பமாக விவசாயம் செய்கிறார்கள். மேட்டுச் சமவெளிகளில்தான் விவசாயம். மற்ற இடங்களில் மலைகள் பீதியூட்டும் உயரத்துடன் செங்குத்தாக நிமிர்ந்து நிற்கின்றன. அவற்றின் இடுக்குகளிருந்து கசியும் அருவிகள் அந்தப் பீதியை வசீகரமாக்குகின்றன'.

சல்லிவன் கண்களை மூடி விஷ்ஷின் வர்ணனையை இமைகளின் இருளுக்குள் ஓடவிட்டுப் பார்த்தார். சருமம் இதமான வெயிலை உணர்ந்தது. பற்கள் குளிர் நடுக்கத்தில் மோதிக்கொண்டன. நெருக்கமான மரஉச்சிகளின் இடையிலிருந்து சூரியன் கண்சிமிட்டியது. அதன் பச்சைப் பிம்பத்தை இமைகளுக்குள் பார்த்தார். சோலைகள் வெயிலுடன் மனதுக்குள் ஒசிந்து நகர்ந்தன. உள்ளங்கைகளால் இரண்டு கண்களையும் தேய்த்து விட்டுக்கொண்டார். அசாதாரணம். ரிப்போர்ட்டும் அதை எழுதவைத்த இயற்கையும். விஷ், கிண்டர்ஸ்லே இருவர் மேலும் செல்லமான பொறாமை தோன்றியது அவருக்கு. 'என்ன இது? இருவரும் என்னுடைய பையன்கள் தானே?' என்று தன்னையே கடிந்துகொண்டார். அந்த நினைப்பு அவருக்கே வேடிக்கையாக இருந்தது. சிரிக்கச் செய்தது.

கலெக்டர் துரை திடீரென்று சிரிப்பதைப் பார்த்த பங்காவாலா சின்ன அதிர்ச்சியுடன் கயிறிழுப்பதை

நிறுத்தினான். காற்றின் கதி மாற்றத்தை யூகித்த சல்லிவன் அவனை நிமிர்ந்து பார்த்துவிட்டு மறுபடியும் ரிப்போர்ட்டில் குவிந்தார். காற்று மறுபடியும் சீராக வருடத் தொடங்கியது.

'சமவெளிக்குத் திரும்புவது என்று தீர்மானமெடுத்த போதுதான் இந்தப் பூமியைப் பிரிவதை ஏக்கமாக உணர்ந் தோம். கூலிகள் சம்மதிக்கத் தயாராக இல்லாதபோதும் மலை மீது இன்னும் சிறிது தூரம் ஏறிப்பார்க்க ஆசைப்பட்டோம். ஏக்கத்துக்கான பரிகாரம். இல்லையென்றால் மலையின் அழைப்பு. அடுத்த நாள் காலை மலையேற்றம் முன்பு இருந்ததை விட லகுவாக இருந்தது. வழக்கத்தைவிட வேகமாக ஏறி தண்ட நாட்டை அடைந்தோம். இங்கேயிருந்து ஒரு தடம் சோலைகளுக்குள்ளாகவும் வனத்தை ஊடுருவியும் போகிறது. அது முடியும் இடத்தில் படகர்களின் ஊர் இருப்பதாகச் சொன்னார்கள். ஊரின் பெயர் அழகாக இருக்கிறது. ஜகதளா. சங்கிலித் தொடர்போல செங்குத்தான மலைகளும் உயரமான குன்றுகளும் ஊரை பத்திரப்படுத்துகின்றன. வோட்டகமண்ட் இங்கிருந்தும் வெகுதொலைவில் கானகங்களுக்கு நடுவில் ஒளிந்திருக்கிறது. அதை அடைவதுதான் உத்தேசம். ஆனால் எங்கள் சேமிப்பிலிருக்கும் ஆகாரங்கள் மலையிறங்கும் நாட் களுக்குரியவை. வழிகாட்டிகளின் மனங்களும் கூலிகளின் மனங்களும் சமதளத்திருக்கிற அவர்களின் குடியிருப்புகளுக்கு எப்போதோ போய்விட்டன. வாபசாவதைத் தவிர வேறு மார்க்கமில்லை. எங்கள் சாமக்கிரியைகளுடன் நாங்கள் இறங்கிய வேகத்தை பவானி ஆறு மலையிறங்கும் ஆவேசத்துடன் உபமானம் செய்யலாம். பன்னிரெண்டு நாட்களில் ஏறிய வழிகளை நாலே நாட்களில் பின்வாங்கச் செய்திருக்கிறோம். அலங்காரமாகச் சொல்வதானால் யுத்தத்தில் பின்வாங்குவது போலத்தான் இதுவும். பின் வாங்குகிறவனுக்குப் பேச எதுவு மில்லை. அவன் மனம்பூராவும் யுத்த களத்தின் காட்சிகள் மிஞ்சியிருக்கும். எங்கள் மனதிலும் மலையின் தோற்றங்களும் கானகத்தின் கேலிச் சிரிப்பும் மிஞ்சியிருக்கின்றன. அந்தச் சிரிப்பின் மையத்தில் வெல்லப்படாத ரகசியமாக இருக்கிறது வோட்டகமண்ட்'

"குட் ஆஃப்டர்நூன், மிஸ்டர். ஜான்"

"குட் ஆஃப்டர்நூன் பாய்ஸ்" ரிப்போர்ட்டிலிருந்து தலையை உயர்த்தாமல் சொன்னார் சல்லிவன்.

"எங்களுக்காகக் காத்துக்கொண்டிருக்கிறீர்கள் என்பது தலை நிமிராமல் நீங்கள் சொன்னதிலேயே தெரிகிறது ஜான். நாங்கள் தயார். தொடங்கலாம்"

நாற்காலியில் உட்கார்ந்து உடம்பை முன்னால் தள்ளி மேஜைமீது கைகளை வைத்துக்கொண்டான் விஷ். கிண்டர்ஸ்லே நாற்காலியுடன் முதுகைச் சேர்த்து அமர்ந்திருந்தான். தலை நிமிர்ந்தபோது இருவரின் கண்களிலும் கேள்விகளுக்குத் தயாராக இருக்கும் முனைப்பைக் கண்டார் சல்லிவன்.

"நான் இன்னும் பகல் போஜனத்துக்குப் போகவில்லை" என்றார்.

"நாங்கள் காத்திருக்கிறோம். நீங்கள் போய் வாருங்கள் சார்" என்றான் கிண்டர்ஸ்லே.

"எங்கள் ரிப்போர்ட் உங்கள் வயிற்றை நிரப்பிவிட்டதோ மிஸ்டர். ஜான்?" என்று கேட்டான் விஷ்.

"நீ கேலியாகக் கேட்டாலும் வாஸ்தவம் அதுதான் விஷ். பை தி வே, நான் இப்போது சிறிது தேநீர் அருந்தப் போகிறேன். உங்களுக்கும் கொண்டுவரச் சொல்லவா?"

"உங்கள் அபிமான டார்ஜீலிங் தேயிலையாக இருந்தால் ஆட்சேபமில்லை. ஆனால் கிண்டர்ஸ்லே அசாமியத் தேநீரின் அடிமை என்பதையும் ஞாபகம் வைத்துக்கொள்ளுங்கள்"

புன்னகைத்தபடியே கதவருகில் அமர்ந்திருக்கும் ஆபீஸ் சிப்பாயிடம் சைகை காட்டினார் சல்லிவன். வழக்கமான நேரமாகியும் கலெக்டர் துரை போஜனத்துக்குப் போகாமல் உட்கார்ந்திருக்கிறாரே என்ற குழப்பத்துடனிருந்த சிப்பாய் உள்ளே வந்தான். இரண்டு கோப்பை டார்ஜிலிங் தேநீரும் ஒரு கோப்பை அசாம் தேநீரும் கொண்டு வரும்படி அவனுக்கு உத்தரவிட்டார். அவன் தன்னுடைய போஜன வேளைக்கு வந்த முடக்கத்தை நொந்துகொண்டே அறையிலிருந்து வெளி யேறினான்.

சல்லிவன் தொண்டையைச் செருமிக்கொண்டு பேசத் தொடங்கினார். "மிஸ்டர் விஷ் அண்ட் மிஸ்டர் கிண்டர்ஸ்லே, முதலில் உங்கள் ரிப்போர்ட்டுக்கு நன்றி. இது பூர்ணமான சர்வே ரிப்போர்ட்டல்ல என்று அறிவேன். இது ஒரு தோராய மான விவரக் குறிப்பு. இதில் கிடைக்கும் தகவல்கள் நான் உத்தேசம் பண்ணி வைத்திருக்கும் திட்டங்களை அமல்படுத்தப் போதுமானவையல்ல என்பதையும் அறிவேன்".

குறுக்கிட்டு எதையோ சொல்லவந்த விஷ்ஷை நோக்கிக் கைகளை அமர்த்தினார்.

"நீ என்ன சொல்ல வருகிறாய் என்று புரிகிறது விஷ். பற்றாக்குறை பணம், துச்சமான சௌகரியங்களுடன்

வெல்லிங்டன் 37

இப்படிப்பட்ட சர்வேயை நடத்த முடியாது என்று எனக்கும் தெரியும். கேய்ஸூம் மக்மஹோனும் ரிக்கார்டு செய்திருக்கும் குறிப்புகளும் மேப்பும் போதாதவை. அதுவும் தெரியும். ஆனால் என்னுடைய பிரதான லட்சியம், உன்னுடைய வார்த்தையில் சொன்னால் 'மலையின் அழைப்புக்குச் செவி சாய்ப்பது' மட்டுந்தான். மதராஸ் பட்டணத்தில் இருந்தபோது வாசித்த புஸ்தகங்களிலிருந்து என்னைப் பீடித்த சந்தோஷ வியாதி. அப்படிச் சொல்வது முறையல்ல. இது எங்கள் வம்சத்து வியாதி. மதராஸ் பிரெசிடென்ஸி ஊழியம் என்னுடைய ரத்தத்தில் ஊறியிருக்கிறது. என்னுடைய பாட்டனார் லாரன்ஸ் சல்லிவனும் தகப்பனார் ஸ்டீபன் ஜான் சல்லிவனும் கிழக்கிந்தியக் கம்பெனியின் ஊழியக்காரர்கள் என்பதை நீங்கள் அறிந்திருக்கமாட்டீர்கள்"

அசிஸ்டென்ட் கலெக்டர்கள் இருவருக்கும் அது புதிய செய்தி. ஒரே குரலில் ஆச்சரியப்பட்டார்கள்.

"ஆம். பாட்டனார் கிழக்கிந்தியக் கம்பெனியின் டைரக்டர்களில் ஒருவர். ஆனால் ராபர்ட் கிளைவுக்கும் அவருக்கும் என்னவோ தீராத பகை. தகப்பனார் முதலில் சிவிலியன். அப்புறம் தாஞ்சோர்[2] ஜில்லா கச்சேரியில் பெர்ஷியன் மொழிபெயர்ப்பாளர். ஆக அந்த ரத்தத் தூண்டுதல்தான் உங்களை நான் அனுப்பியதற்குக் காரணமாக இருக்கலாம். விஷ், நீ எழுதியிருக்கிறாயே வோட்டகமண்ட் வெல்லப்படாத ரகசியமாக இருக்கிறது என்று. நான் இன்றைக்குச் சொல்லுகிறேன். அந்த ரகசியத்தைக் கண்டுபிடிக்கப் போகிறவன் நானாகத்தான் இருப்பேன். இதை அகம்பாவத்துடன் சொல்லவில்லை. பணிவுடன் சொல்லுகிறேன். அதற்கு எனக்கு ஒத்தாசை செய்தவர்கள் நீங்கள். என் இளம் நண்பர்களான நீங்கள். தாங்க் யூ மை பாய்ஸ்"

சல்லிவனின் குரல் இடறியதுபோலத் தோன்றியது விஷ்ஷுக்கும் கிண்டர்ஸ்லேக்கும். இருவரும் ஒருவரை ஒருவர் பார்த்துக்கொண்டார்கள். அந்தப் பார்வையில் பெருமிதம் தொனிப்பதை ஓரக் கண்ணால் கவனித்தார் சல்லிவன்.

சிப்பாய் டிரேயில் தேநீர்க் கோப்பைகளுடன் வாசலில் வந்து அனுமதிக்காகக் காத்து நின்றான். சல்லிவன் அவனை உள்ளே வருமாறு சைகை செய்தார். வந்தான். கோப்பைகளை மேஜைமேல் சத்தமெழாமல் வைத்துவிட்டு வெளியேறினான்.

---

2. தஞ்சாவூர்

ஒரே மாதிரியான மூன்று பீங்கான் கோப்பைகளில் ஒன்றை எடுத்துக்கொண்டு இருவரையும் பார்த்து சைகை காட்டினார் சல்லிவன். அசிஸ்டெண்ட் கலெக்டர்கள் இருவரும் சொற்ப சமயம் விழித்தார்கள். இரண்டில் எது டார்ஜீலிங்? எது அசாம்? அவர்களின் தடுமாற்றத்தைப் பார்த்துப் புன்னகை செய்தார் கலெக்டர்.

"இரண்டையும் கண்டுபிடிப்பது சிரமமில்லை. எதில் பனித்துளியின் வாசனை இருக்கிறதோ அது டார்ஜீலிங். எதில் மழையின் வாசனையிருக்கிறதோ அது அசாம்" என்றார்.

"நீங்கள் குழப்பத்தை இரட்டிப்பாக்குகிறீர்கள் மிஸ்டர். ஜான்" என்றான் விஷ். சல்லிவன் சிரித்தார்.

"பொன்னிறம் டார்ஜீலிங். தாமிரநிறம் அசாம்"

இருவரும் கோப்பைகளை எட்டிப் பார்த்தார்கள். மறுகணம் விஷ் பொன்னையும் கிண்டர்ஸ்லே தாமிரத்தையும் கைகளில் ஏந்திக்கொண்டார்கள்.

"அது என்ன தந்திரம் சார்? நிறத்தைப் பார்த்து ருசியைத் தீர்மானிக்கிறீர்கள்?" ஆச்சரியத்துடன் கேட்டான் கிண்டர்ஸ்லே.

"பழக்கம்தான். சுவை என்பது நாக்கு மட்டுமே உணர்கிற சங்கதியல்ல. அதைக் கண்ணும் மூக்கும்கூட அடையாளம் கண்டுகொள்கின்றன. ஒயின் என்றதுமே அதன் நிறமும் ருசியும் அனுபவமாகிறது என்று சொன்னால் புரிந்துகொள்ளச் சுலப மாக இருக்குமா பையன்களா?" என்று குறும்புப் புன்னகை யுடன் கேட்டார் சல்லிவன். அவருடைய உற்சாகம் அசிஸ்டெண்ட் கலெக்டர்கள் இருவருக்கும் வினோதமாக இருந்தது. ஆபீசர்ஸ் மெஸ்ஸிலும் கிளப்பிலும் அவரைச் சிடுமூஞ்சி என்றே ரகசியமாகச் சொல்லுவார்கள். முப்பது வயதுக்குள் கோயம்புத்தூர் ஜில்லாவின் நிரந்தரக் கலெக்டர். இருந்தும் துக்கிதராகவும் சீக்கிரத்தில் எரிச்சல்படுகிறவராக வுமே இதர பிரித்தானியர்கள் அவரை ரூபப்படுத்தியிருந்தார்கள். அது வாஸ்தவம். ஆனால் தங்கள் இருவரிடமும் அவருக்குப் பிரத்தியேக வாஞ்சையிருப்பதை விஷ்ஷும் கிண்டர்ஸ்லேயும் தெரிந்துவைத்திருந்தார்கள். அவர் அதிகமாகப் புன்னகைப் பதும் சிரிப்பதும் ஹாஸ்யமாகப் பேச எத்தனிப்பதும் தங்க ளுடைய உடனிருப்பில்தான் என்றும் தெரிந்துவைத்திருந் தார்கள். அந்தச் சுதந்திரத்தில் அவரிடம் சகஜமாகப் பழக முடிந்தது. அவருக்கும் அப்படித்தான்.

தேநீரை உறிஞ்சியபடியே "இன்று நீங்கள் உற்சாகத்தின் சிகரத்தில் இருப்பதாகத் தோன்றுகிறது மிஸ்டர். ஜான். நான் சொல்வது சரிதானா?" என்று கேட்டான் விஷ்.

“ஆமாம், எனக்கும் அப்படித்தான் தோன்றுகிறது” என்று ஆமோதித்தான் கிண்டர்ஸ்லே.

“நீங்கள் இருவர் சொல்லுவதும் சரி. நான் சிகரத்தில்தான் இருக்கிறேன். நீங்கள் மலைத்தொடரின் பாதிவரையே எட்டித் திரும்பியிருந்தாலும் சிகரத்தின் வழியைத் திறந்துவிட்டிருக்கிறீர்கள்”

“அதற்கும் மேலே ஏறிப் பார்க்க எங்களுக்குத் தோதுப் படவில்லை சார். ஒரு விசாலமான படையே வேண்டியிருக்கும். நாங்கள் போனது ஒரு சாகச யாத்திரை. அதற்குமேல் அதை விஸ்தரிக்க முடியுமென்று தோன்றவில்லை. எங்களால் சில இடங்களைப் பார்க்க முடிந்தது. சில மனிதர்களின் வாழ்வை மேலோட்டமாகப் பார்க்க முடிந்தது. இரண்டு விஷயங்கள்தாம் கலெக்டர் என்னை, நான் மட்டுமென்ன தனி, கிண்டர்ஸ்லேயையும் சேர்த்தே சொல்கிறேனே, எங்களைக் கவர்ந்தன. ஒன்று, அந்த மலைப்பிரதேசத்தின் சீதோஷ்ணம். இரண்டாவது அந்த மலைக்காடுகளின் விஸ்தீரணம். அபாரம். அங்கே வசிக்க மட்டும் முடியுமென்றால் சொஸ்தமாகக் காலம் கழிப்பேன். ஆனால் அது வெறும் சொப்பனம் மட்டுந்தான்”

சொல்லிவிட்டுக் கோப்பையில் மிச்சமிருந்த தேநீரை ஒற்றை மிடறாக உறிஞ்சித் தீர்த்தான் விஷ்.

“அந்த சொப்பனம் எதார்த்தமாகக்கூடிய காலத்தை நீங்கள்தான் தொடங்கிவைத்திருக்கிறீர்கள் நண்பர்களே. இங்கே நிலவும் சீதோஷ்ணத்துக்காகவும் இயற்கையின் அரவணைப்புக் காகவும் சமதளத்தில் வசிக்கும் ஆட்கள் மலையேறும் காலம் வரும். விஷ் சொன்னதுபோல இது சாகசப் பயணம்தான். மனிதனுக்கு சாகசத்தின் மீது தீராத காதல் இருக்கிறது. நீங்கள் அந்த மலைப் பிரதேசத்தில் பார்த்த ஜனங்கள் சாகசப் பிரியர்கள்தானே? சொல்லப்போனால் வாழ்க்கையே சாகசம் தான் இல்லையா? அந்த மலைகளைப் புரிந்துகொள்ள இன்னொரு பயணமும் தேவைப்படலாம். அதைப் பற்றி ரெசிடென்சிக்கு மீண்டும் விரிவாக எழுதியிருக்கிறேன். வந்தனத்துக்குரிய கவர்னர் என்ன சொல்லுகிறார் என்று பார்க்கலாம்” – கண்கள் ஏதோ தூரக் கனவில் பதிந்திருப்பதைப் போன்ற பார்வையுடன் சொல்லி முடித்தார் சல்லிவன். அவருடைய விரல்கள் தேநீர்க் கோப்பையை அகாரணமாகச் சுண்டிக்கொண்டிருந்தன. ‘ணிங்க் . . . ணிங்க்’ என்று எழுந்த ஓசையை அசிஸ்டென்ட் கலெக்டர்கள் இருவரும் கூர்ந்து கேட்டார்கள். அந்த ஓசையை மலையேற்றத்தின்போது அவர்கள் கேட்டிருந்தார்கள்.

“விஷ் ... இந்த ஓசை ...” என்று தொடங்கிய கிண்டர்ஸ் லெயின் வாக்கியத்தைப் பூர்த்தி செய்தான் விஷ் “ஜகதளா வுக்குப் பிரிகிற பாதையில் நான் கேட்ட அதே ஓசை. பலா மரத்தில் தத்திக்கொண்டிருந்த கருஞ்சிட்டானின் ஓசை”

சல்லிவன் உற்சாகமானர். கோப்பையை இடைவெளி விட்டு விரல்களால் சுண்டினார். ‘ணிங்க் ... ணிங்க்’. அசிஸ்டென்ட் கலெக்டர்கள் இருவரும் தமது கோப்பைகளைச் சுண்டினார்கள். கோப்பைக்குள்ளிருந்து பறவைகள் சத்த மிட்டன. தாளகதியுடன் ‘ணிங்க் ... ணிங்க்’ என்ற ஓசைகள் அந்த விசாலமான அறைக்குள் பறந்தன. காடு இடம்பெயர்ந்து அறைக்குள் வந்ததுபோல மூவருக்கும் தோன்றியது. அந்தக் குதூகலத்துடன் மூன்று கோப்பைகளும் சுண்டப்பட்டு அறைக்குள் பறவைமொழி ஒலித்தது.

மூன்று துரைமார்களும் கோப்பைகளைத் தட்டிச் சத்த மெழுப்பிக்கொண்டு சிரிப்பதை ஆச்சரியத்துடன் பார்த்த பங்காவாலா ‘வெள்ளக்காரனுங்க கிறுக்குப் புடிச்சவனுங்கந்றது செரியாத்தா இருக்கு’ என்று முணுமுணுத்துச் சிரித்தான்.

லூயியின் கடிதம் சாயங்காலமே கைக்கு வந்திருந்தது. அன்றைய வேலை நெருக்கடியில் அதை நிதானமாக வாசிக்க நேரம் வாய்க்கவில்லை. பங்களாவுக்குத் திரும்பியதும் முதல் காரியமாகக் கோட்டுப் பைக்குள் காத்திருந்த உறையை எடுத்து கடிதத்தை உருவியபடி மேஜை விளக்கு அருகில்போய் உட்கார்ந்தார்.

பாரிசிலிருந்து புறப்படுவதற்கு முன்பே எழுதிய கடிதம். அவர் இந்தியாவை நோக்கி வந்துகொண்டிருக்கிறார். இடையில் கடல்தாண்டும் காலம் மட்டுமே. எப்போது கரையிறங்குவார் என்பது யூகத்துக்குரிய சங்கதி. ஏகதேசமாக கிறிஸ்துமஸ் வாரத்தில் மதராசுக்கு வந்துவிடுவார். பிரெஞ்சு அரசாங்கம் அனுமதிகொடுத்து பிரிட்டிஷ் ராஜாங்கம் சம்மதித்திருக்கும் ஆராய்ச்சிக்காக வருகிறார் லூயி. அது ஓர் உத்தேசம். அதைத் தாண்டிய உத்தேசம் ஜான் சொல்லும் மலைகளைப் பார்ப்பது. மலையின் மடியில் ஆசுவாசமாக நடப்பது. அதன் தாவரங் களையும் பட்சிகளையும் மிருகங்களையும் குசலம் விசாரிப்பது. வனவாசிகளைச் சந்திப்பது. கோயம்புத்தூர் ஜில்லா கலெக்டர் ஜான் சல்லிவன் விரும்புவதுபோல டார்ஜீலிங்கையோ அசாமையோ அந்த மலையில் கொண்டுவர முடியுமா என்று பரிசீலனைசெய்வது. எல்லாவற்றுக்கும் மேலாக முப்பது வயதுப் பிராயத்திலும் ஒண்டிக்கட்டையாக இருப்பவரை,

இந்தியர்களின் கதைகளில் சொல்லுவதுபோல சம்சார சாகரத்தில் தள்ளிவிட ஆலோசிப்பது. இதற்கு ஜான் சம்மதிக்க மாட்டார் என்று தெரியும். 'ஆனால் ஒரு மனிதனை இக்கட்டில் மாட்டிவிடாமலிருந்தால் சிநேகிதத்துக்கு என்ன அர்த்தம்? ஆகவே மிஸ்டர். ஜான் சல்லிவன், சகலத்துக்கும் தயாராக இரும்.'

முத்தாய்ப்பான வரியைப் படித்ததும் சல்லிவனின் முகத்தில் புன்னகை ஓடியது. 'சீக்கிரம் வாருங்கள், நண்பரே' என்று முணுமுணுத்தார். நடந்து ஜன்னலருகே போய் நின்றார்.

வெளியே பொழுது இருட்டியிருந்தது. பங்களாக் காம்பவுண்டுக்குள் விளக்குகள் எரிந்துகொண்டிருந்தன. ஜூலை மாதக் காற்று வீசிக்கொண்டிருந்தது. ஆடிக் காற்று என்கிறார்கள் இங்கிருப்பவர்கள். காற்று சுழன்று சுழன்று வீசுகிறது. சுழற்சியில் அகப்படுபவையெல்லாம் காற்றோடு பறந்து விடுமென்று தோன்றுகிறது. ஜன்னலுக்கு வெளியில் காம்பவுண்டு சுவரையொட்டியிருந்த செடிகள் பேயாட்டம் ஆடின. அதில் ஒன்று அவர் கவனத்தில் பதிந்தது. அசிஸ்டெண்ட் கலெக்டர்கள் விஷ்ஷும் கிண்டர்ஸ்லேயும் தங்களது மலை யேற்றத்தின் ஞாபகமாகக் கொண்டுவந்து நட்ட செடி. விளக்குக் கம்பத்துக்கு அடியில் இருந்தது.

கரும்பச்சை இலைகளும் மெல்லிய ரோமம் படர்ந்த தண்டுகளுமுள்ள காட்டுத் தாவரம். உண்ணிச் செடி என்றும் கொங்கணிச் செடியென்றும் அழைப்பார்கள். பையன்கள் சொல்லியிருந்தார்கள். வெளிர் சிவப்பான இதழ்கள். நடுவில் மஞ்சள். சின்னப் பூக்கள் செண்டாகப் பூத்திருந்தன. காற்றில் குலுங்கி அதன் பூக்கள் உதிர்ந்து கிடந்தன. காற்றடிக்கும்போது பூக்கள் தரையில் ஊர்வதுபோலிருந்தன.

மலைக்காட்டுக்குப் போய்வந்த பின்னர் அவர்களைக் கோயம்புத்தூரிலேயே இருக்கச் செய்யலாம் என்று சல்லிவன் ஆசைப்பட்டார். அவர்களுக்கோ இங்கிலாந்துக்குப் போய்க் கொஞ்ச காலமாவது தங்க வேண்டும். இருக்கும்தான். பதினாறு வயதிலும் பதினேழு வயதிலும் இந்தியாவுக்குக் கப்பலேறியவர்கள். பத்து ஆண்டுகளுக்கும் மேலாக சொந்த மண்ணைப் பார்க்காதவர்கள். லண்டன் தெருக்களில் காலாற நடக்க விரும்புகிறவர்களை எப்படித் தடுத்து நிறுத்த?

கலெக்டர் என்ற ஹோதாவில் அதைச் செய்யலாம். ஆனால் சல்லிவன் அவர்களுக்கு மேலதிகாரி மட்டுமில்லையே. சிநேகிதனுமல்லவா? இருவரும் நீண்ட ரஜாவுக்காக மனுச் செய்தபோது சுணக்கமில்லாமல் அனுமதித்தார்.

பையன்கள் இப்போது லண்டன் நகரத்தின் ஏதாவது கிளப்பில் கனத்த மார்புகளுள்ள சீமாட்டிகளுடன் நடனமாடிக் கொண்டிருக்கலாம் என்று சல்லிவன் நினைத்தார். இருக்காது. இப்போது லண்டனில் இரவல்ல என்பதும் சட்டென்று நினைவுக்கு வந்தது. பிரிட்டிஷ் சாம்ராஜ்ஜியத்தில் எங்கேயும் சூரியன் மறைவதில்லை. வாஸ்தவமாக இருக்கலாம். ஆனால் இரவும் பகலும் எங்கேயும் உண்டு.

இதென்ன ராஜ துரோக சிந்தனை? தலையை உலுக்கிச் சிந்தனையை உதற எத்தனித்தார் சல்லிவன். எல்லாம் அந்தப் பிரெஞ்சுக்காரப் பயல் லூயியால்தான்.

‘பிரித்தானிய சாம்ராஜ்ஜியம் மலைப்பாம்புக்குச் சமானம். பார்வையில் பட்டதையெல்லாம் விழுங்குகிறது. வித்தியாசம் என்னவென்றால் மலைப்பாம்பு அவசியமில்லாமல் எதையும் விழுங்க வாயைத் திறந்து வைத்திருப்பதில்லை. உங்கள் சாம்ராஜ்ஜியமோ வாயைத் திறந்து வைத்துக் கொண்டிருக்கிற காரணத்தினாலேயே சகல ராஜ்ஜியங்களையும் விழுங்குகிறது’ என்று லூயி சொல்லும்போது சல்லிவனுக்கு பிரெஞ்சுக்காரப் பொறாமை என்றுதான் தோன்றும். நண்பரின் அபிப்பிராயத் துக்கு விரோதமாக எதுவும் சொல்லவும் மாட்டார். நண்ப ரோடுள்ள மரியாதையா? இல்லை அந்த வார்த்தையில் மறைந்திருக்கும் சத்தியம் ஏற்படுத்தும் திகைப்பா? என்று அவருக்கு விளங்கியதில்லை. அதை உச்சரிக்கும்போது லூயி யின் முகத்தில் ரத்தம் படருவதைப் பார்ப்பது வேடிக்கையாக இருக்கும்.

யோசனையுடன் ஜன்னலுக்கு வெளியே பார்த்தபடி நின்றிருந்தார். வழிதவறி காம்பவுண்டுக்குள் நுழைந்த நாயை பாராக்காரன் விரட்டிக்கொண்டிருந்தான். அது உண்ணிச் செடியருகில் ஒண்டப் பார்த்து முடிவை மாற்றிக்கொண்டு ஓடியது.

‘என்ன தெகிரியம் ஒனக்கு. கலெக்டரு பங்களாவுக்குள்ள பூந்து ஆட்டங்காட்டற’ என்று கத்தியபடி பாராக்காரன் நாயின் பின்னால் ஓடிக்கொண்டிருந்தான்.

‘ஏய், அதை விரட்டாதே, போக விடு’ என்று ஜன்னல் வழியாகச் சொன்னார். பாராக்காரன் கால்களை இழுத்து நிறுத்தினான். தலைகுனிந்து பின்வாங்கினான்.

குசினிக்காரன் இராப் போஜனத்துக்காக மேஜையைத் தயார் செய்வது தெரிந்தது. நடந்து படுக்கையறைக்குச் சென்று உத்தியோக உடைகளைக் களைந்தார். அலமாரிக் கண்ணாடி முன்னால் நின்றார்.

'இந்தக் குசினிக்காரன் வந்த பிறகு உன்னுடைய உடல் பெருக்க ஆரம்பித்திருக்கிறது' என்று கண்ணாடியிடம் சொன்னார். சாட்டின் துணியில் தைத்த இரவு அங்கியை அணிந்து போஜன அறைக்கு வந்தார். மேஜைமேல் ஆவிபறக்க வைத்திருந்த சூப் நிரப்பிய கோப்பையைக் கரண்டியால் கிளறிக்கொண்டே நாற்காலியில் அமர்ந்தார். காபேஜ் இலை களும் காரட் துண்டங்களும் மிதக்கும் சூப். இங்கிலீஷ் சூப். இங்கிலீஷ் வாசனை. இந்த இங்கிலீஷ் காய்கறிகள் மலைப் பிரதேசத்தில் விளையுமா? கேள்விகளை சூப்பில் ஊறவிட்டு உறிஞ்சினார். நாவிலும் மூக்கிலும் உறைத்தது வயநாடன் மிளகின் காரம்.

அன்றைய தூக்கத்தில் மலைகளும் கானகமும் தண்ணீர்ப் பிம்பங்களாக நெளிந்தன. மஞ்சு மூடிய மரங்களுக்கிடையில் குளிர் வெயில் அலைந்தது. மூங்கில் புதர்களில் காற்று சீழ்க்கை யடித்துக்கொண்டு வீசியது. பச்சிலைகளின் வாசனை மூக்கைத் துளைத்தது. சல்லிவன் பாதித் தூக்கத்தில் எழுந்து படுக்கையில் உட்கார்ந்தார்.

'கனவில் வாசனையை முகர முடியுமா? மெசியே ஜீன் பாப்டிஸ்ட் லூயியைச் சந்தித்ததும் முதலில் இதைத்தான் கேட்க வேண்டும்'.

●

ஆயிரத்து எண்ணூற்றுப் பத்தொன்பதாம் வருஷம். ஜனவரி மாதம். அதிகாலை. மார்கழிக் குளிரில் சகலமும் உறைந்து அசைவற்றிருந்தன. விறைத்துப்போன மரங்களையும் தாவரங்களை யும் காற்று உலுக்கியது. காற்றிலும் குளிர் ஏறி யிருந்தது. இலைகள் நடுங்கின. மலைப்பயணத்துக்கு முஸ்தீபுகள் செய்துகொண்டிருந்த எல்லாரின் தேகங்களும் வெலவெலத்து நடுங்கின. பற்கள் மேலும் கீழும் அடித்துக்கொண்டன.

ஜான் சல்லிவனுக்கும் ஜீன் பாப்டிஸ்ட் லூயிக்கும் குளிரோ பனிமூட்டமோ உறைக்க வில்லை. மலையேற்றக் கனவு பலிதமாகப் போகிறது என்ற எண்ணமே கலெக்டரை சமாதானமில்லாதவ ராக ஆக்கியிருந்தது. எல்லாரையும் உஷார்ப் படுத்திக்கொண்டிருந்தார். மனதுக்குள் ‘எல்லாம் சுபமாக நிறைவேற ஆசீர்வதியும் ஆண்டவரே’ என்ற பிரார்த்தனையும் ஓடிக்கொண்டிருந்தது. கிளம்புவதற்கு முன் தீப்பந்த வெளிச்சத்தில் மேப்பைப் பார்த்துக் கானக மார்க்கங்களை நெட்டுருச் செய்துகொண்டிருந்தார் லூயி. தன் னுடைய ஆராய்ச்சிக்கு உதவும் பயணம் என்பதை விடவும் நண்பரின் சாகசம் இந்தப் பயணம்.

“என்னுடைய பிரித்தானிய நண்பர் மலைப் பிரதேசத்தை ஆராயப் போகிறாரா? ஆக்கிரமிக்கப் போகிறாரா?” பயணத்துக்காகச் செய்யப்பட்டிருந்த ஏற்பாடுகளைப் பார்த்துக் குழு அங்கத்தினரான அசிஸ்டெண்ட் சர்ஜன் ஜோன்ஸிடம் கேட்கவும் செய்தார்.

மூன்று டஜன் யானைகள். நூற்றுக்கணக்கான வேட்டை நாய்கள். அதே இலக்கத்தில் மட்டக் குதிரைகள். இரண்டு டஜன் ஆங்கிலேய வேட்டைக் காரர்கள். கோயம்புத்தூர், சேலம் ஜில்லா

சிறைச்சாலைகளிலிருந்து கொண்டு வந்த கைதிகள். இந்தப் பெரும்பரிவாரம் தின்னவும் குடிக்கவுமான ஆகாரவகைகள், பானங்கள். கிடந்துறங்க டென்ட் அடிக்கும் கித்தான்கள், மலையேற உதவும் கயிற்று வடங்கள், கொக்கிகள், சாமான் களைச் சுமக்கப் பொதி கழுதைகள்.

"இத்தனை விசாலமான ஏற்பாடுகள் தேவையா?" சந்தேகத்தை சல்லிவனிடம் கேட்டார் லூயி. "இவ்வளவு வேண்டியிருக்காதா மெசியே லூயி?" என்று திருப்பிக் கேட்டார் சல்லிவன்.

மலைமீது ஏறயேற இவை உதவியாக அல்ல உபத்திரவ மாகவே மாறும். இவ்வளவு ஆள்பலமும் இத்தனை பொதிகளும் சுமையாகிவிடும் என்று நினைத்தார் லூயி. அதைச் சொல்ல வில்லை. சொல்லி நண்பரின் உற்சாகத்தைக் கெடுக்க விரும்ப வில்லை.

ஏற்கெனவே, சல்லிவன் சின்னக் கோபத்திலிருந்தார். மலைப்பிரதேச மேட்டுச்சமவெளிகளிலும் தாழ்வாரங்களிலும் வசிக்கும் பூர்வகுடிகளில் சிலர் பயணக் குழுவில் சேரச் சம்மதிக்காதது அவரைச் சங்கடப்படுத்தியிருந்தது. மலைகள் அவர்களுடைய தெய்வங்கள் நடமாடும் இடங்கள். மஞ்சு மூடிய மலைகளைத் தாண்டி மனுஷர்கள் கால்வைப்பது தெய்வங்களைத் தொந்தரவு செய்வதாகும். அந்தப் பாவத்தைச் செய்ய அவர்கள் தயாரில்லை. 'அதைவிட எங்களை கலெக்டர் துரை ஜெயிலில் போடலாம். ஏன் கொல்லக்கூடச் செய்யலாம்' என்று பிரகடனம் பண்ணியிருந்தார்கள்.

சரியாக ஆறு மணிக்குப் பயணம் தொடங்கியது. சூரியனின் கைகள் கொஞ்சம் கொஞ்சமாக இருட்டை விலக்கிக் கொண்டிருக்க அவர்கள் முன்னேறினார்கள். குழுவின் சந்தடிகளால் காட்டு விலங்குகள் அரண்டு ஓடின. பறவைகள் அங்குமிங்கும் பறந்து மனித நடமாட்டத்தைப் பற்றி மற்ற பறவைகளிடம் சேதி சொல்லிக்கொண்டிருந்தன. மார்கழிப் பனி புகைப்படலமாக வியாபித்திருந்தது. படலத்தைத் துளைத்து வெயில் வரும்போதுமட்டுமே நடக்க முடிந்தது. சூரியனை மேகங்கள் மறைத்தபோதெல்லாம் காடு இருண்டு வழித்தடங்கள் புலப்படாமல் போயின. விஷ்ஷுூம் கிண்டர்ஸ் லேயும் சொன்ன வார்த்தைகளை அட்சரார்த்தத்தில் உணர்ந்தார் சல்லிவன். சதையை உருக்கும் வெயில்; எலும்பை உறையவைக்கும் குளிர். இரண்டும் அதிகம் துன்புறுத்தியது லூயியைத்தான். மதராசிலிருந்து கோயம்புத்தூருக்கு வந்து சேர்ந்தபோதே அவர் சுகவீனமாக இருந்தார். மனதுதான்

அவரைப் பிடித்து மலையேறச் செய்தது. ஜோன்ஸின் தற்காலிக வைத்தியம் அவரைக் கிடப்பில் தள்ளாமல் காப்பாற்றியிருந்தது.

முதல் நாள் பிரயாணம் பூர்த்தியானபோது சல்லிவன் சோர்வாக உணர்ந்தார். மூன்று ஆங்கிலேயர்கள் இறந்து போயிருந்தார்கள். திட்டத்தில் எங்கெங்கோ பிழைகள். லூயி சொன்னதுபோல இவ்வளவு பிரம்மாண்டமான ஏற்பாடுகள் வேண்டியிருக்கவில்லை. அவை சகாயமல்ல சுமை. இந்த மலையேற்றம் சாகசம். ஆனால் வேட்டையாடுவதைப் போன்ற கேளிக்கையின் சாகசமல்ல; கல்வாரி மலையேறுவது போன்ற சமர்ப்பணத்தின் சாகசம். அதற்குத் தேவை யுத்த முஸ்தீபுகளல்ல; ஏக மனதான பிரார்த்தனை; ஒவ்வொரு மனதும் செய்யும் தனித்தனிப் பிரார்த்தனைகள் ஒன்றாகும் பெரும் கூட்டுப் பிரார்த்தனை. அதற்கு இந்த ஆர்ப்பாட்டங்கள் தேவையில்லை.

ஆயிரம் அடி தூரம் ஏறிய இரண்டாம் நாள் ஜெயில் கைதிகள் உட்பட ஏழுபேர் மரித்திருந்தார்கள். அவர்கள்மீது சுமத்தியிருந்த சுமைகள் அவர்களைப் பலிகொண்டிருந்தன. சல்லிவனும் லூயியும் சேர்ந்து ஒரு முடிவுக்கு வந்தார்கள்.

மறுநாள் காலை புறப்படும் முன்பு யானைகளை அவிழ்த்து விடச் செய்தார்கள். குதிரைகளின் மேலிருந்த சேணங்களை அகற்றச் சொன்னார்கள். பொதி கழுதைகளை விரட்டினார்கள். நாய்களை மட்டும் கூடவே நிறுத்திக்கொண்டார்கள். அவசியத்துக்கும் கூடுதலாக இருந்த உணவுப் பதார்த்தங்களைக் காட்டில் கொட்டினார்கள். கால்களைப் பிணைத்திருந்த சங்கிலிகள் நீக்கப்பட்ட பின்னும் யானைகள் கீழ்ப்படிதலுடன் கொஞ்ச தூரம் அவர்களைப் பின் தொடர்ந்தன. குதிரைகள் முதுகில் பாரமிருக்கும் நினைப்பில் கால்களை விரித்து எட்டு வைத்தன. மூக்கு விடைக்க மூச்சு விட்டுக்கொண்டு நின்றன கழுதைகள். சல்லிவனும் குழுவினரும் வாய்வழியாக மூச்சை விட்டு அந்த மூச்சின் ஆவி வடிவத்தைப் பார்த்துக்கொண்டே நடக்கத் தொடங்கினார்கள்.

அவர்கள் நகர்வதற்காகக் காத்து நின்றிருந்த காட்டு அணில்களும் லங்கார் குரங்குகளும் மரங்களிருந்து தாவிக் குதித்தன. இறைந்து கிடந்த பதார்த்தங்களுக்காகக் கத்திக் கொண்டு ஓடின. காட்டெருதுகளும் மான்களும் காதுகளைத் தூக்கிக்கொண்டு நின்றன. சிட்டுக்குருவிகளும் காகங்களும் மைனாக்களும் அந்தக் கலவரத்துக்கு நடுவில் தானியங்களைக் கொத்திக்கொண்டு பறந்தன.

"சாம்ராஜ்ஜியங்களின் யுத்தம்போலில்லை மிஸ்டர். ஜான்?" வந்த வழியின் காட்சியைப் பார்த்துவிட்டுக் கேட்டார் லூயி.

"மன்னிக்க வேண்டும் மெசியே லூயி இதற்கு நான் பதில் சொன்னால் சாம்ராஜ்ஜியத்தின் ஊழியனாக இருக்கும் யோக்கியதை இல்லாமலாகிவிடும்"

தேக அசௌக்கியத்தையும் நடைச் சிரமத்தையும் மீறிப் பெருங்குரலில் சிரித்தார் லூயி.

அதற்குப் பின் பாதை இரக்கமற்றதாக நீண்டது. பாறைகளை வெட்டிப் படிகளை ஏற்படுத்தியும் காட்டுச் செடிகளை முறித்தும் வழிகளைக் கண்டுபிடிக்க வேண்டியிருந்தது. செங்குத்தான ஏற்றங்களில் ஏறுவது மரண வித்தையாக இருந்தது. கைதிகளும் சிப்பாய்களும் மரங்களில் தொற்றி ஏறினார்கள். பாதுகாப்பாகக் கிளைகளில் உட்கார்ந்து கயிறுகளைக் கட்டினார்கள். அவற்றின் முனைகளைக் கீழே விட்டு மிச்சமிருப்பவர்களை ஏறிவரச் செய்தார்கள். தன்னுடைய கனத்த தேகத்துடன் கயிற்றில் தொங்கியபோது இந்தச் சாகசம் வேண்டியதுதானா என்று தன்னையே கேட்டுக் கொண்டார் கலெக்டர். ஆடியாடி மேலே ஏறித் தரையை மிதித்ததும் கேள்வி காணாமற் போனது. நின்ற இடத்திலிருந்து பார்த்தபோது சமவெளியிலுள்ள ஊர்கள் பொம்மைக் கூட்டம்போலத் தெரிந்தன. மனிதச் சலனங்கள் எறும்பு நடமாட்டமாகத் தோன்றின.

"மெசியே, லூயி, இது எவ்வளவு அற்புதமாக இருக்கிறது. மனிதர்கள் இயற்கையின் பேருருவுக்கு முன்னால் அற்பங்களாக ஆகிவிடும் இந்தக் காட்சி எவ்வளவு அற்புதம்" என்று குதூகலித்தார்.

ஆறாவது நாள் மலைக்குன்றுகளுக்கு இடையில் செம்மண் கிண்ணம்போலத் தெரிந்த இடத்துக்கு வந்து சேர்ந்தார்கள். ஜன நடமாட்டம் தென்பட்ட இடம். விநோதமாக வஸ்திரம் தரித்திருந்த சிலர் இந்தக் களேபரத்தைப் பார்த்து அஞ்சி ஒளிந்தார்கள். அவர்களை அழைத்து வரச் செய்தார் சல்லிவன். கலவரம் பூசிய முகத்துடன் வந்து நின்றவர்களைப் பார்த்ததும் அவர் முகத்தில் புன்னகை இழைந்தது. அவர்கள் படகர்களாக இருக்கவேண்டுமென்று யூகித்தார். அதை ரு<u>ஜு</u>ப்படுத்திக் கொள்ள "நீ படுக மனுசனா?" என்றார். "ஹா" என்றது அவர்களில் ஒரு தலைப்பாகை. "ஒள்ளெங்கெ இத்தயா?" என்ற அடுத்த கேள்வி வந்ததும் அவர்கள் முகத்திலிருந்த பயம் கலைந்து பற்கள் பளிச்சிட்டன. வெள்ளைகாரத் துரை தங்களின் சொந்த பாஷையில் கேட்டது அவர்களை

சந்தோஷப்படுத்தியது. 'தாங்க் யூ பாய்ஸ்' என்று மனதுக்குள் சொல்லிக்கொண்டார் சல்லிவன். லூயியும் டாக்டர் ஜோனஸும் தன்னை ஆச்சரியத்துடன் பார்ப்பதையும் அரைப் பார்வையில் கவனித்தார்.

"இந்த இடத்துக்கு என்ன பெயர்?"

"திம்மட்டி"

வெகுசீக்கிரம் திம்மட்டிவாசியாகக் கூடும் என்று சல்லிவ னின் உள்ளுணர்வு முனகியது. உடலெங்கும் பரபரப்புப் பற்றிக்கொண்டது. தனது சாதனங்களைச் சுமந்து வந்த கூலியைச் சைகை காட்டி அழைத்தார். அவன் முதுகுச் சுமையை இறக்கினார். மூட்டைக்குள் மடித்து வைத்திருந்த பிரிட்டிஷ் கொடியை வெளியில் எடுத்தார். சுருக்கங்களை நீவி விரித்தார். பூக்களுடன் குலுங்கிக்கொண்டிருந்த மூங்கில் புதரிலிருந்து விளைந்த மூங்கிலைச் சிப்பாயிடம் காட்டி வெட்டியெடுக்கச் சொன்னார். அந்தக் கம்பில் பிரிட்டிஷ் கொடியைக் கட்டினார். தேக பாரத்தைச் சட்டை பண்ணாமல் முன்னாலிருந்த செங்குத்தான பாறைமேல் ஏறினார். ஆவேசம் கொப்பளிக்கும் குரலில் பிரகடனம் செய்தார்.

"இந்த நீலமலைகளின் கடவுள்கள் இன்று முதல் மாட்சிமை தங்கிய பிரித்தானிய மன்னரின் பிரஜைகள்".

இருபது நாள் திம்மட்டி முகாம் கலெக்டர் ஜான் சல்லிவனை வெகுவாக மாற்றியிருந்தது. சரீரத்தின் பாரத்தில் சில ராத்தல்கள் கரைந்திருந்தன. சருமம் முதலில் காவியாக வும் பின்னர் ரோஜா நிறமாகவும் மாறியிருந்தது. லூயியின் சுகக்கேடு பூர்ணமாக மறைந்திருந்தது. ஜோன்ஸின் சிகிச்சை பரவாயில்லையே என்று வியப்புத் தெரிவித்தார்.

"இல்லை, மிஸ்டர் ஜான், லூயியைச் சுகப்படுத்தியது என்னுடைய மருந்தல்ல; இயற்கை. இந்த சீதோஷ்ணம் அவருடைய சரீரத்தை சொஸ்தமாக்கியிருக்கிறது" என்றார் டாக்டர் ஜோன்ஸ். அது வாஸ்தவம்.

அந்த உண்மையின் இன்னொரு பக்கத்தையும் சல்லிவன் துக்கத்துடன் பார்த்தார்.

பயணத்தில் ஆங்கிலேய வேட்டைக்காரர்களும் சிப்பாய் களும் கைதிகளுமாக இருபத்தியேழு பேர் மரித்திருந்தார்கள். காலிடறிப் பள்ளத்தாக்கில் விழுந்தவர்கள்; காட்டு விலங்கு களால் கொல்லப்பட்டவர்கள்; துர்ச்சொப்பனம் கண்டு

உயிரை விட்டவர்கள்; மலைக்காய்ச்சலால் மடிந்தவர்கள். மரணம் வெவ்வேறு பொறிகளை வைத்து அந்த ஜீவன்களை அபகரித்திருந்ததை அவரால் தாங்க முடியவில்லை. லூயி சொன்னதுபோல, தான் நடத்தியது ஆராய்ச்சியா? ஆக்கிரமிப்பா? என்று குமைந்தார். தொடர்ச்சியாக வெவ்வேறு இடங்களில் அலைந்ததும் வெவ்வேறு வகையான தாவரங்களைப் பார்த்ததும் வெவ்வேறு முகங்களைப் பரிச்சயம் கொண்டதும் குமைச்சலைப் போக்கின. நாலு எட்டு வைப் பதற்குள் ஒரு நீரோடை சலசலத்தோடும் அந்தப் பூமி அவரை வசீகரித்திருந்தது. கூடவே அடைய விரும்பிய இலட்சியத்தின் பாதி வழியில் நிற்கிறோம் என்ற உறுத்தல் அவரை தொந்தரவு செய்துகொண்டிருந்தது.

'இது திம்மட்டி. வோட்டகமண்டலல்ல. அது இன்னும் காத்திருக்கிறது. காத்திருக்கட்டும். சீக்கிரம் வருகிறேன்' திம்மட்டியிலிருந்து திரும்பும்போது சல்லிவனின் மனதில் சில திட்டங்கள் உருவாகியிருந்தன. திம்மட்டியில் ஒரு வீட்டைக் கட்டுவது. அங்கிருந்து வோட்டகமண்டை அடையும் முயற்சியைத் தொடர்வது. அதற்கான நிதி? ரெவின்யூ போர்டுக்கு எழுதினார்.

'இதுவரை நடத்தப்பட்ட சர்வேக்கள் தோராயமானவை. இப்போது கோரியிருக்கும் தொகை அனுமதிக்கப்படுமானால் நடத்தவிருக்கும் சர்வே அதி முக்கியமானதாக இருக்கும். அபார வளமுள்ள வனப்பகுதியில் ரெவின்யூ இலாக வசூலிக்கும் தொகை சரியானதல்ல, ரயத்துவாரி முறையில் இந்த நிலங்கள் சீர்திருத்தப்பட்டால் வரிப்பணம் அதிகரிக்கும். இந்த சர்வேக்கான தொகையையும் அதிலிருந்து திரும்பப் பெறலாம். இந்த மலைப் பகுதியைச் சீர்திருத்த முடிந்தால் பிரிட்டிஷ் இந்தியாவின் முதல் மலைவாசஸ்தலமாக இது அமையும். சமவெளிப் பகுதிகளில் சுகவீனர்களாகும் நமது அதிகாரிகளை தென்னாப்பிரிக்காவுக்கும் மொரீஷியசுக்கும் சிகிச்சைக்காகக் கொண்டு போகும் பண விரயம் தவிர்க்கப் படும்.'

கடிதம் போய்ச்சேர்ந்த வேகத்தில் பதில் வந்தது. சர்வே நடத்துவதற்காக எண்ணூறு ரூபாயும் இதர செலவுகளுக்காக முந்நூறு ரூபாயும் அனுமதிக்கப்பட்டன. சர்வேயை மேற்பார்வை யிடுவதற்காக லெப்டினெண்ட் இவான்ஸ் மக்பெர்ஸ்னை நியமித்திருப்பதாகவும் கடிதம் தெரிவித்தது.

அதற்குப் பின் காரியங்களுக்கு வேகம் அதிகரித்தது. சர்வேயும் மலைப்பாதை அமைப்பும் நடந்துகொண்டிருந்த

அதே வேகத்தில் சல்லிவனின் வீடும் எழும்பிக்கொண்டிருந்தது. வருஷக் கடைசியில் வீடு நிமிர்ந்தபோது சல்லிவனின் மனது பொங்கியது. அதற்கு வீடு மட்டுமல்ல காரணம். அவரைப் பொங்க வைத்தது ஒரு பெயர். பெண் பெயர். ஹென்ரியட். ஹென்ரியட்டா சிசிலியா ஹாரிங்டன். முப்பத்திரெண்டு வருஷப் பிராயத்தில் இவ்வளவு சங்கீதமயமான பெயரைக் கேட்டதில்லை என்று நாணத்துடன் யோசித்தார். பெயரை விடவும் மதுரம் அவள் பிராயம். பதினேழு வயது. தனக்கும் அவளுக்கும் பதினைந்து வருட இடைவெளி.

'பொருந்துமா? எல்லாம் பொருந்தும். பொருந்தச் செய்யக் கூடிய வசியம் இந்த மலைக் காற்றில் இருக்கிறது. ஆனால் நிர்வாக அலுவல்களுக்காக மதராசுக்கு அழைத்திருக்கும் கவர்னர் மன்றோ தன்னை அங்கேயே முடக்கிவிட்டா ரென்றால்... எல்லாச் சொப்பனங்களும் பாழ். 'கர்த்தரே, இது சம்பந்தமாகத் தீர்மானமெடுக்கும்போது கவர்னரின் சிரசை உமது விரல்களால் தொடும். தவறிப்போயும் சிலுவை யால் தொட்டு விடாதேயும்'.

மதராஸோ கோயம்புத்தூரோ – சமவெளியில் பெண் நதி. நானாக இறங்கினாலொழிய முழுவதும் நனையச் சாத்திய மில்லை. மலைப்பிரதேசத்தில் அவள் அருவி. அதன் அடியில் நின்றால் பூர்ண முழுக்கு. ஜான் சல்லிவன் அருவியில் திளைக்க ஆசைப்படுகிறான்.

விவாகச் சடங்குகள் முடிந்து தேவாலயத்தின் வாசலில் நின்றபோதும் சக ஊழியர்களும் சொந்தக்காரர்களும் கைகளைக் குலுக்கி வாழ்த்துச் சொல்லிக்கொண்டிருந்த போதும் இந்த வாசகத்தைதான் சல்லிவன் மனதுக்குள் ஓட விட்டுக்கொண்டிருந்தார். அதை ஹென்றியட்டிடம் சொல்லி விட வேண்டுமென்ற பரபரப்பு அவரை உலுக்கிக்கொண் டிருந்தது. சிறு பெண். எப்படி எடுத்துக்கொள்வாளோ என்று சந்தேகமாகவும் இருந்தது. அவளை அறியும் அன்றைய இரவில் தயங்கிக் கொண்டும் வெட்கப்பட்டுக்கொண்டும் சொன்னார். ஹென்றியட் முகம் சிவந்தாள். சிரித்தாள். சிரிப்பில் முகம் மேலும் சிவந்து கண்ணீர் வழிந்தது. கண்களின் அருவி. அந்த இரவில் ஜான் சல்லிவன் மலையருவியின் பொழிவில் திளைத்தார்.

அந்த ஜலப் பொழிவை இரண்டாம் முறை அனுபவித்தது திம்மட்டியில் கட்டி முடித்திருந்த கல் பங்களாவின் படுக்கை யறையில். கணப்படுப்பில் சிப்பாய்கள் தெரிந்தோ தெரியாமலோ போட்டிருந்த சந்தன விறகின் குளிர் மணத்தில். சிப்பாய்கள்

தெரிந்துதான் சந்தனக் கம்பை கணப்பில் செருகியிருக்க வேண்டும். கலெக்டர் துரைக்கும் துரைசானிக்கும் அவர்களின் நிசப்த வாழ்த்தாக இருக்கலாம்.

“உயரத்தை அடைய அடைய மனுஷர்கள் தேவர்களாகி விடுகிறார்களா, ஜான்?” ஹென்றியட் கேட்டபோது அவள் வாயிலிருந்து ஆவி எழுந்தது. அதைப் பிடிப்பதற்காகக் கைகளை வீசியபடி “தெரியவில்லை அன்பே, தேவர்களாகிறார்களோ என்னவோ குறைந்த பட்சம் மனுஷத்தன்மையைத் தக்க வைத்துக்கொள்ளப் பார்க்கிறார்கள்” என்றார்.

“மனிதர்களின் கைவண்ணத்தை நீ பார்க்க வேண்டும். நேற்று நாம் வந்து சேர்ந்தது இரவு என்பதானால் உன்னை நிர்ப்பந்திக்கவில்லை. இப்போது வா, வந்து பார், இந்த வீட்டை, அதன் வெளியை” என்று சொல்லிவிட்டு நாடக பாணியில் கைகளை வளைத்துத் தலைதாழ்த்தி வணங்கினார். அவருடைய அபிநயத்தைப் பார்க்க வேடிக்கையாக இருந்தது ஹென்றியட்டுக்கு.

‘பாவம், ஜான் இருவருக்குமிடையிலான பிராய பேதத்தைப் பற்றி ரொம்பவே அலட்டிக்கொள்ளுகிறார். என்னுடைய பதினெட்டாம் பிராயத்தில் இந்தியப் பெண்கள் இரண்டு பிள்ளைகளையாவது பூமிக்குக் கொண்டுவந்துவிடுகிறார்கள்’ என்று சொல்லிக்கொண்டாள். அவள் வயிற்றுக்குள் கிடந்த ஜீவன் அதை ஆமோதித்துப் புரண்டது. ஹென்றியட்டின் தேகம் சிலிர்த்தது.

“ஹென்றியட்” வராந்தாவில் நின்று கூப்பிட்டார் சல்லிவன். குரலை நோக்கி நடந்தாள். கம்பளிக் கோட்டுக்குள் கைகளைப் நுழைத்துக்கொண்டே சொன்னார். “ஹென்றியட் உனக்குத் தெரியுமா? இந்த மலைப்பிரதேசத்துக்கு விஜயம் செய்யும் முதல் விதேசிப் பெண் நீதான்” அவள் கண்கள் ஆச்சரியத்தில் மலர்வதை ரசித்துப் பார்த்தார். சிப்பாய் பவ்வியமாக நீட்டிய மெல்லிய கம்பளிப் போர்வையை வாங்கிக்கொண்டு மனைவியின் தோளைப் பற்றியபடி வெளியே வந்தார்.

வெளிக்காற்றில் பனி படர்ந்திருந்தது. வெள்ளைப் படலத்தின் மத்தியில் கல் பங்களா கனவு மாளிகையாக நின்றது. விஸ்தீரணமான இடம். எல்லா இடங்களிலும் செடிகளும் குட்டைப் புதர்களும் பெரணிச் செடிகளும் காசித் தும்பைக் கூட்டங்களும் பெயர் தெரியாத தாவர வர்க்கங்களும் அடர்ந்திருந்தன. சல்லிவனுக்குத் தாவரங்கள் மீது வாஞ்சையுண்டு என்று தெரியும். அது தன்மீது வைத்திருக்கும் காதலுக்குச் சமமானது என்பது இப்போதுதான் புரிகிறது. கால் ஜோடு

களைக் கழற்றிவிட்டு புல்தரையை மிதித்து நடந்தாள் ஹென்றியட். பனி முத்துக்களின் ஈரம் பாதங்களில் நுழைந்து தேகம் முழுவதும் பரவியது. “வெறும் காலுடன் நடக்காதே” என்று சொல்லிக்கொண்டே வந்தார் சல்லிவன். கையிலிருந்த போர்வையை அவள் மீது போட்டார்.

“எப்படி இருக்கிறது நம் வீடு?”

“கனவைச் செதுக்கியதுபோல”

“இது தற்காலிகக் கனவு. பூர்ணமான கனவுக்கான இடம் இதுவல்ல. வோட்டகமண்ட். அங்கேதான் என்னுடைய, சாரி, நம்முடைய கனவு பூர்த்தியாகும்”

பங்களா வாசலிலிருந்த மரக்கதவுக்கு அப்பால் அசைவுகள் தெரிந்தன. யாரோ காத்திருக்கிறார்கள். பாராக்காரனைக் கூவி அழைத்து அவர்களை உள்ளே அனுமதிக்கச் சொன்னார். ஹட்டியிலிருந்து வரும் படகர் கூட்டம். நான்கைந்து பேர் இருந்தார்கள். கலெக்டர் துரையைப் பார்த்துக் கும்பிட்டார்கள். சல்லிவன் கேட்டார் “நீங்க எல்லா ஒள்ளங்கித்தாரியா?”[1]

“ஹா, தொரெ”

வந்தவர்களில் ஒருவன் கையிலிருந்த கூடையை முன்னால் நீட்டினான். “ஏனு இது?” என்று புருவங்களை வளைத்துப் பார்த்தார் சல்லிவன். வெண் பழுப்பு நிறமுள்ள தானிய மணிகள். “பார்லிதானே ஜான்?” என்றாள் ஹென்றியட். தலையாட்டினார் சல்லிவன். கலெக்டர் தருவித்துக் கொடுத்து படகர்கள் பயிர் செய்தது.

அவர்கள் மண்ணில் அமோகமாக விளைந்திருக்கிறதாம். மேட்டுப்பாளையம் சந்தையில் நல்ல மவுசாம். கேட்ட விலையும் கிடைக்கிறதாம். படகர் கூட்டம் சொல்லிக்கொண்டிருந்தது. அந்தத் தானிய மணிகளுக்கிடையில் லூயி பாப்டிஸ்டின் முகம் தெரிவதுபோலிருந்தது. அவர் சொல்லித் தருவித்த வித்துகளின் சந்ததி. துரையே நாங்கள் இதற்குப் பெயரிட்டிருக்கிறோம் என்றார்கள். “ஏனு ஹெசரு?”[2] என்று கேட்டார் சல்லிவன்.

அவர்கள் சொன்னார்கள் “சல்லிவன் கங்கி”

“நீங்கள் வீண்பிடிவாதம் பிடிக்கிறீர்கள் ஜான்” அலுப்புத் தொனிக்கும் குரலில் சொன்னாள் ஹென்றியட். அவளுடைய

---

1. நீங்கள் எல்லாரும் நலமா?

2. பெயர் என்ன?

மார்பைப் பருகிக்கொண்டிருந்த ஆண்சிசு தாயின் குரலதிர்வில் ஒரு நொடி திகைத்து விழிகளைத் திறந்தது. பின்னர் மறுபடியும் கண்மூடிப் பால் குடியைத் தொடர்ந்தது.

"பிடிவாதம் என்று எதைச் சொல்லுகிறாய், ஞானஸ்நானம் செய்விப்பதையா? கர்த்தர் கோபித்துக்கொள்ளப் போகிறார்" என்று சிரித்தார் சல்லிவன்.

"உங்களுடைய தமாஷைக் கேட்டுக் கோபித்துக்கொள்ளாமலிருந்தால் சரி. பச்சைக் குழந்தையைக் குளிர்ப்பிரதேசத்துக்கு எடுத்துக்கொண்டு போய் ஞானஸ்நானம் செய்விக்க வேண்டும் என்ற உங்கள் அபிப்பிராயத்தைத்தான் சொன்னேன். வெறும் பிடிவாதம்தானே அது?"

"இல்லை, அன்பே. பிடிவாதமில்லை. என் மகனை பூமியில் உயரமான இடத்தில் கர்த்தரிடம் ஒப்புவிப்பது எப்படிப் பிடிவாதமாகும்? ஹென்றியட், நானும் நீயும் இடம் பெயர்ந்து இந்த மண்ணுக்கு வந்தவர்கள். இவன் அப்படியா? இவனுடைய முதல் சுவாசமே இந்தக் காற்றில்தானே? அதனால் இந்த மண்ணிலூறிய ஜலத்தால் ஸ்நானம் செய்விக்க விரும்புகிறேன். இதில் இன்னொரு விசேஷமும் இருக்கிறது. இந்த வோட்டகமண்டில் ஞானஸ்நானம் செய்விக்கப்படும் முதல் சிசுவும் நம் பிள்ளைதான்"

குழந்தை வயிறு நிரம்பிய களிப்பில் 'ங்நூ' என்றது. கையைத் தட்டிக்கொண்டு "பார்த்தாயா? அவனும் ஆமோதிக்கிறான்" என்றார் சல்லிவன்.

ஹென்றியட்டுக்குச் சிரிப்பு வந்தது. காட்டிக்கொள்ளாமல் முகத்தைக் கூராக வைத்துக்கொண்டு சொன்னாள் "தகப்பனும் தனயனும் ஒரே அபிப்பிராயத்தை எட்டிய பிறகு நான் ஆட்சேபித்து என்ன பிரயோஜனம்? உங்கள் இஷ்டம் நடக்கட்டும்."

சல்லிவன் ஆசனத்தை விட்டு எழுந்து அவள் அருகில் வந்தார். ஒரு கையால் ஹென்றியட்டின் தோளை இதமாகப் பற்றியபடி இன்னொரு கையால் குழந்தையின் ரோஜா விரல்களைப் பிடித்தார். கடவுளின் மேனியை ஸ்பரிசிப்பது போல உணர்ந்தார். அந்த உணர்வு கோயம்புத்தூரிலிருந்து புறப்பட்டு வோட்டகமண்டை அடையும்வரை நீடித்தது.

போன இரண்டு வருஷங்களாக கோயம்புத்தூருக்கும் வோட்டகமண்டுக்குமாக அலைந்து கொண்டுதான் இருந்தார் கலெக்டர். அலைச்சலின் ஒவ்வொரு கட்டத்திலும் அவருடைய

54 சுகுமாரன்

கனவு கொஞ்சங்கொஞ்சமாகப் பூர்த்தியாகிக் கொண்டிருந்தது. வோட்டகமண்டில் ஒரு வீடு. அந்தக் கனவு ஒவ்வொரு கல்லாக நிமிர்ந்துகொண்டிருந்தது. இன்னும் ஒன்றோ இரண்டோ மாதங்கள். கல் கனவு பூர்ணமாகிவிடும். திம்மட்டி யில் ஸ்தாபித்த கல் பங்களாவைவிட இது பெரியது. அதைவிட விசாலமானது. மூன்று பக்கமும் வராந்தாக்களுடன் நிமிர்ந் திருந்தது. முந்தின வீட்டை விடப் பசுமையானது. ஜான்ஸ்ட னின் கைவரிசை அந்தப் பசுமை.

தோடர்களிமிருந்து ஏக்கர் ஒன்றுக்கு ஒரு ரூபாய் விலை வைத்து வாங்கிய நூறு ரூபாய் நிலத்தில் வீடு எழும்புகிறபோதே சுற்றிலும் தோட்டமும் எழுந்தது. இங்கிலாந்திலிருந்து வந்த ஜான்ஸ்டனின் கையில் தாவரங்களை உயிர்த்தெழச் செய்யும் ரசவாதமிருக்கிறது. இல்லையென்றால் விதேசப் பயிர்கள் எப்படி இந்த மண்ணில் முளைக்கும்?

“இல்லை மிஸ்டர் கலெக்டர், இந்த மண்ணின்வாகு அது. கூடவே சீதோஷ்ணத்தின் தோழமை. தவிர எங்கோ பிறந்த இந்த வித்துகளுக்கும் முளைகளுக்கும் உங்களைப் போலவே இந்த மண் பிடித்துப் போயிருக்க வேண்டும். அவற்றுக்கு இஷ்டமில்லையென்றால் வேரூன்ற மறுத்திருக்குமே?”

ஜான்ஸ்டன் சொன்னது நிஜம். மலைப்பிரதேசத்தின் மண்ணில் வெவ்வேறு வகையான தாவரங்கள் வேரூன்றியிருந் தன. தோடர்களும் படகர்களும் இருளர்களும் அதுவரைக்கும் பார்த்திராத தானியங்கள், காய்கள், கனிகள், மலர்கள் வெகு சீக்கிரம் அந்த மண்ணின் விளைவுகளாயின.

கல்வீட்டின் பரந்த தோட்டத்தில் குட்டி ஹென்றியின் கைகளை ஆளுக்கொரு பக்கம் பிடித்துக்கொண்டு தானும் சல்லிவனும் நடப்பதாக ஹென்றியட்டுக்கு அடிக்கடிக் கனவு வந்தது. அதை அவரிடம் சொன்னபோது “ஆக நீயும் மலை வாசியாகத் தயாராகிக்கொண்டிருக்கிறாய்” என்றார் சல்லிவன்.

“இவனுடைய ஞானஸ்நானம் முடிந்தபோதே மானசீக மாகத் தயாராகிவிட்டேன் ஜான். இவனுக்கும் கோயம்புத்தூர் உஷ்ணம் ஒத்துக்கொள்ளவில்லை. பாருங்கள் அடிக்கடி சீக்கில் விழுந்து விடுகிறான். எந்த மண்ணில் ஊற்றெடுத்த ஜலத்தால் இவனுக்கு அபிஷேகம் செய்வித்தோமோ அந்த ஜலமே இவனுக்கு பானமும் மருந்தும் ஆகலாம் என்று ஏனோ தோன்றுகிறது” என்றாள் ஹென்றியட்.

ஆனால் சிசுவுக்கு அந்த பாக்கியம் இல்லாமற் போயிற்று. ஆடி மாசம் பெருங்காற்று வீசியடித்த இரவில் ஜுரப் படுக்கை

யில் 'ஹ ஙக் ஹ ஙக்' என்று அனத்திக்கொண்டிருந்தது குழந்தை. கபம் நிரம்பிய சுவாசகோசத்திலிருந்து சிரமப்பட்டு வெளி வருகிற உயிரோசையைக் கேட்டுப் பரிதவித்தபடியே சல்லிவனும் ஹென்றியட்டும் ஒருவரை ஒருவர் பார்த்துக் கொண்டு படுத்திருந்தார்கள். ஹென்ரியட்டின் வலது கை பிள்ளையின் மார்பை நீவி விட்டுக்கொண்டிருந்தது. பிஞ்சு சரீரம் ஏறி இறங்குவதை அவளுடைய கை உணர்ந்து கொண்டிருந்தது. அப்படியே உறங்கிப் போனாள்.

காற்றின் ஆங்காரத்தில் கலெக்டர் பங்களா காம்பவுண் டுக்குள் நின்றிருந்த மரத்தின் கிளை ஒடிந்து பெரும் சத்தத் துடன் விழுந்தது. ஹென்றியட் அதிர்ந்து விழித்தாள். பிஞ்சு உடம்பு சலனமில்லாமலிருப்பதை கை உணர்ந்தது. குற்றவுணர் வோடு அந்தச் சின்ன சரீரத்தை உலுக்கினாள். அது துவண் டிருந்தது.

"ஜான்" என்று அலறினாள். நித்திரையில் மூழ்கிக் கிடந்த சல்லிவன் பதறி எழுந்தார்.

●

ஜில்லா கலெக்டர் ஜான் சல்லிவனின் அழைப்பின் பேரில் வோட்டகமண்ட் ஸ்டோன் ஹௌசில் விருந்தாளியாக மூன்று நாட்கள் தங்கியிருந்தார் மதராஸ் கவர்னர் தாமஸ் மன்றோ. அது செப்டம்பர் மாதம். பயணத்தின் நோக்கம் உத்தியோகபூர்வமானது மட்டுமல்ல; சல்லிவனின் அன்புக்குச் செய்யும் மரியாதையும்கூட என்று சொல்லிக்கொண்டார். மலைப்பிரதேச அபி விருத்தித் திட்டங்களுக்காக அனுமதித்த பணம் முறையாகச் செலவிடப்பட்டிருக்கிறதா என்று மதிப்பிடும்படி அரசாங்கம் உத்தரவிட்டிருந்தது. அது அதிகார நடவடிக்கை. இந்தத் திட்டங்கள் மேல் சல்லிவன் காட்டிய அக்கறை அவருக்குள் ஆர்வத்தைக் கிளறி விட்டிருந்தது.

மதராசிலிருந்து கோயம்புத்தூர். பிறகு சிறுமுகை, கோத்தகிரி வழியாக வோட்டகமண்ட்.

மலையேற்றத்தில் சல்லிவனை நினைக்காமல் ஒரு நிமிஷம்கூட முன்னேற முடியவில்லை. கோத்தகிரியிலிருந்து வோட்டகமண்டுக்குப் போகும் மலைப்பாதை.

இவான்ஸ் மெக்பெர்ஸனின் மேற்பார்வையில் போட்ட ரஸ்தா. சரிவுகளில் அசைந்த விதேசித் தாவரங்கள். மலையின் சரிவுகளிலும் அடிவாரங் களிலும் படகர் கிராமங்களையொட்டி படிகளாகச் செதுக்கிவிடப்பட்ட விளைபூமி. அதன் பாத்தி களில் குவித்து வைக்கப்பட்டிருந்த கிழங்குகள், காரட், முள்ளங்கி, முட்டைக்கோஸ். வழியில் தென் பட்ட காஷ்மீர் ஆப்பிள் மரங்கள், பம்ப்ளிமாஸ், பெர்ரி, பிளம், பீச் மரங்கள். ஒரு நிமிஷம் தானிருப்பது இந்தியாவிலா பிரித்தனின் தென் பகுதியிலா என்று கவர்னருக்குச் சந்தேகம் தோன்றி யது. அந்தச் சந்தேகத்தை நிவர்த்தி செய்வதுபோல

மலைமடிப்புகளிருந்து ஏதோ பாட்டின் வரிகள் காற்றில் கலந்து வந்தன. குதிரை தயங்கி நிற்பதைப் பார்த்து பக்கத்தில் வந்த காப்டன் ஃபைஃபுக்கு கவர்னரின் காது குவிந்த காரணம் புரிந்தது.

"அது படகர்களின் பாடல்" என்றார்.

"இனிமையாக ஒலிக்கிறது" சொல்லிவிட்டுச் சில விநாடிகள் பாட்டின் சங்கீத ரூபத்தை மானசீகமாகப் பின்தொடர்ந்தார் மன்றோ.

"பாட்டு மட்டுமல்ல. ஜனங்களும் இனிமையானவர்கள். கடின உழைப்பாளிகள். சொற்ப காலத்துக்குள் புதிய தாவரங் களை மண்ணில் முளைக்கச் செய்துவிட்டார்கள்" என்றார் ஃபைஃப். சிறிது விட்டு "நாம் போகலாம். உச்சிவேளை கழிந்தால் பனியிறங்க ஆரம்பித்துவிடும். பிறகு பயணம் சிரமப்படுத்துவ தாகிவிடும்" என்று ஞாபகப்படுத்தினார்.

குதிரைகள் நகர்ந்தன. குதிரைகள் அணிவகுத்து முன்னேறு வதை வழியோரம் நின்றிருந்த படக விவசாயிகளும் பெண் களும் வெகுளித்தனமாக வேடிக்கை பார்த்தார்கள். அவர்களைப் பார்த்து தொப்பியைக் கழற்றி வீசிக் காட்டினார் கவர்னர். பதிலுக்குத் தலைகுனிந்து சிரித்தபடி நிமிர்ந்தார்கள் படகர்கள்.

ஸ்டோன் ஹௌஸ் வாசலில் கலெக்டர் சல்லிவனின் குடும்பம் கவர்னரை வரவேற்கக் காத்திருந்தது. சல்லிவன், ஹென்றியட், அவர்கள் மகள். சிறுமியின் கையில் ஊதா நிறமலர்களின் கொத்து இருந்தது. மன்றோ குதிரையைவிட்டு இறங்கியதும் குழந்தை ஓடி வந்து மலர்க்கொத்தை அவர் கையில் திணித்தாள். "நல்வரவு, தி ரைட் ஆனரபிள் தி கவர்னர் ஆஃப் மதராஸ்" என்று மழலையில் சொன்னாள். குழந்தையின் கையைப் பற்றிக் குலுக்கியபடியே "ரைட் ஆனரபிள் தி லேடி, உன் பெயரென்ன?" என்று விசாரித்தார் கவர்னர். "ஐ ஆம் ஹாரியட். ஹாரியட் ஆன் சல்லிவன்" என்றாள். அவளுடைய கன்னத்தை வருடிக் கொடுத்தார். கலெக்டரும் மனைவியும் கவர்னரை நெருங்கி வந்தார்கள்.

சல்லிவனின் கைகுலுக்கல் உத்தியோக நிமித்தமான உபசார மல்ல என்பதை இறுக்கம் உணர்த்தியது. அதில் நட்பும் இதமும் இருந்தது. "உங்கள் கனவு பலித்திருப்பதை வழிமுழுவதும் பார்க்க முடிந்தது மிஸ்டர் ஜான்" என்றார் மன்றோ. "உங்கள் தயவில் நான் கண்ட கனவு" சல்லிவன் பதில் சொன்னார். சொல்லும்போது அவர் கண்களில் ஈரம் மின்னுவதை மன்றோ கவனித்தார். சிடுமூஞ்சி என்று ரகசியமாக அழைக்கப்படும் கலெக்டரை உணர்ச்சிவசப்படுத்தும் ஏதோ ஒன்று இந்த

மலைகளில் இருக்கிறது என்று தனக்குள் சொல்லிக்கொண்டார் கவர்னர்.

"ஜான், இந்தப் பூங்கொத்திலிருப்பதைப் போன்ற மலர்கள் வழியில் பூத்திருப்பதைக் கவனித்தேன். இதன் பெயரென்ன?"

"குறிஞ்சி மலர். இது மேற்குத் தொடர்ச்சி மலையின் அலங்காரம், தி ரைட் ஆனரபிள் தி கவர்னர். பன்னிரண்டு வருஷங்களுக்கு ஒருமுறை பூக்கும் அபூர்வ மலர்"

மலர்க் கொத்தை மூக்குக்குப் பக்கமாகக் கொண்டுபோய் முகர்ந்தார் கவர்னர் மன்றோ. பரவசப்படுத்தும் வாசனை. காட்டு வாசனை. குளிரின் வாசனை. ஊதா நிற வாசனை. இனி ஊதா நிறத்தை நினைக்கும்போதெல்லாம் இந்தக் குறிஞ்சி மணம் ஞாபகத்தில் வீசக் கூடும்.

இங்கிலாந்திலிருக்கும் தனது மனைவிக்குத் தாமஸ் மன்றோ கடிதம் எழுதினார்.

"செப்டம்பர் மாதம் இருபத்தியேழாம் தேதி பகலில் புறப்பட்டோம். பதினந்து மைல்கள்தான் தூரம். என்னுடைய வாழ்க்கையில் நான் செய்திருக்கும் சஞ்சாரங்களில் எதையும் இதனுடன் ஒப்பிட முடியாது. இவ்வளவு கற்பனையைத் தூண்டும் பயணம் இதைத் தவிர வேறு இல்லை. சமதளத்தில் அதிகம் நடக்கவேயில்லை. தொடர்ச்சியான ஏற்றம். தொடர்ச்சியான இறக்கம். சுற்றிச் சுழன்று போகும் வழிகள். ஒவ்வொரு திருப்பத்திலும் வளைவிலும் குதிரைகளை நிறுத்தி நிறுத்திப் போகவேண்டியிருந்தது. சிரமமான யாத்திரை. ஆனால் ஒவ்வொரு கோணம் மாறும்போதும் கிடைக்கும் காட்சிகள் அந்தச் சிரமத்தைப் போக்கின. கலெக்டர் சல்லிவனின் வீட்டை அடைவதற்கு முன் தொடுபெட்டு என்ற மலையைப் பார்க்கப் போனோம். அங்கே நின்றபோது எனக்கு ஏற்பட்ட பரவசத்தை எப்படி எழுத? எட்டாயிரம் அடி உயரத்தில் நின்றிருந்தேன். மேகங்கள் என்னுடைய கையருகில் போயின. அந்தச் சிகரத்திலிருந்து பூமியையும் ஆகாயத்தையும் பார்ப்பது ஓர் அற்புதம். பிரம்மாண்டம். நீ அதைப் பார்க்க முடியாமல் போனது பற்றி எனக்கு விசனமுண்டு. சிகரத்திலிருந்து கோயம்புத்தூரைப் பார்த்தேன். மைசூரைப் பார்த்தேன். வயநாட்டைப் பார்த்தேன். மலபார் குன்றுகளைப் பார்த்தேன். வோட்டகமண்டைப் பார்த்தேன்.

இது மலைப் பிரதேசம். ஆனால் குன்றுகளும் முகடுகளும் பசுந்தாவரத்தால் மூடிக் கிடக்கின்றன. கல் வடிவத்தின் மீது இயற்கை கொடிகளையும் புதர்களையும் மரங்களையும் போர்த்தி

யிருக்கிறது. வெறும் கல் ஒன்றைக்கூட நான் பார்க்கவில்லை என்றால் உன்னால் நம்ப முடிகிறதா? இயற்கை தன்னை இவ்வளவு இயல்பாகவும் அலங்காரமாகவும் காண்பித்துக் கொள்ளும் இடம் வேறு எங்கேயுமிருக்காது. தோடர்களும் படகர்களும் விவசாயம் செய்கிற பூமிகள்.

இந்தப் பிரதேசத்தின் விஸ்தீரணத்தைப் பார்க்கையில் அது சொற்ப நிலம். அதிகம் விவசாயம் பண்ண தண்ணீர் இல்லை. இங்கே பொழிகிற மழை ஊமையின் தோத்திரப் பாடலைப் போல யாரும் காணாமல் போய்விடுகிறது. கலெக்டர் சல்லிவன் ஒரு ஏரியை உண்டு பண்ணியிருக்கிறார். இரண்டு மைல் நீளம் கால் மைல் அகலத்தில் ஏரியை வெட்டச் செய்திருக்கிறார். கடவுளின் காதில் பிரார்த்தனை சேகரமாவது போல மழை இங்கு தேங்கும் என்கிறார்.

ஒரு சின்னப் படகில் ஏரியில் போய்ப் பார்த்தோம். அதற்குள் பொழுது மங்கி விட்டது. பனிப் பொழிவில் நனைந்து நடுங்கிக்கொண்டே வந்து சேர்ந்தோம்.

இந்தக் கடிதத்தைக்கூடப் பெரிய கம்பளிக் கோட்டைப் போட்டுக்கொண்டுதான் எழுதுகிறேன். அப்படியும் விரல்கள் நடுங்குகின்றன. நீ வாசிக்கும் எழுத்துக்கள் வடிவமில்லாம லிருந்தால் அதற்கு நான் ஜவாப்தாரியல்ல; வோட்டகமண் டின் சீதோஷ்ணம் அப்படி.

இங்கே சூரியன் ஓர் அற்புதம். உனக்குத் தெரியுமே, மதராசிலிருக்கும்போதெல்லாம் சூரியனின் பிரகாசத்தையும் நிலவின் வெளிச்சத்தையும் நான் உற்றுப்பார்ப்பேன். ஆனால் அதே அனுபவம் இங்கே எவ்வளவு மகத்தானதாக இருக்கும் என்பதை உன்னால் யூகிக்கவே முடியாது. மேகங்களில்லாமல் காலையில் சூரியன் உதித்ததும் எல்லா மலைகளும் பக்கத்தி லேயே இருப்பதாகத் தோன்றும். எல்லாத் தாவரங்களும் மரங்களும் சோலைகளும் கிட்ட இருப்பதாகத் தெரியும். அவற்றின் மேலே சூரியப் பிரகாசம் விழுந்து பூமியில் இன்னொரு சூரியன் உதித்திருப்பதாக நம்பவைக்கும்.

கலெக்டரின் உபசரிப்பில் மூன்று நாட்கள் சீக்கிரம் ஓடி விட்டன. இந்த மலைப் பிரதேசத்தின் அபிவிருத்திக்காக அவர் போடுகிற திட்டங்களைக் கேலி பண்ணுகிறவர்களும் விரயம் என்று வாதாடுகிறவர்களும் நமது ராஜாங்கத்தில் இருக்கிறார்கள் என்பது உனக்கும் தெரியும். ஆனால் சல்லிவ னின் திட்டங்கள் தாமதமில்லாமல் சாத்தியமாகும். அவர் விரும்புகிறதுபோல இங்கே மிலிட்டரியின் ரெஜிமெண்ட் வரும். அவர்களுக்கான சானிடோரியம் வரும்.

வோட்டகமண்டிலிருந்து கீழே இறங்கும் வழியில் ஒரு கிராமத்தை அடையாளம் காட்டியிருக்கிறார் சல்லிவன். பெயர் ஜகதளா. சிப்பாய்களைத் தங்க வைக்க தோதான இடம். நீ இந்தியாவுக்குத் திரும்பியதும் இந்த இடங்களை உன்னுடன் சேர்ந்து மறுபடியும் பார்க்க விரும்புகிறேன். ஆனால் அதற்குள் இந்த இடங்கள் இப்போது காட்டும் முகத்தை அன்றும் காட்டுமா? சந்தேகந்தான். அபிவிருத்தியின் முகம் அடிக்கடி மாறக் கூடியது, இல்லையா?"

"ஸ்தாபனம் அதன் ஊழியர்களுடன் பாராட்டும் உறவு பசியெடுத்த விலங்கு இரைமீது காட்டும் இரக்கம் போன்றது. கிண்டர்ஸ்லே நான் சொல்வது சரிதானே?"

லண்டன் நகர கிளப்பில் வாத்திய கோஷ்டியின் இசைப் பின்னணியில் நாற்காலியில் சாய்ந்து உட்கார்ந்து கொண்டு கேட்டார் தாஞ்சோர் பிரின்சிபல் கலெக்டர் விஷ். கிளப்பில் இரவு நேரக் கொண்டாட்டங்கள் நடந்துகொண்டிருந்தன. கையிலிருந்த கோப்பைத் தேநீரில் ததும்பிய கூரை விளக்கின் பிம்பத்தை உற்றுப் பார்த்துக்கொண்டிருந்த குண்டூர் கலெக்டர் கிண்டர்ஸ்லே தலையை நிமிர்த்தினார். "ஜான் சல்லிவனைப் பற்றித்தான் சொல்ல வருகிறாய் என்று யூகிக்கிறேன். சரியா?"

"சரிதான். செலக்ட் கமிட்டிக்கு முன்னால் அவரைக் குற்றவாளியாக நிறுத்தி விசாரித்தது எவ்வளவு முட்டாள்தனம்? அந்த விசாரணைக்காக உட்கார்ந்திருந்தவரை நீ கவனித்தாயா? நம்மைப் பார்த்தும் அவர் சொன்ன 'மை பாய்ஸ்' என்ற வார்த்தையில் சோகத்தின் பாரமிருந்தது இல்லையா?"

"அவதூறுகளால் ஒரு மனிதன் எவ்வளவு சிதைந்து போவான் என்பதற்கு உதாரணம்போல ஜான் இருந்த காட்சியை மறப்பது சுலபமல்ல. அதைவிடக் கொடுமை அந்த அவதூறுகளை ருசுப்படுத்த நம்மிருவரையும் அழைத்தது."

இருவர் முகத்திலும் துக்கத்தின் நிழல் விழுந்திருந்தது. பேச்சில்லாமல் அமர்ந்திருந்தார்கள். வாத்திய கோஷ்டியின் உபகரண சங்கீதத்தில் வயலின் மட்டும் தனித்து சோகச் சாயையுடன் இழைந்தது.

மலைப் பிரதேசத்தின் அபிவிருத்திக்காக மதராஸ் பிரசிடென்சி அனுமதித்த பணத்தில் கலெக்டர் சொத்துக் களாக வாங்கிக் குவித்திருந்தார் என்று லண்டனுக்குப் புகார் பறந்திருந்தது. மரங்கள் ஏராளமாகக் கிடைக்கும் வனப்பகுதிகள் இருக்க அவர் கற்களால் வீடு கட்டியது ஜம்பத்தைக் காட்ட.

அதனால் உபரியான செலவுகள். அதை ராஜாங்கப் பணத்தில் தான் சமப்படுத்தியிருக்கிறார். ரயத்துவாரி திட்டத்தின் மூலம் கஜானாவுக்கு வர வேண்டிய வரிகள் கம்மியானதற்குக் காரணம் அவர் பாரபட்சமாக நடந்துகொண்டதுதான். தோடர் களிடமும் படகர்களிடமும் வரி வசூலைக் கறாராக அமல் படுத்தவில்லை. அதைவிடவும் மோசமான காரியம் ஜில்லா நிர்வாகக் காரியங்களில் அறிவிலிகளான உள்ளூர் வாசிகளை யும் பங்கெடுக்கச் செய்ய வேண்டுமென்று பிடிவாதம் பிடிப்பது. தோடர்களிடமிருந்து சர்க்கார் ஆர்ஜிதம் பண்ணிய பூமிக் கெல்லாம் நஷ்ட ஈடு கொடுக்கவேண்டுமென்று தர்க்கம் பண்ணுவது. இந்தப் புகார்களுக்கெல்லாம் கலெக்டர் ஜான் சல்லிவன் என்ன பதில்களை வைத்திருக்கிறார்? எல்லாவற்றுக் கும் மேலாக நீலகிரியின் கண்டுபிடிப்பாளர் தானே என்றும் பிரச்சாரம் செய்கிறார். அந்த சர்வேயின் முதற் கட்டத்தை நடத்திய தற்போதைய தாஞ்சோர் பிரின்சிபல் கலெக்டர் மிஸ்டர் ஜே.சி. விஷ், தற்போதைய குண்டூர் கலெக்டர் மிஸ்டர் என். டபிள்யூ. கிண்டர்ஸ்லே ஆகியோரின் பங்கை இருட்டடிப்புச் செய்திருக்கிறார்.

பிரித்தானிய பார்லிமெண்ட் பொதுஜன சபையின் விசாரணைக் குழு முன்னால் நின்றபோது பெரும் பதற்றத்தை உணர்ந்தார் சல்லிவன். 'கர்த்தரே, இது என்ன நிர்ப்பந்தச் சிலுவை? என் நியாயங்களை அணியணியாக வைக்கிறேன். என் நீதி விளங்கும்' என்று சொல்லிக்கொண்டார். தொண்டையைச் செருமினார்.

பேசத் தொடங்கினார்.

"மாட்சிமை தங்கிய பிரித்தானிய பார்லிமெண்ட் பிரதிநிதிகள் முன்னிலையில் என்மீது சொல்லப்பட்டிருக்கும் சகல பிராதுகளையும் நான் ஆட்சேபிக்கிறேன். இந்தியாவை நமது சாம்ராஜ்ஜியத்தின் ஒரு பகுதி என்று நான் எண்ணு கிறேன். அதை வெறும் காலனியாக என்னால் காணமுடியாது.

"என்னுடைய எல்லாக் காரியங்களும் இந்த எண்ணத்தின் பிரதிபலிப்புகள் என்பதை நானாகச் சொல்லுவது சபை நாகரிகத்துக்கு விரோதமானது. கனவான்களே, மலைக்காடு களில் விவசாயத்துக்காக மரங்கள் முறிக்கப்படுகிற சந்தர்ப்பங் களில் கல் வீடு பரிகாரம்; ஜம்பமல்ல. அதில் ஒரு பென்னிகூட வீண் செலவல்ல.

"மலைப்பிரதேச அபிவிருத்தி என்பதே கஜானாவை வலுப் படுத்துவதற்காக. அதன் பலாபலன்கள் ஜில்லா கலெக்டர் ஆபீசின் தஸ்தாவேஜுகளில் ரிக்கார்டாகி இருக்கின்றன.

வாஸ்தவத்தைத் தெரிந்துகொள்ள ஆசைப்படுபவர்களுக்கு அது கண்ணாடி. மற்றவர்களுக்கு அது வெறும் காகிதம். அந்த மண் இன்று நம்முடைய ராஜாங்கத்தின் சொத்து. அதனால் அவர்கள் மாட்சிமை தங்கிய பிரித்தானிய மன்னரின் பிரஜைகள். அவர்கள் சம்பந்தப்பட்ட காரியங்களுக்கு அவர்களை உத்தரவாதப்பட்டவர்களாக ஆக்குவதில் ஜனநாயக ரீதியில் பிழை காணமுடியாது. பொது ஜனசபையின் தாத்பரியமே அதுதானே? அது இங்கிலாந்துக்கு ஒன்றும் இந்தியாவுக்கு ஒன்றுமாக இருக்குமா? வோட்டகமண்ட் என்னுடைய கண்டுபிடிப்பு என்று நான் பிரச்சாரம் செய்வதாகச் சொல்லப்படும் புகாருக்கு என்னிடம் பதிலில்லை. அது எதிர்காலச் சரித்திரம் தீர்மானம் செய்யவேண்டிய காரியம். ஆனால் அந்த மண்ணில் நடந்திருக்கும் ஒவ்வொரு மாற்றத்திலும் என்னுடைய அக்கறை இருக்கிறது. என்னுடைய வியர்வை இருக்கிறது. என்னுடைய உதிரம் இருக்கிறது. இன்று வோட்டகமண்டில் குடியேறியிருக்கும் ஐரோப்பியர்களின் இரண்டு டஜன் வீடுகளும் தேவாலயமும் என்னுடைய கனவின் நிரூபணங்கள். மலையின் சந்ததிகளான தோடர்களும் இருளர்களும் படகர்களும் சமவெளியிலிருந்து மலையேறி வசிக்கும் பள்ளர்களும் பறையர்களும் உள்ளிட்ட நானா ஜாதிக்காரர்களும் என்னைச் சுயநலம் என்று அழைக்க மாட்டார்கள். புகாரில் பிரஸ்தாபிக்கப்படும் இரண்டு உத்தியோகஸ்தர்களும் இந்தச் சபையில் ஆஜராகியிருக்கிறார்கள். அவர்கள் சத்தியத்துக்குச் சாட்சியாகப் பதிலளிப்பார்கள் என்று நம்புகிறேன். இந்தப் பிராதுகளுக்கெல்லாம் என்னைவிட நியாயமாகவும் சமசித்தத்துடனும் பதிலளிக்கக் கூடிய ஒருவர் மதராஸ் பிரசிடென்சியின் மாட்சிமை தங்கிய கவர்னர் சர் தாமஸ் மன்றோ. கனவான்களே, அவர் மரித்த போது உணராத சோகத்தை அவர் இருந்திருக்கக்கூடாதா என்று யோசிக்கும் இந்த நிமிஷம் உணர்கிறேன்."

பேசி முடித்து உட்கார்ந்தபோது அவர் மனம் சூன்யமாக இருந்தது. 'நடந்து போனவற்றின் காரணங்களை யோசித்தார். நான் மோசமான ஊழியனா? இல்லை. அதிகாரத்தை துஷ்பிரயோகம் செய்திருக்கிறேனா? இல்லை. யாருடனும் அதிக நெருக்கம் கிடையாது. ஆனால் யாரையாவது அவமதிப்பு செய்திருக்கிறேனா? இல்லை. பிரித்தானிய அரசின் சட்டங்களை மீறியிருக்கிறேனா? இல்லை. எல்லாக் கேள்விகளுக்கும் விடை இல்லையென்பதானால் இந்த அவதூறுக்குக் காரணம்? உளைச்சலில் காரணம் பிடிபட்டது. அதிகாரத்தின் வடிவம் மாறியிருக்கிறது. வோட்டகமண்ட் நிர்வாகம் சிவில் சர்வீசிடமிருந்து மிலிட்டரி ரெஜிமெண்டுக்கு மாறியிருந்ததை

நான் கணக்கில் கொள்ளவில்லை. மேஜர் கெல்சோவின் பட்டாள நடைமுறையும் என்னுடைய சிவில் சர்வீஸ் அணுகு முறையும் எதிரானவை என்பதை நான் விளங்கிக்கொள்ள வில்லை. இந்த சூட்சுமம் தெளிவானதும் சல்லிவன் பெருமூச்சு விட்டார். இனி என்ன சம்பவித்தாலும் பாதகமில்லை. அது வரை உறுத்தலாக இருந்த ஆசனம் சௌகரியமானதாகத் தோன்றியது. வசதியாகச் சாய்ந்துகொண்டு கண்களை மூடினார்.

"மிஸ்டர் ஜான்" விஷ்ஷின் குரல் சல்லிவனை எழுப்பியது. பக்கத்தில் கிண்டர்ஸ்லே.

"சாரி, மை பாய்ஸ், விசாரணையின் பாரம் கண்களை மூடிவிட்டது" என்றார்.

"எங்களை நாளை விசாரிப்பதாக முடிவு செய்திருக் கிறார்கள். நாங்கள் வெளியே போகிறோம். அதைச் சொல்லத் தான் அழைத்தோம்" என்றார் கிண்டர்ஸ்லே.

"கவலைப்படாதீர்கள் மிஸ்டர் ஜான், இது ஒரு ராஜாங்கச் சடங்குதான் என்று நம்புகிறேன். உங்கள் மீது சொல்லப்பட் டிருக்கும் எந்த அவதூறுக்கும் அஸ்திவாரமில்லை. அதை செலக்ட் கமிட்டி உணரும்படி நாங்கள் செய்வோம். இந்த உறுதியை உங்களுக்குத் தருகிறோம். அந்த வாக்குறுதியை அமல்படுத்துவதற்கான வலுவைச் சேகரித்துக்கொள்ளுவதற் காக கிளப்புக்குப் போகிறோம். சத்தியத்தைச் சொல்லவும் உற்சாகம் வேண்டுமில்லயா?" என்றார் விஷ்.

இருவரும் தன்னை உற்சாகப்படுத்த எத்தனிக்கிறார்கள் என்று சல்லிவனுக்குப் புரிந்தது. "தாங்க் யூ மை பாய்ஸ்" என்றார்.

இருவரும் வாசலைத் தாண்டும்வரை பார்த்துக்கொண் டிருந்துவிட்டு ஆசனத்தை விட்டு எழுந்தார். கால்கள் மரத்துப் போயிருந்தன. மறுபடியும் உட்கார்ந்தார்.

மறுநாள் செலக்ட் கமிட்டி விசாரணை பூர்த்தியானது. விஷ் சொன்னதுபோல அது ஒரு சடங்காகத்தான் முடிந்தது. ஜான் சல்லிவன் பேரில் சொல்லப்பட்ட பிராதுகள் உண்மைக்கு எதிரானவை என்று நிராகரிக்கப்பட்டன. பூமியின் கிழக்குத் திசையில் ஒரு மலைவாச ஸ்தலத்தை சிருஷ்டித்தவர் என்று பொது ஜனசபை பாராட்டியது. மொத்த சபையும் எழுந்து நின்று கரகோஷம் செய்தது.

●

செயின்ட் ஸ்டீஃபன்ஸ் தேவாலயத்தை விட்டு வெளியேவந்தார் ஜான் சல்லிவன். சர்ச்சை யொட்டியிருந்த கல்லறைத் தோட்டத்தில் ஹென்றியட்டும் மூத்த மகள் ஹாரியட்டும் உறங்கும் சமாதிகளின் முன்னால் முழந்தாளிட்டு உட்கார்ந்தார். சமாதிகள்மேல் வைத்திருந்த வெண்ணிற ஹைடிராஞ்சியப் பூக்கள் மே மாத வெயிலில் பளிச்சிட்டன. அபூர்வமாகச் சூரியன் தென்படாமல் பிரகாசமாக இருந்தது ஆகாயம். வெண்திரளாக மேகங்கள் மிதந்து போய்க்கொண் டிருந்தன. காற்றில் மெல்லிய ஈரக் கசிவு இருந்தது. கொஞ்சம் போனால் உஷ்ணம் உறைக்க ஆரம்பித்து விடும். மண்டியிட்ட வாக்கிலேயே அண்ணாந்து வானத்தை பார்த்தார். ஒற்றை மேகம் நகர விருப்ப மில்லாமல் ஊர்ந்துகொண்டிருந்தது. ஒரு பட்சி அவருடைய பார்வை விளிம்பைத் தாண்டி கல்லறைத் தோட்டத்தின் வேலியோர மரக் கிளையில் இளைப்பாற உட்கார்ந்தது. சல்லிவன் சிரமப்பட்டுக் கழுத்தைத் திருப்பிப் பார்வையால் அதைப் பின்தொடர்ந்தார். ஏதாவது குளிர் தேசத்துப் பறவையாக இருக்க வேண்டும். வந்த வழி மறந்து இங்கே தங்கிவிட்டிருக்கலாம். அல்லது பிரியப்பட்டு வந்திருக்கலாம். யாருடைய பார்வையோ தன்னைக் குறிவைத்திருக்கிறது என்ற உள்ளுணர்வில் பறவை சிறகடித்துக்கொண்டு எவ்வப் பார்த்தது. பிறகு சிறகுகளை மடக்கிக் கொண்டது.

‘நன்றி, பட்சியே. உன் பூர்ண ரூபம் மனதில் பதியும்வரை சில நொடிகள் காத்திரு. நானும் நீயும் இந்த மலைப்பிரதேசத்தில் சந்திக்கும் வாய்ப்பு இனி வராது. நான் போகிறேன். என்னுடைய கனவுக்கு இனி திரும்ப முடியாதபடிக்குப் போகிறேன். எனக்குப் பிரியமானவர்கள் இங்கே

உறங்க அவர்களின் ஞாபகங்களை எடுத்துக்கொண்டு போகிறேன். என்னுடைய ஹென்றியட் உன்னை மாதிரி இடம் பெயர்ந்து வந்த பட்சி. என் கைகளில் இளைப்பாறிய பட்சி. இதோ இந்த மண்ணுக்குள் அவளுடைய சுவாசமிருக்கிறது. இந்த மண்ணோடு கொண்ட பாசத்தின் சின்னமான எங்கள் சின்னப் பறவை இதோ இந்த மண்ணுக்குள் கிடந்து குறிஞ்சிப் பூக்களைச் சொப்பனம் கண்டுகொண்டிருக்கிறது. எல்லாரையும் விட்டுவிட்டுப் போகிறேன் பறவையே, போகிறேன்' மௌனமாக அரற்றிக்கொண்டிருந்தார் சல்லிவன். கன்னத்துச் சதையில் அரற்றலின் துடிப்புப் படர்ந்திருந்தது.

காலடிச் சத்தம் கேட்டுப் படபடத்துப் பறந்தது பறவை. சல்லிவன் திரும்பிப் பார்த்தார். வேலிக்கு அப்பால் சிறு கூட்டம். தோடர்கள், படகர்கள், தோட்ட வேலைக்காரர்கள், கலெக்டர் ஆபீஸ் குமாஸ்தாக்கள், சிப்பாய்கள், ஆங்கிலேயர்கள், ஐரோப்பியர்கள் எல்லாருமிருந்தார்கள்.

சல்லிவன் எழுந்தார். இரண்டு கல்லறைகளையும் கடைசியாக ஒருமுறை பார்த்தார். அதன்மேல் செதுக்கியிருந்த அட்சரங்கள் கலங்கித் தெரிந்தன. கல்லறைப்பூக்களின் நீண்ட இதழ்கள் காற்றில் சிலிர்த்தன. 'போய் வாருங்கள் ஜான்' என்று அசைந்தன. 'போய் வாருங்கள் பப்பா' என்று அசைந்தன. சுவாசம் ஸ்தம்பித்துவிடும் போலிருந்தது. அங்கே நிற்க முடியாமல் சர்ச்சின் படிகளில் இறங்கினார். வேலிக்குப் பின்னால் நின்றிருந்த ஜனக் கூட்டத்தை நோக்கி நடந்தார்.

"துரையவர்கள் சீமைக்குப் போவதாகச் சொல்கிறார்களே உண்மையா?" தோட்ட வேலைக்காரர்களில் ஒருவன் கேட்டான்.

"யெஸ். நான் உத்தியோகத்திலிருந்து ரிட்டயர்டாகி விட்டேன். இங்கே என்னுடைய எல்லா வேலைகளும் முடிந்து விட்டன. அதனால் லண்டனுக்குப் போகிறேன்" சாந்தமான குரலில் சொன்னார்.

"நீங்கள் இங்கேயே இருக்கலாமே துரை. உத்தியோகமில்லை யென்றால் இங்கே இருக்கக்கூடாதா என்ன? உங்களை மாதிரி வேறு துரைமார்கள் இந்த ஒத்தகமந்திலே இருக்கிறார்களே?"

"உங்கள் பிரியத்தைப் பார்க்கிறபோது இங்கேயே தங்கி விட ஆசையாகத்தான் இருக்கிறது. லண்டனில் பிள்ளைகள் எனக்காகக் காத்திருக்கிறார்கள். உங்களுக்குத் தெரியுமா எனக்கு ஏழு குழந்தைகள். இந்த உத்தியோகத்தின் பேரில் அவர்களைச் சீராட்ட முடியாமல் போயிற்று. இனியாவது அவர்களைப் பார்த்துக்கொள்ள வேண்டும். எனக்கு அவர்கள் வேண்டும்.

அவர்களுக்கும் நான் வேண்டுமில்லையா?" சொல்லிக் கொண்டே எல்லா முகங்களையும் நிதானமாகப் பார்த்தார்.

இவ்வளவு நிற பேதமுள்ள முகங்களை இனிமேல் பார்க்க முடியாது. இவ்வளவு வித்தியாசமான குரல்களைக் கேட்க முடியாது. இவ்வளவு கரிசனமுள்ள இதயங்களை உணர முடியாது. எல்லாருக்கும் நன்றி. அவரது இரு கைகளும் காற்றில் உயர்ந்தன. காற்றைத் துழாவுவதுபோல அசைந்தன. அந்த அசைவுக்குப் பதில் மரியாதையாக ஜனக் கூட்டத்தில் எல்லாச் சிரசுகளும் வணக்கத்துடன் தாழ்ந்தன.

'கர்த்தரே! இதற்குமேல் என்ன வேண்டும்? உமக்குத் தோத்திரம்.' அலாதி திருப்தியுடன் நடந்தார். சர்ச்சுக்கு வெளியில் ரஸ்தாவில் காத்து நின்ற பல்லக்கின் அருகில் வந்ததும் ஒரு விநாடி தயங்கினார். இரண்டாவது முறை அந்த ஜனங்களைப் பார்க்கத் தோன்றிய ஆசையை விலக்கிவிட்டுப் பல்லக்கில் ஏறினார்.

கப்பியும் மண்ணும் குழைத்துப் போட்டு பெரிய கற்கள் பாவிய ரஸ்தா. இரண்டு பக்கங்களிலும் மஞ்சளாகப் பூத்திருந்த புதர்கள். அவற்றுக்கு இடையில் உண்ணிப் பூச்செடிகள். காட்டுத் தழைகளாக அடர்ந்திருந்த புதர்கள். பச்சிலைகளின் வாசனை மூக்கில் நுழைந்தது. முப்பது வயதுப் பிராயத்தில் கனவில் முகர்ந்த வாசனையை ஐம்பதாவது பிராயத்திலும் பிரித்தறிய முடிகிறது. ஒருவேளை அந்த வாசனை சுவாச கோசத்துக்குள் சேகரமாகியிருக்கிறதோ?

யோசித்துக்கொண்டே அனிச்சையாக நிமிர்ந்தார். அவர் பார்வையில் ஸ்டோன் ஹௌஸ் புலப்பட்டது. பல்லக்கு முன்னால் நகர்ந்த பின்னும் தலையைத் திருப்பி கல்லில் உருவான தன்னுடைய வீடு விலகிவிலகிப் போவதைப் பார்த்துக் கொண்டேயிருந்தார்.

அப்டன் நகரில் தன்னுடைய வீட்டுப் படிப்பறையில் உட்கார்ந்து 'டைம்ஸ்' பத்திரிகையை வாசித்துக்கொண்டிருந்தார் ஜான் சல்லிவன். எடிட்டர் ஜான் தாடியஸ் டிலானேயின் தலையங்கத்தை வாசிக்காமல் அவருடைய நாள் தொடங்காது. இங்கிலாந்து திரும்பிய பின்னர் அன்றாட நியமமாகி இருந்தது இந்த வாசிப்பு.

டிலானேயின் வியாசங்களைத் தவிர இதர விஷயங்களில் பார்வை வெற்றாக ஓடும். எங்காவது இந்தியா பற்றிய தகவல்களில் ஓட்டம் நிற்கும். இன்றைய வெற்றோட்டத்தில்

கோயம்புத்தூர் என்ற பெயர் மீது பார்வை குவிந்தது. ஹென்றி எட்வர்ட் சல்லிவன் கோயம்புத்தூர் கலெக்டராக நியமனம் செய்யப்பட்டிருக்கிறார். மனம் ஒரு விநாடி துள்ளியது. பிள்ளைகள் எல்லாரையும் அழைத்து பத்திரிகையைக் காட்டினார்.

"மதராஸ் சிவில் சர்வீஸ் ஊழியம் நம்முடைய பரம்பரை விதியா, பப்பா?" என்றாள் மகள் ஹார்லி.

"அப்படித்தான் தோன்றுகிறது."

தோற்றமல்ல; வாஸ்தவம். ஏறக்குறைய நாற்பது வருஷங்கள் அந்த மண்ணில் கழிந்திருக்கின்றன. தகப்பனிடமிருந்து தன் மேல் விழுந்த விதி. இந்தியர்கள் நம்புவதைப் போல. இப்போது மகன் எட்வர்டைத் தொட்டிருக்கிறதோ? யோசிக்கையில் சந்தோஷமும் துக்கமும் ஒரே சரடாக நினைவை இறுக்கியது. ரிட்டயர்மெண்டுக்கு ஒன்பது வருஷங்களுக்குப் பிறகு சல்லிவன் என்ற பெயர் ஜில்லா கலெக்டர் காம்பௌண்டுக்குள் ஒலிக்கும். பெயருக்குச் சொந்தமான முகம் வேறேயானாலும். முகம் மாறியதுபோல எல்லாமும் மாறியிருக்கும். இடங்கள், மனிதர்கள், இயற்கை எல்லாம். நானே எவ்வளவு மாறிப் போனேன்? என்னுடைய ஜீவிதத்திலும் என்னவெல்லாம் மாறிப் புரண்டன. பொது ஜனசபையின் செலக்ட் கமிட்டி விசாரணைக்குப் பின்பு எல்லாம் மாற்றங்கள்தாம். வோட்டகமண்ட் நிர்வாகம் மேஜர் கெல்சோவின் அதிகாரத்துக்கு மாறியபோது தளர்ச்சி தான் ஏற்பட்டது. ஆனால் பிரித்தானிய பார்லிமெண்டும் சர்க்காரும் அதற்கு உடனடிப் பரிகாரம் காட்டவில்லையா? மலைப்பிரதேச அபிவிருத்தித் திட்டங்களுக்கு ஆலோசகராக, விரும்பியபடியே வோட்டகமண்டில் தங்கியிருப்பவராக, பஞ்தாரி அதாலத்தின் ஜட்ஜாக, ரெவின்யூ போர்டின் மெம்பராக, கவர்னரின் கவுன்சிலில் மெம்பராக எத்தனை மாற்றங்கள். கடைசியில் வருஷாந்தர உபகார சம்பளத்துடன் ஓய்வு. உத்தியோகக் கால அவமதிப்புகளுக்கு சர்க்கார் செய்த பரிகாரம். அதிகாரம் முதலில் மிஞ்சும். பணியத் தயாராக இல்லையென்று தெரிந்தால் வாலைக் குழைக்கும். பாட்டனார் லாரன்ஸ் சல்லிவனின் வார்த்தை என்னுடைய விஷயத்திலும் பலித்திருக்கிறது.

பத்திரிகையை மேஜை மேல் வைத்துவிட்டு எழுந்தார் சல்லிவன். எழும்போது மின்னலாக ஒரு ஞாபகம் வீசியது. நாற்பது வருஷ ஜீவிதத்தில் ஒரு கறுப்பு மனிதனும் தன்னை அவமதித்ததில்லை. அவருக்குக் கசப்பைப் புகட்டியது சக நிறத்தவர்கள்தாம் என்பது நினைவுக்கு வந்தது. "அதுவும்

மாறும். மாறிவிட்டது. அதன் உதாரணம் எட்வர்டின் கலெக்டர் நியமனம்" முணுமுணுத்துக்கொண்டே வராந்தாவுக்கு வந்தார்.

வராந்தா சுவரில் மாட்டியிருந்த ஸ்டோன் ஹௌசின் போட்டோவைப் பார்த்தார். படத்தில் ஹென்ரியட்டுக்கும் அவருக்கும் நடுவில் நிற்கும் எட்வர்ட்.

"குட் மார்னிங் மிஸ்டர் கலெக்டர். நீங்களும் மாறி விட்டீர்கள்."

சல்லிவன் யோசித்ததுபோல எல்லாமும் மாறியிருந்தன. வோட்டகமண்ட் மாறியிருந்தது. ஸ்டோன் ஹௌஸ் மாறி யிருந்தது. மலைச்சரிவுகளின் தோற்றம் மாறியிருந்தது. வோட்ட கமண்ட் மிலிட்டரி கண்டோன்மெண்டாக மாறியிருந்தது. ஜான் சல்லிவன் பிரயத்தனப்பட்ட சானடோரியம் வந்திருந்தது. பெண் சீக்குப் பிடித்த சிப்பாய்களுக்கு சிகிச்சை செய்யப் பட்டது. மேட்டுப்பாளையத்திலிருந்து புதிய மலைப்பாதை வோட்டகமண்டைத் தேடி நீண்டிருந்தது. பிரித்தானிய சர்க்காரின் கோடைக்காலத் தலைநகரமாக ஊர் மாறியிருந்தது. மேட்டுப்பாளையும் சந்தையில் உருளைக்கிழங்கும் முள்ளங்கி யும் காபேஜூம் பேரியும் பிளம்சும் குவிந்து கிடந்தன. மண்றை* வைத்த படகர்கள் அவற்றுக்குப் பின்னால் உட்கார்ந்து பேரம் பேசினார்கள். வோட்டகமண்ட் ஏரியில் ஏராளமாகத் தண்ணீர் தேங்கி ஏரி விஸ்தீரணமானது. விதவிதமான விதேசித் தாவரங்கள் அதில் படர்ந்து கிடந்தன. ஸ்டோன் ஹௌசின் முன்னால் நின்ற ஓக் மரத்தைத் தாண்டிப்போன படகர்களும் தோடர்களும் தோட்டவேலைக்காக வோட்டகமண்டில் ஜாகை வைத்த சமவெளிக்காரர்களும் சொல்லிக்கொண்டு போனார்கள்.

"இது சல்லிவன் துரை நட்ட மரம்."

எட்வர்டின் கடிதம் வந்திருந்தது. சல்லிவன் அதில் இரண்டு விஷயங்களை சிரத்தையாகப் பார்த்தார்.

'பப்பா நீங்கள் சொன்ன ஜகதளா என்கிற படகர் கிராமத் தில் ஒரு பாரக்ஸ் உருவாகியிருக்கிறது. எழுபத்தி நான்காம் ஹைலேண்டர்ஸ் பிரிவு பாரக்சில் குடியேறியிருக்கிறது. நீங்கள் விவரித்து நான் கற்பனைபண்ணி வைத்திருந்த பெரிய ஹட்டி

---

* படகர்களின் தலைப்பாகை

றொம்பவும் சின்னதாகிவிட்டது. அந்த வழியைக் கடந்தபோது பாடல்களைக் கேட்கவில்லை. ராணுவ பூட்சுகளின் சத்தம் கேட்டது. கூனூரில் ஒரு மிஸ்டர் மான் உங்கள் கனவைப் பரிசோதனை செய்து பலனடைந்திருக்கிறார். அதை உங்களுக்கு அனுப்பியிருக்கிறேன்.'

தபாலுடன் கப்பல் கம்பெனி முத்திரையிட்டிருந்த பொட்டலம் மேஜைமேல் கிடந்தது. மிக ஜாக்கிரதையாகப் பொதியப்பட்ட சின்னப் பொட்டலம். அதை எடுத்து ஒருமுறை பார்த்துவிட்டு மூக்கருகே கொண்டுபோனார். தேயிலையின் மணம். நீலகிரித் தேயிலை. அவர் பரீட்சை நடத்திப் பார்த்து விளைய வைக்க முடியாமல் போன மந்திரச் செடி. சல்லிவனின் உடம்பு பரவசத்தில் ஒரு நொடி அதிர்ந்தது.

“ஹார்லி, குசினிக்காரியிடம் இதைக் கொடுத்து தேநீர் தயாரிக்கச் சொல்” என்று உரக்கச் சொன்னார்.

அப்டன் செயிண்ட் லாரன்ஸ் புரொட்டஸ்டண்ட் தேவாலயத்தின் மணி அறுபத்தி ஆறு தடவை ஒலித்தது. அதன் கார்வையில் சோகமிருந்தது. தேவாலயப் பங்கைச் சேர்ந்த ஜான் சல்லிவன் மறைவு அந்த மணியோசையில் சகலருக்கும் தெரியவந்தது. மரித்தவரின் வயது அறுபத்தாறு என்றும் தெரிய வந்தது. அன்று பனிக் குளிர் அதிகமாக இருந்தது. அன்று ஜனவரி மாதம் பதினாறாம் தேதி ஆயிரத்து எண்ணூற்று ஐம்பத்தைந்தாம் ஆண்டாக இருந்தது.

●

ஹட்டிக்குத் தெற்குப் பக்கத்திலிருந்த மரங்களையெல்லாம் சிப்பாய்களும் சமவெளியி லிருந்து வந்த கூலிகளும் வெட்டிக்கொண் டிருந்தார்கள். வெள்ளைக்கார அதிகாரிகள் குதிரை யில் உட்கார்ந்து முன்னும் பின்னுமாக உலாவிய படி உத்தரவு போட்டுக்கொண்டிருந்தார்கள். ஆகாயம் முட்ட நின்ற மரங்களெல்லாம் கைகளை விரித்து அலறிக்கொண்டு மண்ணில் சரிந்தன. அடர்த்தியாக இருந்த சோலைகளையும் வெட்டித் தள்ளினார்கள். சின்னக் குன்றுகளை அடியோடு பெயர்த்தார்கள். வெட்டின மரங்களைக் குதிரைகள் பூட்டிய வண்டிகளில் அடுக்கிக்கொண்டு போனார் கள். காடுகளுக்கு நடுவில் உழுது போட்டிருந்த நிலங்களும் பயிர் முளைத்திருந்த பாத்திகளும் வண்டிகள் ஓடியதிலும் மனிதர்கள் நடந்ததிலும் துவண்டு மூர்ச்சையாகிக் கிடந்தன. வெள்ளைக் காரத் துரைகள் சங்கிலிகளைப் பிடித்துப் பூமியை அளந்தார்கள். அளந்த இடத்தைச் சுற்றிக் கம்பி வேலி போட்டார்கள்.

ஹட்டியில் வசிக்கிறவர்கள் எட்டி நின்று வேடிக்கை பார்த்தார்கள். என்ன விவரம் என்று கேட்கவும் அவர்களுக்குத் தைரியமிருக்கவில்லை. கொஞ்ச நாட்களாகவே சிப்பாய்கள் வருவதும் போவதுமாக இருந்தார்கள். எல்லாரும் முடுக்கி விடப்பட்ட பொம்மைகளாக விறைப்பாக நடப் பதைப் பார்த்து அசட்டுத் தைரியம் உள்ளவர்கள் கூட வாயை மூடிக்கொண்டார்கள். சில நாட்களி லேயே சின்னச் சின்ன அறைகளுடன் கட்டடங்கள் எழும்பின. எல்லாம் கற்சுவர்கள். கூரைக்குத் தகரம் போட்டு மங்களூர் ஓடுகள் வேய்ந்திருந்தது.

தோல் செதுக்கிய உருளைக்கிழங்கு நிறத்தில் சிப்பாய்கள் கால்களை உதைத்து நடப்பதை

ஹட்டிக்காரர்கள் பார்த்தார்கள். சிப்பாய்கள் அவர்களைப் பார்த்து சிநேகமாகச் சிரித்து என்னவோ சொன்னார்கள். அவர்களுக்கு எதுவும் புரியவில்லை. ஆனால் இத்தனை காலம் தாங்கள் சுதந்திரமாக நடமாடிக்கொண்டிருந்த காடு இனி இல்லை என்பது புரிந்தது. தங்களால் முன்போல அந்த இடங்களில் திரிய முடியாது; காலைக் குளிருக்கு இதமாக அங்கே உட்கார முடியாது; எருமைகளை மேயவிட முடியாது என்பதை யாரும் சொல்லாமலே புரிந்துகொண்டார்கள்.

நாளாக நாளாக சிப்பாய்களின் எண்ணிக்கை அதிகமாகி வந்தது. விதேசிச் சிப்பாய்களைவிட உள்ளூர் முகங்கள் அதிகமாகத் தென்பட்டன. ஆட்கள் அதிகமாக வர வர வாகனங்களும் கூடின. பாரவண்டிகளில் இரும்புக் கட்டில்களும் மேஜைகளும் வந்தன. படுக்கைகளும் கம்பளிப் போர்வைகளும் வந்தன. துப்பாக்கிகளும் பெட்டிகளும் வந்தன. எல்லா நாள்களிலும் காலையில் ஏராளமான சிப்பாய்கள் கட்டடங்களுக்குள்ளேயிருந்து வெளியில் வந்து மைதானத்தில் விறைப்புடன் நின்றார்கள். வேலிக்குள் வியர்க்க வியர்க்க ஓடினார்கள். கால்களை பூமியில் உதைத்துக்கொண்டு நடந்தார்கள். லெப்ஃட்ரைட்... லெப்ஃட் ரைட்... என்ற சத்தம் காற்றை அதிரவைத்துக் கொண்டு ஜகதளா ஹட்டியில் ஒவ்வொரு வீட்டையும் தாண்டிப் போனது. சமயங்களில் துப்பாக்கிகள் வெடித்தன. சத்தம் கேட்டு மரங்களிலிருந்து காக்கைகளும் குருவிகளும் மைனாக்களும் படபடத்துப் பறந்தன. ஹட்டியில் திரியும் நாய்கள் வாலை இடுக்கிக்கொண்டு அங்குமிங்கும் ஓடின.

மேட்டுப்பாளையம் சந்தைக்கு வியாபாரத்துக்காகப் போய் வந்தவர்களுக்கு விவரங்கள் தெரிந்திருந்தன. மிலிட்டெரி பாரக்ஸ் அங்கே வந்திருப்பதாகச் சொன்னார்கள். பாரக்ஸ் என்றால் சிப்பாய்கள், அவர்களுடைய அதிகாரிகள், அதிகாரிகளின் அதிகாரிகள், உத்தியோகஸ்தர்கள் எல்லாரும் தங்கும் இடம் என்றார்கள். அவர்கள் இருக்கும் இடம் ரகசியமானது; பாதுகாப்பானது. அங்கே சாமானியப்பட்டவர்கள் போகக் கூடாது. மீறிப் போனால் தண்டனை கொடுப்பார்கள் என்று எச்சரிக்கையும் செய்தார்கள்.

பெரியவர் ஒருவர் கேட்டார்: "மாத்தி, அது எப்படிச் சரியாகும். அது நேற்றுவரைக்கும் நாம் புழங்கிய பூமி இல்லையா? அதைக் கொத்திப் பண்படுத்தி நாம்தானே பார்த்துக்கொண்டோம். அந்தக் காடுகளிலெல்லாம் நமது கால் தடத்தின் அடையாளமிருக்கிறதே? அதையெல்லாம் இல்லையென்று சொல்லிவிடுவார்களா? நம்முடைய இடத்தில் என்னவோ

பண்ணுகிறார்கள். அதைக் கேட்க நமக்கு உரிமையில்லையா? அவர்களாக இன்னது செய்கிறோம் என்று சொல்ல மாட்டார்களா? பெரிய படாயியாக இருக்கிறதே?"

சந்தைக்குப் போய் வருகிறவர்களில் கொஞ்சம் விவரக்கார னான ஹாலன் பெரியவரை சமாதானப்படுத்தினான். எல்லாக் கேள்விகளுக்கும் சேர்ந்து ஒரே பதிலாகச் சொன்னான்: "நீங்கள் சொல்வது எல்லாம் வாஸ்தவம். ஆனால் அதை அவர்களிடம் சொல்ல முடியாது. அவர்கள் மிலிட்டெரிக் காரர்கள். அவர்களுக்கு என்ன வேண்டுமானாலும் செய்ய அதிகாரமிருக்கிறது."

"ஒரு மிலிட்டெரி பாரக்ஸுக்கு இந்தப் பெயர் பொருத்தமாக இல்லை. புதிய பெயர் சூட்ட வேண்டும்" சர் ரிச்சர்ட் ஆம்ஸ்டிராங்க் ராணுவ அதிகாரிகள் கூட்டத்தில் சொன்னார்.

ஜகதளா என்று சொல்லும்போது அதில் கம்பீரமில்லை. நாட்டுப்புறச் சத்தமாக ஒலிக்கிறது. ஜகதளா பாரக்ஸ் என்று சொல்லுவது இந்தியர்கள் கோட்டணிந்து வேட்டிகட்டியது போலிருக்கிறது என்றார். அதைக் கேட்டு கூட்டம் சிரித்தது. சர் ஹென்றி போட்டிங்கர் முகம் சுளித்தார். அவரது முகச் சுளிப்பு ஆம்ஸ்டிராங்கின் கண்ணிலும் பட்டது.

"சர் ஹென்றி போட்டிங்கருக்குப் பெயர் மாற்றம் பிடிக்க வில்லை என்று நினைக்கிறேன். சரியா மிஸ்டர் ஹென்றி?"

"என்னுடைய விருப்பமின்மையல்ல இங்கே விஷயம் சர் ரிச்சர்ட். உள்ளூர் ஜனங்கள் ஏற்றுக்கொள்ளக்கூடிய பெயராக இருக்க வேண்டும் என்று ஆசைப்படுகிறேன்."

"என்னுடைய ஆலோசனையில் ஒரு பெயர் இருக்கிறது. வெல்லிங்டன்."

"இந்தப் பெயர் உள்ளூர்க்காரர்களால் ஏற்றுக்கொள்ளப் படுமென்று நினைக்கிறீர்களா? அவர்களால் உச்சரிக்க முடியும் என்று நம்புகிறீர்களா?"

"அது விஷயமே இல்லை சர் ஹென்றி. எந்தப் பெயரும் இரண்டாவது தடவை உச்சரித்தால் பழகிவிடும். நான் சொன்ன பெயருக்குக் காரணம் இருக்கிறது. ராணுவத்துக்கு சானடோரியம் வேண்டுமென்று வாதாடும் சர் ஆர்தர் வெல்லெஸ்லியின் கீர்த்திப் பெயர் வெல்லிங்டன் என்பது நீங்கள் அறியாதது

அல்லவே. அதைவிட ராணுவ பாரக்ஸுக்குப் பொருத்தமான வேறு பெயர் இருக்க முடியாது என்பது என் எண்ணம்."

"அது சரிதான். ஆனால் . . . உள்ளூர்க்காரர்கள் அதை அந்நியமாகக் கருதக்கூடுமே என்று . . ." சர் ஹென்றி போட்டிங்க் இழுப்பதைப் பார்த்து எரிச்சலாக இருந்தது சர் ஆம்ஸ்டிராங்குக்கு. இருவரும் கிட்டத்தட்ட சம அந்தஸ்துள்ளவர்கள். சமமான அதிகாரம் கொண்டவர்கள். ஒரு பெயர் சூட்டும் விவகாரத்துக்காக மோதிக்கொள்வது மாட்சிமை தங்கிய மகாராணியாரின் புகழை மங்கச் செய்துவிடும். சர் ஆம்ஸ்டிராங்க் தொண்டையைச் செருமிக்கொண்டார்.

"இந்த விவாதத்தை நாம் தற்காலிகமாகக் கைவிடுகிறோம். ஷேக்ஸ்பியர் சொன்னதுபோல் பெயரில் என்ன இருக்கிறது, இல்லையா கனவான்களே?"

அதைச் சொல்லும்போது அவரது கன்னக் கதுப்புகள் சிவந்திருந்தன. வெளிக்காட்ட முடியாத அவமானத்தின் தழல் சதைக்குள் எரிவதன் அடையாளம்.

ஆனால் சொற்ப காலத்துக்குள் அவர் ஜெயித்தார். சர் சார்லஸ் டிரெவல்யன் அவரை ஜெயிக்க வைத்தார். "ஒரு ராணுவ மையத்துக்கு எவ்வளவு அழகாக ஒத்துப்போகிறது இந்தப் பெயர். வெல்லிங்டன். வெல்லிங்டன் பாரக்ஸ். வெல்லிங்டன் கண்டோன்மெண்ட்" பெயர்ப் பொருத்தத்தைச் சிலாகித்தபடியே உத்தரவில் கையெழுத்துப் போட்டார்.

அன்று மாலை எல்லாச் சிப்பாய்களும் அணிவகுத்து நின்றார்கள். ராணுவ பியூகிள் 'பெப்பரபெப்பரபெப்பே' என்று ஒலித்தது. ஹட்டிவாசிகளும் பள்ளத்தாக்குகளில் குடியிருப்பவர்களும் எக்காளத்தின் அர்த்தம் புரியாமல் கேட்டுக்கொண்டிருந்தார்கள்.

கொஞ்ச நாட்களுக்குப் பட்டாள நடமாட்டங்கள் ஹட்டிக்காரர்களுக்கும் வெளியாட்களுக்கும் வேடிக்கையாக இருந்தன. பிறகு அது பழக்கப்பட்டுப்போனது. 'எங்கள் ஹட்டி வெல்லிங்டனுக்குப் பக்கமிருக்கிறது' என்று சொல்ல ஆரம்பித்தார்கள். எல்லாரும் தன் பெயரில் அமைந்த ஊரைப் பற்றிப் பேசிக்கொண்டிருந்தபோதும் அந்த இடத்தை ஒருமுறைகூட வெல்லிங்டன் என்ற சர் ஆர்தர் வெல்லெஸ்லி பார்த்ததில்லை.

பாதுகாப்புப் பணி அதிகாரிகள் கல்லூரி முற்றத்தில் இரண்டு கொடி மரங்கள் இருந்தன. ஒரு கம்பத்தின் பாதியில்

மூவர்ணக் கொடி கயிறுடன் சுருட்டிக் கட்டப்பட்டிருந்தது. இரண்டாவதில் ராணுவத்தின் கொடி. இரண்டும் சின்ன மூட்டைகளாக வெயிலில் பளபளத்துக் காற்றில் ஆடிக்கொண் டிருந்தன. மிலிட்டெரி வாத்தியக்காரர்கள் காத்திருந்தார்கள். கழுகுச் சின்னத்தில் வெட்டிச் சீராக்கப்பட்ட புல்வெளிக்கு அந்தப் பக்கமாக மடக்கு நாற்காலிகள் போட்டிருந்தன. பாதிக்கு மேல் நாற்காலிகள் நிரம்பியிருந்தன. எல்லாரும் வாசலை அடிக்கடித் திரும்பிப் பார்த்துக்கொண்டு உட்கார்ந் திருந்தார்கள்.

சட்டென்று வாத்தியங்கள் உயிர் பெற்றன. டிரம்கள் ஒலித்தன. பியூகிளும் டிரம்பெட்டும் பாக் பைப்பரும் காற்றை நாதங்களால் நிறைத்தன. எல்லாரும் எழுந்து நின்றார்கள். பிரதான வாயிலிலிருந்து ஒரு திறந்த ஜீப் இசைக்குத் தோதான வேகத்தில் உள்ளே நுழைந்தது. மேஜர் ஜெனரல் பக்கத்தில் பிரதமர் புன்னகையுடன் வலது கையை வீசியபடி நின்றிருந் தார். முற்றத்தில் ஜீப் வந்து நின்றதும் சிப்பாய்கள் விறைப் பானார்கள். பாண்டு வேறு இசையை ஒலித்தது. பிரதமர் ஜீப்பிலிருந்து இறங்கினார். வேகமாக நடந்து கொடிமரத் தருகில் வந்து நின்றார். அப்போதும் முகத்தில் புன்னகை இருந்தது. அது அவர் கோட்டின் மார்புப் பகுதியில் செருகி யிருந்த ரோஜாப்பூவைப் போல இருந்தது. அதிகாரி இரண்டாவது கம்பத்தில் சுற்றியிருந்த கயிற்றை அவிழ்த்து பிரதமரிடம் கொடுத்தார்.

பிரதமர் கயிற்றை இழுத்தார். சின்ன மூட்டை மேலே உயர்ந்துபோய் உச்சி வளையத்தில் பட்டு அவிழ்ந்தது. சாட்டின் துணியில் கத்திகளும் அசோகச் சிங்கங்களும் வளைந்தாடின. வேகமானது இசை. எல்லாரும் அண்ணாந்து பார்த்துக்கொண் டிருந்தபோதே இரண்டாவது கம்பத்தின் உச்சியில் மூவர்ண முடிச்சு அவிழ்ந்தது.

காற்றில் படபடத்துக்கொண்டு கொடி பறந்தது. பிரதமரின் தொப்பி மேலும் தோள்களிலும் பல வண்ணத்தில் பூவிதழ்கள் கொட்டின. வலது கையை நெற்றியில் வைத்து நின்றார். பாண்டு வாத்தியம் கீதமாகப் பொங்கியது. முடிந்தது. எல்லாரும் உட்கார்ந்ததில் நாற்காலிகள் விதவிதமான சத்தங்களை எழுப்பின. பிரதமர் சிவப்பு விரிப்புப் போட்ட மேடைமேல் ஏறி நின்றார். முன்னாலிருந்த மைக்கை முகத்துக்கு நேராக வைத்துக்கொண்டார். பேச்சைத் தொடங்கினார்.

ஸ்டாஃப் காலேஜின் சப்ளை டிப்போவில் கோதுமை மாவு வாங்க நின்றிருந்த சரஸ்வதி டீச்சர் பக்கத்தில் பாரா

நின்ற சிப்பாயிடம் தெளிவான ஹிந்தியில் சொன்னாள். "எவ்வளவு நேர்த்தியான இங்கிலீஷ், இல்லையா?"

சிப்பாய் "ஹாங்க்ஜீ" என்று ஹிந்தியில் முனகினான்.

மாவுப் பையைத் தூக்கிக்கொண்டு வெளியே வரும்போதும் பிரதமரின் இனிமையான குரல் டீச்சரின் கூடவே வந்தது. "சுதந்திரம் அடைந்து பத்தாண்டுகளுக்குள் நாம் கணிசமாக முன்னேறியிருக்கிறோம். நல்ல தொடக்கம். ஆனால் இது போதாது. நாம் சென்றடைய வேண்டிய இலக்குகள் தொலை வில் இருக்கின்றன. நாம் செல்ல வேண்டிய தூரம் அதிகமாக இருக்கிறது. நமது தேசம் தன்னிறைவு பெற்றதாக மாற வேண்டும். நமக்கு இன்னும் தொழிற்சாலைகளும் அணைக்கட்டுகளும் வேண்டும். அவைதான் நவீன யுகத்தின் ஆலயங்கள். அப்படி நாம் முன்னேற வேண்டுமானால் நமக்குப் பாதுகாப்பு வேண்டும். அதற்கான பட்டறை இது. சிறு குழந்தை வளரும் போதுதான் நோய்கள் அதிகம் தாக்கும். அப்போதுதான் அதற்குப் பாதுகாப்பு அதிகமாகத் தேவைப்படும். நமது நாடும் இப்போது பால்ய பருவத்தில் இருக்கிறது. அதற்குப் பாது காப்பு அவசியம். பாதுகாப்புக்காக இவ்வளவு செலவு செய்ய வேண்டியதில்லை என்று சிலர் சொல்லலாம். அவர்களிடம் நான் சொல்ல விரும்...."

ஸ்டாஃப் காலேஜ் மேட்டிலிருந்து இறங்கும்போது பிரதமரின் குரல் வெறும் ஒலியாக மட்டுமே டீச்சருக்குக் கேட்டது.

●

நாலுபேர் உட்கார்ந்தாலே பெருங்கூட்டமாகத் தெரிகிற அறை. பாதி இடத்தை நாடா கட்டில் அடைத்துக்கொண்டிருந்தது. ராமேட்டன் கட்டிலில் முடங்கியிருந்தார். பிறக்கும்போதே கொண்டு வந்திருந்த வயிற்று நோவு இரண்டு மாதங்களாகக் கிடப்பில் தள்ளியிருந்தது. ஸ்டூடியோவை மூடிவிட்டார்கள். இனி இங்கே படப்பிடிப்பு எதுவும் நடக்காது. வேறு வேலை பார்த்துக்கொள்ளுங்கள் என்று முதலாளி சொன்னதுதான் வலியைவிட அதிகமாக வயிற்றைப் பிசைந்தது. வலி நீங்கி எழுந்தாலும் எங்கே போய் வேலை தேடுவது? சினிமாவில் செட் போட்டுக்கொண்டிருந்தவனை நம்பி யார் வேலை தருவார்கள்? இரண்டு மாதங்களாக அடுப்பு புகைந்துகொண்டிருப்பதுகூடக் கண்ணன் தயவால்தான். அவனும் ராமேட்டனோடு சென்டிரல் ஸ்டூடியோவில் வேலை பார்க்கிறான். பிளம்பிங் பிரிவில். ராம்சந்தர் நடித்த படத்துக்காக பெரிய அரண்மனை செட் போட்டிருந்தார்கள். அரண்மனைக்குள்ளேயே நீருற்றுகளும் பொய்கையும் இருக்க வேண்டுமென்று திரைக்கதை எழுதிய நடுவகிட்டுக்கார தட்சிணாமூர்த்தி சொல்லியிருந்தார்.

அந்த செட்டில் குழாய்களைப் போட வந்த அன்றிலிருந்து கண்ணனுடன் பழக்கம்.

அதிகம் யாரோடும் பேசமாட்டான். சிரிப்பும் அபூர்வம். வேலை. வேலையில்லாத சமயம் பணிக் கருவிகளான ரிஞ்சையோ ஸ்பானரையோ துடைத்துச் சுத்தம் பண்ணிக்கொண்டிருப்பான். இவ்வளவு சுத்தம் பண்ண அதில் என்ன இருக்கிறது? என்ற கேள்வியில்தான் அவர்களுடைய நட்பு ஆரம்பித்தது.

கண்ணன் பதில் சொல்லாமல் ராமேட்டனைப் பார்த்தான். அவன் விழிப்பதைப் பார்த்து ராமேட்டனுக்குச் சந்தேகம் வந்தது. "தமிழ் வசமில்லா அல்லே?" என்று கேட்டார். "பறஞ்ஞா மனசிலாகும். திரிச்சு பறயான் பற்றில்ல" என்றான் கண்ணன். அவனுடைய உச்சரிப்பை வைத்துப் பாலக்காட்டுக்காரன் என்று முடிவு செய்தார்.

ஒன்றிரண்டு மாதப் பழக்கத்துக்குப் பிறகுதான் கண்ணனிடம் ஊரையும் சொந்தக்காரர்களையும் பற்றி விசாரிக்க முடிந்தது. அதற்கு அவன் தந்த பதில்கள் அரைகுறையாக இருந்தன. அதைப் பற்றிப் பேச அவன் விரும்பவில்லை என்று புரிந்தது ராமேட்டனுக்கு. ஒற்றப்பாலம் பக்கத்தில் ஏதோ கிராமம். கோயம்புத்தூருக்குப் பிழைக்க வந்து நான்கைந்து வருடங்கள் ஓடிப் போய்விட்டன. முதலில் நாட்டைவிட்டுப் போக மனமில்லாத ஒரு வெள்ளைக்காரனிடம் வேலை பார்த்திருக்கிறான். துரைக்கு இனி மதராஸ் மாகாணத்தில் இருக்க முடியாது என்று தோன்றியபோது நண்பரான ஸ்டூடியோ முதலாளியிடம் சொல்லிச் சேர்த்துவிட்டிருக்கிறார்.

"பெண்ணு கெட்டியோ?" என்று கேட்டார் ராமேட்டன். "கெட்டீந்நும் பறயாம் இல்லெந்நும் பறயாம்" கசந்த சிரிப்புடன் கண்ணன் சொன்னான். இது என்ன பதில் என்று மண்டையில் அடித்துக்கொண்டார். அதற்கப்புறம் அவர் கண்ணனிடம் அந்தரங்கத்தைக் கிளறும் கேள்விகளைக் கேட்டதில்லை.

ஸ்டூடியோ வேலை. அங்கேயே தட்டுமுட்டுச் சாமான்கள் நடுவில் படுக்கை என்று அவன் கிடப்பதைப் பார்த்துத் தன்னோடு வந்துவிடும்படிச் சொன்னார் ராமேட்டன். கண்ணனுக்கு முதலில் அதில் சம்மதமில்லை. "ஒரு ஜலதோஷோ பனியோ பிடிச்சா நோக்கான்போலும் ஆருமில்லாதெ கெடக்கணோ?" என்று அவர் வற்புறுத்திச் சொல்லிச் சம்மதிக்க வைத்தார். சம்மதிக்கச் செய்த பிறகுதான் அவனை எங்கே தங்க வைப்பது என்ற குழப்பம் வந்தது.

ஒற்றை அறையில்தான் அவரும் அம்முவும் அவள் தம்பி நாராயணனும் குடித்தனம் நடத்திக்கொண்டிருந்தார்கள். பாலக்காடு ஜில்லா எழக்காடிலிருந்து பிழைப்புத் தேடி மூன்று பேரும் கோயம்புத்தூர் ராமநாதபுரத்துக்கு வந்த நாளிலிருந்து அந்த அறையில்தான் வாசம். அறையின் முன்னால் கொஞ்சம் விசாலமான திண்ணை. அதன் மூலைதான் அடுக்களை. நாராயணனுக்கு சுங்கத்திலிருக்கிற நேவல் குவார்ட்டர்சில் வேலை. பையன் மிடுக்கன். சொற்ப காலத்துக்குள் மின்சாரம் சம்பந்தமான வேலைகளைக் கற்றுக்கொண்டு நிபுணனாகி

விட்டான். அவனுடைய தங்கல் பெரும்பாலும் குவார்ட்டர்சில் தான்.

சனி, ஞாயிறுகளில் வீட்டுக்கு வருவதோடு சரி. வந்தால் திண்ணையில் படுக்கை. ஒன்றுக்குள் ஒன்றாக இருப்பவனுக்கு அது சரி. ஆனால் கண்ணனுக்கு அது ஒத்து வருமா?

கண்ணனுக்கு அதெல்லாம் பொருட்டாகவே இருக்க வில்லை. டிரங்குப் பெட்டியை மட்டும் வீட்டுக்குள்ளே வைக்க அனுமதி கேட்டான். வேறு எதைப் பற்றியும் சிரத்தைக் காட்ட வில்லை. ராமேட்டனுடன் வேலைக்கு வந்தான். செய்தான். அவருடனேயே வீடு திரும்பினான். வேலையில்லாத நாட்களில் திண்ணையின் விளிம்பில் குத்துக்காலிட்டு உட்கார்ந்து இரண்டு கைகளாலும் நெற்றிப் பொட்டைத் தேய்த்துக் கொண்டு யோசனையில் மூழ்கியிருப்பான். மணிக்கணக்காக என்ன யோசிப்பானோ என்று ராமேட்டன் ஆச்சரியப் படுவார். "ஆலோசிச்சு ஆலோசிச்சு தல பொட்டிக்கண்டா" என்று கேலி செய்வார். அந்தக் கேலி நிமிடங்களில் ஓய்ந் திருக்கும் அவன் விரல்கள் மறுபடியும் நெற்றிப் பரப்பில் ஏறி இறங்கும்.

ராமேட்டனின் ஏற்பாடு ஆரம்பத்தில் நாராயணனுக்குப் பிடிக்கவில்லை. கல்யாணமான பெண் இருக்கிற வீட்டில் அந்நிய புருஷனைத் தங்கவைப்பது உசிதமாகப் படவில்லை. வயிற்று வலியில் துவண்டு ராமேட்டன் தூங்கிக்கொண்டிருந்த மத்தியானம் அம்முவிடம் "நீயாவது சொல்லக்கூடாதா?" என்றான். அவர் கேட்கட்டும் என்ற எண்ணத்தில் சத்தமான குரலில்தான் அதைச் சொன்னான். ராமேட்டன் தப்பாக ஒன்றும் செய்யவில்லையே. அநாதரவாகத் திரியும் ஒரு மலையாளிக்கு இன்னொரு மலையாளி சகாயம் செய்வதை எப்படிக் கூடாது என்று சொல்ல முடியும் என்றாள் அம்மு. கண்ணனின் நடவடிக்கையைப் பார்த்தால் ஆபத்தானவ னாகத் தெரியவில்லை என்றாள். "எப்படியோ போங்க" என்று சலித்துக்கொண்டான் நாராயணன். அக்காவும் தம்பியும் பேசியதைத் திண்ணையில் உட்கார்ந்து நெற்றியை உழுது கொண்டிருந்த கண்ணனும் கேட்டிருந்தான்.

திங்கள்கிழமை காலையில் நாராயணன் நேவல் குவார்ட்டர்சுக்குப் புறப்பட்டபோது கண்ணன் தானும் அவனுடன் வருவதாகப் படியிறங்கினான்.

அறை வாசலைப் பார்த்து தான் முன்னால் போவதாகச் சொன்னான். மனதுக்குள் முள்குத்தியது நாராயணனுக்கு. 'இவர் எதற்காக என்னுடன் வருகிறார்?' அவர் போக

வேண்டியது சென்டிரல் ஸ்டூடியோவுக்கு. கிழக்கே சிங்கா நல்லூருக்கு. இரண்டு மைல் தூரம். நான் போக வேண்டியது நேவி குவார்ட்டர்சுக்கு. மேற்கே சுங்கத்துக்கு. முக்கால் மைல் தூரம். ஆனால் இரண்டும் எதிர்த் திசைகள். இவர் என்னுடன் வருவாரா? இல்லை நான் இவருடன் போக வேண்டி யிருக்குமா?'

"நின்டெ ஸ்தலம் வரெ ஞானும் வருந்நு" என்று முன்னால் நடந்தான் கண்ணன். நாராயணன் பின் தொடர்ந்தான்.

"அப்புஞ்ஞா" என்று கூப்பிட்டான் கண்ணன். அதைக் கேட்டதும் நாராயணனுக்குச் சிலிர்த்தது. அம்முவும் ராமேட்டனும் அவனை அழைக்கிற செல்லப் பெயர் அது. அதைச் சொல்லிக் கூப்பிட்ட அந்நியன்மேல் அவனுக்குப் பிரியம் தோன்றியது.

"அப்புஞ்ஞா, சேச்சியோடு அப்புஞ்ஞன் சம்சாரிக்குந்நது கேட்டு. ஞான் இவிடே வராம்பாடில்லாயிருந்நு. எந்தோ ராமேட்டன் பறஞ்ஞுப்போள் எதிரு பறயான் தோந்நியில்ல. ஆளும் மனுஷ்யருமாயி கழியாமெந்நு கூடியதா. அதிலெ அப்புஞ்ஞனு இஷ்டக்கேடாணெங்கி போயேக்காம்"

கண்ணன் சொன்னதைக் கேட்டதும் அவனுக்குச் சங்கட மாக இருந்தது. என்ன பதில் சொல்வது என்று புரியாமல் நின்றான். இரண்டு பேரும் எதுவும் பேசாமல் நடந்தார்கள். நஞ்சுண்டாபுரம் சாலைச் சந்திப்பு வரும்வரைக்கும் அவர் களுக்கு நடுவில் மௌனமும் நடந்தது. ஒலிம்பஸ் டீக்கடை அருகில் வந்ததும் கண்ணன் கேட்டான் "ஒரு சாயா குடிச்சாலோ?"

நாராயணன் தலையாட்டினான். கடைக்குள் நுழைந்து பெஞ்சில் உட்கார்ந்தார்கள். நாராயணனுக்கு யோசனையாக இருந்தது. என்ன மனிதர் இவர்? முட்டாளா? ஞானியா? தெரியவில்லை. ஆனால் இவர் என் வாழ்க்கையில் எப்படியோ பங்காளியாகிறார். மேஜைமேல் வைத்த டீயை எடுத்து குடித்துக் கொண்டே யோசித்தான். ராமேட்டனைப் போல இதுவும் சுத்த ஆத்மாவாக இருக்கும். பிழைப்புக்காகப் பெண்டாட்டி யுடன் ஊரைவிட்டுக் கிளம்பும்போது அவளுடைய தம்பியை யும் காப்பாற்றுகிறேன் என்று அழைத்துவரும் மனது ராமேட்ட னுக்கு இருந்தது. அவர் கண்டுபிடித்த இந்த மனிதருக்கும் அந்த மனதின் அகலம் இருக்கலாம். டீக் கிளாசை மேஜை மேல் வைத்துவிட்டு எழுந்தார்கள். வெளியே வந்ததும் நாராயணன் சொன்னான் "நீங்க போங்க. சாயங்காலமா வர்றேன். வீட்டுல பாக்கலாம்".

சொல்லிவிட்டுத் திரும்பிப் பார்க்காமல் புலியகுளம் சாலையில் வேகமாக நடந்தான்.

கண்ணன் திரும்பி வந்தபோது ராமேட்டன் ஸ்டூடியோ வுக்குப் போகத் தயாராக நின்றிருந்தார். “எவிடேயாயிருந்து சர்க்கீட்டு?” என்று கேட்டுக்கொண்டே நடக்க ஆரம்பித்தார். அம்முவின் தலை கதவுக்கு வெளியே எட்டிப்பார்த்து மறைந்தது. கண்ணன் திண்ணையின் மூலையில் வைத்திருந்த ரிஞ்சை எடுத்துக்கொண்டு அவரைப் பின்தொடர்ந்தான். “அப்புஞ்ஞு மாயி எறங்ஙீந்நா அம்மு பறஞ்ஞுது” என்றார். கண்ணன் எல்லாவற்றையும் அவரிடம் சொன்னான்.

மாலை ஸ்டூடியோவிலிருந்து அவர்கள் திரும்பியபோது திண்ணையில் அம்முவும் நாராயணனும் பேசிக்கொண்டு உட்கார்ந்திருந்தார்கள். கண்ணனைப் பார்த்ததும் நாராயண னின் முகத்தில் புன்னகை அரும்பியது. அம்மு எழுந்து உள்ளே போனாள்.

அந்த நாளுக்குப் பிறகு குவார்ட்டர்சில் தங்குவதை நாராயணன் நிறுத்தினான். அதிகம் பேசிக்கொள்ளாமலே இரண்டு பேருக்கும் இடையில் அன்னியோன்னியம் ஏற்பட் டிருந்ததை ராமேட்டன் கவனித்தார். கண்ணன் சாப்பிட்ட பிறகே சாப்பிட உட்காருவது, அவன் முன்னால் உட்காராம லிருப்பது, அவனுக்குத் தெரியாமல் பீடிபிடிப்பது என்று தனக்குக் கொடுத்த மரியாதைகளை நாராயணன் கண்ணனுக் கும் கொடுப்பதை உணர்ந்திருந்தார். ‘அப்புஞ்ஞா’ என்று கண்ணன் அவனை அழைப்பதில் தன்னிடமில்லாத நெருக்கம் தொனிப்பதும் அவருக்குத் தெரிந்திருந்தது.

அம்முவும் கண்ணனிடம் முன்னைவிட நான்கைந்து வார்த்தைகள் அதிகமாகப் பேசும் சகஜநிலைமைக்கு வந் திருந்தாள். கண்ணனைப் பிறத்தியான் என்று அவராலேயே இப்போது நம்ப முடியவில்லை.

படப்பிடிப்புகள் எல்லாம் மதராசுக்கு மாறின. சென்டிரல் ஸ்டூடியோவில் இனிப் படப்பிடிப்பு இல்லை என்றார்கள். இருக்கிற தட்டுமுட்டுச் சாமன்களையும் படப்பிடிப்புக் கருவி களையும் ரயிலேற்றி அனுப்பினார்கள். அப்படியெல்லாம் மூடிவிடமாட்டார்கள், இத்தனை நாள் வேலை செய்த நமக்கு ஒரு வழிகாட்டாமல் போகமாட்டார்கள் என்று பணியாட்கள் நம்பினார்கள். நம்பிக்கையில்லாத அநேகம் பேர் மில் வேலைக்குப் போனார்கள்.

சிலர் பக்ஷிராஜா ஸ்டூடியோவில் சேர்ந்தார்கள். சீக்குப் பிடித்த வயிற்றைச் சுமந்துகொண்டு எங்கே போவது என்ற சந்தேகத்திலேயே ராமேட்டன் தடுமாறிக்கொண்டிருந்தார். கண்ணனுக்கு மட்டும் ஸ்டூடியோவில் வேலையிருந்தது. படப் பிடிப்புத் தளங்களை விட்டால் ஸ்டூடியோ வளாகத்துக்குள் ஏக்கர் கணக்கில் விவசாய பூமி கிடந்தது. பெரிய கிணறுகள் மூன்றோ நாலோ இருந்தன. சினிமாப் பரபரப்பில் கவனிக்கப் படாமலிருந்த நிலம் இப்போது விவசாயத்துக்குத் தயாராக மல்லாந்து கிடந்தது. அதற்குப் பாசனம் பண்ணக் கிணற்றி லிருந்து குழாய் இழுப்பதும் வெவ்வேறு இடங்களில் தொட்டி கட்டுவதும் அதற்குக் குழாய்கள் போடுவதுமாகக் கண்ணனுக்குத் தற்காலிகமான வேலைகள் இருந்துகொண்டிருந்தன. “அதும் எத்ர திவசத்தினெந்நு பறயாம் பற்றில்லா. கிட்டுந்நது வரெ செய்யாம். பின்னே ஆலோசிக்காம்” என்றான்.

கண்ணன் அவர்களுடன் தங்க ஆரம்பித்துக் கிட்டத்தட்ட ஒரு வருடம் ஓடியிருந்தது. அவனைத் தேடி அந்த ஒரு வருட காலத்தில் யாரும் வரவில்லை.

கல்யாணம் பண்ணினது மாதிரியும்தான்; பண்ணாதது மாதிரியும்தான் என்று அவன் முன்பு சொன்னது ராமேட்ட னுக்கு நினைவிலிருந்தது. பண்ணியிருந்தால் சம்பந்தப்பட் டவர்கள் தேடி வரமாட்டார்களா? அப்படித் தேடி வரத் தேவையில்லாதபடி உறவை முறித்துக்கொண்டு வந்திருப்பானோ? கண்ணனிடம் கேட்க தைரியம் வரவில்லை அவருக்கு. கேட்டாலும் சொல்லமாட்டான். குனிந்து தலையை உழுது கொண்டிருப்பான்.

நாராயணனுக்கு வேறு வேலைக்கும் கண்ணன் ஏற்பாடு செய்திருந்தான். முனிசிபாலிட்டி மின்சாரப் பிரிவில் அவனுக்கு வேலை கிடைப்பதற்கான எல்லா சாத்தியங்களும் உண்டாம். நாராயணனும் அதற்குத் தயாராகத்தான் இருக்கிறான். இப்போதே அன்றாடக் கூலிக்குப் போகிறான். மேலதிகாரி களின் விசுவாசத்தைச் சம்பாதிக்க அவன் கண்டுபிடித்த வழி. அம்முவும்கூட குரோஷா ஊசியை வைத்துப் பகல் முழுவதும் எதையோ பின்னிக்கொண்டிருக்கிறாள். முதலில் பின்னலாகத் தெரியும் நூல் வலை கடைசியில் பெண்களின் ஸ்கார்ஃபாகவோ அலங்காரப் பைகளாகவோ மாறுகிறது. அதை விற்றுவிடு கிறாள். யாரோ நூல்கண்டுகளுடன் வருவதையும் பின்னி முடித்ததும் வாங்கிக்கொண்டு போவதையும் கட்டிலில் கிடந்த படியே ராமேட்டன் பார்த்துக்கொண்டிருந்தார். எல்லாருக் கும் அவரவர் வழிகளைத் தேடிக் கண்டுபிடிக்க முடிகிறது. என்னைத் தவிர.

அந்த யோசனையே அவருடைய நோவை அதிகமாக்கியது. வேதனையின் உச்சத்தில் கட்டிலில் புரண்டார். இரண்டு கைகளாலும் வயிற்றை இறுக்கிக் கட்டிக்கொண்டு எழுந்து உட்கார்ந்தார். வலி குறையவில்லை. தலையணையை வயிற்றுக்கு அண்டக் கொடுத்து குப்புறப்படுத்தார்.

வேதனையின் கடுமை கொஞ்சம் மட்டுப்பட்டதுபோலத் தோன்றியது. மூன்று நாட்கள் அப்படிக் கிடந்தார். நாராயணனும் கண்ணனும் அம்முவும் அவருடைய படுக்கைக்குப் பக்கத்தில் காவல் கிடந்தார்கள். மூன்றாம் நாள் மாலை வேதனையின் நரகத்தைப் பார்த்தார் ராமேட்டன். வயிறு துள்ளி வாய் வழியாக வரும்போலக் குமட்டியது. “ஏடத்தி, இனி இங்கே வெச்சுப் பாக்கிறது செரியில்ல. நாம் ஆசுபத்திரிக்குக் கொண்டு போவோம்” என்றான் நாராயணன். கண்ணன் குதிரை வண்டியைக் கூட்டிக்கொண்டுவரப் போனான். படுக்கையிலிருந்து எழுந்தாலே உயிர் போய்விடுமோ என்று ராமேட்டனுக்குப் பயமாக இருந்தது. வண்டியில் ஏறும்போது சொன்னார் “மடங்ஙி வருமெந்நு தோந்நுந்நில்லா”.

குப்புசாமி நாயுடு ஞாபகார்த்த ஆஸ்பத்திரிக் கட்டிலில் கிடந்தார் ராமேட்டன். வயிற்றில் கட்டி வந்திருக்கிறது. வெட்டி எடுக்க வேண்டும். இரண்டு நாள் ஆஸ்பத்திரியில் இருக்க வேண்டும். செலவு பிடிக்கும். டாக்டர் சொன்னதைக் கேட்டதும் அம்மு புலம்பி அழத் தொடங்கினாள். நாராயணன் திகைத்து நின்றான். “அதொக்கெ நமுக்கு சரியாக்காம். வெஷமிக்கண்டா. ராமேட்டனெ அட்மிட் செய்தேக்காம்” என்றான் கண்ணன். அக்காவும் தம்பியும் அவனை நிமிர்ந்து பார்த்தார்கள். இரண்டு பேர் கண்களும் நனைந்திருந்தன.

ராமேட்டனுக்குத் துணையாகத் தான் ஆஸ்பத்திரியில் தங்கிக்கொள்வதாகச் சொல்லி இரண்டு பேரையும் அனுப்பினான். காலையில் வந்தால் போதும் வரும்போது ராமேட்டனுக்கு மாற்றுத் துணியைக் கொண்டு வர மறக்க வேண்டாம் என்பதையும் சொல்லி அனுப்பினான்.

மஞ்சள் விளக்கொளியின் கீழே இரும்புக் கட்டிலில் கசங்கிய மூட்டையாகக் கிடந்தார் ராமேட்டன். வேதனை வயிற்றுக்குள் துளைக்கும் ஓசை அவ்வப்போது முனகலாக வாய்வழியாக வெளிவந்துகொண்டிருந்தது. கண்ணனுக்கு அதைக் கேட்கப் பரிதாபமாகவும் எரிச்சலாகவும் இருந்தது.

நீண்ட நேர அனத்தலுக்குப் பின் ராமேட்டன் மயங்கிப் போனார். கண்ணன் ஆஸ்பத்திரிக்கு வெளியே போய்ச் சாப்பிட்டு வந்து கட்டிலின் விளிம்பில் உட்கார்ந்து கொண்

டிருந்தான். நோயாளிகளின் வேதனைப் புலம்பல்களுக் கிடையில் மருந்து வாடையுள்ள இரவு மந்தமாக நகர்ந்தது.

"கண்ணா" ராமேட்டனின் தீனக்குரல் கேட்டு விலுக் கென்று விழித்தான். உட்கார்ந்தவாக்கிலேயே தூங்கியிருந்தான். மனம் குற்றமுணர்ந்தது.

நோயாளியைப் பார்த்துக்கொள்ள வந்தவன் உறங்கிப் போவது எவ்வளவு வெட்கக் கேடு.

"எந்தெங்கிலும் வேணோ?" என்று கேட்டான்.

"இல்லா, ஒந்து எறங்ஙி நடக்கணம்"

இந்த நிலைமையிலா? வேண்டாம் என்றான் கண்ணன். அவர் சொன்ன பதில் அவனை அதிர வைத்தது.

"இதாயிரிக்கும் என்டே அவசானத்தெ நடத்தம்."

மறு பேச்சு இல்லாமல் கண்ணன் அவரை வார்டுக்கு வெளியில் அழைத்து வந்தான். விடிவதற்குக் கொஞ்சம் நேரமே இருந்தது. ஏதோ மரத்திலிருந்து "கா... கா ..." என்று கரைந்து கொண்டு ஒரு காகம் பறந்துபோனது.

அரையிருளில் மூழ்கிக் கிடந்த வராந்தாவில் அவனுடைய தோளைப் பிடித்துக்கொண்டு மெல்ல நடந்தார் ராமேட்டன். நாலெட்டு வைப்பதற்குள் பதுங்கியிருந்த வலி வயிற்றைச் சுழற்றியது. வலியின் முறுக்கத்தில் கை கண்ணனின் தோளை இறுக்கியது. போதும். திரும்பலாம். "சாரமில்லா. நின்டெ கையில் பீடியுண்டோ?" என்று கேட்டார். நின்றார். நின்றான். தயக்கத்துடன் சட்டைப் பையிலிருந்து பீடிக் கட்டை எடுத்தான். பற்றவைக்கும்படி ராமேட்டன் சைகை காட்டினார். கட்டிலிருந்து ஒன்றை உருவிப் பற்றவைத்தான். தீக்குச்சி வெளிச்சத்தில் அவர் முகம் பீதியூட்டும் ஜொலிப்புடன் தென் பட்டது. பீடியை ஒரு இழுப்பு இழுத்து முனையில் நெருப்பு கனியத் தொடங்கியதும் எடுத்து அவரிடம் கொடுத்தான். ராமேட்டன் ரசித்து இரண்டு முறை இழுத்துப் புகைவிட்டார். "ஹௌவ், என்டம்மே" என்று அலாதியான சந்தோஷத்துடன் உச்சரித்தார். "கெடக்காம்"

படுக்கையில் சாய்ந்ததும் வலி உடல் முழுவதும் பரவியது போல நெளிந்தார். ஓலமிட்டுக் கத்தினார். கண்ணன் பதறி யடித்து இரவு நர்சைக் கூப்பிட ஓடினான். நாற்காலியில் உட்கார்ந்தவாக்கில் தூக்கத்தில் ஆடிக்கொண்டிருந்த நர்ஸ்

அலுத்துக்கொண்டு எழுந்தாள். இருவரும் வந்து பார்த்தபோது ராமேட்டனின் சரீரம் வலியுணராத கட்டையாகக் கிடந்தது.

அதிகாலையில் வந்த அம்முவிடமும் அப்புஞ்ஞுனிடமும் எப்படி ஆறுதல் சொல்லுவது என்று தெரியாமல் நின்றான் கண்ணன். இருவரும் கதறுவதைப் பார்க்கப் பார்க்க நொறுங்கிக் கொண்டிருந்தான். அம்முவின் கையிலிருந்த பையை வாங்கி உள்ளேயிருந்த வேட்டியை எடுத்தான்.

ஸ்டூடியோவில் கடைசியாகப் படப்பிடிப்பு முடிந்ததும் ராம்சந்தர் வேலை செய்தவர்களுக்கு எடுத்துக் கொடுத்திருந்த வேட்டி. ராமேட்டன் கட்டாமல் வைத்திருந்த வேட்டி. அதை உதறி விரித்து சடலத்தின்மேல் போர்த்தினான். வேட்டியிலிருந்து பூச்சியுருண்டையின் மணம் எழுந்தது. சாவின் மணம்.

அன்று பகல் பொழுதுக்கு முன்பே பாலக்காடு ஜில்லா எழக்காடு சிற்றழிக்கல் வீட்டில் ராமதாசன் நாயர் என்ற ராமேட்டன் நஞ்சுண்டாபுரம் முனிசிபாலிட்டி மயானத்தில் எரிந்து சாம்பலானார்.

ராமேட்டன் காலமான மூன்றாவது மாதம் நாராயணனுக்குக் கோயம்புத்தூர் நகராட்சி மின்சாரப் பிரிவில் வேலை நிரந்தரமானது. நியமனக் கடிதத்தை அம்முவிடம் காட்டினான். ஒருவழியாகக் கரையேற ஆதாரம் கிடைத்தது என்று பெருமூச்சு விட்டாள் அவள். கடிதத்தைக் கண்ணனிடம் காட்டச் சொன்னாள்.

கண்ணன் அதை வாங்கிப் பார்த்துவிட்டு “நன்னாயி” என்று அபூர்வப் புன்னகையுடன் அவனிடமே திரும்பக் கொடுத்தான். “வேலைக்குப் போய்வர வசதியாக சைக்கிள் வாங்கப் போகிறேன். நீங்களும் வந்தால் உதவியாக இருக்கும்” என்றான் நாராயணன். வாத்சல்யத்துடன் அவனைப் பார்த்தான் கண்ணன். உறவின் இழை கெட்டிப்படுகிறதோ என்றும் யோசித்தான்.

ராமேட்டனுக்காக வந்தோம். இவர்களுடன் குடியிருந்தோம். அவர் போன பின்பும் இங்கேயே இருக்க என்னைக் கட்டாயப்படுத்துவது எது? யாருமற்ற அநாதைத்தனமா? இனியுள்ள வாழ்க்கை இதுதான் என்று மனம் வரித்துக் கொண்டதா? இல்லை வேறு போக்கிடம் தேடத் தயக்கமா? கேள்விகள் எழுந்தன கண்ணனுக்குள். அவற்றுக்குப் பதில் தேட மனம் விரும்பவில்லை. காரணங்கள் வேண்டாம். இந்த வாழ்க்கையை ஒப்புக்கொள்வோம். இதைவிடப் பாந்த

மான மனிதர்கள் அமைவார்கள் என்பதற்கு உத்தரவாத மில்லை. வெரைட்டிஹால் ரோடு சைக்கிள் கடையில் நின்று முடிவெடுத்தான் கண்ணன்.

"இந்த சைக்கிளை எடுத்துக்கலாம்" நாராயணன் காட்டிய பச்சை நிற ராலே சைக்கிளைப் பார்த்தான். புது மெருகுடன் பந்தயக் குதிரை மாதிரி நின்றிருந்தது சைக்கிள். அவன் முடிவை மெச்சுவதாகத் தலையசைத்தான். சைக்கிள் கேரியரில் உட் கார்ந்து வீடு திரும்பும்போது உறவின் இழை கெட்டி மட்டு மல்ல; அறுக்க முடியாதது என்று பட்டது.

ஸ்டூடியோ வேலைகள் முடியவிருந்த நாளில் துரையின் நண்பர் ஒப்பந்தக்காரர் பழனிச்சாமியைப் பார்த்தான் கண்ணன். நண்பரான ஸ்டூடியோ முதலாளி நாய்க்கரைப் பார்க்க வந்தவரின் பார்வையில் பட்டது தன்னுடைய நல்ல காலம் என்றுதான் கண்ணனுக்குத் தோன்றியது. மிலிட்டரி சர்வீசுக்கு ஆளெடுக்கிறார்கள். எல்லாவிதமான ஆட்களையும் அழைத்துப் பரிசோதனை செய்துகொண்டிருக்கிறார்கள். தச்சர்கள், கொத்தர்கள், கொல்லர்கள், போயர்கள், பிளம்பர்கள் எல்லாரையும் வேண்டியிருக்கிறதாம். கண்ணன் போய் முயற்சி செய்தால் நிச்சயம் வேலை கிடைக்கும். அவனை மாதிரியான ஆட்களுக்கு மிலிட்டரியில் நல்ல சம்பளமும் மரியாதையும் கிடைக்கும் என்றார் பழனிச்சாமி. "ஒரு நட போயிப்பாரு. எம்பட பேரைச் சொல்லு. நாம்பதான் மிலிட்டரிக்கு சப்ளை பண்றோம். சொன்னாத் தெரியும்" என்று தூண்டிவிட்டார்.

போய்ப்பார்த்தபோதுதான் தெரிந்தது அது மிலிட்டரி வேலையல்ல. ஆனால் ராணுவம் சம்பந்தப்பட்ட வேலை. மதராஸ் ரெஜிமெண்ட் சென்டரின் துணை உறுப்பான மிலிட்டரி எஞ்சினீயரிங் சர்வீசுக்கான ஆள் சேர்ப்பு. முதல் பரிசோதனையிலேயே கண்ணனுக்கு வேலை உறுதியானது. நீலகிரி ஜில்லா வெல்லிங்டனில் இருக்கிறது எம்.ஆர்.சி. அதன் துணையமைப்பான எம்.இ.எஸ்.சும் அங்கேதான். அங்கேதான் நியமனம். பதினைந்து நாட்களுக்குள் வேலையில் சேரச் சொன்னார்கள். கல்யாணமானவனா என்று விசாரித்தார்கள். ஒரு நொடி தயங்கிய பிறகு 'ஆமாம்' என்றான். அப்படியானால் மனைவியையும் அழைத்துக்கொள்ளலாம். குவார்ட்டர்ஸ் காலியாக இருந்தால் கிடைக்கும். இல்லையென்றால் வெளியில் தங்கிக்கொள்ளலாம். வாடகை பத்து ரூபாய்க்குள் இருந்தால் ஆபீஸ் தரும். அதிகமென்றால் அவனே பார்த்துகொள்ள வேண்டும். சம்மதமென்றால் அட்டவணையில் கையெழுத்துப் போடலாம். சி.பி. கண்ணன் என்று நிறுத்தி நிதானமாக

ஆங்கிலத்தில் கையெழுத்துப் போட்டான். 'சி'யை இன்னும் கொஞ்சம் வளைத்திருக்கலாமோ என்பது மட்டுமே அவன் மனதில் இருந்தது.

அம்முவிடமும் நாராயணனிடமும் விவரத்தைச் சொன்னான் "அப்போ ஒற்றைக்குப் போகான் தீருமானிச்சு அல்லே?" என்று கேட்டாள் அம்மு. நாராயணன் முக வாட்டத்துடன் நின்றிருந்தான். கண்ணனுக்கு என்ன பதில் சொல்வதென்று புரியவில்லை. நினைப்பதைச் சொல்லத் தயக்கமாக இருந்தது. 'எப்போது போக வேண்டியிருக்கும்' என்று அம்மு கேள்வியைத் தொடர்ந்தாள். 'ஒரு வாரம் பத்து நாளுக்குள் போக வேண்டியிருக்கும். முதலில் போய்ப் பார்த்து வருகிறேன்.'

மலைமேல் இருக்கும் இடம் என்கிறார்கள். கடுங்குளிராக இருக்குமாம். நேரில் போய்ப் பார்க்காமல் எதுவும் சொல்வதற் கில்லை. நாராயணன் இருக்கிறான். அப்புறமென்ன கவலை? கண்ணனின் பதில் ஆறுதல் தருவதாக இல்லை என்றது அம்முவின் முகம். சரி, நடப்பது நடக்கட்டும்.

வாரக் கடைசியில் வெல்லிங்டனுக்குப் புறப்பட்டான் கண்ணன். அதன் பின்னர் அவனிடமிருந்து எந்த விவரமும் இல்லை. வேலையில் சேர்ந்தானா, குடியிருக்க இடம் கிடைத்ததா எதுவும் தெரியாமல் அம்மு தவித்தாள். ஒரு மாதத் தவிப்புக்குப் பிறகு அவனைப் பற்றி யோசிப்பதைக் கைவிட்டாள். அவளுடைய அக்கறை முழுவதும் நாராயணன் மேல் படர்ந்தது. அவனுக்கு ஒரு பெண்ணைப் பார்த்துக் கட்டிவைத்துவிட்டால் தன்னுடைய பொறுப்பு நிறைவேறும். அதைவிடத் தனக்குப் பேச்சுத் துணைக்கும் ஒத்தாசைக்கும் ஆள் கிடைக்கும். பார்ப்பவர்களிடமெல்லாம் சொல்லி வைத்தாள். வேலாண்டி பாளையத்தில் ஒரு பெண் இருப்ப தாகக் கேள்விப்பட்டுப் பார்க்கப் போனாள். எவ்வளவு வற்புறுத்தியும் நாராயணன் வரமாட்டேன் என்று விட்டான். 'எல்லாம் நீ பாத்து முடிவு செஞ்சாப்போதும்' என்றான்.

பெண்ணின் குடும்பமும் நாடுவிட்டுப் பிழைப்புத் தேடி கோயம்புத்தூருக்கு வந்து சேர்ந்த குடும்பம். ஷொர்ணூருக்கு அருகில் ஏதோ கிராமம் என்று சொன்னார்கள். பெரிய குடும்பம். விதவைக் கிழவியும் ஐந்து பிள்ளைகளும். ஆறாவது பெண். கார்த்தியாயினி. நாலாம் வகுப்புவரை படித்திருந்தாள். அதற்குமேல் வசதியில்லையென்று பள்ளிக்கூடம் போவதை நிறுத்தி ரப்பர் கம்பெனி முதலாளியான அய்யர் வீட்டில் வேலைக்கு விட்டிருந்தார்கள்.

அய்யர் கருணைக் கடல். எல்லாப் பையன்களையும் தன்னுடைய கம்பெனியிலேயே வேலைக்குச் சேர்த்திருந்தார். மூத்த பையன்கள் இரண்டு பேரும் கல்யாணம் முடிந்து தனியாகக் குடித்தனம் செய்துகொண்டிருந்தார்கள். கிழவியும் கடைசிப் பிள்ளைகள் இருவரும் கார்த்தியாயினியும் தனியாகக் குடியிருந்தார்கள்.

கார்த்தியாயினி நாராயணனுக்குப் பொருத்தமானவளாக இருப்பாள் என்று பட்டது அம்முவுக்கு. பட்டினிக் குடும்பத்துப் பெண். தங்களோடு அனுசரித்துப் போவாள் என்று நினைத்தாள். கிழவியையும் மூத்த சகோதரர்களையும் கலந்து பேசி நாளைக் குறித்தாள். திருவில்வாமலைக் கோயிலில் தாலிகட்டு. கோயம்புத்தூரில் சாப்பாடு.

"அப்புஞ்ஞுன் எந்து பறயுந்நு?" அக்காவின் கேள்விக்கு மாற்றமில்லாத பதில்தான் அவனிடம் இருந்தது.

"நீ பாத்து என்ன செஞ்சாலும் செரி".

கண்ணனுக்குத் தகவல் தெரிவிக்க வேண்டாமா? என்று அலைமோதிக் கொண்டிருந்தாள். போனவன் போனவனே. இருக்குமிடத்தின் விலாசத்தைக்கூடத் தெரிவிக்கவில்லையே. வேண்டாமென்று வைத்திருப்பான். சொந்தக்காரர்களே திரும்பிப் பார்க்காத கலிகாலம். அந்நியனுக்கு என்ன அக்கறை? என்று தேற்றிக்கொண்டாள்.

கல்யாணத்துக்கு ஒரு வாரம் இருக்கும். கடை வீதியிலிருந்து சாமான்கள் வாங்கிக்கொண்டு அக்காவும் தம்பியும் திரும்பி வந்தபோது வாசலில் சைக்கிள் கேரியர்மேல் பையை வைத்துக்கொண்டு நின்ற கண்ணனைப் பார்த்தார்கள். இரண்டு பேருக்கும் கண்கள் மலர்ந்தன. கண்ணன் ஆளே மாறிப்போன கோலத்திலிருந்தான். பளிச்சென்ற எட்டுமுழ வேட்டி. மடித்து விட்ட வெள்ளை முழுக்கைச் சட்டை. மழித்த முகம். படிய வாரிய தலை. கிட்டத்தட்ட சிப்பாய் மிடுக்கு.

"வந்து ரொம்ப நேரமாச்சா?" என்று கேட்டுக்கொண்டே பக்கத்தில் போனான் நாராயணன்.

"இல்லா இப்ப வந்நதேயுள்ளு."

அதுவரை முகத்தில் புன்னகையை அணிந்திருந்த அம்மு முசுமுசுவென்று கண்ணீர் விட்டுக்கொண்டு அரற்றத் தொடங்கினாள். யார் வரச் சொன்னார்கள் போனவர் அப்படியே போய்த்தொலைய வேண்டியதுதானே? மறுபடியும் எதற்காக வந்தாராம்? திரும்பிப் போகும்போது எல்லாரையும்

கண்ணீர் குடிக்கச் செய்யவா? நன்றியில்லாத வர்க்கம். எத்தனை நாள் பொங்கிப் போட்டுப் பரிமாறியிருப்பேன்? கை நனைத்த கடனுக்காகவாவது எங்கே இருக்கிறேன் என்று சொல்லியிருக்கலாமே?

அவளுடைய ஆங்காரத்தைப் பார்த்துக் கண்ணனுக்குச் சிரிப்பு மூண்டது. அதை மறைத்துக்கொள்ள முயற்சி செய்தான். ஆனால் சிரிப்பின் அலைகள் முகச் சதைக்குள் வழிவதை நாராயணன் குறுகுறுப்புடன் கவனித்தான். “அவ அப்புடித்தான் கத்துவா. நீங்க உள்ளார வாங்க. கல்யாணத்துக்கு முன்னாடி வந்தது நல்லதாப் போச்சு” சொல்லிக்கொண்டே சைக்கிள் மேலிருந்த பையை எடுத்துக்கொண்டு உள்ளே போனான். வாசலில் நின்று கண்ணன் ஒரு நொடி தயங்கினான். அம்மு என்ன சொல்வாளோ என்று பார்த்தான். முந்தானையால் முகத்தைத் துடைத்துக்கொண்டு “அகத்து வரூ” என்று முன்னால் போனாள். அவள் உதட்டில் புன்னகை கனிந்திருந்தது.

மறுநாள் கண்ணனைக் கூட்டிக்கொண்டு வேலாண்டி பாளையத்துக்குப் போய்வரச் சொன்னாள். “அது என்னாத் துக்கு?” என்று நாராயணன் முடக்கடி சொல்லிப் பார்த்தான். வீட்டுக்குப் பெரிய மனிதன் பெண்ணைப் பார்க்க வேண்டாமா? நீயும் இதுவரைக்கும் பெண்ணைப் பார்க்கவில்லை. அவரோடு போனால் அவளைப் பார்த்த மாதிரியும் ஆகும் என்றாள். அதற்குமேல் அவளிடம் பேச முடியாது. பேசினால் ஆங்காரத் துடன் கத்துவாள். இருவரும் போனார்கள். கார்த்தியாயினியைப் பார்த்தார்கள். அவளுடைய அம்மா கல்யாணிக்குக் கண்ணனைப் பிடித்துப் போனது. அவரை நம்பித்தான் பெண்ணை அனுப்புவ தாகச் சொன்னாள். ஒன்றுக்கு இரண்டு முறை.

டவுன் பஸ்ஸில் திரும்பி வரும்போது ராமநாதபுரத்துக்கு முந்திய நிறுத்தத்திலேயே இறங்கச் சொன்னான் கண்ணன். எதற்கென்று விழித்தபடி இறங்கிக் கூடவே நடந்தான் நாராயணன். பெருமாள் கோவில் தெருவில் கோவிலுக்கு நாலு வீடு தள்ளியிருந்த சின்னக் காம்பவுண்டுக்குள் நுழைந் தான் கண்ணன். நாராயணனும் பின்னாலேயே போனான். ஒரே சார்ப்பில் மூன்று வீடுகள் இருந்தன. ஒன்றையொன்று ஒட்டிய வீடுகள்.

வீட்டுக்காரரிடமிருந்து சாவியை வாங்கி வந்து பூட்டிக் கிடந்த நடுவீட்டைத் திறந்து உள்ளே புகுந்தான் கண்ணன். சைகை காட்டி நாராயணனையும் வரச் சொன்னான்.

இரண்டு அறைகள் இருந்தன. ஒன்று படுக்கையறை. இன்னொன்று அதில் பாதியிருந்தது. அதற்குள் சுவரையொட்டித்

தரையில் அடுப்புப் புதைத்திருந்தது. படுக்கையறைக்குள் கண்ணாடி ஓடு வழியாக வெளிச்சம் சரிந்து இறங்கியிருந்தது.

"கல்யாணத்தினு சேஷம் நினக்கு இவிடே தாமசிக்காம். சௌகர்யம் அத்ரய்க்குப் போரா. ரண்டாளல்லே, மதியாகும்" என்றான் கண்ணன்.

இவர் எப்போது வந்தார்? எப்போது வீட்டைப் பேசி முடித்தார்? யார் மூலமாவது செய்த ஏற்பாடா? எதுவும் விளங்காமல் நின்றான் நாராயணன்.

"ரண்டாள்க்கு மதியாவில்லே? நினக்கும் கார்த்தியாயினிக்கும்."

"அப்போ அக்கா?"

"ஞான் கொண்டு போகுந்நு"

"எங்கே?"

"வெல்லிங்டனிலேக்கு"

●

"இந்த வாட்டி ஹெத்தே ஹப்பா பண் டிகைக்கு ஒன்னியும் கூட்டிட்டுப் போறேண்டா"

அழுகையை நிறுத்திக்கொண்டு ராஜு சொன்னான். சிக்கு விழுந்த நூலைப் பிரித்து கண்டில் சுற்றிக்கொண்டிருந்த பாபு அவனைப் பார்த்தான். அழுதழுது ராஜுவின் முகம் சிவந் திருந்தது. உண்மையாகச் சொல்கிறானா இல்லை சமாதானப்படுத்திப் பட்டத்தைத் திரும்ப வாங்கு வதற்காக ஏமாற்றுகிறானா? சந்தேகமாக இருந்தது.

மாரியம்மன் கோவில் மைதானத்தில் பட்டம் விடலாம் என்று ராஜு வந்து கூப்பிட்டபோதே டீலில் பட்டம் அறுந்துபோனால் கோபித்துக் கொள்ளக் கூடாது. அறுந்த பட்டத்தை அவனுக்கே அவனுக்கென்று கொடுத்துவிட வேண்டும். சண்டைக்கு வரக் கூடாது என்றெல்லாம் பாபு சொல்லியிருந்தான். ராஜுவும் ஒப்புக்கொண் டிருந்தான். அவன் கையில் இருந்த பாதி ரோஸும் பாதி நீலக் கலருமான டைமண்ட் பட்டம் பாபுவுக்குப் பிடித்திருந்தது. துடைப்பக் குச்சிக்குப் பதிலாக அதில் மெல்லிசான மூங்கில் குச்சிகள் இருந்தன. லேசான காகிதம். மூக்கைத் தவிர மூன்று மூலைகளிலும் நீல நிறக் காகிதக் குஞ்சங்கள். சூச்சம் மட்டும் சரியாகக் கட்ட வில்லை என்று பார்த்ததும் தெரிந்தது. ராஜுவுக்கு ஒழுங்காக சூச்சம் கட்டத் தெரியாது. ஜப்பார் பாய் கடையில் வாங்கினதாகச் சொன்னான். அதைப் பார்க்கும்போது தன்னுடையது புஸ்கு. சீமாத்துக்குச்சியை வளைத்து கொஞ்சம் கெட்டி யான மஞ்சள் காகிதத்தில் அவனே செய்த வால் பட்டம். ஆனால் பறக்கவிட்டால் குட்டிக்கரணம் போடாமல் கருடப்பட்சி மாதிரி நின்று பறக்கும். அவனுக்குக் கச்சிதமாக சூச்சம் வைக்கத் தெரியும்.

ட்வைன் நூலுக்குக் கையை அறுப்பதுபோல மாஞ்சாவும் போட்டிருந்தான். ராஜுவின் நூல்கண்டே ஊதினால் பறந்து விடும்போல இருந்தது. எப்படியும் பட்டம் கைக்கு வந்து விடும். அப்படி வந்துவிட்டால் ராஜு அழுவான். அத்தை யிடம் கோள்மூட்டி விடுவான். அதற்காகவே பறக்கவிடுவதற்கு முன்னாலேயே எல்லாம் சொல்லி வைத்திருந்தான்.

மைதானத்தில் நஜீரும் பையன்களும் பட்டம் விட்டுக் கொண்டிருந்தார்கள். இவர்களைப் பார்த்ததும் "டூல் உடலாமாடா?" என்றான்.

"நாங்க தனியா உட்டுக்குறோம்"

"சர்தான் போங்கடா, அஜ்ஜா பஜ்ஜா" என்று பழிப்புக் காட்டினான் நஜீர். ராஜு அவனை அடிப்பதற்காக ஓடினான். அஜ்ஜா என்று சொன்னால் ராஜுவுக்குக் கோபம் வரும். அது அவன் பெயர்... வீட்டிலிருப்பவர்களும் ஹட்டியி லிருந்து வருகிற சொந்தக்காரர்களும் அந்தப் பெயரைச் சொல்லித்தான் அவனைக் கூப்பிடுவார்கள். அவர்களைத் தவிர யாராவது அஜ்ஜா என்று கூப்பிட்டால் அவனுக்கு ஆத்திரமாக இருக்கும். பள்ளிக்கூடத்தில் பெயரை கிருஷ்ணராஜு என்று கொடுத்திருந்தார்கள். பாபுவும் சண்டை வரும்போது அவனை இளக்காரம் பண்ணுவதற்காக அஜ்ஜா என்று கூப்பிடுவான். இப்போது சண்டைபோடும் நேரமில்லை. பட்டத்தை வாங்கிவிட வேண்டும்.

"ராஜு, அவன உட்றா, நாம அவங்கூட சேர்லேன்னு அவனுக்கு பொறாமடா. வாடா" என்றான் பாபு. நஜீரைப் பார்த்து என்னவோ முணுமுணுத்துவிட்டு திரும்பி வந்தான் ராஜு. அவ்வளவு நேரம் நஜீர் பட்டம் விடுவதை வேடிக்கை பார்த்துக்கொண்டிருந்த ராதா இவர்கள் பக்கமாக வந்தான். "டேய், குஞ்ஞுமோனே, என்னோட பட்டத்தை ஏத்தி உடுறா" என்றான் பாபு.

ராதா பட்டத்தை இரண்டு கைகளிலும் பிடித்துக் கொண்டான். பாபு கண்டைக் கீழே போட்டு நூலை உருவிவிட்டான். "இன்னும் பின்னாலே போடா."

ராதா பட்டத்தை மார்புடன் சேர்த்துப் பிடித்தபடி பின்னால் நகர்ந்தான். சில எட்டுகள் வைத்த பிறகு கேட்டான் "இத்ர மதியோ?"

"இன்னும் கொஞ்சம் பின்னாலே போடா"

மறுபடியும் பின் நடை நடந்தான் ராதா. "இது மதியோ?" என்று கேட்டான்.

"போதுண்டா" என்றான் பாபு. ராதா பட்டத்தை இழுத்து முன்னால் பிடித்துக்கொண்டான். பாபுவின் கையிலிருந்த நூல் இறுகி நீளமான குச்சி மாதிரித் தெரிந்தது. "உடுறா" என்று சொல்லிக்கொண்டே நூலைச் சுண்டினான். ராதா கைகளை எடுத்ததும் பட்டம் காற்றில் மிதந்து மேலேறியது. நூல் கண்டு தரையில் உருளத் தொடங்கியது. மஞ்சள் பட்டம் ஒருமுறை தலையாட்டிவிட்டு மேகங்களை நோக்கி மெதுவாகப் பறந்தது.

"டேய் குஞ்ஞுமோனே, அப்பிடியே ராஜுவோட பட்டத்தையும் ஏத்தி உட்டுர்றா."

ராதா டபுள் கலர் பட்டத்தையும் அதே போல ஏற்றி விட்டான். குஞ்சங்கள் சிலுசிலுக்க ராஜுவின் பட்டம் ஆகாயத்தில் மிதந்தது. ராஜு நூலை சுண்டிவிட்டபோது காற்றில் விர்ரென்று சத்தம்போட்டது. பாபு கத்தினான். "சும்மா சுண்டி உடாதடா. பல்டியடிக்கும்."

இரண்டு பட்டங்களும் அந்தரத்தில் நிதானமாக அசைந்து கொண்டிருந்தன. அவற்றுக்கு மேலாக வெள்ளி மேகம் ஒன்று நகர்ந்தது. இரண்டு பட்டங்களும் ஆகாயத்தில் வண்ணச் சிறகுகளாக அலுங்கின. "பாபு என் பட்டம் நல்லா ஒசரமாப் பறக்குதுடா" ராஜு சந்தோஷப்பட்டான்.

"அப்ப டீலா?"

"சரிடா."

பாபு கையிலிருந்த நூலைச் சாய்வாகச் சுண்டிவிட்டான். பறந்து கொண்டிருந்த பட்டம் குலுங்கி திசை மாறி ராஜுவின் பட்டத்துக்குப் பக்கமாக வந்தது. அதன் மஞ்சள் வால் காற்றில் நெளிந்தது. ராஜு நூலைத் தளர்வாக விட்டபடியே சுண்டிக்கொண்டிருந்தான். இரட்டை வண்ணப்பட்டம் தலையாட்டிக்கொண்டே எவ்வி மஞ்சள் பட்டத்தை விட அதிக உயரத்தில் மிதந்தது.

பாபுவுக்கு ஆத்திரமாக வந்தது. நூலை இன்னும் தாராள மாக விட்டான். அந்தரத்தில் தொந்திபோட்ட நூலை இழுத்தான். நூல் கம்பி மாதிரி விறைத்துகொண்டது. கொஞ்ச நேரம் அதை அலுங்காமல் பறக்கவிட்டான். பட்டம் காற்றைக் கிழிப்பது நூல்வழியாகக் கைகளுக்குத் தெரிந்தது. ஒரே சுண்டு சுண்டினான். வால் பட்டம் நகர்ந்து டைமண்ட் பட்டத்தை நெருங்கியது. பாபு கண்களை மூடி மைதானத்து மாரியம்ம னிடம் வேண்டிக்கொண்டான். 'டீல் உழணும்... டீல் உழணும்'.

வெல்லிங்டன் 93

ஆகாயத்தில் நூல்கள் கோத்து முறுக்கிக்கொண்டதை பாபுவின் விரல்கள் உணர்ந்தன. கண்களைத் திறந்து அண்ணாந்து பார்த்து நூலை இழுத்தான்.

மைதானம் முழுக்க ஒரே கூச்சலாக இருந்தது. ராஜுவின் டைமண்ட் பட்டம் அந்தரத்தில் அறுந்து அல்லாடி மிதந்து கொண்டிருந்தது. காற்றின் வேகத்தில் பறந்து மேல் தெருவைத் தாண்டி ரயில்வே மேட்டுக்குப் பக்கமாகப் பறந்து போய்க் கொண்டிருந்தது. பாபு ராதாவைப் பார்த்துக் கத்தினான் “டேய் குஞ்ஞுமோனே, ஓடிப்போயி அதப் புட்றா.”

ராதா ஓடுவதற்கு முன்பாகவே வேறு பையன்கள் மேடேறி ஓடிக்கொண்டிருந்தார்கள். பட்டம் அலைந்து அலைந்து போய்க்கொண்டிருந்தது. பாபு தன்னுடைய பட்டத்தை சரசர வென்று இறக்கினான். கையில் வந்த பட்டத்தைத் தரையில் வைத்து அதன் மேல் ஒரு கல்லையும் வைத்தான். முக்கால்வாசி காலியாக இருந்த நூல்கண்டு சிக்கலுக்குள் கிடந்தது. அதை அப்புறம் பார்க்கலாம். முதலில் பட்டத்தைப் பிடிக்க வேண்டும். அவனும் ஓடினான். பட்டம் எங்காவது கரண்டுக் கம்பியில் சிக்கிக்கொள்ளாமல் இருக்கவேண்டும் என்று பதறினான். ரயில் மேட்டுக்குப் பக்கமாகப் பறந்துகொண்டிருந்த பட்டம் காற்றில் திசை திரும்பி மறுபடியும் மைதானத்துக்கு மேலே இருக்கும் ஆகாயத்தில் ஆடியபடி இறங்கிக்கொண்டிருந்தது. எல்லாப் பையன்களும் அண்ணாந்து பார்த்து கத்திக்கொண்டே மைதானத்துக்கு ஓடிவந்தார்கள். பட்டம் தலையாட்டியது. அப்புறம் தலைகுப்புற விழத் தொடங்கியது. மைதானத்தின் சரிவில் இருக்கிற புல்லில் மூக்கைக் குத்திக்கொண்டு நின்றது. ராதா மற்ற பையன்களை விரட்டிவிட்டுப் பட்டத்தை எடுத்தான்.

பாபு மைதானத்தின் ஓரத்தில் புல்லில் மண்டிபோட்டு உட்கார்ந்தான். சந்தோஷமாக இருந்தது. ராதா பட்டத்தைக் கையில் கொடுத்தபோது மூச்சு முட்டியது.

தன்னுடைய பட்டத்தை எடுத்து கொஞ்சம் நூலை விட்டுக் கையால் அறுக்கப் பார்த்தான். மாஞ்சாக் கூர்மை கையில் ரத்தமாகக் கீறியது. பற்களால் கடித்துப் பார்த்தான். வஜ்ஜிரப்பசையின் துவர்ப்பு உதட்டில் படிந்து குமட்டியது. “பாபேட்டா, இதா வருன்னு” என்று ஓடினான் ராதா. மைதானத்தின் சரிவில் உட்கார்ந்து புட்டத்தால் சறுக்கிய படியே கீழே போய் இரண்டு கற்களைத் தூக்கிக்கொண்டு மேலே வந்தான். ஒரு கல்லின் மேல் நூலை வைத்து இன்னொரு கல்லால் அடித்தான். நூல் நைந்து அறுபட்டது. “என்னோட

பட்டத்தை நீயே வெச்சுக்கடா ” என்றான் பாபு. பட்டத்தை எடுத்துக் கொண்ட ராதா “அப்ப சரடு தரில்லே?” என்றான்.

“ரொம்பத்தாண்டா ஆச. பட்டத்தையும் குடுத்து நூலையும் குடுப்பாங்களாக்கும் போடா.”

“ஈ பாபேட்டன் துஷ்டனா. ஞாம் போயி சேச்சியோடு பறயும்” பட்டத்தை முதுகுக்குப் பின்னால் ஒளித்துக்கொண்டு பாதுகாப்பான தூரத்தில் நின்று சொன்னான் ராதா. பாபுவுக்கு ஒரு நிமிடம் பயமாக இருந்தது. அத்தைக்குத் தெரிந்தால் அடிப்பாள். பயத்தை வெளிக்காட்டாமல் சொன்னான் “போடா. போயி பறயறதெல்லாம் பறஞ்சுக்கோ, சொறியறதெல்லாம் சொறிஞ்சுக்கோ.”

“இதும் பறயும்” என்று சொல்லிவிட்டு ராதா ஓடினான்.

பட்டத்தையும் சிக்கு விழுந்த நூலையும் எடுத்துக்கொண்டு மாரியம்மன் கோவில் ஓரமாக நடந்தான். ராஜுவும் கூடவே வந்தான்.

மாரியம்மன் கோவில் சிறியது. நாலு சுவர்களுக்கு மேலே தகரக்கூரை போட்ட கட்டிடம். வாசல் தரையில் நட்டு வைத்திருக்கும் பெரிய இரும்புச் சூலம். அதையொட்டிய சிமெண்டு மேடையில் எண்ணெய்ப் பிசுக்குப் பிடித்த கல் சிங்கம். இதெல்லாம் இல்லையென்றால் அதைக் கோவில் என்று நம்ப முடியாது. அதற்குக் கொஞ்சம் தள்ளி மேட்டின் மேலிருக்கும் கண்டோன்மென்ட் கக்கூசும் அதே மாதிரியிருக்கும். கோவில் சுவருக்கு வெள்ளையும் காவியுமாகப் பட்டைகள் அடித்திருக்கும். கக்கூசுக்கு முழுக்க மரக்கலர் பெயிண்ட். அவ்வளவுதான் வித்தியாசம்.

கோவிலின் பின்பக்கக் கூரை நீளமாக இழுத்து விடப்பட்டிருக்கும். அதன் கீழே எந்த நேரத்திலும் கற்பூர வாசனையடிக்கும் குளிர்ச்சியான நிழல் ஒளிந்திருக்கும். மைதானத்துக்கு வந்தால் பாபுவின் இடம் அதுதான்.

பாபு நிழலில் உட்கார்ந்து நூலைச் சிக்கெடுக்கத் தொடங்கினான். ராஜுவும் பக்கத்தில் உட்கார்ந்துகொண்டான். கொஞ்ச நேரம் சும்மா இருந்தவன் முசுமுசுவென்று மூக்கை உறிஞ்சுக்கொண்டு அழ ஆரம்பித்தான். பாபுவுக்குப் பயமாக இருந்தது.

“எதுக்குடா அழறே?”

“டேய், பட்டத்தக் குடுத்துட்றா. அம்மா திட்டுண்டா”

“டீல்ல ஜெயிச்சா குடுத்துட்றேன்னு நீதாண்டா சொன்னே?”

“இல்லடா, அம்மா திட்டுண்டா. நேத்திக்குத்தாண்டா பாய் கடேலேர்ந்து வாங்குனோம். ஒனக்கு வேறே எதாச்சும் தர்றேண்டா.”

“போடா நீ ஏமாத்திடுவே. இப்பவே பட்டம் ஒனக்குன்னு சொல்லிட்டு திருப்பிக்குடுன்னு அளுவறவன் நீ.”

“இல்லடா, இத வெச்சுக்கோ” ராஜு டிரவுசர் பாக்கெட்டிலிருந்து துப்பஹிட்டுவை எடுத்தான். பாபுவுக்கு எச்சில் ஊறியது. பட்டத்துக்குப் பலகாரம் பர்த்தியாகுமா என்று யோசித்தான். நம்மால் இன்னொரு பட்டம் செய்ய முடியும். ஆனால் துப்பஹிட்டு எப்போதும் கிடைக்காது. ராஜு மாதிரியான படகர்கள் வீட்டில் மட்டும்தான் கிடைக்கும். அவர்கள் வீட்டிலேகூட எப்போதும் செய்யமாட்டார்கள். ஹட்டியிலிருந்து வருகிறவர்கள்தான் கொண்டு வருவார்கள்.

ராஜு சொன்ன இன்னொரு விஷயமும் பாபுவின் ஆசையைத் தூண்டிவிட்டது. இரண்டு வருடங்களாகக் கேட்டுக்கொண்டிருந்ததை இப்போது ராஜுவே சொல்கிறான் “இந்த வாட்டி ஒன்னியும் ஜகதளாக்குக் கூட்டிட்டுப் போறண்டா.”

டைமண்ட் பட்டத்தை எடுத்து அதன் சூச்சத்தை அளந்து பார்த்தான். அதில் போட்டிருந்த முடிச்சை அவிழ்த்து பட்டத்தின் நடுக் குச்சியில் மேலே ஒரு அளவு கீழே இரண்டு அளவு வைத்து நூலில் புதிய முடிச்சுப் போட்டான். தராசில் நிறுப்பதுபோல சூச்சத்தைப் பிடித்துத் தொங்க விட்டான். பட்டம் இரண்டு பக்கமும் தள்ளாடிச் சம நிலையில் தொங்கியது.

“இந்தாடா இனி பல்டியடிக்காது” என்று நீட்டினான்... கண்களைத் துடைத்த இடதுகையைச் சட்டையின் முன்பக்கம் தேய்த்துவிட்டு ராஜு பட்டத்தை வாங்கிக்கொண்டான். வலது கையிலிருந்த துப்பஹிட்டுவை பாபுவிடம் நீட்டினான். “பூராம் நீயே தின்னுக்கோ” என்றான்.

கையகல தோசை மாதிரியான பதார்த்தத்தைச் சுருட்டி விழுங்கினான். அதன் இனிப்பும் ஏலக்காய் மணமும் நாக்கில் கரைந்தன. ராஜுவின் கையைப் பிடித்து அழுத்தினான். என்னவென்று புரியாமல் ராஜு சிரித்தான்.

“டேய், இந்த வாட்டி ஹெத்தே ஹப்பா பண்டிகைக்கு நீயும் வறியா?” என்று கேட்டான்.

“போடா நீ பொய்னாச்சிக்கும் கூப்புடுவே. அப்புறம் உட்டுட்டுப் போய்டுவே. போனவாட்டியும் அதுக்கு முந்தின வாட்டியும் அப்பிடித்தான பண்ணே?”

“இந்த வாட்டி நம்ம தெருவுலேர்ந்து எல்லாரும் ஜகதளாக்கு வர்றாங்க. ஒங்க அத்தை, கௌரிச் சேச்சி, சுகந்தி, அவங்கம்மா, அம்மாயி, வசந்தி, குஞ்ஞுமோன் வீட்டில. விமலாக்கா, விமலாம்மா, கங்கைய்யா நாயுடு மாமா வீட்லேருந்து சரோஜா, பானு, உங்க சரஸ்வதி டீச்சர் வீட்லேருந்து எல்லாம் வர்றாங்கடா. அவங்கல்லாம் பொம்பளீங்க. அடுத்த சோவாரா அன்னிக்கு மத்தியானம் வருவாங்க. நீயும் அவங்ககூட வந்துடு. நாங்கெல்லாம் நாளைக்குக் காலேலே ஹட்டிக்குப் போய்டுவோம். சோவாரான்னிக்கு நீயும் வாடா”

“வர்றேன். சோவாரான்னா?”

“திங்கக்கெழமடா.”

“ஒங்க பண்டிக எப்பிடியிருக்கும்?”

“நல்லாருக்கும். நெறய ஜனமாருக்கும். எங்காளுங்க பாட்டெல்லாம் பாடுவாங்க. சாப்பாடு போடுவாங்க. ஹட்டிக் காரங்க எல்லாரும் வருவாங்க.”

“நாங்கல்லாம் படகங்க இல்லியே. அப்பவும் உடுவாங்களா?”

“உடுவாங்க உடுவாங்க. போனவாட்டி நெறய வெள்ளக்காரங் கள்லாம் வந்தாங்க. மிலிட்டரிக்காரங்கள்லாமும் வந்தாங்க. நீ என் ஃபிரண்டுன்னா ஆரும் ஒன்னியெ ஒண்ணும் கேக்க மாட்டாங்க.”

ராஜு அப்படிச் சொன்னது சந்தோஷமாக இருந்தது. அழுமூஞ்சி, சிடுமூஞ்சி எல்லாந்தான். ஆனால் பாசமானவன் என்று நினைத்துக்கொண்டான் பாபு.

இன்று ஞாயிற்றுக்கிழமை. அடுத்த ஞாயிறு. அடுத்த திங்கள். விரல் விட்டு எண்ணிப் பார்த்தான். இன்னும் எட்டு நாட்கள்.

●

"ஹெத்தெயம்மா நம்பளெப்போலெ பொண்ணுதா. நம்பளுக்கு வர்ற கஷ்டமெல்லாம் அவளுக்கும் வந்துது. அவ மகாசக்தி. அதான் அதெல்லாம் சகிச்சுகிட்டா" மணியம்மா சொல்லிக் கொண்டிருந்தாள். அவள் குரல் உருக்கமாகவும் இனிமையாகவும் இருந்தது.

ஹெத்தெக்கு அப்பா மட்டுமிருந்தார். ஒரு அக்காள் இருந்தாள். அம்மாவைப் பார்த்த ஞாபகம் இல்லை. அவளைவிடப் பிராயத்தில் மூத்தவளான அக்கா சொல்லித்தான் தாயைப் பற்றி அறிந் திருந்தாள். அக்காவும் தாயின் ஸ்தானத்திலிருந்து ஹெத்தெயை வளர்த்து ஆளாக்கினாள். அக்காளுக் குக் கல்யாணம் முடித்து அனுப்பியிருந்தார் அப்பா. அக்காவும் அவள் கணவனும் மனமொப்பித்தான் குடும்பம் நடத்தினார்கள். காலப்போக்கில் அவர் களைத் துக்கம் வாட்டியது. அது அப்பாவையும் பிடித்துக்கொண்டது.

எப்போதும் விசனமாகவே இருந்தார். கல்யாணம் முடித்து வெகு காலமாகியும் அவர் களுக்குப் பிள்ளைப் பேறு வாய்க்கவில்லை.

அக்காவுக்கு வயசேறிக்கொண்டிருந்தது. குழந்தையில்லாத துக்கமும் சேர்ந்து சீக்கிரம் முதுமையைக் கொண்டுவந்தது. மலடியென்று ஊர் சொல்லும் வார்த்தை அவளை நோகடித்தது. அப்பாவுக்கு அவளைப் பார்க்கப் பார்க்கப் பதறியது. என்ன பரிகாரம் என்று யோசித்தார். தொட்டவர் களிடம் கலந்து ஆலோசனை செய்தார். முடிவாக ஒரு தீர்மானத்துக்கு வந்தார். இளையவளான ஹெத்தெயையே மூத்தாளின் கணவனுக்கு கல்யாணம் செய்து வைப்பது என்பது அவருடைய

தீர்மானம். அதைக் கேட்டதும் சிறு பெண்ணான ஹெத்தெ கலங்கிப் போனாள். ஆனால் தகப்பனை மறுத்துப் பேச அவளால் முடியாது. அது அழகல்ல. அப்படிச் செய்வது அவருடைய மரியாதைக்குக் களங்கமாகும். இது தவிர வேறு வழியில்லையா? என்று அப்பாவிடம் கேட்டாள். நான் வாக்குக் கொடுத்துவிட்டேன். அதிலிருந்து மாற முடியாது என்றார்.

தாமதியாமல் கல்யாணமும் நடந்தது. அப்பா ஹெத்தெயை அழைத்துச் சொன்னார். "ஹெண்ணு, மூத்தாளின் புருஷனுக்குச் சுகம் கொடுப்பதற்காக உன்னைக் கல்யாணம் கட்டிக்கொடுக்க வில்லை அம்மா. வம்சம் விருத்தியாவதற்காகவும் மூத்தவளின் கணவனை ஊருலகம் கேலிபண்ணாமலிருக்கவுமே இந்த முடிவு. அவன் தன்னுடைய வித்தை விதைத்துப் பார்த்தும் விளையாத மலட்டுப் பூமியாக இருக்கிறாள் உன் அக்கா. அவனுடைய விதைகள் முளைக்க இன்னொரு கன்னி நிலம் வேண்டும். அது நீதான். இப்போது நீ சிறு பெண். இன்னும் பூப்படையவில்லை. அதுவரைக்கும் இதைப் பற்றிக் கவலை வேண்டாம். என்றைக்கு நீ சமைந்து பெரிய பெண்ணாகிறாயோ அப்போது நீ அவனுக்கான பூமி."

ஹெத்தெவுக்கு அன்று முதல் பயம் ஆரம்பமானது. பூப்படைந்துவிட்டால் வயதான கணவனுடன் கிடக்க வேண்டு மென்பது ஆபத்தாகத் தோன்றியது. பெரிய பெண்ணாகாமலே இருந்துவிட முடியாதா என்று ஏங்கினாள். அதெல்லாம் மனிதர் கையிலா இருக்கிறது? ஒரு தினம் அவள் உடம்பு மலர்ந்தது. மூத்தாளுக்கும் அப்பாவுக்கும் மூத்தாள் கணவனுக் கும் சமாதானம் வந்தது. வம்சம் தழைத்துவிடும் என்று மகிழ்ச்சியடைந்தார்கள்.

சில நாட்களுக்குப் பிறகு ஹட்டியிலிருக்கும் பெண்களுடன் காட்டுக்குள் விறகு கொண்டுவரப் போனாள் ஹெத்தெ. எல்லாரும் விறகு பொறுக்கிக் கொண்டிருந்தபோது அவள் மட்டும் தனியாக உள் வனத்துக்குள் புகுந்தாள். நீண்ட தூரம் போனாள். அவள் தனியாகப் போனதைக் கூடவந்த பெண்கள் கவனிக்கவேயில்லை. உலர்ந்த விறகுகளைச் சேகரித்துச் சிதை யடுக்கினாள் ஹெத்தெ. சருகுகளைச் சேர்த்துக் குவித்தாள். சிக்கிமுக்கிக் கல்லில் தீயெழுப்பிக் குவியலை மூட்டினாள். அது புகைந்து எரிந்தது. காய்ந்த சுள்ளிகளில் இருந்த சந்தனச் சுள்ளியை நெருப்பில் காட்டிப் பற்ற வைத்தாள். தெய்வத்திடம் அக்காளுக்கு ஒரு பிள்ளையைக் கொடுக்குமாறு பிரார்த்தித் தாள். தான் பரிசுத்தமானவள் என்பது உண்மையானால்

தன்னை ஏற்றுக்கொள்ள வேண்டுமென்று மன்றாடினாள். பந்தம்போல எரியும் சந்தனக் கட்டையைச் சிதையில் போட்டாள். சிதைக்கிடையில் மறைந்திருந்த தெய்வத்தின் கைகள் எல்லா விறகுகளையும் கொளுத்தின. சிதை திகுதிகு வென்று எரிந்தது. அக்கினிச் சுவாலைகள் வானம் முட்ட உயர்ந்தன. அந்த வெப்பத்தில் உயரமான மரங்களின் உச்சிக் கொழுந்துகள் துவண்டன. கிளைகளில் உட்கார்ந்திருந்த பறவைகள் அலறிப் பறந்தன. மரங்களில் தாவிக்கொண்டிருந்த குரங்குகள் கூச்சலிட்டன. அந்த அந்திப் பொழுதில் எரிந்து கொண்டிருக்கும் சிதையில் ஒரு பெண் உயிரோடு ஏறிப் படுப்பதைப் பார்த்த அச்சத்தில் சூரியன் மலைகளுக்குப் பின்னால் ஒளிந்தது.

விறகு சேகரிக்கப்போன மற்ற பெண்கள் ஹெத்தெயை மறந்து ஹட்டிக்குத் திரும்பினார்கள். அக்காளும் கணவனும் அவளை நினைக்கவில்லை. தெய்வம் அவர்களுடைய ஞாபக நரம்புகளைக் கொஞ்ச நேரத்துக்கு மரத்துப் போகச் செய்திருக்க வேண்டும்.

மறுநாள் பொழுது விடிந்தபோது மலைகளுக்கிடையில் ஆகாயத்தை முட்டிக்கொண்டு ஒரு புகைத் தூண் நிற்பதை எல்லாரும் பார்த்தார்கள். நெருப்பு அடங்காமல் வெண் புகை சுருண்டு சுருண்டு ஏறிக்கொண்டிருப்பதைப் பார்த்துத் திகிலடைந்து காட்டுக்குள் ஓடினார்கள். உள் வனத்தில் ஹெத்தெ மூட்டிய சிதை அப்போதும் எரிந்துகொண்டிருந்தது. அவர்கள் வரக் காத்திருந்ததுபோல் தெய்வத்தின் அக்கினிக் கைகள் ஹெத்தெயின் ஆவியை அப்போதுதான் தூக்கிக் கொண்டு அந்தரத்தில் உயர்ந்தன. அவர்கள் பார்த்துக்கொண் டிருக்கும்போதே ஆவி உருவம் மறைந்தது.

ஹெத்தெயின் ஆவி ஹட்டிக்குள்ளேயே தங்கியிருக்கக் கூடுமென்று அவர்கள் வருத்தத்துடன் நினைத்தார்கள். அதை வழியனுப்புவதற்கான சடங்குகள் தொடங்கின. பதினோரு நாள் சடங்குகள் நடந்தன. சடங்குகள் முடிந்த பதினோராம் நாள் ஹெத்தெயின் அக்கா தலை சுற்றிக் கீழே விழுந்தாள். அவளைப் பரிசோதித்துப் பார்த்த ஜேனி குறும்பர் ஜாதி வைத்தியன் சொன்னான். அவள் கர்ப்பம் தரித்திருக்கிறாள்.

●

வெல்லிங்டன் ஏகாம்பரம் பிள்ளைத் தெருவே காலியாகி ஜகதளாவுக்கு வந்துவிட்டது போல இருந்தது. ஹட்டியில் மணியம்மா வீட்டுக்கு முன்னாலும் பக்கத்து வாசல்களிலு மாக எல்லாரும் உட்கார்ந்திருந்தார்கள். அத்தனை யும் பெண்கள். சிறுமிகள்.

ஆண்பிள்ளைகளாக இருந்தது பாபுவும் குஞ்ஞுமோன் ராதாகிருஷ்ணனும். பாபுவை அவர்கள் கூடவே இருக்கச் சொல்லியிருந்தாள் அத்தை. கூட்டத்தை விட்டு எங்கேயும் போகக் கூடாது என்று பிடித்துவைத்திருந்தாள். வெற்றிலையை மென்றுகொண்டே அம்மாயி யிடம் பேசிக்கொண்டிருந்தாள். அம்மாயியின் பெண் வசந்தி அவ்வளவு கூட்டத்துக்கு மத்தியிலும் படம்போட்ட இங்கிலீஷ் புத்தகத்தை வைத்துப் படித்துக்கொண்டிருந்தாள். அவனுக்கு என்ன செய்வதென்று தெரியவில்லை. எவ்வளவு நேரம் உட்கார்ந்திருப்பது என்று எரிச்சலாக இருந்தது. ராஜு எங்கேயிருக்கிறான் என்றும் தெரியவில்லை. அவன் தங்கை கமலாவிடம் கேட்டபோது ஹெத்தெ குடிமனைக்குப் போய்விட்டான் என்றாள். அது எங்கே இருக்கிறது என்ற கேள்விக்குப் பதில் சொல்லாமல் ஓடினாள்.

சளசளவென்று பேசிக்கொண்டிருந்த பெண் களுக்கு நடுவில் இருக்கப் பிடிக்கவில்லை. எழுந்து போகப் பார்த்தபோதெல்லாம் அத்தை "அவிடெ தன்னே அடங்ஙியிரிக்கு செக்கா, திரக்கில் போகருது" என்று தடுத்துக்கொண்டிருந்தாள். தனியாகப் போனால்தானே காணாமல் போவோம். கூட யாராவது இருந்தால் அப்படி ஆகாது என்று குஞ்ஞுமோனைத் துணைக்குக் கூப்பிட்டுப் பார்த்தான். பயந்தாங்குளி. அம்மாவின் பின்னால்

ஒண்டிக்கொண்டு வரவில்லை என்றான். 'போடா போடா பொண்டுகசட்டி' என்று திட்டிவிட்டு கௌரிச் சேச்சியின் பக்கத்தில்போய் உட்கார்ந்துகொண்டான். அவன் முகத்தைப் பார்த்ததும் அவளுக்குத் தெரிந்துவிட்டது. "என்னடா, சுத்திப் பாக்கப் போணுமா?" என்று கேட்டாள். அவன் தலையை ஆட்டினான்.

"ஆமா, இந்த அத்த அங்க போகாதே இங்க போகா தென்னு சொல்லிட்டிருக்கு. இதுக்கு வராமயே இருந்திருப் பேன்" என்றான் பாபு.

"இருடா, சேச்சிகிட்ட நான் சொல்றேன். நானும்கூட வர்றேன்" என்று சொல்லிவிட்டு அத்தையைக் கூப்பிட்டாள். அத்தை மும்முரமாக அம்மாயியிடம் கைகளால் அபிநயம் செய்தபடி என்னவோ சொல்லிக்கொண்டிருந்தாள். கௌரி கொஞ்சம் சத்தமாக "சேச்சியேய்" என்றாள். பேச்சின் உச்சத்தில் அம்மாயியும் அத்தையும் ஒருவரை ஒருவர் செல்லமாக அடித்துக்கொண்டு சிரிப்பில் மூழ்கியிருந்தார்கள். "ஒங்க அத்தைக்குக் காது செவிடுறா" என்று அவனைப் பார்த்துச் சொல்லிவிட்டு மறுபடியும் "சேச்சியேய்" என்று உரக்கக் கத்தினாள். அத்தை திரும்பிப் பார்த்தாள். பாதியில் சிரிப்பை நிறுத்தியதில் அத்தையின் வாயிலிருந்து வெற்றிலைச் சாறு புளுக்கென்று வழிந்தது. கைக்குட்டையால் அதை ஒற்றிக் கொண்டே "எந்தா கௌரி?" என்றாள். அவள் கையிலிருந்தது தன்னுடைய கர்ச்சீப். இனி அதைப் பள்ளிக்கூடத்துக்குக் கொண்டு போக முடியாது. துவைத்தாலும் கற்பூர வெற்றிலை யின் வாசனையும் நிஜாம்லேடி ஸ்பெஷல் புகையிலை வாசனையும் போகாது. அதை யோசித்தபோது பாபுவுக்கு அத்தை மேலிருந்த எரிச்சல் அதிகமானது.

"நானும் பாபுவும் கோயில் கிட்டப் போறோம்" என்றாள்.

"ஏய், திரக்கில் அவிடெயொந்நும் போகண்டா"

"எல்லாம் போலாம். நீ வாடா" என்று எழுந்து தாவணித் தலைப்பை இழுத்து இடுப்பில் செருகிக்கொண்டாள். பாபு கை நீட்ட அவனுடைய முழங்கையைப் பிடித்து நிற்க வைத்தாள். எழுந்து நின்றதும் அவனுடைய வலது கையுடன் தன்னுடைய இடது கையைக் கோத்துக்கொண்டாள். தெருவை அடைத்து உட்கார்ந்திருந்த எல்லாரையும் தாண்டி இரண்டு பேரும் நடக்க ஆரம்பித்தார்கள்.

நீளமான தெரு முழுக்க ஆட்கள் நிரம்பியிருந்தார்கள். எல்லா வீட்டு வாசலிலும் திட்டுத் திட்டாகப் பெண்களும் குழந்தைகளும் உட்கார்ந்திருந்தார்கள்.

தெரு முடிகிற இடத்தில் ஆண்களின் கூட்டம். பொது வழியின் இரண்டு பக்கமாக எதற்காகவோ காத்திருப்பது போல நின்றிருந்தார்கள். அதிகமும் படகர்கள். படகர் பெண்கள். எல்லா ஹட்டிகளிலிருந்தும் வந்திருந்தார்கள். அவர்களுடைய வழக்கப்படியான உடைகளில் இருந்தார்கள். ஆண்கள் எல்லாரும் வெள்ளை முண்டு. மேலே அதே மாதிரி சீலையைப் போர்த்தியிருந்தார்கள். சிலர் சட்டைக்கு மேலே சீலையைப் போர்த்தியிருந்தார்கள்.

அநேகமாக எல்லாரும் சட்டைக்குமேலே கம்பளிச் சால்வை போர்த்தியிருந்தார்கள். எல்லாத் தலைகளிலும் மண்றை இருந்தது. ராஜுவின் அப்பா பெள்ளி கவுடர்கூட வழக்கமான பேன்ட், ஷர்ட், கோட் இல்லாமல் மண்றை, முண்டு அணிந்த கோலத்திலிருந்தார். எப்போதும் தலையில் வைத்திருக்கும் மரக்கலர் நேரு தொப்பிக்குப் பதிலாக மண்றை கட்டியிருந்தார். ராஜுவைப் பார்க்க அவன் வீட்டுக்குப்போன ஒன்றிரண்டு தடவை பெள்ளி கவுடரைத் தொப்பியில்லாமல் பார்த்திருக்கிறான். அது பெரும்பாலும் அவர் ஆபீசுக்குப் புறப்படுகிற நேரமாக இருக்கும். வழுக்கை மண்டை. அதன் மேல் கைக்குட்டையை மடித்துவைத்த பிறகே தொப்பியைப் போட்டுக்கொள்ளுவார். அவரைத் தலைப்பாகையுடன் பார்த்ததும் பாபுவுக்குச் சந்தேகமாக இருந்தது. தலைப்பாகைக் குள்ளே கைக்குட்டை இருக்குமா?

“கௌரியேச்சி கொஞ்சம் குனியிறியா?” என்று கேட்டான். அவள் முகம் தழைத்ததும் காதில் சந்தேகத்தைச் சொன்னான். “சும்மாருடா, யாராவது கேட்டா தப்பா நெனச்சுக்குவாங்க” என்றாள்.

தெருவிலிருந்த பெண்கள் கூட்டம் கலைந்து பொது வழியை நோக்கி வந்தது. முக்காடு போட்டவர்களெல்லாம் படகப் பெண்கள். மற்றவர்கள் சாதா ஜனம். எல்லாப் பெண்களும் பெல்ட்டு மாதிரியான கொத்தை இடுப்பில் இறுக்கி முண்டு கட்டியிருந்தார்கள். மார்புக்குமேலே சீலையால் மூடியிருந்தார்கள். மணியம்மா மாதிரி சிலர் மட்டும் பிளவுஸ் போட்டிருந்தார்கள். தலையைத் துணியால் மூடிக் கட்டியிருந் தார்கள். தெருவிலிருக்கும்போதும் மணியம்மா அந்தக் கோலத்தில்தான் இருப்பாள். மகள் மணியக்காவும் தங்கை பேபியும் மட்டும் கௌரியேச்சியைப் போலப் பாவாடை தாவணி கட்டியிருப்பார்கள், கமலா மட்டும் சீட்டிப் பாவாடையும் முக்கால்கை பிளவுசும் போட்டிருப்பாள். இங்கே எல்லாருமே படக வேஷத்திலிருந்தார்கள்.

பீக்கி என்கிற பேபியக்கா அந்த வேஷத்தில் 'தேன் நிலவு' சினிமாவில் காஷ்மீர்ப் பெண் மாதிரி வருகிற வைஜெயந்திமாலாபோல இருந்தாள்.

பக்கத்தில் வந்து நின்ற கமலாவைப் பார்த்துச் சிரித்தான் பாபு. அவளுக்கும் படக வேஷம் அழகாக இருந்தது. அவன் கண்சிமிட்டாமல் தன்னைப் பார்ப்பதைக் கமலாவும் கவனித்தாள். வெட்கத்துடன் சிரித்துவிட்டு 'வெவ்வெவ்வே' காட்டினாள்.

வழியின் அந்தக் கோடியிலிருந்து ஆட்கள் ஓடிவருகிற சத்தம் கேட்டது. முன்னால் நின்றிருந்தவர்களைத் தள்ளி நுழைந்து தலையை எக்கிப் பார்த்தான். வழியில் வெள்ளை முண்டுகள் விரித்திருந்தன. தரையின் மண்ணே தெரியாமல் துணி விரித்த பாதை. படக ஆண்களும் பையன்களும் 'யே ஹா ஹோ' என்று கோஷம் போட்டபடி ஓட்டமும் நடையுமாக வந்துகொண்டிருந்தார்கள். எல்லார் கையிலும் ஒரு தடியிருந்தது.

"அவங்கெல்லாம் ஹெத்தேகாரரு. அவங்க கைலேர்க்கறது ஹெத்தெ தடி" என்றாள் கமலா.

ஹெத்தேகாரர்கள் வரவர வழியின் இரண்டு பக்கமும் நின்றிருந்த ஆண்களும் பெண்களும் மண்ணில் மண்டியிட்டு விழுந்து கும்பிட்டார்கள்.

ஹெத்தேகாரர்கள் எழுப்பிய கோஷம் பாபுவை என்னமோ செய்தது. நிறைய குரல்கள் சேர்ந்தும் ஒரே சத்தமாக ஒலித்த கோஷம் உருக வைத்தது. சந்தோஷத்தில் வயிற்றை வலிப்பது போலிருந்தது. எல்லாருக்கும் அப்படித்தான் இருக்கும்போல. எல்லாரும் அந்த கோஷத்தைக் கேட்டுக் கண்ணீர் விட்டுக் கொண்டிருந்தார்கள். மணியம்மா கண்ணீர் வழிய 'ஹெத்தெயம்மா ... ஹெத்தெயம்மா ...' என்று தெண்டனிட்டு அரற்றிக்கொண்டிருந்தாள். மணியக்காவும் பேபியும் கமலாவும் பரவசமாகக் கண்ணீர் விட்டுக்கொண்டிருந்தார்கள். அத்தை, அம்மாயி, கௌரியம்மா எல்லார் கண்களிலிருந்தும் கண்ணீர் வழிந்துகொண்டிருந்தது. வசந்தி கண்ணாடியைக் கழற்றி கண்களைக் கசக்கிக்கொண்டிருந்தாள். குஞ்ஞுமோன் எல்லாரும் கண்ணீர் விடுவதைப் பார்த்தோ என்னவோ 'ஹூங் ... ஹூங்க்' என்று விசும்பிக்கொண்டிருந்தான். பாபு தானும் அழ வேண்டுமா என்று தெரியாமல் கௌரியைத் தேடினான்.

எல்லாரும் தரையில் மண்டியிட்டு உட்கார்ந்திருக்க அவன் மட்டும் நின்றுகொண்டிருப்பது அப்போதுதான்

104 சுகுமாரன்

புரிந்தது. கௌரி அவன் கையைப் பிடித்துக் கீழே இழுத்தாள். மண்டியிட்டு உட்கார்ந்தான். அவள் முகத்தைப் பார்த்தான். அவள் முகம் கனிந்திருந்தது. ஆனால் அழவில்லை.

“ஒனக்கு அழுகை வரல?” என்று கேட்டான். “சாமிகிட்ட நாம எதுக்குடா அழணும்? அழாம இருக்கறதுக்குத்தான சாமி” என்றாள். அவள் சொன்ன பதில் பாபுவுக்குப் பிடித்தது. “ஆமால்ல, அதான் நானும் அழல” என்றான். குனிந்தவாக்கில் கௌரி பார்க்காமல் கண்களைத் துடைத்துக்கொண்டான்.

ஹெத்தேகாரர்களுடன் வந்துகொண்டிருந்த ராஜூ அவர்கள் நின்றிருந்த இடத்துக்குப் பக்கமாக வந்ததும் பாபுவைப் பார்த்தான். கையிலிருக்கிற ஹெத்தே தடியை உயர்த்தி ‘யே ஹா ஹோ’ என்று மற்றவர்களைவிடச் சத்தமாகக் கத்தினான். கத்திவிட்டு பாபுவைப் பார்த்துக் கண்ணடித்து விட்டு நகர்ந்தான். பதிலுக்கு “அஜ்ஜா கவுடரே, ஹோ” என்று பாபு கத்தினான். “டேய், வாய மூடு. அப்பிடியெல்லாம் கத்தக் கூடாது” என்று மண்டையில் குட்டினாள் கௌரி.

ஹெத்தேகாரர்கள் நகர நகர மண்டியிட்டுக் கும்பிட்டுக் கொண்டிருந்தவர்கள் எழுந்தார்கள். அப்படி எல்லாரும் எழுந் திருப்பது வண்ணவண்ணமான மூட்டைகளை யாரோ ஒரே சமயத்தில் நிமிர்த்திவைப்பது போலிருந்தது.

“வாடா கோயிலுக்குப் போலாம்” என்று அவன் கையைப் பிடித்து இழுத்து முன்னால் போனாள் கௌரி. பாபு கையை உதறிக்கொண்டான்.

“உங்கூடயும் வந்துருக்கக் கூடாது. வலிக்கிற மாதிரி கொட்ற. கௌரி . . . கெ . . . ள . . . ரி ” என்று சொல்லிவிட்டுக் கூட்டத்தை துளைத்து ஓடினான். “டேய், தனியாப் போகாத, சேச்சி திட்டும். கொட்டமாட்டேன்” கௌரி சொன்னதைச் சட்டை பண்ணாமல் ஓடினான். பார்வை ராஜூவைத் தேடியது. தடிகளும் மனித உருவங்களும் திரண்டிருந்த அந்த மொத்தக் கூட்டத்தில் ராஜூவைக் கண்டுபிடிக்க முடியவில்லை. கூட்டத்தை விட்டு ஒதுங்கி நடந்து ‘படகர் சங்கம்’ போட் டிருந்த பந்தலுக்குப் பக்கத்தில் போய் நின்றான்.

மார்கழி வெயில் குளிர்ச்சியாக இருந்தது. ஆனால் உடம்பில் பட்டதும் தகித்தது. அண்ணாந்து வானத்தைப் பார்த்தான். வெள்ளையும் சாம்பல் நிறமுமாக இருந்த பென்னம்பெரிய மேகங்களுக்கு இடையில் வெள்ளிக்கசிவுடன் சூரியன் கலைந்தும் கூடியும் சுழன்றுகொண்டிருந்தது.

பந்தலை விட்டு நகர்ந்து முன்னால் தெரிந்த சிமெண்டு மேடைக்குப் பக்கமாகப் போனான். கூட்டம் காத்திருந்தது. மேடையின் நடுவில் மரம். மரத்தின் பாதி உயரம்வரைக்கும் வெள்ளை நிறம் பூசியிருந்தது. அதன் அடியில் ஒரு கல். அதற்கும் வெள்ளைப்பூச்சு. உச்சியில் பூமாலை. கல்லின் கீழ்ப் பாகத்தில் வெள்ளைத் துணி கட்டியிருந்தது. ஓரடி நீளம்வரும் கணுக்களுள்ள மூங்கில் குச்சியொன்றைக் கல்லுடன் சார்த்தி வைத்திருந்தது. தேங்காய் மூடிகளும் பழங்களும் மண் சட்டி களும் பரப்பி வைக்கப்பட்டிருந்தன. அகலமான பிசுக்கேறிய இரும்பு அகல் விளக்கில் சுடர் ஆடியாடி எரிந்துகொண் டிருந்தது.

"நீ அஜ்ஜா செட்டுக்காரனா?" என்று கேட்டவரை நிமிர்ந்து பார்த்தான் பாபு. ஆமென்பதாகத் தலையாட்டினான். ராஜு வின் சித்தப்பா போஜா கவுடர். தெருவில் வரும்போதும் போகும்போதும் பல தடவை அவரைப் பார்த்திருக்கிறான். அவர் பெண் சாவித்திரியும் ராஜு வீட்டில்தான் இருக்கிறாள்.

மணியக்கா, பேபி, கமலா, சாவித்திரி நாலுபேர் படிப் பதும் ஒரே ஸ்கூலில்தான். குன்னூர் சாந்தி விஜயா பெண்கள் பள்ளி.

போஜா கவுடர் வாரத்துக்கு ஒரு தடவை ஹட்டியிருந்து வருவார். வரும்போதெல்லாம் பஜார் கடைகளில் மூட்டை தூக்கும் மம்மதுவும் கூடவே வருவான். அவன் தலையில் பெரிய மூட்டை இருக்கும். ஹட்டியில் விளைந்த உருளைக் கிழங்கு, முட்டைக்கோஸ், கிளைக்கோஸ், முள்ளங்கி, பட்டர் பீன்ஸ் ஏதாவது அந்த மூட்டையில் இருக்கும். அவர் வந்து போன அடுத்த நாட்களில் பாபு வீடு, கௌரியம்மா வீடு, பெத்துசாமி நாயுடு மாமா வீடு, கங்கய்யா நாயுடு வீடு என்று எல்லா வீட்டுச் சமையலிலும் மணியம்மா வீட்டுக்கு மூட்டை யில் வந்த காய்கறிகளாகவே இருக்கும்.

அவன் தனியாகவா வந்திருக்கிறான் என்று விசாரித்தார் போஜா கவுடர். தெருவே வந்திருப்பதைச் சொன்னான். ஸ்கூலில் ஆஜர் பட்டியல் படிப்பதுபோல ஒவ்வொரு பெயராக அவன் சொல்வதைக் கேட்டு போஜா கவுடர் சிரித்துவிட்டார். அவர் தன்னிடம் பேசுவது இதுதான் முதல் தடவை என்று பாபுவுக்குத் தெரிந்தது. தெருக்காரர்கள் யாருடனும் அவர் பேசிப் பார்த்ததில்லை. அதனால் அவனுக்குப் பெருமையாக இருந்தது. பெள்ளி கவுடர் மாதிரியில்லாமல் அவருடன் பேசலாம் என்று தைரியம் வந்தது. பெள்ளி கவுடர் கண்டோன்மென்ட் ஆபீசர். இவர் தோட்டக்காரர்.

“இந்தக் கல்லெத்தான் கும்புடுவாங்களா?” என்று கேட்டான்.

“இதுவும் சாமிதான். சுத்த கல்லு. மரமிருக்கிறதே, அதற்குப் பெயர் பிக்கே மோரா. அந்த மூங்கிலுக்குப் புகிரி என்று பெயர். அதை வாசித்தால் நல்ல சங்கீதம் வரும். இதெல்லாம் சாமிதான். ஹெத்தேயம்மா குடிமனை கொஞ்ச தூரத்தில் ஹுபதளாவில் இருக்கிறது. ஹெத்தேகாரர்கள் எல்லாம் அங்கேதான் போயிருக்கிறார்கள். அங்கேதான் பூஜை. ஆட்டம் பாட்டம் எல்லாம் நடக்கும். அன்னதானம் நடக்கும்.”

போஜா கவுடர் சொல்லுவதை ‘ஊம்’ கொட்டிக் கொண்டே கேட்டான்.

“டேய், இங்கிருக்கியா, சேச்சி என்னத் திட்டுது” மூச் சிரைக்க வந்து நின்றாள் கௌரி. போஜா கவுடரைப் பார்த்து “கோவிச்சுகிட்டு தனியா வந்திட்டான்” என்றாள். அவர் புருவத்தை உயர்த்தி பாபுவைப் பார்த்தார். அவன் தலை குனிந்துகொண்டான். “நா வர்றேம்மா” என்று சொல்லிவிட்டு பாபுவின் முடியைக் கோதிவிட்டு நகர்ந்தார்.

கௌரியோடு பேசுவதா வேண்டாமா என்று யோசித்துக் கொண்டிருந்தான். அவளைப் பார்க்கவே வெறுப்பாக இருந்தது. “டேய் பெரிய மனுஷா, மன்னிச்சுக்கோ, இந்தா இதெல்லாம் ஒனக்குத்தான்.”

மலர்த்திக் காட்டிய கையில் நிறைய தவிட்டுப் பழங்கள் இருந்தன. எல்லாம் கோலிக்குண்டளவு பெரிசு. இடது கையால் அவளுடைய வலது கையைப் பிடித்துப் பழங்களைத் தன்னுடைய வலது கைக்குள் கவிழ்த்துக்கொண்டான். அதே வேகத்தில் டிரவுசர் பாக்கெட்டில் போட்டுக்கொண்டான்.

கௌரிக்குச் சிரிப்பு வந்தது “எல்லாம் ஒனக்குன்னுதானே கொண்டாந்தேன். அதுக்குள்ள ஆத்தரப்படறே. செரி, வா எல்லாரும் கோயிலுக்குப் போறாங்க, நாமளும் போலாம்”

நடக்கும்போது அவளுடைய வலது கை பாபுவின் தோளைச் சுற்றி மார்பில் விழுந்தது. எவ்வளவு நல்லவள். இனி எப்போதும் கௌரியைக் கோபித்துக்கொள்ளக் கூடாது என்று நினைத்துக்கொண்டான். மார்பில் கிடந்த கையை இறுகப் பிடித்துக்கொண்டான்.

●

கோயம்புத்தூர் டைமண்ட் கொட்டகைக்கு முன்னாலிருந்து நாராயணனும் பாபுவும் பதினோரு மணிக்குப் புறப்படுகிற ஊட்டி பஸ்ஸில் ஏறினார்கள். மூக்கு வைத்த அந்த எம்.சி.எஸ். கம்பெனி பஸ் அவனுக்குப் பிடிக்கவில்லை. வேறு பஸ்ஸில் போகலாம் என்று அப்பாவிடம் சொல்லிப் பார்த்தான். டிக்கெட் எழுதிக்கொண் டிருந்த கண்டக்டர்,

"இத உட்டா அடுத்த வண்டி பன்னெண்டு மணிக்குத்தாங் கண்ணு" என்றார்.

நாராயணன் எதுவும் பேசாமல் அவனைப் பிடித்துக்கொண்டு முன் வழியாக ஏறி ஜன்னல் பக்க இருக்கையில் உட்காரவைத்து விட்டு முன் பக்கமாகவே இறங்கினார். கண்டக்டருக்கு அருகில் நின்று சிகரெட்டைப் பற்றவைத்துக் கொண்டார். அவரைப் பார்க்க ஆத்திரமாக வந்தது. எல்லாம் இந்த அப்பாவால்தான். ஒன்பது மணி வண்டிக்கே போகலாம் என்று ஆசைப்பட் டிருந்தான். நாராயணனும் சரியென்று சொல்லி யிருந்தார். காலையில் நேரத்திலேயே எழுந்து குளித்து புது உடுப்புப் போட்டுக்கொண்டு காத் திருந்தான். அவசர வேலை என்று பொழுது விடிந்ததும் போனவர் வீடு திரும்பவே ஒன்பது மணியாகிவிட்டது. அதற்கப்புறம் ஒலிம்பசிலிருந்து டவுன் பஸ் பிடித்து டைமண்ட் தியேட்டர் பஸ் ஸ்டாண்டுக்கு வந்து சேர இவ்வளவு நேரமாகி விட்டது.

ஒன்பது மணிக்குப் புறப்பட்டிருந்தால் பன்னிரெண்டரை மணிக்கெல்லாம் வெல்லிங்டனுக் குப் போய்ச் சேர்ந்துவிடலாம். கௌரி சரியாக ஒரு மணிக்கு அவள் அம்மாவுடன் மவுண்ட் பிளசண்ட் சகாயமாதா கோவிலுக்குப் போய்

விடுவாள். அங்கிருந்து குன்னூருக்குப் போவார்கள். மார்க் கெட்டில் சாமான்கள் வாங்கிவிட்டு அவர்கள் திரும்பி வர எப்படியும் நாலு மணி ஆகிவிடும். ஒன்றுவிட்ட சனிக்கிழமை களில் அவர்கள் அப்படிப் போவது வழக்கம். சில தடவை பாபுவும் அவர்கள் கூடப் போயிருக்கிறான். இன்றைக்கு சனிக்கிழமை. அதுவும் அவள் குன்னூருக்குப் போகும் சனிக்கிழமை என்பதனால் முந்தின நாளே அப்பாவிடம் சீக்கிரமாகப் போகலாமா என்று கேட்டிருந்தான்.

“பொதங்கெளமதான பள்ளிக்கூடந் தொறக்குது. இப்பவே போகாட்டி என்ன? என்னாத்துக்குப் பறக்கற?” என்று கேட்டார்.

கேட்டது சரிதான். பாபுவின் பள்ளிக்கூடம் அரையாண்டு விடுமுறைக்குப் பிறகு மூன்றாம் தேதிதான் திறக்கிறது. மூன்றாம் தேதி புதன்கிழமை.

அப்பா சொல்லுவதுபோலச் செவ்வாய்க்கிழமை போனாலும் போதும். ஆனால் கௌரியின் பள்ளிக்கூடம் திங்கள்கிழமை ஒன்றாம் தேதியே திறந்துவிடும். அது கிறித்துவப் பள்ளியல்ல. அதனால் அவர்களுக்குப் புது வருட விடுமுறை கிடையாது. சனிக்கிழமை குன்னூரிலிருந்து வந்தவுடன் ஊட்டிக்குப் போகக்கூடும் என்று பாபு கோயம்புத்தூருக்குப் புறப்படுகிற அன்றைக்கே கௌரி சொல்லியிருந்தாள். அவர்கள் ஊரான செர்ப்பளசேரியிலிந்து ஊட்டிக்கு வந் திருக்கும் சொந்தக்காரர்களைப் பார்க்க அம்மாவுடன் போவாள். திங்கள்கிழமை நேராகக் குன்னூரில் வந்திறங்கிப் பள்ளிக்கூடம் போய்விடுவாள். விட்டால் அன்று மாலைதான் அவளைப் பார்க்க முடியும். திங்கள்கிழமை அவர்கள் பள்ளியில் நடக்கும் நாடகத்தில் கௌரிதான் சரஸ்வதி வேஷத்தில் நடிக்கிறாள். அவள் சரஸ்வதியாக வேண்டுமானால் இன்றைக்கு மத்தியானத்துக்குள் அவளை அவன் பார்த்தே ஆக வேண்டும். சரஸ்வதிக்காக வாங்கின தாமரைப் பூக்கள் அவனிடம்தான் இருக்கின்றன.

ஒத்திகையின்போது காகிதத்தில் செய்த தாமரைப் பூவைத்தான் கௌரி வைத்திருந்தாள். “சரஸ்வதி எங்கியாவது காயிதப் பூவெ வெச்சிருக்குமா?” என்று கேலி பண்ணினான். “அப்பிடீன்னா நெஜமான பூவெ நீ கொண்டாந்து குடு” என்று கௌரியின் தங்கை சுகந்தி ஏற்றிவிட்டாள். அவளுக்கு பாபுவைச் சீண்டாமல் இருக்க முடியாது.

“ஏன் கொண்டார மாட்டனாக்கும்? கௌரியேச்சி நான் கோயமுத்தூருக்குப் போய்ட்டு வர்றப்போ கொண்டார் றேன். நாடகத்துல அதத்தான் கையில வெச்சுக்கணும்.”

“மொதல்ல நீ கொண்டா, அப்புறம் பாக்கலாம்” என்று கௌரியும் நம்பிக்கையில்லாமல் சொன்னது அவனை உசுப்பி விட்டிருந்தது. தாமரைப் பூ இல்லாமல் வெல்லிங்டனுக்குத் திரும்பக் கூடாது என்று அப்போதே முடிவு செய்தான். ஊருக்கு வந்தது முதல் கார்த்தியாயினியை நச்சரித்துக்கொண்டிருந்தான்.

“அம்மா, தாமரைப் பூ வேணும். போறப்போ கொண்டு போணும்” என்று ஒரு நாளைக்கு நாலு தடவை ஞாபகப் படுத்திக்கொண்டுமிருந்தான்.

“போறன்னைக்குத்தான? எல்லாம் வாங்கிக் குடுக்குறேன்” என்று கார்த்தியாயினி சொல்லியிருந்தும் தொந்தரவு பண்ணிக் கொண்டிருந்தான்.

நேற்றைக்குச் சாயங்காலம் பெருமாள் கோவில் முன்னால் இருக்கிற பூக்காரியிடம் ஒன்றுக்கு மூன்று தாமரைப் பூக்களை வாங்கிக் கொடுத்த பின்புதான் நச்சரிப்பு நின்றது. நீளமான தண்டுடன் வெளிர் சிவப்பு நிறத்தில் மூன்று மொட்டுகள். வீட்டுக்குக் கொண்டுவந்து தண்ணீர் அண்டாவில் போட்டு வைத்தான். “காலைல விரிஞ்டும்” என்று பூக்காரி சொன்னாள். விரியாமல் இருந்தால் நன்றாக இருக்கும். நாடகம் நடக்கிற அன்றைக்கு விரிந்தால் போதும். அதுவரைக்கும் மொட்டாகவே இருந்தால் என்ன? இரவு படுத்த பிறகு இரண்டு மூன்று தடவை எழுந்து விரிந்திருக்கிறதா என்று அண்டாவை எட்டிப் பார்த்தான். இல்லை. நிம்மதியாக இருந்தது. காலையில் புறப்படுகிறபோதும் அவை விரியவில்லை. மூன்று மொட்டுக் களையும் அப்பா ஒரு கண்ணாடிப் பேப்பரில் சுற்றிக் கொடுத்தார். அதை மட்டும் தனியாகக் கரணா ஜவுளி மாளிகை துணிப்பையில் போட்டுக்கொண்டான். பஸ்ஸில் ஏறி உட்கார்ந்தபோதும் தாமரைப் பையை மடியில் வைத்துக் கொண்டான். அவனுடைய துணிமணியும் புத்தகங்களும் விளையாட்டுச் சாமான்களும் இருந்த பையை அப்பா தூக்கிக் கொண்டு வந்தார். அது சீட்டில் அவனுக்குப் பக்கமாக உட்கார்ந்திருக்கிறது.

டிரைவர் சீட்டில் உட்கார்ந்து ஹாரனை அமுக்கினார். பாபு ஜன்னல் வழியாகப் பார்த்தான். அப்பா சிகரெட்டைக் கீழே போட்டு மிதித்துவிட்டு பஸ்ஸுக்குள் ஏறினார். சீட்டில் வைத்திருந்த பையை எடுத்து மடியில் வைத்துக்கொண்டு உட்கார்ந்தார். பஸ்ஸின் இரண்டு பக்கக் கதவுகளும் உலோக சத்தத்துடன் மூடிக்கொண்டன. ஒரு குலுக்கலுடன் பஸ் நகர்ந்தது.

“ஏம்பா, ஒரு மணிக்குள்ள வெல்லிங்டனுக்குப் போயிருவமா?” என்று கேட்டான் பாபு. நாராயணன் பதில் சொல்லவில்லை. சிரித்தார்.

பாபுவுக்கு முழிப்பு வந்தபோது பஸ் காட்டேரி தாண்டி பெரிய வளைவில் முக்கலுடன் ஏறிக்கொண்டிருந்தது. மடியில் வைத்திருந்த தாமரைப் பை கீழே விழுந்திருந்தது. குனிந்து எடுத்து நிமிரும்போது அப்பாவின் கடிகாரத்தைப் பார்த்தான். ஒரு மணி தாண்டியிருந்தது. இந்நேரம் கௌரி புறப்பட்டிருப்பாள்.

நாராயணன் கண்ணை மூடியிருந்தார். அவர் கையைத் தொட்டான். கண்களைத் திறந்தவர் சின்ன சலிப்புடன் “ஏண்டா, வாந்தி கீந்தி வருதா?” என்றார்.

“அதொண்ணுமில்ல. ஒரு மணி தாண்டிருச்சுப்பா” என்றான் பாபு.

“அதுக்கு நானென்றா பண்றது? பஸ்ஸு ஓடிட்டுத்தான இருக்கு. சீக்கிரம் எடம் வந்துரும்” சொல்லிவிட்டு மறுபடியும் கண்களை மூடிக்கொண்டார்.

பாபு வெளியே பார்க்க ஆரம்பித்தான். அது மலைப் பாதையின் இடது பக்கம். சுவர்போலப் பாறை மட்டும் தெரிகிற பக்கம். அடுத்த வளைவு ஏறினால் கீழே ரோடு போவதும் அதற்கு அப்பால் சரிவுகளில் மரங்கள் நிற்பதும் ஆகாயமும் தெரியும். இன்னும் கொஞ்ச தூரத்துக்குப் பாறைகளையும் அவற்றை மூடி வளர்ந்திருக்கும் செடி கொடிகளையும் மட்டுமே பார்க்க முடியும். அவனுக்கு அலுப்பாக இருந்தது. பஸ் ரொம்பவே மெதுவாகப் போகிறது. தாமரைப் பை கீழே விழாமலிருக்க இரண்டு முழங்கால்களையும் முன் சீட்டோடு ஒட்டி உயர்த்தி வைத்துக்கொண்டான்.

இரண்டு கைகளாலும் இரண்டு காதுகளையும் பொத்திக் கொண்டான். காதுக்குள் ஓவ் என்று கேட்டது. கைகளை மெதுவாக எடுத்தான். வ்வா என்றது. மறுபடியும் காதுகளைப் பொத்தினான். ஓவ். விட்டான் வ்வா. மறுபடியும் பொத்தியும் விலக்கியும் காதுக்குள் ஒலிக்கும் சத்தத்தைக் கேட்டுக்கொண்டிருந்தான். ஒவ்வா ... ஒவ்வா ... ஒவ்வா ... என்று காதுக்குள் விநோதமான சங்கீதம் கேட்டுக்கொண்டிருந்தது. தனக்குத் தெரிந்த பாட்டுகளை நினைத்துக்கொண்டே காதுகளைத் திறப்பதும் மூடுவதுமாக இருந்தான். ஓவ் ... வா ... என்ற இசையில் எல்லாப் பாட்டுகளும் அவனுக்குக் கேட்டன.

குன்னூர் வந்த பிறகுதான் காதுகளிலிருந்து கைகளை எடுத்தான். காது சூடேறியிருந்தது. அது குளிருக்கு இதமாகவும் இருந்தது.

குன்னூர் பஸ் ஸ்டாண்டில் ஆட்கள் இறங்கினார்கள். யாரும் ஏறவில்லை. அதனால் பஸ் உடனேயே மெயின் ரோட்டுக்கு வந்து ஓடியது. ஜன்னல் வழியாக விசுவிசுவென்று காற்று அடித்தது. ரயில்வே ஸ்டேஷனைத் தாண்டிக் கொஞ்ச தூரம் வந்ததும் தைல வாசனை வீசியது. ரயில் ரோட்டை ஒட்டி ஆற்றங்கரையில் தைல ஷெட் இருக்கிறது. அங்கேயிருந்து புகை எழும்பி வந்து ரோட்டைத் தாண்டிப் போய்க்கொண் டிருந்தது. பாபு திரும்பி அப்பாவைப் பார்த்தான். என்ன என்று கேட்டது அவர் பார்வை. "எறங்கற எடம் வந்துருச்சு" என்றான்.

நாராயணன் நிமிர்ந்து உட்கார்ந்தார். மடியிலிருந்த பையின் வாரை எடுத்துத் தோளில் மாட்டிக்கொண்டார். குளிரில் அவர் பற்கள் நடுங்குகிற ஓசை பாபுவுக்குக் கேட்டது. அப்பா வுக்கு இந்த இடம் பழக்கமில்லை. கோயம்புத்தூரிலிருந்து தன்னைக் கொண்டுவந்து விடவோ அத்தை அழைத்துக் கொண்டு போக முடியாத சமயங்களில் வந்து கூட்டிக்கொண்டு போகவோ மட்டுந்தான் வெல்லிங்டனுக்கு வருவார். வந்த அன்றைக்குப் பொழுது இருட்டுவதற்குள் மலையிறங்கிவிடுவார். ஒரு நாள்கூட அப்பா தங்கியதில்லை. அத்தை வீடு சின்னது. அத்தை, மாமா, பாபு மூன்று பேரைத் தாண்டி இன்னொருவர் படுக்க இடமில்லை என்பது ஒரு காரணம். மாமா கண்ணன் முன்னால் சிகரெட் பிடிக்க முடியாது. அப்பாவுக்கு அடிக்கடி சிகரெட் பிடிக்க வேண்டும். வந்தவுடன் ஓடிப்போவதன் இரண்டாவது காரணம் இதுதான்.

"வெல்லிங்டன் எறங்கறவங்க வாங்க" முருகனடி பங்களாவைத் தாண்டியதும் கண்டக்டர் குரல் கொடுத்தார். நாராயணனும் பாபுவும் எழுந்து முன்னால் நகர்ந்தார்கள். போலீஸ் ஸ்டேஷன் ஸ்டாப்பில் வண்டி நின்றது. இறங்கி னார்கள். இரண்டு பேரைத் தவிர வேறு யாரும் இறங்கவில்லை. அப்பா முன்னால் நடந்தார். கூடவே நடக்கத் தொடங்கி இரண்டு எட்டு வைத்ததும் திரும்பினான். "ஒரு நிமிஷம்பா" என்று சொல்லிவிட்டுத் திறந்து கிடந்த பஸ்ஸின் முன்பக்கக் கதவைப் பலமாக இழுத்து மூடினான். அது படார் என்ற சத்தத்துடன் மூடிக்கொண்டது. "தம்பி கதவெப் பொளந்து போட்றாத" என்று பின்பக்கமிருந்து கண்டக்டரின் குரல் வந்தது. 'தகர டப்பா பஸ்ஸு' என்று முனகிக்கொண்டு நகர்ந்தான். பஸ் கரும்புகையை விட்டுவிட்டுப் போனது.

“நான் முன்னாடி போறம்பா” என்று தாமரைப் பையை மட்டும் எடுத்துக்கொண்டு நடந்தான். “செரி போ” அப்பாவின் குரல் சிகரெட் மணத்துடன் வந்தது.

படிகளேறிப் போலீஸ் ஸ்டேஷன் முன்னால் நின்றான். போலீஸ் ஸ்டேஷனுக்கு இரண்டு பக்கமாகவும் தெருவுக்குப் போகிற வழிகள் இருக்கின்றன. ஒன்று அவனுடைய பள்ளிக் கூடத்தை ஒட்டியது. அதன் வழியாகப் போனால் மேடேறி மைதானம் வழியாகத் தெருவுக்குப் போகலாம். ஆனால் யாரும் அவனைப் பார்க்கமாட்டார்கள். ஸ்டேஷனுக்கு இந்தப் பக்கமாகப் போனால் பாலசுப்ரமணியர் கோவில் தெரு, கீழ்த் தெரு தாண்டி விட்டால் ஏகாம்பரம் பிள்ளைத் தெரு. அவர்கள் தெரு. அதில் போனால்தான் எல்லாருக்கும் தெரியும். முதலில் இபுறாகீம் பாய் கடையிலிருந்து எட்டிப் பார்த்துக் கேட்பார். “என்னாடா ஊசி, கோயம்புத்தூரு உட்டுருச்சா?” அதே கேள்வியை பார்க்கிற எல்லாரும் கேட்பார்கள். தெருவில் கால் வைத்ததும் முதல் கேள்வி அக்கா வீட்டிலிருந்து வரும். அதுதான் தெருவின் முதல் வீடு. அக்கா எப்போதும் திண்ணை யில் உட்கார்ந்திருப்பாள். “டே, ஊசி, இப்பத்தான் வர்றியா?” என்பாள். அவளிடமிருந்து தொடங்கி எல்லா வீட்டிலிருந்தும் யாராவது இப்பத்தான் வர்றியா என்று கேட்பார்கள். பாபு என்றில்லை. தெருவில் குடியிருக்கிற யார் இரண்டு நாள் வெளியூருக்குப் போய்விட்டு வந்தாலும் இந்தக் கேள்வி இருக்கும். யார் கேட்டாலும் அந்தக் கேள்வி அக்கறையான தாக இருக்கும்.

இபுறாகீம் பாய் கடை வழியாகவே போகலாம் என்று பாபு முடிவெடுத்துக் கற்பனைக் காரை ஸ்டார்ட் பண்ணினான். வண்டி ஸ்டார்ட் ஆனதும் தாமரைப் பையை என்ன செய்வது என்று சந்தேகம் வந்தது. மேடேறும்போது ஒரு கையால் ஸ்டீயரிங்கைப் பிடிக்க முடியாதே. பையின் காதுகளை வாயால் கவ்விக்கொண்டான். கியரைப் போட்டு வண்டியைக் கிளப்பினான். ட்ரும் ட்ரூம். வண்டி கிளம்பியது. பிப்பீங்க் என்று ஹார்னை ஒலித்தான். ட்ரும் ட்ரூம் டுர்ர்ர் என்று வண்டி மேடேறியது. பொட்டலம் கட்டிக்கொண்டிருந்த பாய் “டே, ஊசி யாருகூட வந்தே?” என்று கேட்டார். வண்டியின் வேகத்தைக் குறைக்காமல் “அஃப்ஃபாகூட” என்றபடி ஓடினான். கீழ்த் தெரு பின்னால் போனது. அக்கா வீட்டை அடைந்ததும் இடது பக்கமாக வளைத்தான். “என்னா ஓட்டண்டா இது?” என்ற அக்காவின் கேள்வி பின்னால் விழுந்தது. கௌரி வீட்டின் முன்னால் வண்டியை நிறுத்தினான். வாயில் கவ்வியிருந்த பையை வலது கைக்கு

மாற்றினான். காரைப் பூட்டிச் சாவியை டிரவுசரின் இடது பாக்கெட்டில் போட்டுக்கொண்டான். கௌரி வீட்டின் முன்னால் கூட்டமாக இருந்தது. எல்லாம் பொடியர்களாக இருந்தார்கள். குஞ்ஞுமோன் ராதாகிருஷ்ணன், அவன் தம்பி தினேஷ், நஜீர், சுகந்தி, செல்வன், தனலெச்சுமி உட்பட எல்லாரும் இருந்தார்கள். கூட்டத்துக்கு நடுவாக மரியதாஸ் போஸ்ட்மேனின் காக்கித் தொப்பி மட்டும் தெரிந்தது.

தாமரைப் பையை முதுகுக்குப் பின்னால் வைத்துக் கொண்டு பாபு கூட்டத்துக்குள் புகுந்தான். மரியதாஸ் ஒவ்வொரு கவராக எடுத்துப் பெயர் சொல்லி விநியோகம் செய்துகொண்டிருந்தார். அவர் சொன்ன பெயரில்லாதவர் களின் கவர்களை கௌரியேச்சி வாங்கிக் கையில் அடுக்கி வைத்துக்கொண்டிருந்தாள். அவளைப் பார்த்ததும் பாபுவுக்கு முகம் மலர்ந்தது. அவன் இன்றைக்குக் குன்னூருக்குப் போக வில்லைபோல. “கௌரியேச்சி இதோ தாமரைப் பூ” என்று பையை நீட்டினான். “இருடா இத முடிச்சுட்டு வர்றேன்” என்று கவர்களை மும்முரமாக அடுக்கிக்கொண்டிருந்தாள். எல்லாம் புது வருட வாழ்த்து அட்டைகள். அவனுக்கு எரிச்சலாக இருந்தது. தாமரைப் பூவை வாங்கிக்கொள்ளாமல் என்ன பண்ணிக்கொண்டிருக்கிறாள்?

“பாபேட்டா, இதா எனிக்கும் கிரீட்டிங் கார்டு” ராதா கையிலிருந்த வாழ்த்து அட்டையைக் காட்டினான். வாங்கிப் பார்த்தான். மசூதிக் கோபுரம்போல ஒரு கட்டிடத்தின் படம். அதன் வலது மூலையில் ‘கேட் வே ஆஃப் இந்தியா – பாம்பே’ என்று இங்கிலீஷில் எழுதியிருந்தது. எல்லார் கையிலும் ஒரே மாதிரியான கவர். ஒரே மாதிரியான அட்டை. கார்டின் பின்பக்கம் ‘ஹேப்பி நியூ இயர்’ என்று அச்சடித்திருந்தது. அதற்குக் கீழே இரண்டு வரிகள் இங்கிலீஷில் இருந்தன. கீழ்மூலையில் ‘கே. ஆர். முரளிதரன்’ என்று கையெழுத்துப் போட்டிருந்தது.

“முரளிச் சேட்டன் போம்பேலேர்ந்து எல்லாருக்கும் கிரீட்டிங் கார்டு அனுப்பியிருக்குடா. இரு ஒன்னோடது இருக்கான்னு பாக்கிறேன்” என்று சொல்லிக்கொண்டே கௌரி கையிலிருந்த அடுக்கைப் புரட்டினாள். பாபுவும் ஆர்வமாக எட்டிப் பார்த்தான். “போஸ்ட்மேன், பாபு பேர் போட்ட கார்டிருக்கா, பாருங்க” என்றாள். “வந்த கார்டு அல்லாத்தை யும் ஒங்கிட்டதான குடுத்தேன். இரு பாக்கறன்” மரியதாஸ் கையிலிருந்த கடிதக் கட்டைப் புரட்டிப் பார்த்தார்.

“இல்லியேம்மா” என்றார். கௌரி மறுபடியும் ஒருமுறை கையிலிருந்த கார்டுகளைத் துழாவினாள். “எல்லாருக்கும்

அனுப்பிருக்கேன்னுதான் எளுதிருக்கு. ஆனா ஒன்னோட கார்டெக் காணமேடா?" என்றாள் கௌரி.

போஸ்ட்மேன் கூட்டத்தை விலக்கிக்கொண்டு நடந்தார். கையில் கிரீட்டிங் கார்டுகளுடன் எல்லாரும் குதித்து ஓடிக் கொண்டிருந்தார்கள். "பாபேட்டனு மாத்ரம் இல்லா" என்று கத்தியபடிப் போனான் ராதா. "போடா கோதா" என்று அவனை விரட்டும்போது பாபுவுக்கு அழுகை வரும்போல இருந்தது.

அடக்கிக்கொண்டான். "தாமரப் பூ எங்கடா?" என்று இதமாகக் கேட்டாள் கௌரி. தன்னைச் சமாதானம் பண்ணு வதற்காகக் கேட்கிறாள் என்றே அவனுக்குத் தோன்றியது. "இந்தா வெச்சுக்கோ" என்ரு வெறுப்பாகப் பையை அவளிடம் கொடுத்தான். "வாடா வீட்டுக்குள்ள போயிப் பிரிச்சுப் பாக்கலாம்" என்று அவன் கையைப் பிடித்தாள். "எல்லாம் நீயே பாத்துக்க" என்று கையைப் பிடுங்கிக்கொண்டு வீட்டுக்குள்ளே போனான். அதற்குள் அப்பா வந்து சேர்ந்து சாப்பிட்டுக்கொண்டிருந்தார். பரிமாறிக்கொண்டிருந்த அத்தை "இவனு எந்து பற்றி அப்புஞ்ஞா?" என்று அப்பாவைக் கேட்டுக்கொண்டிருந்தாள்.

"வர்றப்ப நல்லாத்தான வந்தான். ஏண்டா என்னாச்சு?" சோற்றை விழுங்கிக்கொண்டே அப்பா கேட்டார். ஒன்று மில்லை என்று தலையாட்டினான். "நினக்கு விளம்பட்டே?" என்று கேட்ட அத்தையை முறைத்தான். "வேண்டான்னா போ" என்றாள் அவள்.

"டேய் பாபு இங்க வாயேன்" என்று அடுத்த வீட்டிலிருந்து கௌரி கூப்பிடுவது கேட்டது. பேசாமலிருந்தான்.

"டா, கௌரி விளிக்குன்னு கேள்க்குன்னில்லே?"

"நாம் போகல."

"எந்தாயி? அவளு விளிக்கும் முன்பு சாடிப் போகுன்னவ னல்லே?"

"இப்ப சாடலெ. சும்மா இருக்கீங்களா?" என்று கத்திக் கொண்டே கட்டிலில் ஏறி உட்கார்ந்தான். வாசலில் கௌரியின் தலை தெரிந்தது. உள்ளே வந்தாள்.

அப்பாவைப் பார்த்து "எப்ப வந்தீங்க? நல்லா இருக்கீங் களா?" என்று விசாரித்தாள்.

"நல்லாருக்கேன். நீ எப்பிடிம்மா இருக்கே? இவனுக்கு என்னாச்சு? ஒனக்குத் தாமரப் பூவெக் குடுக்கணும்னுதான

இன்னிக்கே வந்தான். இப்ப இங்கே மூஞ்சியத் தொங்கப் போட்டுகிட்டு உக்காந்துருக்கான்."

"எங்கண்ணன் முரளி பம்பாய்க்குப் போயிருக்கு. அங் கேருந்து எல்லாருக்கும் நியூ இயர் கார்டு அனுப்பீருக்கு. இவனுக்கு மட்டும் வரல. அதான் தொரை கோச்சுக்கிட்டு வந்து ஒக்காந்திருக்காரு. போஸ்ட்மேன் மறந்திருப்பாருடா. நாளைக்கு வரும் பாரு."

"நாளைக்கொண்ணும் வராது. ஞாயித்துக் கௌம எந்தப் போஸ்ட்மேன் வருவாரு?" என்று திருப்பியடித்தான் பாபு. கௌரி சிரித்தாள். அத்தையும் அப்பாவும் கூடச் சேர்ந்து சிரித்தார்கள்.

"நாளைக்கும் வராது. நாளான்னிக்கும் வராது. முரளிச் சேட்டன் எனக்கொண்ணும் அனுப்பாது" அழுகையை அடக்கிக்கொண்டு சொன்னான்.

"ஏண்டா அப்பிடிச் சொல்றே?"

"அவரு சிவாஜி கட்சி. அதனால் நான் அவருக்கு எனிமி. நான் எம்ஜிஆர் கட்சியில்ல" என்றான். அதைக் கேட்டு எல்லாரும் சிரித்தது அவனுக்குப் பிடிக்கவில்லை.

மைதானத்தில் நஜீருடன் கோலி விளையாடிக் கொண்டிருந்தான். மேடேறி வந்த போஸ்ட்மேன் மரியதாஸ் அவனைப் பார்த்ததும் "டேய், பாபு, ஒனக்கு ஒரு லெட்டர் இருக்குடா" என்றார்.

பாபுவுக்குச் சந்தேகமாக இருந்தது. சனிக்கிழமை சாயங் காலம் ஊருக்குத் திரும்பிய அப்பா போட்டிருப்பாரா? இருக்காது. அவர் கடிதம் எழுதுவதே அபூர்வம். யாரையாவது விட்டு கார்டில் நாலு வரி எழுதிப் போடுவார். அதுவும் இரண்டு அல்லது மூன்று மாதங்களுக்கு ஒருதடவைதான். இது யார் எழுதிய கடிதம்?

"போஸ்ட்மேன், அது பெத்துசாமி மாமா வீட்டு பாபு அண்ணனுக்கு வந்த லெட்டராருக்கும்."

"இவரு பெரிய சிஐடி. அங்கேருந்தே யாருக்கு வந்த லெட்டர்னு கண்டுபுடிக்கிறாரு. எல்லாம் உம்பேர் தாண்டா போட்டிருக்கு. வந்து வாங்குறியா? இல்ல கிளிச்சுக் காவாயில போடவா?"

அவன் ஓடிப்போய்க் கடிதத்தை வாங்கினான். மரியதாஸ் தெருவுக்குள் நுழைந்தார்.

நிஜம்தான். அவன் பெயர்தான். என். பாபு, கேர் ஆஃப் சி.பி. கண்ணன், 1/25, ஒய்.பி. ஸ்டிரீட், வெல்லிங்டன், தி நீலகிரிஸ். முகவரியும் சரிதான். உறையைப் பிரித்தான். கிரீட்டிங் கார்டு. அழகான கார்டு. படத்தில் முழங்கால் தெரிய கவுன் போட்ட சின்னப் பெண்ணும் டிரவுசரின் தோள் பெல்ட் தெரிவதுபோல சட்டை போட்ட பையனும் இருக்கிறார்கள். இரண்டு பேரும் ஒரு ரோஜா தோட்டத்தில் நின்று கொண்டிருக்கிறார்கள். பச்சைப் புல் தரையில் ஒரு புசுபுசு நாய்க்குட்டி மஞ்சள் பட்டாம்பூச்சியைப் பிடிக்கக் குதித்துக்கொண்டிருக்கிறது. படத்தின் மேலே 'ஹேப்பி நியூ இயர்' என்று மின்னுகிற சிவப்பில் அச்சடித்திருந்தது. கார்டைத் திருப்பிப் பார்த்தான். கே.ஆர். முரளிதரன் என்று பேனாவால் எழுதியிருந்தது. பாபுவுக்கு ஒரு நிமிஷம் சந்தோஷமாக இருந்தது.

"என்னாடா அது? கிரீட்டிங்க் கார்டா? காட்டு" என்றபடி நஜீர் அதைப் பார்த்தான். பாபு மறுபடியும் ஒரு தடவை கார்டைத் திருப்பிப் பார்த்தான். "நஜூ. நான் வரல" என்று கோலியாட்டத்துக்குக் கிழித்த கரத்தைப் பார்த்து நடந்தான். குழிக்குள் கிடந்த சின்ன கோலி, கரத்தையொட்டிக் கிடந்த சின்ன கோலி, கரத்துக்கு வெளியே இருந்த பெரிய கோலி – மூன்றையும் எடுத்துப் பாக்கெட்டில் போட்டுக் கொண்டான். "டே, இது அளுகுணிடா, பாதி ஆட்டத்துல போறவன் பயந்தாங்குளிடா" என்றான் நஜீர். "பரவால்லே" என்று சொல்லிக்கொண்டு மேடிறங்கினான்.

கோவில் தெருவில் மெயின்ரோட்டைப் பார்ப்பதுபோல இருகும் சிமெண்ட் வேலியின் மேலே ஏறி உட்கார்ந்து கொண்டான். கௌரி வருவதற்காகக் காத்துக்கொண்டிருந் தான். பதினெட்டு எம்.ஆர்.சி டிரக்குகள், ஊட்டிக்குப் போகும் மூன்று பஸ்கள், நம்பியார் டாக்டருடைய கறுப்பு அம்பாசிடர் உட்பட ஆறு கார்கள், வெல்லிங்டன் கண்டோன்மெண்ட் போர்டு குப்பை லாரி ஒன்று, குன்னூரிலிருந்து வெல்லிங்டன் கடைகளுக்குச் சாமான் கொண்டுவரும் மாட்டுவண்டி இவ்வளவும் மேல் நோக்கிப் போன பிறகு பாலசுப்பிரமணியர் கோவிலுக்கு நேர் கீழாக மெயின் ரோட்டில் பச்சை நிறப் பாவாடைகள் வருவது தெரிந்தது. கௌரியும் அதில் இருப்பாள்.

"இதென்னடா கொரங்கு மாதிரி வேலிமேல ஒக்காந்திட் டிருக்க?" ரோட்டை ஒட்டிய படிகளில் ஏறிக்கொண்டே கௌரி கேட்டாள். பாபு பேசாமல் கையிலிருந்த கவரை அவளிடம் நீட்டினான்.

"என்னாடாது? ஒனக்கும் முரளிச்சேட்டன் கிரீட்டிங் அனுப்பீடுச்சா?" என்று அதை வாங்கித் திருப்பிப் பார்த்தாள். வேலியிலியிருந்து இறங்கி அவளுடன் மேடேற ஆரம்பித்தான். "இதைப் புடிறா" என்று புத்தகப் பையை அவன் தோளில் மாட்டிவிட்டாள். அதன் கனத்தில் பாபு கொஞ்சம் தள்ளாடினான். அவளுடைய வேகத்துக்கு ஈடு கொடுத்து மேடேறியதில் அவனால் பேச முடியவில்லை. தெருவுக்குள் நுழைந்ததும் சொன்னான்.

"இதொண்ணும் முரளிச்சேட்டன் அனுப்புனதில்ல."

கௌரி கொஞ்சம் நின்றாள். "அதுதாண்டா கையெழுத்துப் போட்டிருக்கு" என்றபடி வீட்டுக்குள் நுழைந்தாள். "அம்மா" என்று குரல் கொடுத்தாள். கௌரியம்மா, "ஆ . . . நீ எத்தியோ?" என்று அடுக்களையிலிருந்து பதில் சொன்னாள். பாபு பையைச் சேரின் மீது வைத்தான். கௌரி செருகியிருந்த தாவணியை இழுத்து வெளியே தளரவிட்டாள். இன்னொரு நாற்காலியில் உட்கார்ந்துகொண்டாள். "சத்தியமா அது முரளிச்சேட்டன் அனுப்புனதுதாண்டா" என்றாள்.

புத்தகப் பையைப் போட்ட நாற்காலியின் முதுகைப் பிடித்துக்கொண்டு பாபு சொன்னான். "இது நீ அனுப்புனது"

"நானெதுக்குடா உனக்கு அனுப்பணும்? அதுவும் பக்கத்து வீட்டுல இருக்குறவனுக்கு?"

"பொய்னாச்சிக்கும் சொல்லாத. எனக்குத் தெரியும் நீதான் அனுப்புன?"

"எத வெச்சு சொல்ற?"

பாபு கவரைக் காட்டினான். "முரளிச்சேட்டன் எழுதுனா ஜி எல்லாம் நேரா இருக்கும். நீ எளுதுனாத்தான் அதெல்லாம் அழகா வளஞ்சிருக்கும். எங்களுக்கு அதெல்லாம் தெரியும்" இதைச் சொல்லும்போது அவன் கண்கள் நீர்கோத்துப் பளபளத்தன.

கௌரி அசந்துபோய் உட்கார்ந்திருந்தாள். அப்புறமாக எழுந்து அவனருகில் வந்தாள். இரண்டு கைகளாலும் அவன் கன்னத்தை வழித்து "புத்திசாலிடா" என்று நெட்டி முறித்தாள். அதுவும் போதாமல் அவன் கன்னத்துடன் தன்னுடைய கன்னத்தை ஒட்டவைத்தாள். அவளிடமிருந்து வந்த ரெமி ஸ்நோவின் வாசனையை மூச்சைப் பிடித்து உள்ளே இழுத்தான்.

●

அம்முவும் பாபுவும் போலீஸ் ஸ்டேஷனைத் தாண்டியபோது ஸ்டேஷன் வேலிக்குள்ளே யிருக்கும் பட்டாசுப் பூ மரத்தடியிலிருந்து குரல் கேட்டது. "இவ்ளோ காலைல அத்தையும் மருமகனும் எங்க போறாப்பல?" பாபு குரலைத் திரும்பிப் பார்த்தான்.

தமாஷ் போலீஸ் அய்யப்பன் கொடிக் கம்பத்துக்குப் பக்கத்தில் நின்றுகொண்டிருந்தார். கொடிக் கயிற்றைக் கையில் பிடித்திருந்தார். இன்றைக்கு எதற்காகக் கொடியேற்றுகிறார் என்று பாபுவுக்குச் சந்தேகமாக இருந்தது. கேட்க நினைப்பதற்குள் "ஒரு எடம் வரைக்கும் போணும்" என்றபடி அத்தை நடந்தாள். பாபுவும் கூட ஓட வேண்டியதாயிற்று.

தமாஷ் போலீசிடம் அத்தை அப்படி முறுக்கிக் கொண்டிருக்க வேண்டாம். இந்த ஸ்டேஷனில் இருக்கிறவர்களில் அவர் மட்டும்தான் பையன்களுக்குப் பயங்காட்டாதவர். அவ்வப்போது ஸ்டேஷன் தோட்டத்தில் இருக்கிற ரோஜாப் பூக்களைப் பொட்டைப் புள்ளைகளுக்கும் பிச்சீசையும் பிளம்சையும் பையன்களுக்கும் பறித்துக் கொடுப்பவர். முகத்துச் சதைகளை அசைத்துப் பெரிய மீசையை மட்டும் தனியாக நாட்டியமாட வைக்க அவரால் முடியும். பார்க்கத் தமாஷாக இருக்கும்.

அத்தை அவரிடம் ஒரு வார்த்தை எந்த இடம் என்று சொல்லியிருக்கலாம். அக்தர் சாயபு தர்கா என்று தெரியுமே தவிர அந்த இடத்தின் சரியான பெயர் அவனுக்கும் தெரியாது. இதற்கு முன்னால் ஒன்றிரண்டு தடவை அத்தையும் தேவகி அம்மாயியும் கௌரியம்மாவும் போயிருக்கிறார்கள் என்று மட்டும் தெரியும்.

எவ்வளவு வேகமாக நடந்தும் அக்தர் சாயபு தர்காவுக்கு வந்து சேர்ந்தபோது தாமதமாகிவிட்டது. மழை விட்டுவிட்டுப் பெய்துகொண்டிருந்தது. ரொம்ப தூரம் நடக்க வேண்டி இருந்தது. குன்னூர் பஸ் ஸ்டாண்டிலிருந்து கோத்தகிரி போகிற பாதையில் டீ எஸ்டேட்டுகளைத் தாண்டி கற்பூர மரச்சோலைகளுக்கு நடுவில் தர்கா இருந்தது. அதற்குப் பக்கத்தில் வேறு கட்டடங்கள் எதுவுமில்லை. சவுக்குக் கட்டை களால் போட்ட வேலிக்குள் பெரிய கூரை வீடு. அதுதான் அக்தர் சாயபு தர்கா. முன்னால் உயரமான இரும்புக் கம்பங்கள் நடப்பட்டிருந்தன. ஒன்றின் உச்சியில் பிறையும் நட்சத்திரமும். இன்னொன்றின் உச்சியில் முக்கோண வடிவத்தில் வெள்ளை பார்டரும் குஞ்சமும் வைத்த பச்சைக் கொடி. வாசலில் இரண்டு பெரிய சவுக்குக் கட்டைகளைத் தடுப்பாகச் செருகி வைத்திருந்தது. அதைத் தாண்டி உள்ளே போனால் கூரை வீடு குட்டிபோட்டது மாதிரி இன்னொரு கூரை. அதற்குள்ளிருந்து கராமுரே என்று யாரோ பேசுகிற சத்தம் கேட்டது.

அத்தை அந்த வீட்டு வாசலில் நின்று "பாய்...பாய்... உசேன் பாய்" என்று கூப்பிட்டாள். சிறிது நேரம் கழித்து தாடிவைத்த பாய் வெளியே வந்தார். தலையில் குரோஷாவில் பின்னிய வெள்ளைத் தொப்பி. தோளில் பச்சைத் துண்டு. மழித்து ஒதுக்கிய தாடி. கூரைக்குக் கீழே நின்று பேசினார். கூரையிலிருந்து உதிர்ந்த நீர்த் துளிகள் அவர் முகத்தில் விழுந்து தாடிவழியாக முத்துக்களாக உருண்டு விழுந்தன. பாபுவுக்கு அதைப் பார்க்க அழகாக இருந்தது.

"வாங்கோம்மா, மளெ பெய்யிதே இன்னிக்கு ஆரும் வரமாட்டாங்கோன்னு நெனச்சேன். அதான் தர்காவுலே ஒக்காரல. நீங்கொ வந்திருகீங்கொ. கொஞ்சம் இருங்க. நாஷ்தா பண்ணிட்டு வந்தர்றேன். நீங்கல்லாம் சாப்புட்டுட்டு வந் திருப்பீங்கில்லெ. நீங்கொ போய் தர்காவுலே இரிங்கொ. வந்துட்றேன்" சொல்லிவிட்டு உள்ளே போனார்.

இரண்டு பேரும் தர்கா பக்கத்தில் வந்தார்கள். பெரிய கட்டடமாகத் தெரிந்தாலும் சுவர்கள் இல்லாமலிருந்தது. நாலு பக்கமும் அரைச்சுவர்கள். அதன் மேலே மரச் சட்டம் அடைத் திருந்தது. நடுவில் சமாதி மேடை. மேடையின் மேல்பக்கம் வளைவாக இருந்தது. அதன் மேல் நீளமாகப் பச்சைத் துண்டு போர்த்தியிருந்தது. பச்சைப் போர்வைக்கு மேலே மல்லிகைச் சரங்கள் வரிசை வரிசையாகத் தொங்க விடப்பட்டிருந்தன. கும்பா மாதிரியான பெரிய பித்தளைப் பாத்திரத்தில் சாம்பிராணி புகைந்துகொண்டிருந்தது. சமாதி மேடையின் சின்ன விரிசல்களிலும் ஓரங்களிலும் பாதியும் முழுதுமாக எரிந்து அணைந்த ஊதுவத்திக் குச்சிகள் இருந்தன.

அத்தை உள்ளே போய்த் தரையில் உட்கார்ந்தாள். கையோடு கொண்டுவந்த பையிலிருந்து எல்லாவற்றையும் கொட்டினாள். மல்லிகைப் பூ, பன்னீர் பாட்டில், ஊதுவத்திக் குழாய், சாம்பிராணிப் பாக்கெட். தவிர சணல் நூலில் கட்டிய சின்னப் பொட்டலம். பாபுவுக்கு இதெல்லாம் எதற்கு என்று புரியவில்லை. அத்தைக்கும் சாமிகளுக்கும் இடையிலான உறவு அவனுக்கு விளங்கியதேயில்லை. மவுண்ட் பிளசண்ட் சகாயமாதா, உதகை மஞ்சனக்கொரை கருவலூர் மாரியம்மன், அக்தர் சாயபு எல்லாரும் ஏதோ வகையில் அவளுக்குச் சொந்த மாகியிருந்தார்கள்.

“டா, இதே அவிடே இட்டேக்கு” மல்லிகைப் பூச்சரத்தை நீட்டிக்கொண்டிருந்தாள் அத்தை. அதை வாங்கியதும் மூக் கருகில் கொண்டு போனான். “மணத்து நோக்கருது” என்ற அத்தையின் குரல் கையை இறக்கியது. சரத்தை ஏற்கெனவே போட்டிருந்த பூ வரிசைக்கு நடுவில் போட்டான். அந்த இடம் முழுவதும் மல்லிகை, சாம்பிராணி வாசனைகளால் நிரம்பியிருந்தது. சமாதியைச் சுற்றி வட்டமாக நடந்து பார்த்தான். வெறும் சிமெண்ட் மேடை. அதற்குள் என்ன இருக்கும் என்று அத்தையிடம் கேட்டான் “அது ஒரு மஹான்டே சவகுடீரமாணு” என்றாள். “தமிழ்ல சொல்லுங்க” என்றான். “ஒரு முஸ்லிம் சன்னியாசியோட சமாதி” என்றாள். அவனுக்கு திடீரென்று ஏனோ பயமாக இருந்தது. அவ்வளவு நேரம் சாதாரணமாகத் தெரிந்த சமாதியும் கட்டடமும் அச்சமூட்டக் கூடியவையாகத் தோன்றின. ஜன்னல் மாடத்தில் உட்கார்ந் திருந்த சாம்பல் புறா தலையைச் சாய்த்துக் கண்களைச் சுழற்றி ‘க்கூம் க்கூம்’ என்றது. உசேன் பாய் ஏவிவிட்ட மந்திரப் புறாவாக இருக்குமோ என்று சந்தேகப்பட்டான்.

“அத்தே, நாம போலாம். எனக்குப் பயமாருக்கு” என்றான்.

“பேடிக்கான் இவிடெந்தாள்ளது? அதும் பகல்ல. ஒரு காரியத்துக்காக வந்துருக்கோம். முடிச்சிட்டுப் போலாம். நீ கொஞ்ச நேரம் அடங்கியொதுங்கி எங்கியாவது ஒக்காரு” என்றபடி ஊதுவத்திக் குழாயைத் திறந்தாள். டிரேசிங் பேப்பரில் பொதிந்திருந்த பத்திகளைத் தரையில் வைத்தாள். தகரக் குழாயை அவனிடம் கொடுத்தாள். “பாய், சாப்பிட்டுட்டு வந்துரட்டும். சீக்கிரம் போலாம்” என்று சமாதானப்படுத்தி னாள். ஊதுவத்திக் குழாயுடன் முன்னால் வந்தான். படியில் நின்று குழாயை உதட்டருகே வைத்துக் காற்றை ஊதினான். குழலுக்குள்ளிருந்து காற்று ‘ஃபூஃப்’ என்று சத்தமிட்டது.

“தம்பி, பாய் இருக்காரு?”

மழைக்கு முக்காடு போட்ட ஒரு பெண் முன்னால் நின்றிருந்தாள். முகத்தைப் பார்த்ததும் முக்காடு மழைக்குப்

போட்டதல்ல என்று புரிந்தது. கழுத்தில் கருகுமணி மாலை யிருந்தது.

“பாய் சாப்புடறதுக்காக தா அந்த வூட்டுகுள்ளாற போனாரு பூம்மா” என்றான் பாபு.

பூம்மா என்ற அழைப்பு அவள் முகத்தில் புன்னகையாக அரும்பியது. கையிலிருக்கும் குழாயை யாரோ இழுப்பது தெரிந்து குனிந்து பார்த்தான். பூம்மாவின் கையைப் பிடித்துக் கொண்டு ஒரு சின்னப் பையன் நின்றிருந்தான். அவனுக்குத் தலை மட்டும் பெரியதாக இருந்தது. மண்டையில் கொஞ்சம் மட்டுமே முடியிருந்தது. அதுவும் சடைபோலத் திரிந்திருந்தது. போட்டிருந்த சட்டைக்குப் பித்தானில்லாமல் பின்னூசி குத்தி யிருந்தது. பையனின் மூக்கும் வாயும் ஒழுகிக்கொண்டிருந்தது. ஊதுபத்திக் குழாயைப் பிடுங்குவதில் குறியாக இருந்தான் அவன். பாபு குழலை இறுக்கமாகப் பிடித்துக்கொண்டான். “பீப்பி . . . பீப்பி” என்று எச்சில் ஒழுகக் கத்தினான் சிறுவன்.

அவன் கையைக் குழாயிலிருந்து விடுவித்தபடியே “சும்மா இரி. சும்மா இரி” என்றாள் பூம்மா.

அவர்களுக்குப் பின்னால் தோள் துண்டால் வாயைத் துடைத்துக்கொண்டு வந்து நின்றார் உசேன் பாய். “ஆரு கதீசாவா?” என்றார். முக்காட்டை இழுத்துவிட்டுக்கொண்டு “அஸ்ஸலாமு அலைக்கும்” என்றாள். பாய் படியேறிக்கொண்டே “அலைக்கும் சலாம்” என்றார். உள்ளே நடந்தார். பூம்மா பையனைத் தூக்கி இடுப்பில் இடுக்கிக்கொண்டு அவர் பின்னால் போனாள். பாபு உள்ளே போக வேண்டுமா வேண்டாமா என்று தயங்கிக்கொண்டு படியிலேயே நின்றான்.

விட்டிருந்த மழை சடசடத்துப் பொழியத் தொடங்கியது. இரண்டு மூன்று புறாக்கள் பறந்து வந்து கூரையடியில் ஒண்டின. பாபுவைப் பார்த்து மார்பைத் தள்ளிக் காட்டின. ‘க்குஹூம் . . . ம் . . . க்குஹூம் . . . ம் . . . என்று முனகின. எல்லாம் மந்திரப் புறாக்களாக இருக்கும் என்று நினைத்துக் கொண்டே உள்ளே போய் அத்தையின் பக்கத்தில் உட்கார்ந்து கொண்டான்.

உசேன் பாய் சமாதி முன்னால் சப்பணமிட்டு உட்கார்ந் திருந்தார். முன்னால் சாம்பிராணிக் கும்பா. அத்தை கொண்டு வந்திருந்த ஊதுவத்திகளை ஒரே கட்டாகப் பிடித்து பற்றவைத்தார். பந்தமாக எரிந்த நெருப்பு அடங்கி முனைகளில் சிவப்புப் புள்ளிகளாக ஒளிர்ந்தது. புகை எழும்பி வாசனை யாகப் பரவியது.

பாயின் முன்னால் குட்டையான குமாஸ்தா மேஜை இருந்தது. மேஜைமேல் புரட்டிப் புரட்டி அழுக்கேறிய இரண்டு

புத்தகங்கள் இருந்தன. தன்னுடைய தமிழ்ப்பாடப் புத்தகம் போல அவற்றின் மூலைகளும் சுருண்டிருப்பதை பாபு பார்த்தான். பெரிய துடைப்பம்போல ஒரு கட்டு மயில் இறகு மேஜைக்குப் பக்கத்திலிருந்தது. உசேன் பாய் துடைப் பத்தை எடுத்து கும்பாவிலிருந்து உயரும் சாம்பிராணிப் புகையை வருடிக்கொண்டிருந்தார். அது கலைந்து கலைந்து பரவியது. சணல் கயிற்றால் கட்டிய பொட்டலத்தை அவிழ்த்து தாம்பாளத்தில் கொட்டினார். கட்டிகட்டியாகக் கல்கண்டு. பாய் துடைப்பத்தை இடது கைக்கு மாற்றி வலது கையால் கற்கண்டை அளைந்தார். அவர் விரல்கள் சின்னத் துண்டு களையும் பெரிய துண்டுகளையும் பிரித்து, தாம்பாளத்தில் வெவ்வேறு இடங்களில் ஒதுக்கிக்கொண்டிருந்தன. இதெல்லாம் செய்யும்போதும் அவர் கண்களை மூடியபடியே இருந்தார். அவர் உதடுகள் அதிகச் சத்தமில்லாமல் என்னவோ உச்சரித்துக் கொண்டிருந்தன. மேஜை இழுப்பறையைத் திறந்து ஓர் உறையை எடுத்து மேலே வைத்துத் திறந்தார். பளபளப்பான செம்புத் தகடு சுருண்டிருந்தது. அதை நீவிச் சரிபண்ணினார். கண்களைத் திறந்தார். கத்திரிகோலை எடுத்து உள்ளங்கை அகலத்துக்கு செம்புத் தகடை வெட்டி எடுத்து மிச்சத்தைப் பழையபடி மேஜைக்குள் வைத்தார்.

“சொல்லுங்கொம்மா, பையன் பேரு?” என்று கேட்டார். அத்தை சொல்வதற்குள் அவன் சொன்னான்.” பாபு”

“பாபு. வெறும் பாபுவா? இல்லே ..?”

“பாபுதான். என். பாபு.”

“நல்ல பேரு. பையனும் நல்ல பையன் இல்லியாம்மா?”

“பையனெல்லாம் நல்ல பையன்தான் பாய். தெருக்காரங்க எல்லாருக்கும் அவனால் பிரயோஜனமிருக்கு. நமக்குத்தான் இல்ல.”

“கவலெப்படாதீங்கோம்மா, பாய் பாத்துக்கிறார். அக்தர் சாயபு எல்லாம் நல்லாப் பண்ணிடுவார்” என்று அவனைப் பார்த்தார். “தம்பி படிக்கிதா?”

“ம் . . . நாலாவ்து.”

“என்னோட தம்பி பையன் பாய். பொறந்து ஒரு வருசத்துல இங்க கொண்டாந்துட்டோம். நாங்க ரெண்டு பேருதான ஒரு தொணையாருக்கட்டும்னு இங்கியே படிக்க வெக்கிறோம். எல்லாந்தாம் பண்றோம். அவுங்க மாமாவுக்கு இவன்னா உசுரு. எதாவது ஒண்ணு வேணும்னு கேட்டா ஒடனே வாங்கிக் குடுத்துருவாரு. ஒரு கொறையும் வெக்கிறதில்ல. நானும் பாத்துப் பாத்துதான் எல்லாம் பண்றேன். கக்கூசுக்குப் போனா

குண்டி களுவி உடறது, காச்சலாப் படுத்தா கண்ண மூடாமப் பக்கத்துலேருந்து பாத்துக்கறதுன்னு எல்லாந்தான் பண்றேன்" சொல்லிக்கொண்டே வந்த அத்தை கொஞ்சம் நிறுத்தினாள். புடவைத் தலைப்பால் கண்ணைத் துடைத்துக்கொண்டாள்.

"சங்கடப்படாதீங்கோம்மா, சின்னப் பையந்தானே, நீங்க பண்ணாம ஆரு பண்ணுவாங்க சொல்லுங்கொ" என்றார் பாய். அவர் கை பொட்டலத்திலிருந்து ஒரு சிட்டிகை சாம்பிராணியை எடுத்துக் கும்பாவில் போட்டது. பிறகு செம்புத்தகட்டை நீவி மேஜைமேல் வைத்தது.

"எல்லாம் பண்றோம் பாய், ஆனா இவனுக்கு எங்ககிட்ட கொஞ்சங்கூட ஒட்டுதல் இல்ல. ரெண்டு நாளக்கி லீவு சேந்து வந்துச்சுன்னா அம்மாவப் பாக்கணும் தங்கச்சியப் பாக்கணும்னு கோயம்புத்தூருக்கு ஓடறதுலயே இருக்கான். அவன் இங்கியே எங்க கூடவே இருக்க நீங்கதான் எதாவது வழி பண்ணணும் பாய். என்ன பரிகாரம் வேணுன்னாலும் பண்றேன். எனக்குத் தான் வயித்துல ஒரு புழுவைச் சொமக்கிற பாக்கியமில்ல. பாழாப்போன கடவுளு அப்படிப் பண்ணிட்டான். தம்பி புள்ள நம்ம புள்ளயா வளரும்னு ஆச ஆசயாக் கொண்டாந்து வளத்துறேன். இது ஒட்டமாட்டேங்குது. இத்தன பண்றேனே, இதுக்கு பாசமிருக்குங்கிறீங்க, கெடயாது பாய். அம்மாகிட்ட குடிச்ச பால வுட நான் குடுத்த பாலு ஜாஸ்தி. ஆனா ஒரு தடவையாவது என்ன அம்மான்னு கூப்புடிருப்பானா? அவன் அப்படிக் கூப்புடறது ஒங்க கையிலதான் பாய்."

சொல்லி முடிப்பதற்குள் அத்தை அழ ஆரம்பித்து விட்டாள். வாயைப் பெரிதாகத் திறந்து சத்தம்போட்டு அழுது கொண்டிருந்தாள். கண்ணீர் நிற்காமல் வழிந்துகொண்டிருந்தது. கூடவே மூக்கிலிருந்தும் நீர் கொட்டியது. அவளை அந்தக் கோலத்தில் பார்க்கப் பயமாக இருந்தது பாபுவுக்கு. என்ன செய்வது என்று புரியாமல் விழித்தான். உசேன் பாய்கூடக் கொஞ்ச நேரம் அசையாமல் இருந்தார். சற்றுத் தள்ளி உட்கார்ந் திருந்த பூம்மா முன்னால் வந்து அத்தையின் தோளைத் தட்டி "அளாம இரிங்க" என்றாள். அவள் பையனும் எச்சில் வழிய "இயிங்ங" என்றான். புடவைத் தலைப்பால் முகத்தைத் துடைத்துகொண்டாள் அத்தை. பாபுவைப் பார்த்தாள். உசேன் பாயை நோக்கித் திரும்பி "பாத்தீங்கல்ல பாய், இவ்ளோ கதர்றேன், முழிச்சுகிட்டு ஒக்காந்திருக்கறதை" என்றாள்.

உசேன் பாயின் தாடிக்குள் ரகசியச் சிரிப்பு மின்னியது. "சின்னப் பையந்தானேம்மா உடுங்கோ, நாம சரி பண்ணிற லாம். யா அல்லா, யா முஹைதீன்" என்று பெருமூச்சுவிட்டார்.

மரப்பிடிபோட்ட குத்தூசியால் செம்புத் தகட்டில் எழுதுவதில் மும்முரமானார்.

சக்கரம், முக்கோணம், கோடு, வளைந்த எழுத்துக்கள் என்று வழுவழுப்பான காகிதத்தில் எழுதுவதுபோல பனாமா பிளேடு அகலமிருக்கும் செம்புத் தகட்டில் சுலபமாக அவர் எழுதுவது பாபுவுக்கு வேடிக்கையாக இருந்தது. எழுதி முடித்ததும் அதைச் சாம்பிராணிப் புகையில் காட்டினார். மேஜைமேல் வைத்தார். இழுப்பறையைத் திறந்து அலுமினியத் தாயத்துக் குழாயை எடுத்தார். அதற்கும் சாம்பிராணி காட்டினார். செம்புத் தட்டைச் சுருட்டிக் குழாய்க்குள் போட்டார். ஒரு அலுமினியப் பொட்டை எடுத்து அதன் திறந்திருந்த பக்கத்தை அடைத்தார். இழுப்பறையிலிருந்து சிவப்புக் கட்டியை எடுத்து கும்பாவின் வெளியில் வைத்தார். அது மெழுகுபோல உருகியதும் அடைத்த பொட்டின்மேல் பூசினார். மறுபடியும் இழுப்பறைக்குள்ளிருந்து ஒரு கறுப்புச் சரடை எடுத்து தாயத்தின் மேல்பக்கத்திலிருந்த வளையங் களில் நுழைத்தார். கயிற்றின் இருமுனைகளையும் இரண்டு கைகளால் பிடித்துக்கொண்டு ஒருமுறை சுற்றினார். சுழற்சி நின்றதும் அதைச் சுருட்டி வலது உள்ளங்கையில் மூடிக் கொண்டு சாம்பிராணிப் புகை மீது காட்டினார். பக்கங்கள் சுருண்டிருந்த புத்தகத்தைக் கடைசிப் பக்கத்திலிருந்து புரட்டிக் கொண்டு வந்து ஒரு பக்கத்தில் பார்வையைக் குவித்தார். அதைப் பார்த்து சன்னமான குரலில் படித்தார். அவர் படித்தது புரியவில்லை. ஆனால் பாபுவுக்கு அந்தச் சத்தம் கேட்க இனிமையாக இருந்தது.

"தம்பி, இங்கெ வந்து உக்காரு."

அத்தை அவனை அவருக்கு முன்னால் தள்ளிவிட்டாள். உட்கார்ந்த வாக்கிலேயே நகர்ந்தான் பாபு.

உசேன்பாய் இன்னும் கொஞ்சம் சாம்பிராணியை கும்பாவில் போட்டார். எழுந்த புகையை மயிலிறக்கையால் அவன் முகத்தில் படுகிறமாதிரி விசிறினார். முதலில் மூச்சுத் திணறுவது போலிருந்தாலும் வாயைத் திறந்து வாசனையை இழுத்தான். உசேன் பாய் என்னவோ முணுமுணுத்துக் கொண்டே மயிலிறகால் அவன் முகத்தில் மூன்று தடவை வருடினார். அவன் தலையை இரண்டு கைகளாலும் பிடித்து அவன் முகத்தில் மூச்சுவிட்டார். அந்த மூச்சில் கறி மசாலா மணமிருந்தது. தாயத்தை நெற்றியில் வைத்து முணுமுணுத்து விட்டு "இந்தாங்கோம்மா, இதெ ஒங்க கையாலே ஆண்டவனே வேண்டிக்கிட்டு பையனுக்குக் கட்டி உடுங்கொ" என்று அத்தை யிடம் நீட்டினார். அத்தை இரண்டு கைகளையும் நீட்டி

தாயத்தை வாங்கிக்கொண்டாள். கொஞ்சம் முன்னால் அழுத சுவடு எதுவுமில்லாமல் சாந்தமாக இருந்தது அவள் முகம்.

"எங்க கட்டறது பாய்?"

"எங்க வேணாலும் கட்டுங்கொ. கழுத்திலயொ இடுப்புலயொ கட்டுங்கொ"

அத்தை தாயத்தை பாபுவின் கழுத்தில் மாட்டிவிடப் பார்த்தாள். அவன் தலையை உலுக்கினான். "கழுத்துல போட வேண்டா" என்றான்.

"அழகாருக்கும்டா, செயின் போட்ட மாதிரிருக்கும்" என்றாள் அத்தை. கழுத்தில்போட்டால் குடுகுடுப்பைக்காரன் போலிருக்கும் என்று தோன்றியது. கழுத்தில் போடவிடக் கூடாது என்பதில் பிடிவாதமாக இருந்தான்.

"சொன்னதக் கேக்கிற பளக்கமில்லியே, சரி, இடுப்புல கட்டிவுடட்டா?" என்றாள். அதுவும் நன்றாக இருக்காதுதான். வேண்டாமென்றால் மறுபடியும் அழுதுவிடுவாள். "ஊம்" என்று எழுந்து நின்றான்.

சட்டையைத் தூக்கித் தாயத்தை இடுப்பில் கட்டினாள். அலுமினியக் குழாயை தொப்புளுக்குக் கீழே வரும்படி இழுத்து விட்டாள். தாயத்தில் லேசான சூடு இருந்தது. அத்தை கையை எடுத்ததும் சட்டையை இறக்கி விட்டுக்கொண்டான். உட்கார்ந்தான். உசேன் பாய் தாம்பாளத்திலிருந்து ஒரு துண்டுக் கற்கண்டை எடுத்துக் கொடுத்தார். வாங்கின வேகத்தில் வாயில் அதக்கிக் கொண்டான். இன்னொரு துண்டை எடுத்து பூம்மாவின் பையனிடம் கொடுத்தார்.

"ஒங்க சங்கடமெல்லாம் இதோடெ போயிடும்மா. ஆண்டவர் பையனுக்கு புத்தி கொடுப்பார். அப்புறம் வாரத் துக்கு ஒருவாட்டி தாயத்தெ சாம்புராணி காட்டுங்கொ. அவுக்கவெல்லாம் வேணாம். அப்புடியே காட்டலாம். காட்டுறப்பொ பையனோட வெல்லக் கட்டி உருகிப் போய்டாமெப் பாத்துக்கோங்கொ" என்று சிரித்தார் உசேன் பாய். அத்தையும் பூம்மாவும் வெட்கத்துடன் சிரித்தார்கள். பூம்மாவின் பையனும் ஙிஙிஹி என்று வாயைப் காட்டினான். பாபுவுக்கு எதுவும் புரியவில்லை.

அத்தை பைக்குள் வைத்திருந்த சுருக்குப் பையிலிருந்து ரூபாயை எடுத்து குமாஸ்தா மேஜைமேல் வைத்தாள். உசேன் பாய் "ஆண்டவரே" என்று சொல்லிக்கொண்டே அதை எடுத்து இழுப்பறைக்குள் போட்டார்.

"அப்ப நாங்க வர்றோம் பாய்."

“நல்லதும்மா, வாங்கோ, கதீசா ஒனக்கு என்னா சங்கடம்?” என்று திரும்பினார்.

அத்தையும் பாபுவும் எழுந்தார்கள். வாசல் பக்கமாக நாலெட்டு வைத்ததும் ஞாபகம் வந்தவனாக உட்கார்ந்த இடத்துக்கு வந்தான் பாபு. தரையில் கிடந்த ஊதுபத்திக் குழாயை எடுத்துக்கொண்டான். சற்று யோசித்தான். அதை பூம்மாவிடம் பையனிடம் “இந்தா” என்று நீட்டினான். ஹி என்ற சத்தத்தில் கண்கள் மலர அதை வாங்கிக்கொண்டான் சிறுவன்.

படியிறங்கியதும் நின்றார்கள். மழை இப்போதைக்கு நிற்கும்போலத் தோன்றவில்லை. பெரிய தாரைகளாக விழுந்து கொண்டிருந்தன. அத்தை பையிலிருந்து குடையை எடுத்து விரித்தாள். “டா, பிடிச்சோண்டு நடக்கு” என்று குடையை அவன் கையில் கொடுத்தாள். புடவைத் தலைப்பை இழுத்து முக்காடு போட்டுக்கொண்டாள். பாபுவை முன்னே விட்டுப் பின் தொடர்ந்தாள். சவுக்குக் கட்டையைத் தாண்டியதும் அவனிடம் கேட்டாள் “இவிடே வந்நதொந்நும் மாமன்டெ யடுத்துப் பறயண்டா, எந்தா பறயோ?” இல்லை என்பது போலத் தலையாட்டினான். மாமாவிடம் சொல்லாமலிருக்கக் கூடாது என்று அப்போதே முடிவு செய்தான்.

மழையில் நடப்பது சிரமமாக இருந்தது. பாதையும் மரங்களும் மழையில் மங்கித் தெரிந்தன. எல்லா இடத்திலும் தண்ணீர்ப்போர்வை போர்த்தியதுபோலிருந்தது. தேயிலைச் செடிகள் மேல் மழை விழுந்து பச்சை வாடையடித்தது. செம்மண் கரைந்து ஓடைகளாக ஓடியது. நடக்கும்போது செருப்புக்குள் ஓடை புகுந்து கால் விரல்களில் மண்ணின் குறுகுறுப்புப் புலப்பட்டது. கற்பூர மரங்கள் மழைதாங்காமல் தள்ளாடின. அவற்றிலிருந்து பம்பரக் காய்கள் வழியெல்லாம் உதிர்ந்து கிடந்தன. பாபு தேடித்தேடிப் பெரிய காய்களாகப் பொறுக்கினான். அத்தை தடுத்ததை சட்டை பண்ணாமல் டிரவுசர் பாக்கெட்டில் போட்டுக்கொண்டான்.

குன்னூரைத் தாண்டிக் கொஞ்ச தூரம் வந்ததும் மழை நின்று தூறலாகப் விழத் தொடங்கியது. முருகனடி பங்களாவுக்கு முன்னால் வந்தபோது அதுவும் நின்று போனது. போலீஸ் ஸ்டேஷன் பக்கம் வந்ததும் உள்ளே பார்த்தான். அய்யப்பன் இருக்கிறாரா? இல்லை. அப்போதுதான் அரைக்கம்பத்தில் இறக்கிக் கட்டிய கொடி கண்ணில் பட்டது. மழையில் நனைந்து பறக்க முடியாமல் துவண்டிருந்தது. ஏன் அரைக்கம்பத்தில் கட்டியிருக்கிறார்கள்? அத்தைக்கும் தெரியவில்லை.

தெருவுக்குள் நுழையும்போதே தொப்பலாக நனைந்திருந்த இரண்டு பேரையும் தேவகி அம்மாயி பார்த்துவிட்டாள். "ரண்டாளும் ஜலபிசாசுபோலல்லே வருன்னது" என்று கேலி பண்ணிக்கொண்டு வீட்டுக்குள்ளே அழைத்தாள். இன்னும் நாலெட்டு வைத்தால் வீடு ஆயிற்று. இருந்தாலும் சிநேகிதியின் அழைப்பை மறுக்க முடியவில்லை அத்தையால். அதைவிட முக்கியமான காரணம் வீட்டுக்குப்போய் உடை மாற்றி அடுப்பு மூட்டி தேநீர் தயாரிப்பதற்குச் சோம்பலாக இருந்தது. தேவகி யிடம் கொஞ்சம் டீ போடேன் என்று உரிமையாகக் கேட்கலாம். "டா" என்று பாபுவைக் கூப்பிட்டபடி அம்மாயி வீட்டுப் படிகளில் ஏறினாள். முன் அறையில் உட்கார்ந்திருந்த வசந்தி "ஊசி சாஸ்த்ரி செத்துப் போயிட்டார்டா" என்றாள். அதனால் தான் அய்யப்பன் போலீஸ் கொடியை அரைக்கம்பத்தில் கட்டினார்போல. அம்மாயி வீட்டு ரேடியோவில் மூக்கடைத்த குரலில் வாத்தியம் கேவிக்கொண்டிருந்தது.

சனிக்கிழமை சாயங்காலம் புளூமவுண்ட் சலூனில் முடிவெட்ட அழைத்துப் போனார் மாமா. இரண்டு பேரும் முடிவெட்டிக்கொண்டு நடந்து வந்து குறுப்பு டீக்கடைக்குள் நுழைந்தார்கள். எல்லா மாதமும் முடிவெட்டிக்கொண்டதும் குறுப்புக் கடையில் ஏறுவது வழக்கம். உள்ளே போய் பெஞ்சில் உட்கார்ந்ததும் பாபுவின் முன்னால் குறுப்பேட்டன் கண்ணாடி அலமாரியில் அடுக்கியிருக்கும் கஜூராவைக் கொண்டு வந்து வைப்பார். இன்றைக்கும் வைத்தார். கஜூராவை மென்று கொண்டே அக்தர் பாய் தர்காவுக்குப் போனதைச் சொன்னான். அந்த இடம் பயங்கரமாக இருப்பதைச் சொன்னான். அத்தை அழுததைச் சொன்னாள். உசேன் பாய் மந்திரித்த தாயத்துக் கட்டியதையும் சொன்னான்.

"மாமா, தாயத்துக் கட்டிகிட்டா அத்தையெ அம்மான்னு கூப்புடுவேன்னு பாய் சொல்லிச்சு. அப்ப ஓங்களயும் அப்பான்னு கூப்புடணுமா?"

மாமா தேநீர் கிளாசை மேஜைமேல் வைத்து விட்டு யோசித்தார். "நினக்கு அங்ஙனெ விளிக்கான் தோன்னியால் மாத்ரம் விளிச்சா மதி. என்னெ அங்ஙனெ விளிக்கான் ஆளுண்டு" என்றார். அவர் சொன்னதன் அர்த்தம் மொழி பிடிபடாததனால் அன்றைக்கு பாபுவுக்குப் புரியவில்லை. சிறிது காலத்துக்குப் பிறகு புரிகிற சந்தர்ப்பம் வந்தது. அதை அத்தையிடம் அவன் சொல்லவே இல்லை.

●

குடியாத்தத்திலிருந்து விமலாக்கா வீட்டுக்கு வந்திருந்த விருந்தாளியைத் தெருவில் எல்லாருக்கும் பிடித்துப்போயிருந்தது. விமலாம்மாவின் தம்பி நந்தகோபால். விமலாவின் மாமா.

"அதொண்ணும் சொந்த மாமா இல்ல. அம்மாவோட சொந்தத்துல யாரோ ஒருத்தன். அப்பிடித்தான் மாமா. அதக் கண்டாலே எனக்குப் புடிக்கல. அதும் அதோட மூஞ்சியும் டிரெஸ்ஸும்." என்றாள் விமலாக்கா. அது சரிதான்.

இருபது வயது தாண்டியிருந்தும் நந்தகோபால் முகத்தில் வெகுளித்தனம் மிஞ்சியிருந்தது. பொட்டைத்தனம் என்றாள் விமலா. மீசையோ தாடியோ இல்லை. ஒருவேளை முளைக்கவே இல்லையா? எல்லாம் முளைத்தும் வளர்ந்தும்தான் இருக்கிறது. அவன்தான் சவரம் பண்ணி எடுத்து விடுகிறான். ஒரு நாளைக்கு இரண்டு தடவை சவரம் செய்து முகத்தை அம்மிக் குழவியாக்கி வைத்திருக்கிறான் என்று விமலா சொன்னாள்.

பிடறிவரை வளர்ந்த முடி. அதை எண்ணை மினுங்க நடுவகிடெடுத்துச் சீவி விட்டிருப்பான். கண்ணுக்கு மைதடவி வால்போலத் தீட்டியிருப்பான். நெற்றியில் ஜிகினா மின்னுகிற பொட்டு. பொட்டு வைப்பதும் ஒரு சடங்காக நடக்கும். முதலில் முகத்தை லைப்பாய் சோப்புப் போட்டுக் கழுவுவான். முடிந்ததும் லக்ஸ் சோப்புத் தேய்த்து இன்னொரு முறை கழுவுவான். முகம் சிவந்து போவதுபோலத் துண்டால் அழுத்தித் துடைப்பான். ரெமி ஸ்நோ பாட்டிலைத் திறந்து கொஞ்சம் எடுத்து இடது உள்ளங்கையில் வைப்பான். அதிலிருந்து வலதுகை ஆள்காட்டிவிரலால் தொட்டுத் தொட்டு எடுத்து முகம் முழுக்கப்

புள்ளிகுத்திக்கொள்வான். புள்ளிகளை ஒவ்வொன்றாக அழிப்பான். முகம் அப்போதே லேசாகப் பளபளக்கும். அதற்கு மேல் ரெமி பவுடரை வெல்வெட் பஃபால் முகத்தில் ஒற்று வான். சின்ன டப்பியிலிருந்து அம்பரை எடுத்து நடு நெற்றியில் பொட்டு வைப்பான். நட்சத்திரம் போலவோ அன்னச் சிறகு போலவோ இருக்கும் அச்சைக் குங்குமத்தில் தொட்டெடுத்து அம்பர்மேல் வைப்பான். அவனிடமிருந்த சாக்லெட் டப்பாவில் விதவிதமான பொட்டு அச்சுக்கள் இருந்தன. சின்ன சென்ட் குப்பியும் எல்லா வர்ணங்களில் வளையல்களும் இருந்தன. அவன் இல்லாதபோது விமலா ரகசியமாக அந்த டப்பாவைக் காண்பித்தாள். “எங்கிட்ட கூட இத்தன பொட்டும் வளயலும் கெடயாது” என்று பொறாமைப்பட்டாள். அதைக் கேட்டுக் கொண்டிருந்த அவள் அப்பா பெத்துசாமி “அவன் ஆம்பிளையா இருந்தாத்தான, ரங்கநாதர் மாத்திப் பொறக்கவெச்சிட்டாரு” என்று சொல்லிக்கொண்டே போனார். விமலாவின் அண்ணன் நாகராஜு வழக்கம்போலச் சிரிப்பை உதிர்த்தான். பாபு என்கிற நாகராஜு அதிகம் யாருடனும் பேசமாட்டான். அவன் சுபாவம் அது. தவிர திக்குவாயும் இருந்தது. அதனால் நந்தகோபாலுடன் அவனுக்குப் பேச்சு வார்த்தையில்லாம லிருந்தது. நந்தகோபாலுக்கும் விமலாவிடம் பேசத்தான் ஆசை யிருந்தது.

நந்தகோபாலின் உடையலங்காரமும் வினோதமாகத் தோன்றியது. மெல்லிய துணியில் தைத்த ஜிப்பாக்களைத்தான் அவன் போட்டிருந்தான். அதுவும் தினம் ஒரு நிறமாக இருக்கும். டிரௌசரோ பேண்டோ போடமாட்டான். சோன்பப்டி விற்கிறவன் மாட்டிக்கொண்டு வருவது போன்ற தொளதொள பைஜாமா. அது மட்டும் வெள்ளை நிறத்தில் இருந்தது.

வெல்லிங்டனுக்கு வந்த இரண்டாவது நாளே தெருவில் எல்லாரையும் நந்தகோபால் பழக்கப்படுத்திக்கொண்டான். மத்தியான நேரங்களில் விமலாம்மா வீட்டுத் திண்ணையிலோ கௌரியம்மா வீட்டு வாசலிலோ பெண்கள் உட்கார்ந்து பேசிக் கொண்டிருப்பார்கள். அந்த அரட்டையில் நந்தகோபாலை யும் சங்கோஜப்படாமல் சேர்ந்துக்கொண்டார்கள். அதற்கான தந்திரங்கள் அவனிடம் நிறைய இருந்தன. அவன் பேச்சு பெண்கள் பேசுவதுபோலச் சன்னமான குரலில் இருந்தது. ஆணிடம் பேசுகிற அசௌகரியம் தராத குழைவுடன் இருந்தது. பெண்களில் யாரைவிடவும் அவனுக்கு அதிகமான கோலங்கள் தெரிந்திருந்தன. அதுவும் புள்ளிவைத்துப் போடும் நெளிக் கோலங்கள். அவர்களைவிட அதிகமாகச் சமையலைப் பற்றித் தெரிந்திருந்தது.

மணியம்மா வீட்டுக்கு ஹட்டியிருந்து அந்த தடவை மேரக்காய்கள் வந்திருந்தன. வழக்கம்போல எல்லா வீட்டுக்கும் பிரித்துக் கொடுத்திருந்தாள். விமலாக்கா வீட்டுத் திண்ணையில் பெண்கள் ஜமாவாக உட்கார்ந்திருந்தபோதுதான் படகா கமலா மேரக்காயை விநியோகம் செய்தாள். கௌரியம்மாவும் அம்முவும் காய்களைக் கையில் உருட்டிக்கொண்டே எடுத்த எடுப்பில் சலித்துக்கொண்டார்கள். “இத வெச்சு என்ன பண்ண? கூட்டும் சாம்பாரும் தினமும் வெக்க முடியுமா?” விமலாம்மா வின் கையிலிருந்த காயை வாங்கித் தட்டிப் பார்த்தான் நந்தகோபால். “ஒரே நூவு ஏமி சேஸ்தாவு? அதென்ன சட்டி பானையா தட்டிப் பாக்குற” என்று தம்பியை அதட்டினாள் விமலாம்மா.

“உண்டக்கா, இது அல்வா சேசேனிக்கு மஞ்சிகா ஒச்சி” என்றான். விமலாம்மா சிரிக்க ஆரம்பித்தாள். அவள் சிரித்த தில் நெற்றி சுருங்கி தரித்திருந்த வெள்ளை நாமம் பொடிந்து உதிர்ந்தது. நந்தகோபாலின் முகம் சிவந்து போயிற்று. அக்கா சிரிப்பதும் தம்பி கோபப்படுவதும் ஏனென்று பெண்களுக்குப் புரியவில்லை.

“தே விமலாம்மே, சிரி நிர்த்திக் காரியம் பற” என்றாள் கௌரியம்மா.

“ஆமா, ஆருக்கும் ஒண்ணும் புரியாம நீங்களே சிரிச்சா எப்பிடி?” என்றாள் அத்தை.

வாயைப் பெரிதாகத் திறந்து சிரிப்பையெல்லாம் காற்றாக விட்டுவிட்டு அடங்கினாள் விமலாம்மா. அப்போதும் அவள் முகத்தில் சிரிப்பின் பிரகாசம் மிச்சமிருந்தது.

“மேரக்காயில் ஜாஸ்தியா ஒண்ணும் பண்ண முடியா துன்னு நாம் சொல்லிட்டிருந்தமில்ல. இவன் சொல்றான் அதுல அல்வா பண்ணலாம்னு.”

இந்தத் தடவை அவளுடன் சேர்ந்து எல்லாப் பெண்களும் கெக்கலித்தார்கள். நந்தகோபால் முகம் இறுகிக் கன்றிப்போனது போல இருந்தது. அந்தக் கூட்டுச் சிரிப்பு அவனுக்கு ஆத் திரத்தைக் கொடுத்தது. கண் கலங்கியது. பெண்களா இதுகள்? அடக்கமில்லாமல் கெக்கெக்கே என்று குலுங்கிச் சிரிக் கிறார்கள்? தெரியாத சங்கதியைச் சொன்னால் என்ன இளிப்பு வேண்டியிருக்கிறது? ஆத்திரம் தெறிக்கக் கத்தினான் “சிரிப்ப நிறுத்துறீங்களா?”

சட்டென்று சிரிப்பு அடங்கியது. எல்லார் முகமும் ஒரு நொடி மங்கியது. பின்னர் சமாளித்துக்கொண்டார்கள். நந்தகோபாலையே உற்றுப் பார்த்தார்கள்.

“ஒரு காரியம் சொன்னா கேக்கறத்துக்கு முன்னாடி சிரிக்கறது பொம்பளைகளுக்கு நல்லதில்ல” என்றான்.

விமலாம்மா “ஒரே சாலு, என்ன சொல்லணுமோ அத மாத்ரம் சொல்லு . . . உட்டா பேசிட்டே போற பெரியவங்க சின்னவங்க வித்தியாசமில்லாம” என்று அவனை அடக்கினாள். நந்தகோபால் சாந்தமானான். தலையைக் குனிந்துகொண்டான். எல்லாப் பெண்களுக்கும் தர்மசங்கடமாக இருந்தது. கௌரி யம்மாதான் அமைதியை உடைத்தாள். “நந்தகோபாலுக்கு என்ன சொல்லணுமோ சொல்லு. தே, விமலாம்மே அவன் பறயட்டே”

மேரக்காயில் அல்வா செய்வது எப்படி என்று நந்த கோபால் விலாவரியாகச் சொல்லிக்கொண்டிருந்தான். கேட்கச் சுலபமானதாக இருந்தாலும் எல்லாருக்கும் சந்தேகம். அது சரியாக வருமா? அப்படியே வந்தாலும் வாயில் வைக்கிற மாதிரியிருக்குமா? அடுத்த நாள் இரண்டாம் சனிக்கிழமை. கண்டோன்மெண்ட் போர்டுப் பள்ளி வகுப்பறையில் மாதர் சங்க மீட்டிங் நடக்கிற நாள். மீட்டிங் முடிந்ததும் ஒரு மேஜை மேல் ஸ்டவை வைத்து மேரக்காய் அல்வா பண்ணிக் காண்பித்தான். பூசணிக்காயில் செய்ததுபோல இருக்கிறது. எல்லாரும் சிலாகித்தார்கள். ருசி பார்த்த பெண்கள் எல்லாரும் அவனை நளமகாராஜன் என்றார்கள். நந்தகோபால் முகம் வெட்கத்தால் சிவந்து போனது. அதற்குப் பிறகு ஏகாம்பரம் பிள்ளைத் தெருவில் யார் வீட்டுக்குள்ளும் அவனால் சகஜமாகப் போய் வர முடிந்தது.

நந்தகோபால் வந்து ஒரு வாரம் ஓடியிருந்தது. விமலாக்கா விடம் ராணி புக்கைக் கொடுக்க பாபு போயிருந்தபோது பெத்துசாமி மாமா விமலாம்மாவிடம் சத்தம் போட்டுக் கொண்டிருந்தார்.

“ஏதாவது வேலக்குப் போறதாருந்தா அதுக்கு ஏற்பாடு பண்ணலாம். அத வுட்டுட்டு இவம் பாட்டுக்கு வர்றான், போறான். வேளாவேளக்கி பொட்டு வெச்சு மினுக்கிகிட்டு நடக்கறான். நான் கஷ்டப்பட்டுச் சம்பாதிக்கிறது ஒன் தம்பி சும்மா ஒக்காந்து தின்றதுக்கில்ல, என் பையனும் பொண்ணும் சாப்புடறதுக்கு. ஏதோ சொந்தமாச்சேன்னு தங்க வெச்சா சோறும் ஓசிலே போடணுமாக்கும்? வயசுக்கு வந்த பொண்ணு இருக்குற வூட்டுல இது மாதிரியொருத்தன எத்தனி நாளக்கு வெச்சுக்க முடியும்? அவங்கிட்ட கண்டிசனா சொல்லு.”

பெத்துசாமி மாமாவின் குள்ளமான உடல் நடுங்கிக் கொண்டிருந்தது. அவர் உடல் அப்படி நடுங்குவதை பாபு பார்த்திருக்கிறான். அவர் பூஜை பண்ணுகிற முனீஸ்வரன் எப்போதாவது அவர் மேலே வரும். அப்போதெல்லாம் கண் களை உருட்டி நாக்கைத் துருத்திக் காட்டியபடி நடுங்குவார். காரமடைக்கு பந்த சேவை எடுத்து ஆடுகிறபோதும் அந்த நடுக்கம் இருக்கும். இப்போது நடுங்குவது கோபத்தினால் என்று புரிந்தது.

விமலாம்மா எதுவும் பேசாமல் உட்கார்ந்திருந்தாள். என்ன பேச? சொந்தத் தம்பியாக இருந்தால் வாதாடலாம். இவன் சின்னம்மா பிள்ளை. குடியாத்தத்தில் தறிகெட்டு அலைகிறான் என்று இங்கே விரட்டி விட்டிருந்தாள் விமலம்மா வின் தொத்தா. இங்கேயும் அப்படித்தான் இருக்கிறான். பாவாவிடம் ஏதாவது வேலை பார்க்கச் சொல்லவா என்று கேட்டதற்கு அவன் சொன்ன பதில்தான் அவளுக்கு வருத்த மளித்தது.

'எனக்குச் செலவு பண்ண உன்னால் முடியாது என்றால் சொல்லிவிடு. அதற்கான காசைக் கொடுத்துவிடுகிறேன். அதை விட்டுவிட்டு வேலைக்குப் போ, டப்பு கொண்டு வா என்றெல்லாம் சொல்லாதே.'

விமலம்மாவால் பதில் சொல்ல முடியவில்லை. 'ஓணானை மடியில் கட்டின கதையாச்சு' என்று முனகினாள். வீட்டுக்காரர் சத்தம்போடும்போதெல்லாம் 'அவர் சொல்வதும் சரிதானே' என்று வாயைப் பொத்திக்கொண்டிருந்தாள்.

இது எதையும் நந்தகோபால் சட்டை செய்யவில்லை. தினமும் அலங்காரம் பண்ணிக்கொண்டான். பெண்களுடன் அரட்டை அடித்தான். அவன் கற்றுக் கொடுத்த கோலங்களால் வாசல்கள் நிறைந்திருந்தன. தெருவில் பெரும்பாலான வீடுகளில் வாசல் தெளிக்கும் சின்னம்மாவுக்கு இது அதிசயமாக இருந்தது. சின்ன ஆறுதலாகவும் இருந்தது. முதுகுவலியுடன் குனிந்து சில வாசல்களில் கோலம் போடுகிற சிரமமில்லையே. 'சின்னம்மா போடுற கோலத்தைவிட நந்தகோபால் போட்டுக் காட்டிய கோலம் அழகு' என்பதை மட்டும் அவள் ஒத்துக் கொள்ளத் தயாராகவில்லை. 'பத்துப் புள்ளி பத்து வரிசை என்னா, இருபத்துநாலு புள்ளி இருபத்திநாலு வரிசன்னு கோலம் போட்டுக் காட்டுனவதான நானும். இப்ப முடியல' என்று சமாதானம் சொன்னாள். யாரும் மறுக்கவில்லை. இன்றைக்குச் சரி. நாளைக்கே நந்தகோபால் போய்விட்டால் இவளைத்தானே நம்ப வேண்டும். அதில் சின்னம்மாவுக்குப் பெருமை பிடிபடவில்லை.

அக்காவோ பாவாவோ திட்டுவதை நந்தகோபால் கண்டு கொள்ளாமல் கவுடர் டாக்கீசிலும் குன்னூர் டிலைட்டிலும் கணேஷ் தியேட்டரிலும் ஓடும் எல்லாப் படங்களுக்கும் போனான். சில படங்களை இரண்டு மூன்று தடவைகூடப் பார்த்தான். மாரியம்மன் கோவில் மைதானத்தின் புல்மேட்டில் உட்கார்ந்து பார்த்த படங்களின் கதையைப் பையன்களுக்குச் சொன்னான். அவன் கதை சொல்லும்போது படமே கண் முன்னால் ஓடியது. சோகமான கட்டங்களில் நந்தகோபாலின் குரல் கம்மியது. கதாநாயகனும் கதாநாயகியும் கட்டிப் பிடித்துக் கொள்ளுகிற கட்டங்களில் அவன் வெட்கப்பட்டான். கை களால் முகத்தைப் பொத்திக்கொண்டு சிரித்தான். "சினிமால பத்மினி இப்பிடித்தான் சிரிக்கும்" என்றான். அவனுக்குப் பத்மினியைத்தான் ரொம்பப் பிடிக்கும் என்றான். "அவளும் என்ன மாதிரி டான்ஸ் ஆடுவா" என்றான். எல்லாப் பையன் களுடைய வாய்களும் திறந்துகொண்டன. நஜீர்தான் முதலில் சொன்னான் "சும்மா டூப்புடுறீங்க?"

"சத்தியமாச் சொல்றேண்டா, எனக்கு டான்சு தெரியும்" என்றான் நந்தகோபால்.

நஜீர் வாயைக் கோணலாக்கி ப்ருப்ருப்ரு என்று சிரித்தான். அதைப் பார்த்து எல்லாரும் அதே சத்தத்துடன் சிரித்தார்கள். நந்தகோபாலுக்கு அடங்காத கோபம் பொங்கியது.

"டூப்புடறேன்னா சொல்றீங்க, கூட வாங்கடா, காட்டறேன்" என்று எழுந்தான். பையன்களும் எழுந்தார்கள். உடம்பை ஒய்யாரமாக அசைத்துக்கொண்டு நந்தகோபால் முன்னால் நடக்க பையன்கள் அவன் பின்னால் ஓடினார்கள். விமலாக்கா வீடு வந்ததும் நின்றான்.

"எல்லாரும் திண்ணையில உக்காருங்க, வர்றேன்" என்று உள்ளே போனான்.

"இந்தண்ணன் டூப்புடுதுடா" என்றான் நஜீர்.

"இல்லடா அதுக்கு நெஜமாலும் டான்ஸ் தெரியுமாண்டா, விமலாக்கா என்கிட்ட சொல்லிச்சு" என்றான் பாபு.

"இவருதான் அது ஆடறதப் பாத்தாரு போடா."

நந்தகோபால் கையில் ஒரு ரெக்சின் பேக்குடன் வந்து திண்ணையில் உட்கார்ந்தான். அதன் ஜிப்பை இழுத்துத் திறந்து அதற்குள்ளே இருந்ததையெல்லாம் திண்ணையில் கொட்டினான். நிறைய போஸ்ட் கார்டுகள். படங்கள். கலர்கலரான நோட்டீசுகள். கவர்கள் எல்லாம் சிதறின.

அதில் கைவைத்த பையன்களைத் தடுத்து அவனாகவே ஒரு படத்தை எடுத்துக் காட்டினான். நாட்டிய அலங்காரத் துடன் நிற்கிற பத்மினியின் போட்டோ. அதில் இங்கிலீஷில் பத்மினி என்று கையெழுத்திருந்தது. அதை எல்லாருக்கும் தெரிவதுபோல நீட்டிக்கொண்டு கேட்டான்" இது பத்மினி தாண்டா?"

கூட்டமாகப் பதில் வந்தது. "ஆமா, நெஜம்மாலும் பத்மினிதான்"

இன்னொரு காகிதத்தைக் காட்டிச் சொன்னான் "இது அது எனக்கு எளுதின லெட்டர். படிக்கிறேன் கேளுங்க. அன்புச் சகோதரர் நந்தகோபாலுக்கு வாழ்த்துகள்."

கூட்டம் ஆச்சரியத்தில் அமைதியாக இருந்தது. நந்த கோபால் காகிதச் சிதறலில் துளாவி ஒரு நோட்டீசை எடுத்தான். "டே, ஊசி நீயே பட்றா" என்று கொடுத்தான்.

பாபு அதை வாங்கி மனசுக்குள்ளாகப் படித்தான். "சத்தமாப் பட்றா, எல்லாரும் கேக்கட்டும்" என்று விரட்டி னான் நந்தகோபால்.

"குடியாத்தம் காந்தி மைதானத்தில் இன்று மாலை ஆறு மணிக்குப் பிரபல நாட்டியச் சுடரொளி நடனாவின் பரத நாட்டியம். காணத் தவறாதீர்."

"இதையும் பாருங்கடா" என்று தபால் கார்டை எடுத்துக் காட்டினான் நந்தகோபால்.

சாதாரண கார்டுதான். ஆனால் விலாசம் எழுதுகிற இடத்துக்கு இடது பக்கத்தில் படம் அச்சடித்திருந்தது. பரத நாட்டியக் கோலத்தில் ஒரு பெண் முகம். உற்றுப் பார்த்தால் அது நந்தகோபாலின் படம். படத்துக்குக் கீழே 'நாட்டியச் சுடரொளி நடனா' என்று அச்சாகியிருந்தது. பையன்கள் அந்தக் கார்டைப் பிடுங்கிப் பிடுங்கிப் பார்த்தார்கள். எல்லா முகத்திலும் புன்னகை பூத்தது. பாபு கைக்கு வந்ததும் அதைத் திருப்பிப் பார்த்தான். அப்படியே நந்தகோபால் பார்த்தான். விருட்டென்று எழுந்து கார்டுடன் திண்ணையிலிருந்து தெருவில் குதித்தான். கார்டைத் தூக்கிக் கொண்டு "நடநட கோபாலா . . . நந்தகோபாலா . . . நட நட ராணி நடனா ராணி" என்று பாட்டுப்போலக் கத்தினான். மீதிப் பையன் களும் அவன் சொன்னதையே சொல்லிக்கொண்டு திண்ணையி லிருந்து குதித்தார்கள். நந்தகோபாலுக்குத் திக்கென்றது. உள்ளே தூங்கிக்கொண்டிருக்கிற அக்கா வந்துவிட்டால் தொலைந்தது என்று பயந்தான்.

விமலாம்மா வீட்டுக் கதவு படாரென்று திறந்தது. கொண்டையை முடிந்துகொண்டே வந்த விமலாம்மா திண்ணையில் உட்கார்ந்திருக்கிற நந்தகோபாலையும் பரப்பி வைத்திருந்த காகிதங்களையும் பார்த்தாள். வாசலில் கத்திக் கொண்டிருக்கிற பையன்களைப் பார்த்தாள். என்னமோ புரிந்துவிட்ட ஆவேசத்தில் நந்தகோபாலின் முடியைப் பிடித்து உலுக்கினாள். "தொங்கா, கெட்டாக்கொடுக்கா... இப்படி அவமானப்படுத்தறதுக்கா வந்தே" என்று கத்தினாள்.

"லேதக்கா, லேதக்கா" என்று நந்தகோபால் கெஞ்சினான். கெஞ்சிக்கொண்டே திண்ணையில் கிடந்த காகிதங்களை அவள் கைக்கு எட்டாமல் தடுத்து பேக்குக்குள் திணித்துக் கொண்டான். பையை மார்போடு இறுக்கியபடி தலை குனிந்து உட்கார்ந்தான். விமலாம்மா கத்துவதையும் நந்தகோபால் குனிந்து உட்கார்ந்திருப்பதையும் பார்த்ததும் பையன்களின் கூச்சல் அடங்கியது. எல்லா வீட்டிலிருந்தும் ஆட்கள் வெளியே வந்து பார்த்தார்கள். அவர்களைப் பார்த்ததும் விமலாம்மாவுக்கு வெட்கம் பிடுங்கியது. நந்தகோபாலின் முடியைப் பிடித்திருந்த கையை விலக்கி அவனை உதறிவிட்டு உள்ளே போனாள். நந்தகோபால் அப்படியே உட்கார்ந்திருந்தான். பையன்கள் எல்லாரும் ஹோவென்று கத்திக்கொண்டு மைதானத்துக்கு ஓடினார்கள்.

அடுத்த நாள் முதல் தெருவில் எந்த வீட்டுக்குள்ளேயும் நந்தகோபால் நுழைய முடியாமல் போனது.

விமலாம்மா வீட்டுக்குப் பக்கத்தில் காலிமனை கிடந்தது. உண்மையில் அது காலிமனையல்ல. இந்த வீட்டின் பாகம் தான். வீட்டுச் சொந்தக்கார முதலியார் செத்துப்போயிருந்தார். அவருடைய வாரிசுகளான பெண்ணும் பிள்ளையும் தகராறு பண்ணிக்கொண்டு வீட்டை நெடுகப் பிளந்திருந்தார்கள். பிளவின் இந்தப் பக்கம் பெண்ணுடையது. மறு பகுதி பையனுடையது. பெத்துசாமி மாமா மேல் இருக்கும் மரியாதை காரணமாகப் பெண் அவர்களைக் காலி பண்ணச் சொல்ல வில்லை. இடிக்கப்பட்டுத் திறந்து கிடந்த இடத்தில் சுவரெழுப்பு வதற்குப் பதிலாக மூங்கில் தட்டியைக் கட்டி மறைத்துக் கொடுத்திருந்தாள். மாதம் பதினைந்து ரூபாய் வாடகைக்கு அது தாராளம் என்று நினைத்திருக்கலாம். பையன் வீட்டைத் துப்புரவாக இடித்துத் தள்ளியிருந்தான். இடிந்த வீட்டில் குட்டிச் சுவர்களுக்கு நடுவில் புல் முளைத்திருந்தது. எருக்கஞ் செடிகள் குத்துக்குத்தாக வளர்ந்திருந்தன. பூனைகள் மீனைக்

கவ்விக்கொண்டு வந்து தின்னவும் நாய்கள் குட்டிபோடவும் அந்த மனையை உபயோகித்தன. மழை பெய்கிற நேரங்களில் தெருப் பையன்கள் அவசரத்துக்கு ஒன்றுக்குப் போகவும் அந்த இடம் வசதியாக இருந்தது.

அக்கா கோபித்துக்கொண்டிருந்த இரண்டு நாட்களும் நந்தகோபால் அந்தக் குட்டிச் சுவர்களுக்கு இடையில்தான் உட்கார்ந்திருந்தான். பசிக்கிற நேரம் விமலாம்மா வீட்டுக்குள்ளே போய் அவனாகவே எடுத்துப் போட்டுக்கொண்டு சாப்பிட்டான். இரவில் உள்ளே போய்ப் படுத்துக்கொண்டான். பகல் பொழுது முழுக்க இடிந்த வீட்டுக்குள்ளே உட்கார்ந்திருந்தான். தெருப் பையன்கள் பெரியவர்கள் யாரும் பார்க்காத சமயங்களில் அவனைப் பார்க்கப் போனார்கள். நந்தகோபாலுக்கு அதைப் பற்றி வருத்தமொன்றும் இருக்கவில்லை. வழக்கம் போல சினிமாப் பார்த்தான். குன்னூர் பெட்ஃபோர்டில் பத்மினி நடித்த ஹிந்திப் படம் பார்த்தான். அந்தக் கதையைச் சொல்ல யாரும் கிடைக்கவில்லை என்பதுதான் அவனுடைய துக்கம்.

ஞாயிற்றுக் கிழமை சாப்பாட்டு வேளைக்குப் பிறகு ஆண்கள் வீட்டில் தூங்கிக்கொண்டிருந்த நேரம். தெருப் பெண்கள் எல்லாரும் கௌரியம்மா வீட்டு வாசலில் உட்கார்ந்து ரேடியோவில் ஒலிச்சித்திரம் கேட்டுக்கொண்டிருந்தார்கள். கௌரியின் அப்பா அன்றைக்கு இல்லை என்பதனால் கொஞ்சம் சத்தமாக ரேடியோ வைத்திருந்தது. எல்லாரும் பார்த்த படத்தின் ஒலிச்சித்திரம். ஆளாளுக்கு அடுத்த காட்சியின் வசனங்களை சொல்லிக் காட்டிக் கேட்டுக்கொண்டிருந்தார்கள். ரேடியோ சத்தத்தையும் பெண்களின் குசுகுசுப்பையும் மீறி பெத்துசாமி மாமாவின் சத்தம் கதவைத் திறந்து தெருவில் வந்து விழுந்தது.

"தொங்கா கொடுக்கா, குக்காப் பில்லா" என்று கத்திக்கொண்டே வெளியே வந்தார். அவருடைய வலது கை நந்தகோபாலின் ஜிப்பாக் காலரைப் பிடித்திருந்தது.

கதவருகில் நின்று அவனை உந்தித் தள்ளினார். உயரமான நாலு படிகளிலும் உருண்டு தெருவில் வந்து விழுந்தான் நந்தகோபால். நாகராஜு அவனைத் தூக்கப் பார்த்தான். விமலாம்மா பதறி எழுந்தாள். ஓடிப்போய் பெத்துசாமி மாமாவை விலக்கப் பார்த்தாள். "எல்லாம் ஒன்னாலதாண்டி, தட்டுவாணி முண்டே" என்று கத்திக்கொண்டே அவள் முகத்தில் அறைந்தார். தள்ளாடி விழப் பார்த்தாள் விமலாம்மா. அதற்குள் அத்தையும் கௌரியம்மாவும் தாங்கிப் பிடித்துக்கொண்டார்கள்.

வெல்லிங்டன் 137

தெருவில் கூட்டம் கூடியது. பெத்துசாமி மாமா சாமி வந்ததுபோல ஆடிக்கொண்டிருந்தார். பாபு திரும்பிப் பார்த்த போது விமலாக்கா திண்ணையில் நின்றிருந்தாள். அவள் முகத்தில் தூக்கச் சடைவும் உதட்டில் நமட்டுச் சிரிப்பும் இருந்ததுபோலத் தோன்றியது.

குண்டாராவ் மாமாவும் நம்பியார் மாமாவும் நாகராஜுவும் பெத்துசாமி மாமாவைப் பிடித்து கொஞ்சம் அப்பால் கொண்டு போனார்கள். என்ன நடந்தது என்று விசாரித்தார்கள். கீழே விழுந்து கிடந்த நந்தகோபாலைப் பார்த்துக் காறித் துப்பிக் கொண்டு நின்றார் பெத்துசாமி.

"என்ன நடக்கணும்? எல்லாம் மானக்கேடு. பொட்டப் புள்ள தூங்கிட்டிருக்கறத ஒளிஞ்சு நின்னு பாத்துட்டிருக்கான் நாசமாப் போறவன். எல்லாம் தோ இவளால வந்ததுதான். தம்பின்னு கொண்டுவந்து வெச்சு மானத்த வாங்கிப் போட்டா."

அவரைச் சமாதானப்படுத்தினார்கள் மற்ற இருவரும். "நாகு, அப்பாவ வீட்டுக்குள்ள கூட்டிட்டுப் போ" என்றார்கள்.

நாகராஜு அவர் கையைப் பிடித்து இழுத்தான். "உட்றா" என்று கையை உதறிக்கொண்டார்.

கீழே விழுந்து கிடந்த நந்தகோபால் எழுந்தான். "பாவா, நானொண்ணும் அப்படிப் பாக்கல. விமலா எந்தங்கச்சி மாதிரி. அக்கா நான் தப்பொண்ணும் பண்ணல" என்றான். அவன் குரல் கேவியது.

"எந்த அண்ணண்டா தங்கச்சி துணி வெலகிக் கெடக்கறப் பாத்து ரசிச்சுகிட்டு நிப்பான். நாயே பொய்யா சொல்றே?"

"இல்ல பாவா, நான் அப்படிப்பட்டவனில்ல, நம்புங்க பாவா" என்று கதறினான். பிறகு ஆவேசம் வந்தவன்போல இடிந்த வீட்டுக்குள் பாய்ந்தான். எல்லாரும் திடுக்கிட்டு நின்றார்கள். என்ன செய்யப் போகிறான்? என்ற திகைப்புடன் பார்த்தார்கள். நஜீரும் பாபுவும் விமலாம்மா வீட்டுத் திண்ணை யில் ஏறி இடிந்த கட்டிடத்துக்குள் குதித்தார்கள். "மாமா நந்தகோபாலு பிளேடெ வெச்சு வயித்தை வெட்டிக்கிது" என்று பயத்துடன் கத்தினார்கள்.

நம்பியார், குண்டாராவ், பெத்துசாமி, நாகராஜு நாலு பேரும் ஒரே தாவாக உள்ளே புகுந்தார்கள். நந்தகோபாலை வெளியே தூக்கி வந்தார்கள். அவனுடைய வயிற்றுக்குக் கீழேயிருந்து ரத்தம் கொட்டிக்கொண்டிருந்தது. தலைமாட்டி லும் கால்மாட்டிலுமாக அவனைப் பிடித்துக்கொண்டு

ஓட்டமாக ஓடினார்கள். வெல்லிங்டன் ஆற்றின் கரையிலிருக்கிற டாக்டர் நம்பியார் வீட்டுக்குக் கொண்டு போகிறார்கள் என்று புரிந்தது. நந்தகோபாலின் பைஜாமா தொடைப்பகுதி யில் ரத்தம் ஊறிச் சொட்டியது. பாபுவும் கூட ஓடினான். நஜீரும் ஓடினான். தெருவிலிருந்து இறங்கி அவர்கள் ஓடிய வழியில் ரத்தமும் ஓடியிருந்தது.

பகல் தூக்கம் கலைந்த எரிச்சலுடன் கேட்டருகில் வந்த டாக்டர் நம்பியார்கூட அந்த ரத்த ஒழுக்கைப் பார்த்து ஒரு விநாடி நின்றுவிட்டார்.

அன்றைக்குப் பிறகு நந்தகோபாலை யாரும் பார்க்க வில்லை. மறுபடியும் ஏகாம்பரம் பிள்ளைத் தெருவுக்கு வராமலேயே அவன் குடியாத்தத்துக்குப் போய்விட்டான். எல்லாரும் அவனை மறந்துவிட்டார்கள். அவன் கற்றுக் கொடுத்த கோலங்கள் வீட்டு வாசலில் மலர்ந்தபோதும் யாருக்கும் அவன் ஞாபகம் வரவில்லை.

விமலாக்கா ரகசியமாக ஒரு கார்டைக் காண்பித்தாள். பார்த்ததுமே தெரிந்துவிட்டது. அது நந்தகோபாலின் கார்டு. அதேபோல ஒன்று பாபுவிடமும் இருக்கிறது.

விமலா காட்டிய கார்டின் பின் பக்கத்திலும் நாட்டியச் சுடரொளி நடனாவின் படம் இருந்தது. கார்டைத் திருப்பிப் படித்தான்.

'அன்புள்ள விமலாவுக்கு,

நீ என் தங்கை. நானும் உன்னைப் போல ஒரு பெண். பெண்ணுக்குப் பெண்தான் துரோகம் செய்வாள் என்பதை நீ காட்டிவிட்டாய். எனக்கு உன்மேல் வருத்தமில்லை.

இப்படிக்கு
உன் அன்புச் சகோதரி
நடனா'

"இதென்னாக்கா இப்டி எளுதீருக்கு. அது ஒங்க மாமாதான. அப்ப நீ எப்டி தங்கச்சியாவே?" என்று கேட்டான்.

"அது அப்டித்தாண்டா, ஒனக்குப் புரியாது" என்றாள் விமலா. அதைச் சொல்லும்போது அவள் அழுதுகொண் டிருந்தாள்.

●

ஆற்றில் கொஞ்சமாகத் தண்ணீர் ஓடிக் கொண்டிருந்தது. தெளிவான தண்ணீர். அடியில் கிடக்கும் பொடிமணலும் உருண்டைக் கற்களும் பாசிகளும் தெளிவாகத் தெரியும் கண்ணாடி நீர். சூரிய வெளிச்சத்தில் நுரையும் குமிழிகளும் அச்சுப்போட்டதுபோல மணலில் தெரிந்தன. சின்ன மீன்கள் குட்டி வால்களைக் குலுக்கிக் கொண்டு நீந்தின. அதைப் பார்த்ததும் பாபுவுக்குச் சிரிப்பு வந்தது. 'ரொம்பத்தான் அலட்டிக்கிதுங்க' என்று சொல்லிக்கொண்டான். குனிந்து ஆள் காட்டி விரலை மெல்ல ஆற்றுக்குள் நீட்டினான். விரலசைவில் உண்டான நீர் வளையத்தை வெட்டிக்கொண்டு நீந்தி வந்த மீன் குஞ்சு ஒன்று அவசரமாக விரலை முட்டி விட்டுப் போனது. 'ஏமாந்தியா?' என்று கேட்டுக்கொண்டே டிரவுசர்ப் பையிலிருந்து தேங்காய் பர்ஃபியை எடுத்துத் துளியூண்டு பிய்த்து தண்ணீருக்குள் போட்டான். விரலைக் கொறித்த குஞ்சு மீன் திரும்பி வந்து அதைக் கவ்வினால் அத்தைக்கும் அம்மாயிக்கும் நடந்த சண்டை சமாதானமாக முடிந்திருக் கும். இல்லையென்றால் இனி பேசிக்கொள்ள மாட்டார்கள்.

தண்ணீரில் மிதந்து இறங்கிய பர்ஃபித் துகளை குஞ்சுமீன் கொத்த வருவதற்குள் கல்லிடுக்கிலிருந்து வேறொரு மீன் பாய்ந்து வந்து கவ்வியது. குஞ்சு மீன் வந்த வழியில் திரும்பியது.

செருப்புக் கால்களைத் தண்ணீருக்குள் விட்ட படி கரையின் புல்சரிவில் மல்லாந்து படுத்தான். பாலத்தின் மேல் எம்.ஆர்.சி. டிரக் போய்க்கொண் டிருந்தது. டிரக் நிறைய சிப்பாய்கள் இருந்தார்கள். கோவா ஹில்லிலிருந்து வருபவர்களாக இருக்க வேண்டும். ஆனந்தக் குரலில் பாடிக்கொண்டிருந்

தார்கள். பயிற்சி முடிந்து வேறு ரெஜிமெண்டுக்குப் போகிறவர் களாக இருக்கலாம். அல்லது விடுமுறையில் ஊருக்குப் போகிறவர்களாக இருக்கலாம். இருக்கலாமென்ன? அதுவே தான். அப்படிப் போகிறவர்களுக்குத்தான் பயணம் இத்தனை சந்தோஷம் தருவதாக இருக்கும்.

டிரக்கிலிருந்து கீழே எட்டிப் பார்த்த சிப்பாய் ஆற்றங் கரைப் புல்மேட்டில் மல்லாந்து கிடக்கிற பாபுவைப் பார்த்து ஹிந்தியில் என்னவோ சொன்னான். பாபுவுக்கு அவன் சொன்னது தெளிவாகக் கேட்கவில்லை. எழுந்து உட்கார்ந்து இரண்டு கைகளையும் வாயருகில் குவித்து 'ஜெய் ஜவான்' என்று பதிலுக்குக் கத்தினான். டிரக்கிலிருந்த சிப்பாய் கையை ஆட்டினான். பாபு பார்த்திருக்க வண்டி பாலத்தைக் கடந்து வெல்லிங்டன் ரயில்வே ஸ்டேஷனை நோக்கி மேடேறியது. சிப்பாய்களின் பாட்டும் மெல்ல மெல்ல மேடேறி மறைந்தது. மறுபடியும் கரையில் மல்லாந்தான். கண்களை மூடிக்கொண் டான். கால்கள் ஆற்றில் அமிழ்ந்து கிடந்தன. நீரோட்டத்தின் அலைமோதலில் ரப்பர் செருப்பு விரல்களிலிருந்து கழன்று விடுவதுபோல ஆடுவதை உடம்பு உணர்ந்தது.

சட்டென்று தண்ணீர் முன்பைவிடச் சில்லென்று ஓடுவது தெரிந்தது. புதுவெள்ளம். கொஞ்சம் முன்னால் ஜகதளா குன்றுகளில் மழை பெய்திருக்கவேண்டும். களகளவென்ற நீரோசையிலும் சத்தம் அதிகமாக இருந்தது. பாபு கண்களைத் திறந்தான். குளிர்ந்து பரவிக்கொண்டிருந்தது வெயில். கறுப்பு மேக ஜரிகைகளுக்கு மத்தியில் சூரியன் மிதந்துகொண்டிருந்தது. மழை பெய்யக் கூடும். ஆகாயம் தயாராக இருந்தது. மேகத்தின் நிழல் புல்மேட்டிலும் ஆற்று நீரிலும் விழுந்திருந்தது.

புரண்டு ஒருக்களித்துப் படுத்தான் பாபு. மழை வருவதற்குள் வீட்டுக்குப் போய்விடலாம் என்று நினைத்தான். ஆனால் எழுந்துகொள்ள விருப்பமில்லாமல் இருந்தது.

அத்தையும் அம்மாயியும் சண்டை போட்டு முடித்திருப் பார்களா? அவர்கள் இரண்டு பேரும்தான் எத்தனை அன்னியோன்னியமாக இருந்தவர்கள். இன்றைக்குக் காலை வரைக்கும் அதில் ஒரு குறைவும் இருக்கவில்லை. திடீரென்று அவர்களுக்குள் எப்படி பகை வந்தது? அவனுக்குப் புரிய வில்லை. அப்போதுதான் குளித்துவிட்டு நின்றிருந்தான்.

வெந்நீரில் குளித்திருந்தாலும் உடம்பு குளிரில் நடுங்கிக் கொண்டிருந்தது. அத்தை அவனுக்குத் துவட்டி விட்டுக்கொண் டிருந்தபோதுதான் தேவகி அம்மாயி ஆவேசமாக வீட்டுக்குள்ளே

நுழைந்தாள். வந்த வேகத்தில் அத்தையின் தோளைப் பிடித்துத் திருப்பி முகத்துக்கு நேராகக் கையை நீட்டிக் கத்தினாள். பாதி மலையாளமும் அரைகுறைத் தமிழுமாக வார்த்தைகள் தெறித்தன.

"உன்னை மாதிரி ஒருத்தியை ஜீவிதத்தில் பார்த்ததில்லை. உன்மேல் எவ்வளவு நம்பிக்கை வைத்திருந்தேன் எல்லாவற்றையும் நிமிஷத்தில் பாழ்பண்ணிவிட்டாயே? புலையாடிமோளே, என்னுடைய எல்லா ரகசியங்களையும் உன்னிடம்தானே பத்திரப்படுத்திவைத்தேன். கட்டின புருஷனிடம் சொல்லாததைக் கூட உன்னிடம் மறைக்காமல் சொல்லியிருக்கிறேனே, அதற் கெல்லாம் நல்ல செருப்படி கொடுத்திருக்கிறாய்? இந்த வசந்தி என் பெண்ணில்லை என்று தெருவில் ஒரு ஜீவனுக்கும் தெரியாமல் இத்தனை காலம் காப்பாற்றியிருந்தேன். அவளுக்கே கூட அது தெரியாது. அந்த ரகசியத்தை உன்னிடம் மறைத் தேனா? அப்படி உன்னை நம்பிய எனக்கு நீ செய்தது கொடுஞ்சதியில்லையா? இன்றைக்கு அவள் என்னைப் பார்த்து நீ என்ன என்னைப் பத்து மாசம் சுமந்து பெற்றாயா என்று கேட்கிறாள். ஏடியே, கண்ணில் ரத்தமில்லாதவளே, நீதானே அதற்கெல்லாம் காரணம். என்னுடைய சாபம் உன்னைச் சும்மா விடாது. நீயும் நானும் மலட்டு வயிற்றுக் காரிகள் என்றுதானே நான் உன்னோடு சிநேகமாக இருந்தேன். ஒரு மலடி இன்னொரு மலடியை அவமானப்படுத்தியதை தெய்வம்கூடப் பொறுக்காது. நீயும் மலட்டு வயிறைக் குளிர வைத்துக்கொள்ளத்தானே இந்தப் பையனைக் கொண்டுவந்து வளர்க்கிறாய், பார், ஒரு நாளைக்கு என் பெண் என்னைக் கேட்ட மாதிரி இவனும் உன்னைக் கேட்பான். அப்போது உன்னுடைய வயிறு எரியும்."

அத்தையைப் பேச விடாமல் வெடித்துத் தள்ளினாள் அம்மாயி. அம்மு திகைத்துப் போய் நின்றிருந்தாள். "இல்லா, தேவகியேடத்தி... இல்லா" என்று குறுக்கிட்டு என்னவோ சொல்லப் பார்த்தாள். தேவகி அம்மாயி அதைப் பொருட் படுத்தவில்லை. அவள் கண்கள் சிவந்திருந்தன. கூந்தல் கலைந்திருந்தது.

வெறியாட்டமாகக் குலுங்கிக்கொண்டிருந்தாள். பாபு விழித்துக்கொண்டு நின்றான். பயத்தில் குளிர் காணாமற் போயிருந்தது. கொட்ட வந்ததையெல்லாம் கொட்டிவிட்ட திருப்தியில் அம்மாயி கொண்டையை முடிந்துகொண்டு கதவுப் பக்கமாக நகர்ந்தாள். கதவை எட்டியதும் திரும்பிப் பார்த்துச் சொன்னாள்:

“ஹாங்க், நானாவது என் பர்த்தாவின் மகளை வளர்க்கிறேன். உன்னை மாதிரி இன்னொருத்தியின் கட்டியவனை அபகரிக்கவில்லையடி மகா பாவி.”

அவ்வளவு நேரமும் குழப்பமும் தயக்கமுமாகத் தடுமாறிக் கொண்டிருந்த அத்தைக்கு இந்த வார்த்தைகளைக் கேட்டதும் உடம்பு நடுங்கியது. துள்ளிப்போய் அம்மாயி கதவைத் தாண்டுவதற்குள் அவள் கூந்தலை எட்டிப் பிடித்து உலுக்கினாள். தமிழில் திட்ட ஆரம்பித்தாள் “நாற முண்டே, என்னையாடி சொல்றே, உன் நாக்குப் புளுத்துபோகும். அந்தக் கருவலூர் மாரியம்மன் ஒன்னெ புளுத்த பொணமாக்கிடுவா” என்று குமுறினாள்.

அதற்கு மேல் வார்த்தைகள் வராமல் விசும்பி அழுதாள். தலையை ஆட்டியபடி அழுததில் கொண்டை அவிழ்ந்து உள்ளே செருகியிருந்த சவுரி முடி தரையில் விழுந்தது. பாபு அதை எடுத்து “அத்தே, உங்க சவுரி வுழுந்திடுச்சு” என்று நீட்டினான். கண்களில் வெறி துள்ளத் திரும்பிப் பார்த்தவள் அவனுடைய வெற்று முதுகில் பளீரென்று அறைந்தாள். நெருப்புப் பட்டதுபோல முதுகு எரிந்தது. கண்களில் இருட்டு அப்பியது. “பிராணன் போகிற நேரத்தில் பையனோட வேலையைப் பாரு” என்று கத்தினாள்.

பாபுவுக்கு அவமானமாக இருந்தது. வலித்தது. துண்டை மட்டும் கட்டிக்கொண்டு கொடியில் தொங்கிய துணிகளிலிருந்து டிரவுசரையும் சட்டையையும் இழுத்தான். கழற்றிப் போட்டிருந்த டிரவுசர் பாக்கெட்டிலிருந்து தீப்பெட்டிப் படங்களையும் பர்பியையும் எடுத்தான். அம்மாயியைத் தள்ளி விட்டு கதவைத் தாண்டி வெளியே வந்தான். வாசலில் கௌரியம்மாவும் விமலாம்மாவும் நின்றிருந்தார்கள். அவன் வெளியே வரத் தள்ளியதில் அதிர்ந்து நின்றிருந்தாள் அம்மாயி. இரண்டு பேரும் அந்த இடைவெளியில் “சேச்சியே, அம்மாயி இதென்ன சண்டை?” என்று கேட்டுக்கொண்டே வீட்டுக்குள்ளே புகுந்தார்கள்.

பாபு கௌரி வீட்டுக்குள் போய் சட்டையையும் டிரவுசரையும் மாட்டிக்கொண்டான். ஈரத்துண்டை அவர்கள் வீட்டு சேரில் போட்டான். வெளியே வந்து மறுபடியும் தன் வீட்டுக் கதவருகில் கிடந்த செருப்பைப் போட்டுக்கொண்டான். அவன் நகரத் தொடங்கியபோது “டேய், ஊசி எங்கேடா போறே? இங்க வீட்டுக்குள்ளேயே இருடா” என்று சமையல் கட்டிலிருந்து ஓடி வந்தாள் கௌரி. “எங்கியோ போறேன் போ” என்று முணுமுணுத்துகொண்டே வேகமாக நடந்தான்.

முதுகுக்குப் பின்னால் அத்தை, அம்மாயி, கௌரியம்மா, விமலாம்மா எல்லார் குரலும் கேட்டது. பிசாசுகள் கத்துவது போலிருந்தது.

தெரு முனைக்கு வந்தபோது சின்னம்மாவும் அவில்தார் வீட்டுக்குள்ளேயிருந்து அவில்தார் அக்காவும் "டே ஊசி, ஒங்க ஊட்ல என்னடா தகராறு?" என்று கேட்டார்கள். அம்மாயி வீட்டுக்கு அடுத்ததுதான் அவில்தார் வீடு. அவன் பதில் சொல்ல யோசித்தபோது வசந்தி அவர்கள் வீட்டுத் திண்ணையில் வந்து நின்றாள். "எங்க அத்தையும் தோ இந்த வசந்தியோட அம்மாவும் சண்ட போட்டுட்டிருக்காங்க" என்று சொல்லிவிட்டு மேடிறங்கி நடந்தான். மனதுக்கு எங்கே போக வேண்டும் என்று தெரியவில்லை. ஆனால் கால்கள் ஆற்றங்கரையை நோக்கி நகர்ந்தன.

அத்தைக்கும் அம்மாயிக்கும் சண்டைவரக் காரணம் வசந்திதான் என்று தோன்றியது. அம்மாயி அவளுடைய சொந்த ஊரான தலைசேரிக்குப் போயிருந்தபோது நடந்தது தான் அவளை ஆத்திரமூட்டியிருக்கிறது என்று நினைத்தான்.

அன்றைக்கு விளக்கு வைத்த பிறகு நம்பியார் மாமா அந்தப் பெண்ணை அத்தை வீட்டுக்குக் கூட்டிவந்திருந்தார். பாபுவும் மாமாவும் பஜாரில் சாமான்கள் வாங்கப் போயிருந் தார்கள். கண்ணன் மாமா சாமான்களை வாங்கி அவனிடம் கொடுத்து வீட்டுக்குப் போகச் சொன்னார். அவருக்கு சீட்டுக் கிளப்புக்குப் போகவேண்டும். மாமா சீட்டாடிப் பார்த்த தில்லை. ஆனால் தவறாமல் போவார். டீக்கடைக் குறுப்பு, பெத்துசாமி நாயுடு இன்னும் பலரும் விளையாடிக்கொண் டிருக்கும்போது அவர்களுடன் பேசிக்கொண்டிருப்பதில் அவருக்குப் பிரியம். மாமா நிறையப் பேசக்கூடியவர் என்று அந்த இடத்தில்தான் தெரியும். வீட்டுக்கு வந்தால் நெற்றியை வருடிக்கொண்டு கட்டிலில் உட்கார்ந்திருப்பார். அத்தை கேட்கிறதுக்கு மட்டும் பதில் சொல்லுவார். அதுவும் ஒற்றை வார்த்தைகளில்.

வீட்டுக்குள்ளே புதிதாக ஒரு பெண்ணைப் பார்த்ததும் இவனுக்கு தயக்கமாக இருந்தது. நம்பியார் மாமாவும் வசந்தி யும் கட்டிலில் உட்கார்ந்திருந்தார்கள். வசந்தி விவரம் புரியாமல் விழித்துக்கொண்டிருந்தாள். அந்தப் பெண் வசந்தியின் கையை யும் தோளையும் மாறிமாறித் தடவினாள். முகத்தை வருடிக் கொடுத்தாள்.

வசந்தி கூச்சத்துடன் நெளிந்தாள். பாபுவைப் பரிதாப மாகப் பார்த்தாள். அந்தப் பெண்ணுக்கும் வசந்தியைபோலவே வட்டமான முகம். பெரிய கண்கள். இரண்டு பேருக்கும் ஒரே போல மாநிறம்.

சமையல்கட்டிலிருந்து டீத் தம்ளர்களுடன் வந்த அத்தை பாபுவைப் பார்த்ததும் "வந்துட்டியா? செரி அதையெல்லாம் அங்கியே வெச்சுட்டு டியூஷனுக்குப் போகப் பாரு" என்றாள். ஏன் தன்னை விரட்டுகிறாள் என்று அவனுக்கு விளங்கவில்லை. சாமான் பையை வைத்துவிட்டுக் கட்டிலில் வீசியிருந்த புத்தகப் பையை எடுக்கப் பார்த்தான். அது வசந்தியின் முதுகுக்குப் பின்னால் இருந்தது. "அதை எடுத்துக்குடு" என்றான். வசந்தி உடம்பைத் திருப்பிப் பையை எடுத்துக் கொடுத்தாள். பையைத் துழாவித் தமிழ்ப் பாட நூலை மட்டும் எடுத்துக் கொண்டான். பையைப் பழைய இடத்தில் போட்டான். அந்தப் பெண் வசந்திமேல் வைத்திருந்த கைகளை விலக்கினாள். அந்தக் கொஞ்ச நேர சுதந்திரத்துக்காக வசந்தி பாபுவைப் பார்த்துச் சிரித்தாள். அவன் சிரிக்காமல் உதட்டை நெளித்துப் பழிப்புக் காட்டினான்.

ஆற்றங்கரைக்கு வந்து சேர்வதற்குள் இத்தனையும் ஞாபகம் வந்தது. யார் அந்தப் பெண்பிள்ளை? நம்பியார் மாமாவுக்கும் அவளுக்கும் என்ன சம்பந்தம்? வசந்தி அந்தப் பெண்ணை போல இருக்கிறாளா? அந்தப் பெண் வசந்தியைபோல இருக் கிறாளா? வசந்தி ஏன் தேவகியம்மாயியைப்போல இல்லை?

குளிர்ந்த நீர்த்துளி முகத்தில் விழுந்ததும் பாபு விழித் தான். புல் மேட்டில் கிடந்து தூங்கிப் போனதில் வெட்கமாக இருந்தது. எழுவதற்குள் இன்னொரு சொட்டு நெற்றியில் விழுந்தது. உண்ணிச் செடியுடன் கட்டப்பட்டிருந்த கீரைப் பாட்டியின் பசு மாடு புல் மேய்ந்து கொண்டிருந்தது. அதற்குப் பக்கத்திலேயே கன்றுக் குட்டியும் துள்ளிக் கொண்டிருந்தது. மூச்சிரைக்கப் பசு புல்லைப் பிடுங்கி அவசரமாகக் கொறிக்கிற சத்தம் கேட்டது. மழைக்கு முன்னால் தின்று தீர்த்துவிட வேண்டும் என்று அதுகளுக்கும் தோன்றியிருக்கும். மழை பெரிதாகக் கொட்டுவதற்குள் வீட்டுக்குப் போய்விடலாமென்று எழுந்தான். நீரில் அமிழ்ந்து கிடந்த கால்களை எடுத்துப் புல்லில் வைத்தபோது உறுத்தியது. போட்டிருந்த செருப்பு ஆற்றோடு போயிருந்ததை உணர்ந்ததும் திக்கென்றது. அத்தைக்குத் தெரிந்தால் அவ்வளவுதான். பயமாக இருந்தது. என்ன சொல்ல என்று யோசித்துக்கொண்டே மேடேறிப் பாலத்தை நோக்கி நடந்தான்.

அவனுக்கு முன்னால் பாலத்தின் மேல் ஆட்கள் ஓடி வந்துகொண்டிருந்தார்கள். எல்லாருக்கும் முன்னால் மம்மது இருந்தான். "மம்மது எல்லாரும் எங்கே ஓடுறீங்க?" என்று கேட்டான். கையை நீட்டி வெற்றிலைக் குழறலுடன் மம்மது சொன்னது புரியவில்லை. ஓடிவருகிறவர்களில் நஜீரும் குஞ்ஞுமோனும் இருந்தார்கள். பாபு நஜீரைப் பிடித்து நிறுத்தி கேட்டான். "டே, லூசு, இங்கியேதான இருந்தே. அதா பார்றா கவுடர் கொட்டாய்க்கு மேல மலையிலேருந்து பால் வடியுது. அதைப் பாக்கத்தான் போறோம். வாடா" என்று அவனையும் இழுத்துக்கொண்டு நடந்தான் நஜீர். குஞ்ஞுமோன் மூக்கை உறிஞ்சிக்கொண்டே பக்கத்தில் வந்தான்.

நஜீர் காட்டிய பக்கமாகப் பார்த்தான் பாபு. கவுடர் டாக்கீஸ். அதைத் தாண்டி சப்ளை டிப்போ வழியாகக் குன்னூருக்குப் போகும் ரோடு. ரோட்டின் அந்தப் பக்கம் சின்னக் குன்று. அதில் அடர்த்தியாகக் கற்பூர மரங்கள் இருந்தன. அதற்குள்ளே பகலில் கூட இருட்டாக இருக்கும். அது மிலிட்டெரியைச் சேர்ந்த இடம். யாரும் உள்ளே போக மாட்டார்கள். ஒருதடவை அவனும் நஜீரும் கம்பி வேலிக்குள் நுழைந்துஅதற்குள்ளே பம்பரக் காய் பொறுக்கப் போயிருக் கிறார்கள். மொட்டைப் பாறையில் சில குற்றுச் செடிகள் மட்டும் இருக்கும். கீழே ஆற்றுப் பாலத்திலிருந்து பார்த்தாலும் போலீஸ் ஸ்டேஷன் முன்னாலிருந்து பார்த்தாலும் அந்த மொழுக்குப் பாறைதான் தெரியும். அதன் பிளவில் வளர்ந் திருக்கும் செடிகள் சின்னதாகத்தான் தெரியும். அந்தப் பாறை யின் இடுக்கிலிருந்து வெள்ளையாக ஏதோ வடிந்து கொண் டிருந்தது. கோடு கிறுக்கியதுபோல் பாறையின் ஈரக் கறுப்பில் வெள்ளைக் கோடு கொஞ்சங்கொஞ்சமாக வழிந்து நீளமாகிக் கொண்டிருந்தது.'

'பாபேட்டா, அது பகோதி குடிச்ச பாலுன்னா எல்லாரும் பறயண" என்றான் குஞ்ஞுமோன் ராதா . . .

"போடா, டூப் உடாத" என்றான் பாபு.

இருபது முப்பது பேருக்குமேல் இருந்தார்கள். எல்லாரும் கவுடர் டாக்கீஸ் ரோட்டில் வந்து நின்றுகொண்டார்கள். அங்கிருந்து அண்ணாந்து பார்த்தால் மொட்டைப் பாறையின் அடிப்பாகம் மட்டும் தெரிந்தது. பாறையிலிருந்து தொங்குகிற செடிகளின் வேர்களைப் பார்க்க முடிந்தது. பாறையின் மேற் பகுதி இடுக்கில் ஊற்றெடுத்த பால் கீழே வழியும் என்று எல்லாரும் காத்திருந்தார்கள். பிளாக் பிரிட்ஜ் வழியாக

வந்த குன்னூர் பஸ்கள் நின்று நின்று அவர்களைக் கடந்து போயின. பஸ்ஸுக்குள்ளிருந்தவர்கள் எட்டிப் பார்த்துக் கேட்டார்கள். “பாறையிலேர்ந்து பால் பொங்குது” என்று சிலிர்ப்புடன் சொன்னார்கள். ஜன்னலோரம் உட்கார்ந்திருந்த ஒரு கிழவி பாலைப் பார்க்காமலேயே பரவசத்துடன் கன்னத்தில் அடித்துக்கொண்டு கும்பிட்டாள். ஸ்டாப் காலேஜிலிருந்து வந்த மிலிட்டெரி டிரக்குகளும் நின்று விசாரித்துவிட்டுப் போயின. கொஞ்ச நேரத்துக்கு அந்த இடமே பரபரவென்று இருந்தது. மழை சின்னச் சின்னத் துளிகளாகப் பெய்து கொண்டிருந்தது.

“யாராச்சும் மேலப்போயி பாக்கறதுதான?” கூட்டத்தி லிருந்து குரல் வந்தது.

“அதொண்ணும் வேண்டாம். அது சுவாமியோட விளை யாட்டு” என்று பதில் குரல் வந்தது. சாமய்யரின் குரல். அவர்தான் பாலசுப்ரமணியர் கோவில் அர்ச்சகர். அதே இடத்தில் இன்னொரு குன்றில் இருக்கும் ராமர் கோவிலுக் கும் அவரேதான் பட்டர். சாமய்யர் அது தெய்வத்தின் விளையாட்டு என்று சொன்னதை எல்லாரும் நம்ப விரும்பி னார்கள். சும்மா கிடக்கிற மொட்டைப் பாறைக் குற்றுச் செடியின் வேரில் சாமியைத் தவிர யாரால் பால் ஊற்றை உண்டுபண்ண முடியும் என்று குசுகுசுத்தார்கள்.

மம்மது மட்டும் நம்பவில்லைபோல. வெற்றிலையைத் துப்பிவிட்டு “அது சாமியொண்ணுமில்ல, ஷெய்த்தானோட வேலை” என்றான். பாபுவுக்குப் புரியவில்லை. அப்படி யென்றால்? “அது பிசாசோட வேலங்கிறாண்டா மம்மூது” என்றான் நஜீர்.

பாபு வேறு என்னவோ கேட்கத் தொடங்கியபோது போயர் தெரு ராமு ஆங்காரமாகக் கத்தினான். அவன் மேல் சாமி வந்திருந்தது. கூட்டம் ஒருமுறை சலசலத்து அவனைச் சுற்றிக் கூடியது. மைதானத்து மாரியம்மன் திருவிழாவில் எல்லா வருடமும் கரகம் எடுக்கிறவன் ராமுதான். அவன் மேல் மாரியம்மன் இறங்கியிருந்தாள். ராமு நாக்கைத் துருத்தி கண்களை உருட்டி புஸ்புஸ்சென்று மூச்சுவிட்டுக்கொண்டு உடம்பு குலுங்க நின்றான். அய்யர் சொன்னதுபோலவோ மம்மது சொன்னதுபோலவோ இல்லை. அது மாரியம்மனின் அருள் என்று எல்லாருக்கும் நம்பிக்கை வந்தது. சாமய்யர் பக்கத்தில் வந்து ராமுவை ஒருமுறை பார்த்தார். சால்வையை இழுத்துப் போர்த்துக்கொண்டு கூட்டத்தைப் பிளந்துகொண்டு நடந்தார். “இந்த நடுரோட்டுல அம்மனுக்குக் காட்ட கல்பூரம்

கூடக் கெடக்காதே" என்று கூட்டத்தில் யாரோ அங்கலாய்த் தார்கள். ராமுவின் வார்த்தையில்லாத குரல் மட்டும் இரைச்சலை மீறிக் கேட்டுக்கொண்டிருந்தது. இப்போது ரோட்டை மறித்துக்கொண்டு கூட்டம் நின்றிருந்தது.

ஒன்றுக்குப் பின் ஒன்றாக நான்கைந்து மிலிட்டெரி டிரக்குகள் வேகமாக வந்தன. ரோட்டின் நடுவிலிருந்த கூட்டம் ஓரமாக விலகியது. டிரக்குக்குள்ளேயிருந்து சிப்பாய்கள் ஹோவென்று கூச்சலிட்டார்கள். நஜீரும் பதிலுக்கு ஹோ வென்று கத்தத் தொடங்கி சட்டென்று நிறுத்தினான்.

"டே, ஊசி ஆத்து கிரவுண்ட்ல பாருடா" என்றான்.

கூட்டம் விலகியதில் தடுமாறி விழுந்திருந்தான் பாபு. டிரவுசர் பாக்கெட்டிலிருந்த பர்ஃபி சப்பையாகியிருந்தது. தீப்பெட்டிப் படங்களும் கசங்கியிருந்தன. கால் கட்டை விரல் ரோட்டில் மடங்கி ரத்தம் கசியத் தொடங்கியிருந்தது. உயிர் போகிற வலி. பல்லைக் கடித்துக்கொண்டு கீழே பார்த்தான்.

ஆற்றங்கரை மைதானத்தில் பெரிய லாரிகள் வட்டம் போட்டு நின்றன. தார்ப்பாய் போட்டு மூடிய லாரி. பெரிய கம்பங்கள் அடுக்கிய லாரி. சிங்கம், புலி, யானை படங்கள் வரைந்த லாரி. சிவப்பு நிற ஜீப். எல்லாம் புகைவிட்டுக் கொண்டு நின்றன. தார்ப்பாய் மூடிய லாரியின் பக்கவாட்டில் யானையின் தும்பிக்கையில் ஒரு பெண் உட்கார்ந்திருக்கிற படம் வரைந்திருந்தது.

"பாபேட்டா, சர்க்கஸ் வந்நிரிக்குன்னு" என்றான் குஞ்ஞுமோன். அவன் சொன்னதைக் கேட்டுக் கூட்டம் முழுவதும் அந்தத் திசையில் பார்த்தது. கொஞ்ச நேரத்துக்குள் மெல்லக் கலைந்து கீழே இறங்க ஆரம்பித்தது. குஞ்ஞுமோன் எல்லாருக்கும் முன்னால் ஓடினான். ராமு மட்டும் இன்னும் புஸ்புஸ்ஸென்று சத்தம் எழுப்பிக்கொண்டு ரோட்டோரம் உட்கார்ந்திருந்தான்.

"ராமுண்ணா, சர்க்கஸ் வந்திருக்கு" என்றான் பாபு.

"புஸ்புஸ்" என்றது ராமுவின் மேல் இறங்கியிருந்த மாரியம்மன்.

"நஜூ, நாமளும் கிரவுண்டுக்குப் போலாண்டா."

"இருடா, அப்றம் போலாம். அதுக்கு முன்னாடி நாம போயிப் பாக்கலாண்டா?"

"எங்கடா?"

"சோலைக்குள்றதாண்டா"

"வேண்டாண்டா, பயமாருக்கு, கீழ போலாண்டா"

"பயந்தகாளி, வாடான்னா" என்றான் நஜீர்.

"நானும் வர்றேன் வாங்கடா" என்றான் மம்மது. முன்னால் நடந்தான். நஜீரும் பாபுவும் அவனைத் தொடர்ந்தார்கள். மழை இருட்டு கற்பூரச் சோலைக்குள் பரவியிருந்தது. யாரும் பார்த்து விடாமல் மூன்று பேரும் கம்பி வேலிக்குள் நுழைந்து உள்ளே போனார்கள். குற்றுச்செடிகளுக்கிடையில் கிடந்த கற்களைக் காட்டினான் மம்மது. "இதாண்டா பாலு" என்றான்.

இரண்டு மூன்று சுண்ணாம்புக் கற்கள் கிடந்தன. கற்பூர மரத்தில் தேங்கியிருந்த மழை நீர் கற்களின் மேல் சொட்டி விழுந்துகொண்டிருந்தது. கற்கள் சின்னப் புகையுடன் கரைந்து சுண்ணாம்பு ஒழுகியது. புற்களுக்குக் கீழே ஒழுகி மறைந்தது. கொஞ்சம் தள்ளிப் புல்லில்லாத இடத்தில் மறுபடியும் சுண்ணாம்பு ஓடை தெரிந்தது. அது பாறைக்குள் இறங்கி யிருந்தது. குற்றுச் செடிகளின் வேரில் தேங்கியிருந்தது. அங் கிருந்து வழிந்து பால்போல மொழுக்குப் பாறையில் கோடு போட்டிருந்தது.

"மழ நின்னு போச்சு. இன்னும் கொஞ்சம் பெருசாப் பேஞ்சிருந்துதுன்னா பால் இன்னும் பொங்கிருக்கும்" என்றான் மம்மது.

வீட்டுக்குத் திரும்பியதும் அத்தை திட்டுவாள் என்று நினைத்தான். ஆனால் அவள் எதுவும் சொல்லவில்லை. எங்கே போய்த் திரிந்து விட்டு வருகிறாய் என்று சலித்துக் கொள்ள மட்டுமே செய்தாள். பயந்துகொண்டே செருப்பு காணாமற் போனதைச் சொன்னான். 'எல்லாத்தையும் கொண்டுபோய்த் தொலை. என்னையும் கொண்டுபோய்த் தொலை. இவ்வளவு நாள் கூடப்பிறந்தவள்போலப் பழகினவள் என் மானத்தைத் தொலைத்துவிட்டாள். இனி என்ன தொலைந் தால் என்ன?' என்றாள். வேறு எதுவும் பேசவில்லை. பாபு வுக்குப் பசித்தது. மேடேறியதும் இறங்கியதும் வயிற்றைக் காலியாக்கியிருந்தன.

அடுப்படியில் எட்டிப் பார்த்தான். விறகுகள் கனலாகக் கிடந்தன. ஒன்றும் சமைக்கவில்லை. அம்மாயியுடன் போட்ட

வெல்லிங்டன் ☙ 149 ☙

சண்டை அவள் வாயை அடைத்திருந்தது. துவண்டுபோகச் செய்திருந்தது. முகம் அழுது வீங்கியிருந்தது.

மொழுக்குப் பாறையில் பால் பொங்கியதையும் ஆற்றங் கரை மைதானத்தில் சர்க்கஸ் வந்திருப்பதையும் அவளிடம் சொல்லவேண்டும்போல இருந்தது. அவள் கேட்கிற மாதிரி யில்லை என்று தோன்றியது. கால் கட்டை விரல் அதிகமாக வலிப்பதுபோல இருந்தது. டிரவுசர்ப் பாக்கெட்டில் ஒட்டிக் கிடந்த பர்பியை துணியோடு இழுத்து எடுத்தான். துகள்களைத் திரட்டி வாயில் போட்டுக்கொண்டான். வெளியே வந்து நின்றான்.

இடிந்த வீட்டில் கட்டியிருந்த கொடியில் கௌரியும் சுகந்தியும் துவைத்த துணிகளைக் காயப்போட்டுக்கொண் டிருந்தார்கள். கௌரி திரும்பிப் பார்த்தால் பாறையில் பால் வழிந்த ரகசியத்தைச் சொல்லலாம் என்று காத்திருந் தான். இப்போதைக்கு அவள் திரும்பமாட்டாள்போல இருந்தது.

●

சரஸ்வதி டீச்சர் வீட்டை அடையாளம் சொல்வது பெரிய ஆட்களுக்கே சிரமம். மேடேறித் தெருவுக்குள் நுழைந்தால் இடது வரிசையில் கடைசி வீடும் அதற்கு நேர் எதிராக வலது வரிசையில் முதல் வீடும் சரஸ்வதி டீச்சருடையதுதான். இரண்டு வீடுகளோடு ஏகாம்பரம் பிள்ளைத் தெருவே முடிந்து விடுகிறது. தெருவின் முதல் எண் அக்கா வீடு. அக்காவுக்கும் டீச்சருக்கும்தான் தெருவில் இரண்டிரண்டு வீடுகள் இருந்தன. அக்கா வீடுகள் இரண்டும் பக்கத்துப் பக்கத்தில். அதனால் எல்லாராலும் அடையாளம் சொல்ல முடிந்தது. முதலாவது வீடு அக்கா வுடையது. அதில்தான் அக்காவின் இரண்டாவது மகன் சிவஞானமும் தங்கைகள் மீனாவும் சங்கரி யும் இருந்தார்கள். அடுத்தது அக்காவின் மூத்த பிள்ளை சதாசிவமும் அவர் மனைவியும் குடி யிருந்த வீடு. அது எல்லாருக்கும் சதாண்ணி வீடு.

சரஸ்வதி டீச்சர் வீட்டில் டீச்சரும் டீச்சரின் தங்கை சாந்தாவும் இரண்டு தாத்தாக்களும் இருந்தார்கள். முதுகில் நிறைய சிரங்குகளும் உண்ணிகளும் அப்பிக்கிடந்த ஜவானும் இருந்தது. பெரிய தாத்தாவின் பெண்கள்தான் டீச்சரும் சாந்தாவும்.

சின்னத் தாத்தா பெரிய தாத்தாவின் தம்பி. டீச்சரும் சாந்தாக்காவும் அவரை சித்தா என்று கூப்பிட்டார்கள். அப்புறம் தெருவே அவரை அப்படிக் கூப்பிட்டது. தெருவுக்கே சித்தா ஆனதில் சின்னத்தாத்தாவுக்கே அவருடைய பெயர் மறந்து போயிருந்தது. டீச்சரிடம் டியூஷனுக்குப் போக ஆரம்பித்த பிறகு பாபுதான் சித்தாவின் நிஜமான பெயரைக் கண்டுபிடித்தான்.

மரியதாஸ் போஸ்ட்மேன் வேளாங்கண்ணிக்குப் போன சமயம் அது. அவருக்குப் பதிலாக வந்த புதுத் தபால்காரருக்கு ஆட்களின் நிகாத் தெரியவில்லை. கீழ்த் தெருவில் தட்டுத் தடுமாறி பட்டுவாடா செய்துகொண்டு வந்தவர் ஓய்.பி. ஸ்டிரீட்டுக்கு வந்ததும் ஒத்தாசைக்கு யாராவது கிடைப்பார் களா என்று தேடினார். அக்கா வீட்டுக்கு முன்னால் விறகுக் கட்டைப் போட்டு தலையைச் சொறிந்து கொண்டு நின்றிருந்த மம்மதுவிடம் கூட வர முடியுமா என்று கேட்டார். அதைக் கேட்டதும் மம்மது முன்னை விட வேகமாகத் தலையைச் சொறிந்தான். இன்னும் இரண்டு வீடுகளுக்கு விறகு கொண்டு போய்ப் போட வேண்டும். அது முடிந்ததும் ஜப்பார் பாய் கடைக்கு குன்னூரிலிருந்து வரும் மாட்டு வண்டியிலிருந்து மூட்டைகளை இறக்கி வைக்க வேண்டும். இரண்டும் காசு கிடைக்கிற வேலைகள். இந்தத் தபால்காரர் கூடப் போவதில் பிரயோஜனமிருக்குமா என்ற யோசனையில் பரட்பரட் டென்று மண்டையைச் சொறிந்தான்.

“கூட வந்தா என்ன தருவீங்க?” என்று கேட்டான் மம்மது.

புதுப் போஸ்ட்மேன் காக்கித் தொப்பியைக் கழற்றி முன் நெற்றியைச் சொறிந்துகொண்டே “எதுக்கு?” என்றார்.

“என் வேலைய உட்டுட்டுல்லே ஒங்களுக்கு ஒத்தாசை பண்ணக் கூப்டுறீங்க. அதுக்குத்தான்.”

அவர் முழித்தபடி நின்றார். மம்மது மண்டையைப் பிராண்டுவதை நிறுத்தி தோளில் கிடந்த துண்டை எடுத்துத் கட்டிக்கொண்டு அக்கா வீட்டுக்குள் எட்டிப் பார்த்து “மீனாக்கா, நான் போறேன்” என்றான். அப்படியே தபால்கார ரிடம் “கிரௌண்டுல வெளையாடிட்டிருக்க நம்ம பசங்கள்ல யாரையாச்சும் கூப்டுக்குங்க” என்று சொல்லிவிட்டு மேடிறங் கினான்.

வீட்டுக்குள்ளேயிருந்து அவசரமாக வந்த மீனா வாசலில் நின்று எட்டிப் பார்த்தாள். அதற்குள் மம்மது கிட்டத்தட்ட கீழ்த் தெருப் பக்கம் போயிருந்தான். “காசை வாங்காமப் போயிட்டானே?” என்று முனகினாள். அப்போதுதான் போஸ்ட்மேன் புது ஆள் என்பதையும் கவனித்தாள்.

“லெட்டர் இருக்குங்களா?” என்று கேட்டாள்.

தொப்பியை மறுபடியும் தலையில் மாட்டினார். இடது கையிலிருந்த தபால் கட்டைப் புரட்டினார். “டோர் நம்பர் ஒண்ணுதான? லெட்டர் எதுவுமில்லங்க” என்றார். மீனா

உள்ளே போகத் திரும்பியபோது சொன்னார். "நான் புதுசுங்க. யாராவது ஹெல்ப் பண்ணா லெட்டரெல்லாம் குடுக்க சௌரியமாருக்கும். அந்த வெறகுக்காரங்கிட்ட கேட்டா பசங்களக் கூப்டுக்கச் சொன்னாப்பல. நீங்க யாராவது பசங்களக் கூப்டுட்டீங்கன்னா நல்லாருக்கும்."

மீனா அவரை ஒரு தடவை அளக்கிற மாதிரிப் பார்த்தாள். "தெருவில எல்லா வீடும் நூல் புடிச்ச மாதிரித்தாங்க. நம்பரெல்லாம் வரிசையாத்தான் இருக்கும். ஒண்ணும் கஷ்டமில்ல. அப்பிடியே குடுத்துட்டுப் போலாம்" என்றாள்.

போஸ்ட்மேன் தயங்கி நின்றார். அப்புறம் நடக்கத் தொடங்கினார்.

மீனாவும் யோசித்திருப்பாள்போல. "கொஞ்சம் இருங்க" என்றாள். வாசல் படியில் நின்று எக்கி மைதானத்தை பார்த்தாள்.

பையன்கள் தெரிந்தார்கள். எல்லாரும் பம்பரம் விளை யாடுவதில் மும்முரமாக இருந்தார்கள். சாட்டையின் நுனியை வாயில் போட்டு சப்பிக்கொண்டிருந்த பாபுதான் மைதானத் தின் விளிம்பில் தெரிந்தான்.

"டேய், ஊசி இங்க கொஞ்சம் வறியா?" என்று சத்தமாகக் கூப்பிட்டாள். எச்சிலில் நனைத்த சாட்டை முனையைப் பம்பரத்தின் ஆணியில் சுற்றிக்கொண்டிருந்த பாபு நிமிர்ந்து பார்த்தான். "என்னாக்கா?" என்றான்.

"இங்க வாடான்னா, அங்கேருந்தே என்னான்னுட் டிருக்கே?"

பாபு சாட்டையைப் பம்பரத்தின் மேலே சுற்றியபடியே மைதானத்தின் ஓரமாகச் சறுக்கி இறங்கினான். அக்கா வீட்டு வாசலில் வந்து நின்று சாட்டையை உதறி பம்பரத்தைச் சுழல விட்டான். அது அந்தரத்தில் சுழன்று இறங்குவதற்குள் வலது உள்ளங்கையில் தாங்கிக் கொண்டான். பம்பரம் காற்றில் மிதக்கிற இறக்கைபோல அவனுடைய உள்ளங்கையில் சுற்றிக் கொண்டிருந்தது. பம்பரத்தின் மண்டையில் அடித்திருந்த பித்தளை நிற போர்டுபின் தங்கக் காசுபோல மின்னுவதைப் பார்த்துக்கொண்டே "எதுக்குக்கா கூப்ட்டே?" என்றான்.

"ஊசி, இவரு புதுப் போஸ்ட்மேன். அவரு கூட நம்ம ஸ்டிரீட்டுல எல்லா வீட்டுக்கும் போய்ட்டு வரணுண்டா."

"போக்கா, பாதி ஆட்டத்துல வந்துருக்கேன். அடுத்த வாட்டிலே நாந்தான் குத்து உடணும். நான் போறேன்." என்று முறுக்கிக் கொண்டான் பாபு. உள்ளங்கையில் சுழன்று

கொண்டிருந்த பம்பரம் அதற்குள் விசை குறைந்து தலையாட்ட ஆரம்பித்திருந்தது.

கையிலிருந்து நழுவப் பார்த்த அதை அப்படியே பொத்திக்கொண்டான். உள்ளங்கைக்குள் பம்பரம் சுற்றிய துளிச் சூடு மிச்சமாக இருந்தது. பம்பரத்தைக் கைமாற்றி மறுபடியும் சாட்டை நுனியைச் சப்பி சுற்றத் தொடங்கினான். மைதானத்திலிருந்து குஞ்சுமோனின் ஊளை கேட்டது. குஞ்சுமோனின் பம்பரத்தை நஜீர் குத்தி உடைத்துவிட்டிருக்க வேண்டும். அடுத்த ஆட்டம் பாபுவுடையது. நஜீரின் சட்டி பம்பரத்தை ஒரே குத்தில் எகிறச் செய்ய வேண்டுமென்று முன்பே யோசித்திருந்தான். இப்போது அதைக் கெடுக்கப் பார்க்கிறாள் இந்த மீனாக்கா.

“என்னாடா பெரிய மனுஷா, ரொம்பத்தான் யோசிக் கறே? மீனாக்கா சொன்னாக் கூட ஒரு வேல செஞ்சுதர மாட்டே இல்ல?” என்றாள் மீனா. பாபு அவள் முகத்தை நிமிர்ந்து பார்த்தான். உதட்டைப் பிதுக்கிக் கொண்டு நின்றிருந் தாள். பாபுவுக்கு அவள் முகமே அழுவதுபோலத் தோன்றியது. கையிலிருந்த பம்பரத்தையும் சாட்டையையும் அவள் கையில் திணித்தான். போஸ்ட்மேன் பக்கமாகத் திரும்பி “வாங்க” என்றான். இருவரும் நடக்கத் தொடங்கியதும் மீனாக்காவைப் பார்த்து “நீயே வெச்சிருக்கா. வந்து வாங்கிக்கிறேன்” என்றான். மீனாக்காவின் பிதுங்கிய உதடுகள் மலர்ந்து சிரித்தன. இத்தனை நேரம் அவள் காட்டியது நடிப்பு என்று தெரிந்தது. உள்ளே யிருந்து அக்கா கூப்பிடுகிற சத்தம் கேட்டது. மீனா சிரித்துக் கொண்டே வீட்டுக்குள்ளே போனாள்.

“எல்லா வீட்டையும் காட்டணுமா? இல்ல, லெட்டர் இருக்கிற வீடுங்களைக் காட்டுனாப் போதுமா?” என்று போஸ்ட்மேனிடம் கேட்டான் பாபு.

“ஏன் தம்பி வெளயாடப் போணுமா?”

“ஆமா, நஜியோட சட்டி பம்பரத்தைக் கொந்திடறேன்னு பெட் கட்டிருக்கேன். அதான். நீங்க வாங்க. டோர் நம்பர் ஒண்ணு ரெண்டு எல்லாம் அக்கா வீடு. எதிரில அவில்தார் வீடு. அவரு பேரு சுப்பராஜு. எங்க வீடு ஒன் பார் ட்வெண்டி ஃபைவ். கௌரியக்கா வீடு ஒன் பார் ட்வெண்டி ஃபோர்”

“தம்பி, எல்லா வூட்டுக்கும் எல்லா நாளும் லெட்டர் வராது. நீ சும்மா சொல்லிட்டு வா. நான் பாத்து வெச்சுக் கிறேன். இன்னைக்கு இந்தத் தெருவுல நாலஞ்சு வீட்டுக்குத்தான் லெட்டர் இருக்கு. ஒன் பார் ட்வெண்டி திரி கே.வி. பாஸ்கரன்

நாயர். லட்சுமணசாமி முதலியார் ஒன் பார் தர்ட்டி ஒன். அந்த வூடு எது?" புதுப் போஸ்ட்மேன் சிரித்துக்கொண்டே சொன்னார்.

முப்பத்தி ஒன்று டீச்சர் வீட்டு எண். ஆனால் அதில் லட்சுமணசாமி என்று யாருமில்லை. பெரிய தாத்தாவும் சித்தாவும் இருக்கிறார்கள். ஒருவேளை அவர்களில் ஒருவர்தான் லட்சுமணசாமி.

"அது சரஸ்வதி டீச்சர் வீடுங்க. முப்பத்திரெண்டும் அவங்க வீடுதான். நான் டீச்சர்கிட்டதான் டியூஷன் போறேன். வாங்க அவங்க கிட்டயே கேப்போம்" சொல்லிவிட்டு வேகமாக முன்னால் நடந்தான் பாபு.

கதவு பூட்டிக் கிடந்தது. அந்தக் கதவு பகலில் எல்லா நேரமும் பூட்டித்தான் கிடக்கும். பெரிய தாத்தா இந்த வீட்டுக்கு வருவதே கிடையாது. டீச்சரும் சாந்தாக்காவும் எப்போதாவது வருவார்கள். அன்றைக்கு சனி ஞாயிறாகவோ இல்லை விடுமுறை நாளாகவோ இருக்கும். வீட்டை கூட்டிப் பெருக்க வும் பொருட்களை எடுக்கவும் வருவார்கள். மற்றபடி சித்தாதான் இந்த வீட்டில் இருப்பவர். சாப்பிடவும் டீச்சருடனோ பெரிய தாத்தாவுடனோ பேசுவதற்கு ஏதாவது இருந்தாலும் மட்டுமே எதிர் வீட்டுக்குப் போவார். காலையில் மிலிட்டரித் துணியில் தைத்த பச்சை சட்டைபோட்டுக் கொண்டு அதே நிறத்தில் கரை போட்ட கிளாஸ்கோ மல் வேட்டியைக் கட்டிக்கொண்டு வெளியே போவார். தெரு விறங்கியதும் போலீஸ் ஸ்டேஷன் வேலிக்கு அந்தப் பக்கம் தென்படுகிற எந்தப் போலீஸ்காரராக இருந்தாலும் நிறக வைத்துப் பேசுவார். அதற்கு அப்புறம் அவர் எங்கே போவார் என்று யாருக்கும் தெரியாது. இரண்டரை மூன்று மணி வாக்கில் வீட்டுக்கு வருவார். குளிப்பதுகூட அந்த நேரம்தான். குளித்து முடித்து காலையில் போட்டிருந்த அதே உடைக்கு மேல் ஏஆர்பி கலர் ஸ்வெட்டரைப் போட்டுக்கொள்வார். தாரிவால் மஃப்ளரை காதுகளை மூடிக் கட்டிக்கொண்டு வருவார். கதவைப் பூட்டி எதிர் வீட்டுக்குச் சாப்பிடப் போவார். இப்போதும்கூடச் சாப்பிடப் போயிருக்க வேண்டும்.

"மணி என்னாச்சு?" பாபு போஸ்ட்மேனிடம் கேட்டான்.

"ரெண்டே முக்கால்" என்றார் போஸ்ட்மேன்.

"அப்ப வாங்க, ரெண்டு தாத்தாவும் இருப்பாங்க. இன்னிக்கு சனி. டீச்சரும் இருப்பாங்க" சொல்லிக்கொண்டே காவாயைத் தாண்டி டீச்சர் வீட்டு வாசல் முன்னால் நின்றான். கதவு

சாத்தியிருந்தது. வெளியில் ஆளரவம் கேட்டு ஜவான் கதவுக்கு அப்பாலிருந்து குரைத்தது. பாபு போஸ்ட்மேனைப் பார்த்தான். அவர் குரைப்புக்குப் பயந்து எட்ட நின்றுகொண்டிருந்தார்.

"சும்மா வாங்க, ஜவான் கொலைக்கும். கடிக்காது."

பாபு சொல்லிக்கொண்டிருந்தபோதே "யாரு?" என்று டீச்சரின் குரலுடன் கதவு திறந்தது. முதலில் ஜவானும் பின்னால் டீச்சரும் வந்தார்கள். "புதுப் போஸ்ட்மேன் டீச்சர், ஒங்க வீட்டு நம்பருக்குதான் லெட்டர் வந்திருக்கு. ஆனா பேரு தப்பாப் போட்டிருக்கு."

"நீ எப்படா ஊசி போஸ்ட்மேன் ஆனே?" என்று சிரித்தாள் டீச்சர். பாதி சாப்பாட்டில் எழுந்திருத்திருக்க வேண்டும். ஈரக் கையை முந்தானையில் துடைத்துக்கொண்டே தபால்காரர் நீட்டிய கடிதத்தை வாங்கிப் பார்த்தாள். "இது இங்கேக்குள்ள லெட்டர் தாங்க. ஊசி, சித்தாவோட பேருதாண்டா லட்சுமண சாமி. பெரிய தாத்தா ராமசாமி. சின்ன தாத்தா லட்சுமண சாமி"

கடிதத்தைக் கையில் பிடித்தபடி உள்ளே பார்த்து "சித்தா, ஒங்களுக்குக் கடுதாசி வந்திருக்கு" என்றாள்.

கால்களை மோப்பம் பிடித்துக்கொண்டிருந்த ஜவானுக்குப் பயந்து நின்றிருந்த புதுப் போஸ்ட்மேன் நடுங்குகிற குரலில் "நாயைக் கொஞ்சம் அந்தப் பக்கம் போகச் சொன்னா நான் போயிடுவேன்" என்றார். சித்தாவிடம் கடிதத்தைக் கொடுத்தாள் டீச்சர். குனிந்து ஜவானின் கழுத்துப் பட்டையை இழுத்துப் பிடித்துக்கொண்டு "மெனி தாங்கஸ் டு யூ. நீங்க போங்க" என்றாள்.

புதுப் போஸ்ட்மேன் கடிதக் கட்டை இடது அக்குளில் இடுக்கிக்கொண்டார். அதே கையால் ஸ்வெட்டரை இடுப்புக்கு மேலே சுருட்டிப் பிடித்து பேன்டின் வலது பாக்கெட்டைத் துளாவி நாலணா நாணயத்தை வெளியே எடுத்தார். பாபுவிடம் அதை நீட்டினார். "தம்பி, இத வெச்சுக்க"

பாபு ஒரு நிமிஷம் யோசித்தான். நாலணா. ஐந்து தேங்காய் பர்பிகள். பத்து ஜவ்வு மிட்டாய்கள். ஆறு அச்சு வெல்லம். ஒரு எலிப் பம்பரம், ஒரு பட்டம். கிழிந்து போன வாய்பாடுக்குப் பதிலாக ஒரு புது வாய்பாடு. எல்லாம் வாங்கலாம். அத்தையிடம் கேட்டால் மாமாவிடம் சொல்லி இதையெல்லாம் வாங்கித் தரச் செய்துவிடுவாள். இருந்தாலும் தனக்குக் கிடைக்கிற காசில் வாங்க முடியும் என்ற நினைப்பு மனதை குதிக்கப் பண்ணியது. காசை வாங்குவதா வேண்டாமா

என்று குழம்பினான். அதற்குள் டீச்சரின் குரல் குறுக்கிட்டது. “நோ நோ, அவன் காசெல்லாம் வாங்கமாட்டான். தெருவில எல்லாருக்கும் ஓடியோடி ஒத்தாசை பண்றவன். டோண்ட் ஸ்பாயில் எ குட் சைல்ட்.”

“சாரி டீச்சர். வரேன் தம்பி” விடைபெற்று நடந்தார் போஸ்ட்மேன்.

பாபுவுக்குக் காசை வாங்க யோசித்தபோது வந்த சந்தோஷத்தைவிட இப்போது பெருமையாக இருந்தது. டீச்சரை புன்னகையுடன் ஏறிட்டுப் பார்த்தான். “என்னடா ஊசி சிரிக்கிறே?” டீச்சர் கேட்டாள். அவன் ஒன்றும் சொல்லவில்லை. குன்னூர் போகிற நீலகிரி பாசஞ்சர் வருகிற சத்தம் கேட்டது. மணி மூன்று. ‘சனிக்கிழமை சாயங்காலம் மூணு மணிக்கு ஒன்னோட பம்பரத்தக் கொந்தலேன்னா எம் பேரை மாத்திக்கோ. இது கிரவுண்டு மாரியம்மன் மேல பிராமிஸ்’ என்று நஜீரிடம் சொல்லியிருந்தது மறுபடியும் ஞாபகம் வந்தது. கால்கள் பரபரத்தன. என்னமோ சொல்ல வந்த சித்தாவிடம் “டியூஷனுக்கு வர்றப்ப பேசலாம் சித்தா” என்றபடி கற்பனை பைக்கை ஸ்டார்ட் பண்ணினான். “டேய் போஸ்ட்மேன் நில்லுடா” என்று டீச்சர் சொன்னதையும் கேட்காமல் காவாயைத் தாண்டி புடுபுடுவென்று ஓடத் தொடங்கினான். இறைத்துக் கொண்டே வந்து அக்கா வீட்டு முன்னால் நின்று “மீனாக்கா என்னோட பம்பரம்” என்று கத்தினான். அப்போதுதான் புதுப் போஸ்ட்மேன் கீழே போக அவனைத் தாண்டிக் கொண்டிருந்தார்.

“நாங்க தாண்டா இந்தத் தெருவுல மொதல்ல குடி வந்தவங்க. அப்ப இங்க இருந்தவங்க யாரும் இப்ப இல்ல. கங்கையா நாயுடு, பெத்துசாமி நாயுடு எல்லாம் பிற்பாடு வந்தாங்க. ஒங்க அத்தையும் மாமாவும் கௌரியம்மா குடும்பம் எல்லாம் அவுங்களுக்கும் அப்புறமாத்தான் வந்தாங்க. ஒங்க அத்தையும் மாமாவும் கௌரியம்மா குடும்பம் எல்லாம் அவுங்களுக்கும் அப்புறமாத்தான் வந்தாங்க. அன்னிக்கு இத்தினி வூடுங்களும் இல்ல. ஆளுங்க ஒவ்வொருத்தரா வரவர வூடுங்க ஜாஸ்தியாச்சு. என்னா ஜாஸ்தியாச்சு? எல்லாம் பெருசா இருந்த வூடுங்களக் குறுக்காத் தடுத்து ரெண்டு ரெண்டு ஊடுங்களாப் பண்ணினதுதான். இதோ இந்த வூடே ஒரு வூட்டை மூணாப் பண்ணுனதுதான். மொதல்ல வாடகைக்குத்தான் வந்தம். அப்புறம் பெரிய தாத்தாவும் நானும் மிலிட்டரிலேர்ந்து பிஞ்சன் வாங்கினதும் வெலைக்கி

வெல்லிங்டன் 157

வாங்குனோம். குடியிருக்கறதுக்கு வூடு வேணும்னு வந்து இப்ப வூடு இருக்குன்னு இங்கியே இருக்க வேண்டிதாப் போச்சு.”

சப்ளை டிப்போவில் மாதாந்தரப் பொருட்கள் வாங்குவதற்காகப் போகும் போதும் வரும்போதும் அவர்கள் வெல்லிங்டனுக்கு வந்து குடியேறியதைச் சொன்னார் சித்தா. அன்றைக்கு பாபு அவருடன் துணைக்குப் போயிருந்தான்.

வழக்கமாக சப்ளை டிப்போவுக்கு சரஸ்வதி டீச்சர்தான் போவாள். பள்ளிக்கூடம், செவ்வாய்க்கிழமைகளில் பால சுப்ரமணியர் கோவில். இரண்டைத் தவிர டீச்சர் போகிற ஒரே இடம் அதுமட்டும்தான். பள்ளிக்கூடத்தைத் தவிர வேறு எங்கேயும் தனியாகப் போகமாட்டாள். டியூசன் பசங்களில் யாரையாவதையோ பையன்கள் தென்படவில்லையென்றால் படகா கமலா, கௌரியின் தங்கை சுகந்தி, கங்கையா நாயுடுவின் பெண் பானு இவர்களில் யாரையாவது துணைக்கு அழைத்துக்கொள்வாள். யார் துணைக்குப் போனாலும் அவர்களுக்கு ஒரு மில்க் சாக்லெட் கிடைக்கும். பெண் பிள்ளைகளுக்குப் பெரிய ரோஜாப்பூவும் கிடைக்கும். அவ்வளவு பெரிய பட்டை சாக்லெட் இபுறாகீம் பாய் கடையிலும் ஜப்பார் பாய் கடையிலும் வெல்லிங்டன் பஜார் ஆசிம் ஸ்டோரிலும் கூடக் கிடைக்காது. குன்னூர் மார்க்கெட்டில் கூட விற்பதில்லை. மிலிட்டரி கேண்டீனிலும் சப்ளை டிப்போவிலும் மட்டும்தான் கிடைக்கும். அதனால் டீச்சர் கூப்பிட்டால் எந்தப் பயலும் தட்டியதில்லை. ஸ்டாஃப் காலேஜ் தோட்டதுக்குள் இருப்பதைப் போல அவ்வளவு பெரிய மஞ்சள் ரோஜாக்கள் வேறே எங்கும் கிடையாது. டீச்சரின் ஹிந்திப் பேச்சைத் தவிர வேறு எதுவும் அவற்றைப் பறித்துத் தராது. மூன்று நாளானாலும் வாடாத அந்த ரோஜாப் பூக்களுக்காகப் பொட்டைப் பிள்ளைகளும் டீச்சர் அழைத்ததும் ஓடி வருவார்கள்.

டீச்சர் கூப்பிட்டனுப்பியதாக வேலைக்குப் போகிற வழியில் சாந்தா சொன்னதும் அது சப்ளை டிப்போ போவதற்குத்தான் என்று தெரிந்தது. வெள்ளிக் காகிதத்தில் சுற்றி வைத்திருக்கும் சாக்லெட்டின் இனிப்பு பாபுவின் நினைப்புக்கு வந்தது. ‘ஜூப்’ என்று சத்தம் வர நாக்கைப் புரட்டிக்கொண்டான். ஓட்டமாகப் போய் டீச்சர் வீட்டில் நின்றான். டீச்சரையும் இரண்டு தாத்தாக்களையும் தவிர்த்து இன்னும் மூன்று பேர் இருந்தார்கள். அதில் அசப்பில் ஜெமினி கணேசன் மாதிரியிருக்கும் ஒருவரை இதற்கு முன்பும் டீச்சர் வீட்டில் பார்த்திருக்கிறான். அவனைப்

பார்த்ததும் சிரித்தார். அச்சு அசலாக ஜெமினி கணேசன் சிரிப்பதுபோலவே இருந்தது. அவருடைய சிரிப்பைப் பார்த்துத் தான் டீச்சர் இந்தப் பக்கமாகத் திரும்பினார். அந்த முகத்தில் அடுத்த மனிதர்களைப் பார்த்ததும் விரியும் புன்னகை இல்லை. கண்களைத் துடைப்பதைப் பார்த்ததும் இவ்வளவு நேரமும் அழுதுகொண்டிருந்திருந்திருக்கிறாள் என்று பாபுவுக்குத் தோன்றியது. கம்மிய குரலில் "ஊசி, சித்தாவோட கொஞ்சம் போயிட்டு வந்துடு" என்றாள்.

"சரிங்க டீச்சர்" என்றான்.

சித்தாவுடன் நடந்து தெருவைத் தாண்டும்வரை பேசாமலேயே வந்தான். அக்கா வீட்டைத் தாண்டிக் கீழே இறங்கும்போது "ஏன் சித்தா, டீச்சர் அளுதுட்டு இருந்தாங்க?" என்று கேட்டான். சித்தா பதில் சொல்லாமல் நடந்தார். மறுபடியும் கேட்டான்.

"அது அளுறதுக்குன்னே பொறந்த ஜென்மம். அளாம என்ன பண்ணும்?" என்றார் சித்தா. பாபுவுக்குக் குழப்பமாக இருந்தது. அதைச் சொல்லும்போது சித்தாவின் முகமும் அழுதுவிடும்போல இருந்தது.

மெயின் ரோட்டைத் தாண்டி ரயில்வே ஸ்டேஷன் ரோட்டில் நடக்க ஆரம்பித்து ஆற்றுப் பாலம்வரைக்கும் பேசாமலேயே நடந்தார்கள். பாலத்தின் மேல் வந்ததும் சித்தா கீழே குனிந்து ஆற்று நீரைப் பார்த்துவிட்டுச் சொன்னார். "டே இவனே, எங்கியோ நல்லா மள பேஞ்சிருக்குடா. தண்ணியெல்லாம் கலங்கீருக்கு".

அது சும்மா சொன்னது. அரவங்காட்டிலோ ஜகதளாவிலோ கொஞ்சம் மழை பெய்தால்கூட ஆறு கலங்கி விடுவது சகஜம். அது எல்லாருக்கும் தெரியும். வாரத்துக்கு இரண்டு தடவை ஆற்றங்கரையிலிருக்கிற கீரைப் பாட்டி தோட்டத்தில் பேரிக்காய் பொறுக்கவும் தவிட்டுப் பழம் வாங்கவும் தைல ஷெட்டில் விளையாடவும் போகிறவனுக்குத் தெரியாதா என்ன? சித்தா மறுபடியும் பேசுவதற்காகத்தான் அப்படித் தொடங்கினார். பாபுவுக்கு அது புரிந்தது. பின்னாலிருந்து கிக்கீங் கிக்கீங் என்று கத்தியபடி வந்த ஜீப்புக்கு வழி விடுவதற்காக சித்தா பாபுவின் கையைப் பிடித்து இழுத்துக் கைப்பிடிக் கம்பியை ஒட்டி நிறுத்தினார். ஜீப் ஓடி நகர்ந்த பிறகும் பிடியை விடாமல் நடந்தார். பேசத் தயாராகி விட்டார் என்பதன் அடையாளம் அந்தப் பிடி.

"டீச்சர் ஏன் அளுதாங்கன்னு சொல்ல மாட்டீங்களா சித்தா?" என்று மறுபடியும் கேட்டான்.

“அதெல்லாம் பெரிய கதடா. சொன்ன ஒனக்குப் புரியாது. இருந்தாலும் சொல்றேன். ஆனா இப்ப இல்ல. இன்னொரு நாளைக்கி.”

கிழவர் டபாய்க்கிறார் என்றும் இல்லையென்றும் பாபுவுக்குத் தோன்றியது. அவராகச் சொன்னால் சொல்லட்டும். இல்லையென்றால் போகட்டும் என்று நினைத்துக்கொண்டான். சப்ளை டிப்போவுக்குப்போய்ச் சேர்கிறவரை பேசாமலேயே நடந்தான். சாமான்களை விநியோகம் செய்கிற இடம் வந்து ரேஷன் கார்டை எடுத்தபோதுதான் கையை விலக்கினார்.

இரண்டு தாத்தாக்களும் முன்னாள் மிலிட்டரிக்காரர்கள். பிரிட்டிஷ் இந்திய ராணுவத்தில் சேர்ந்தவர்கள். இரண்டு பேருமே மெட்ராஸ் ரெஜிமெண்ட் சிப்பாய்கள். வேலூர்க்காரர்கள். ராமசாமி ஊர் வாயிலிருந்து தப்புவதற்காகப் பட்டாளத்தில் சேர்ந்தவர். சுபாவத்தில் முரடு. ஊருக்குள் அதிகச் சண்டைகளும் அவரிடமிருந்தே தொடங்கியிருக்கும். இல்லை அவர் போட்ட போடில் சமாதானமாக முடிந்திருக்கும். எல்லாம் பேரைக் கெடுக்கிற சின்னச் சண்டைகள். அவர் நடத்திய பெரிய யுத்தம் சரஸ்வதி டீச்சரின் அம்மா கனகமணிக்காகத்தான். முறைப்பெண்தான். இருந்தும் அடாவடி பண்ணித் திரிகிற, வேலை வெட்டி இல்லாத தடியனுக்கு அவளைக் கட்டிக் கொடுக்க சரஸ்வதியின் தாத்தாவுக்கு ஒப்புதலில்லை. ராமசாமியின் முரட்டுத்தனம் செல்லுபடியாகாமல் போனது அவரிடம்தான். கனகமணிக்கு தன் மேல் விருப்பம்தான் என்று தெரிந்ததும் மோதலை விட்டு அமைதியாகப் பேசிப் பார்த்தார். பதிலும் அமைதியாகவே வந்தது. ‘ஒழுங்கான ஆண்பிள்ளையாக ஊரில் பார்க்கிறவர்கள் மரியாதை கொடுக்கிற ஆளாக வந்து பெண்ணைக் கேள். மறு பேச்சுப் பேசாமல் உன்னோடு அனுப்பி வைக்கிறேன்.’

மறுநாள் ராமசாமி காணாமல் போனார். ஒரு வாரத்துக்குப் பிறகு பட்டாளத்தில் சேர்ந்துவிட்டதாக வீட்டுக்குக் கடிதம் வந்தது. தம்பிக்குத் தனியாக எழுதிய கடிதத்தில் கனகமணியிடம் தகவல் சொல்லச் சொல்லியிருந்தார். பத்து வருடங்கள் வெவ்வேறு ராணுவ முகாம்களிலிருந்து கடிதங்கள் வந்தன. அசாம், நாகாலாந்து, பர்மா என்று வெவ்வேறு இடங்கள். முதல் முறையாக ஆண்டு விடுப்புக்கு வந்தபோது ஊருக்குள் அவரைப் பற்றிய எண்ணமே தலைகீழாக மாறியிருந்தது. வெளியில் இறங்கி நடந்தால் பார்க்கிறவர்கள் எல்லாம்

உடம்பை விறைத்துக்கொண்டு சலாம் போட்டார்கள். ராமசாமிக்கு அது என்னவாக இருந்ததோ, லட்சுமணசாமிக்கும் கனகமணியின் தாத்தாவுக்கும் அந்தஸ்தாக இருந்தது. பூப்படைந்து பல வருடங்களாகக் காத்திருந்தது பாழாக வில்லை என்று கனகமணி மகிழ்ச்சியடைந்தாள்.

லீவு தீர்ந்து திரும்புவதற்குள் கல்யாணம் முடிந்தது. கனகமணி வந்த நேரம் ராமசாமிக்கு மாற்றல் உத்தரவும் வந்தது. லே முகாமிலிருந்து வெல்லிங்டனுக்கு. வேலூருக்கும் லேக்கும் இடையில் இருப்பதை விட வெல்லிங்டனுக்கும் வேலூருக்கும் தூரம் குறைவு என்பது எல்லாருக்கும் நிம்மதியாக இருந்தது. அவர் வெல்லிங்டனுக்குப் போன அடுத்த மாதமே கனகமணி தான் முழுகாமல் இருப்பதாகக் கடிதம் எழுதினாள். அவள் சொல்லி லட்சுமணசாமி எழுதியது. இன்லாண்டு லெட்டரில் மிச்சமிருந்த இடத்தில் இதையும் எழுதினார். 'அண்ணா, நீ இல்லாமல் ஊரில் இருக்கப் பிடிக்கவில்லை. நானும் வேறு எங்காவது போகலாம் என்று இருக்கிறேன். உன் அபிப்பிராயத்தை எழுதவும்.'

அடுத்த ஆளெடுப்பில் லட்சுமணசாமியும் ராணுவத்துக்குத் தேர்வானார். அவருடைய பயிற்சிக் காலத்தில் ஒரு விஜயதசமி நாளன்றைக்குப் பிறந்த பெண் குழந்தைதான் சரஸ்வதி. டிரெயினிங் பீரியட் முடிந்து லட்சுமணனுக்கும் வெல்லிங்டனிலேயே போஸ்டிங் கிடைத்தது. அத்தனை காலமும் ராமசாமி மனைவியையோ மகளையோ பார்க்க வரவில்லை. நாட்டைவிட்டுப் போவதா வேண்டாமா என்று வெள்ளைக்காரர்கள் குழப்பத்தில் தத்தளித்துக் கொண்டிருந்தார்கள். பட்டாளத்திலும் நெருக்கடி முற்றியிருந்தது. பிரிட்டிஷ் அதிகாரிகள் ஒவ்வொருவராகக் கப்பலேறத் தயாராகிக் கொண்டிருந்த தருணம். பத்து ஆண்டுகளுக்குப் பின்பு கடைசி அதிகாரி மூட்டையைத் தயார் செய்து கொண்டிருந்தபோது பிரித்தானியக் கொடி இறங்கியது. அதற்கும் ஆறேழு மாதங்களுக்குப் பின்புதான் ராமசாமி மகளைப் பார்க்க வேலூருக்கு வந்தார். பச்சை நிறத்தில் விறைத்திருந்த உடுப்பணிந்து புஸ்தி மீசையுடன் நின்ற ஆசாமியைப் பார்த்ததும் சரஸ்வதி ஊரையே கூட்டுகிற மாதிரிக் கத்தி கூப்பாடு போட்டாள். அந்த மீசைக்காரர்தான் அப்பா என்று புரிய வைக்க கனகமணி பெரும்பாடுபட்டாள். அந்த முறை வெல்லிங்டனுக்குத் திரும்பியபோது கனகமணியும் கூட இருந்தாள். சரஸ்வதியை தாத்தா வீட்டிலேயே விட்டார்கள்.

கனகமணி ஒரு வருடம்கூடக் குடித்தனம் பண்ணியிருக்க வில்லை. நீலகிரிக் குளிர் ஒத்துக்கொள்ளாமல் அடிக்கடி

படுக்கையில் விழுந்தாள். நம்பியார் டாக்டரிடமும் மிலிட்டரி ஆஸ்பத்திரியிலும் குன்னூர் லாலி ஆஸ்பத்திரியிலுமாக சிகிச்சை நடத்தியும் குணமாகிற வழி தெரியவில்லை. ராமசாமிக்கு என்ன செய்வது என்று விளங்கவில்லை. 'எனக்குத் தான் லீவு வருகிறதே, அண்ணியை நான் கொண்டு போய் ஊரில் விடுகிறேன். சி.எம்.சி.யில் பார்க்கலாம். குணமான பின்னால் இங்கே வரட்டும்' என்று லட்சுமணன் சொன்ன யோசனை உசிதமாக இருந்தது. கனகமணி அப்பாடா என்று பெருமூச்சு விட்டாள். அவளுக்கு மலையும் குளிரும் ஏனோ பிடிக்க வில்லை. தைல வாசனையுள்ள காற்றை விட இளநீர் வழுக்கையின் வாசனையில் ஆரம்பித்து பொழுது ஏறஏற முற்றிய இரும்பு வேகிற வாசனையுடன் அடிக்கும் வெயிலின் வாடைதான் உகந்ததாக இருந்தது.

அண்ணியைக் கொண்டுவிட வந்த லட்சுமணசாமி லீவு முடிகிறவரைக்கும் ஊரிலேயே இருந்தார். கனகமணியை ஆஸ்பத்திரிக்கு அழைத்துப் போக, சரஸ்வதியுடன் விளையாட, அப்பா ஏவுகிற குடும்ப வேலைகளைச் செய்து முடிக்க என்று பொழுது பற்றாமலிருந்தது. கனகமணிக்கு உடம்பில் நோயில்லை. மனசுதான் அவளுடைய உடம்பைத் தொந்தரவு செய்திருக்கிறது. 'கொஞ்ச நாட்களுக்கு இங்கேயே இருக்கட்டும். அவளுக்காகப் புருஷன் வீட்டுக்குப் போயாக வேண்டும் என்று தோன்றுகிறபோது அனுப்புங்கள்' என்று டாக்டர் மாத்யூவும் சொல்லியிருந்தார். இவ்வளவு நாள்கள் பார்க்காமல் இருந்ததனாலோ என்னவோ சரஸ்வதிக்கு அம்மாவிடம் பெரிய பிடிப்பு ஏற்படவில்லை. கனகமணிக்கும் மகள்மேல் ஒட்டுதல் வரவில்லை. இரண்டு பேருக்கும் லட்சுமணசாமி யிடம்தான் அதிகமான பற்று இருந்தது. வெல்லிங்டனில் பார்த்த கனகமணிக்கும் இங்கே பார்க்கிற கனகமணிக்கும் சம்பந்தமே இல்லை. மூச்சிரைத்துக் கொண்டு முடங்கிக் கிடந்தவள் இங்கே உற்சாகத்துக்குக் கால்முளைத்த மாதிரித் திரிந்துகொண்டிருந்தாள்.

லீவு முடிந்து லட்சுமணசாமி திரும்புகிற அன்று காலை யில் கனகமணி சமையல் கட்டில் நினைவு தப்பி விழுந்தாள். பதறியடித்துக் கொண்டு சி.எம்.சிக்குக் கொண்டு போனார்கள். பரிசோதித்துப் பார்த்த டாக்டர் மாத்யூ புன்னகையுடன் அவள் அப்பாவிடம் 'இன்னொரு பேரக் குழந்தை வரப் போகிறது என்றால் சந்தோஷம்தானே முதலியாரே?' என்று கேட்டார். அவர் பூரிப்புடன் தலையாட்டினார். 'உன்னோட விளையாட ஒரு பாப்பா வரப் போகுது' என்று சரஸ்வதியின் கன்னத்தை நிமிண்டிவிட்டார் டாக்டர். 'ரொம்ப வருஷத்துப்

பிறகு கர்ப்பம் தரித்திருக்கிறாள்' கொஞ்சம் கவனமாகப் பார்த்துக்கொள்ள வேண்டும்' என்றும் எச்சரிக்கையும் செய்தார்.

படுக்கையில் நிமிர்ந்து உட்கார்ந்த கனகமணி லட்சுமண சாமியை நேர்ப் பார்வையாகப் பார்த்து பெருமிதமாகப் புன்னகை பூத்தாள். அந்தப் புன்னகையின் விளிம்பில் நாணத் தின் ரேகைகள் மின்னின.

அன்றைக்குப் பார்த்த கனகமணியைப் பத்து மாதங்களுக்குப் பிறகு ராமசாமியும் ஏழு மாதங்களுக்குப் பிறகு லட்சுமணசாமியும் சி.எம்.சி. ஆஸ்பத்திரி சவக் கிடங்கில் ஐஸ் கட்டிகளுக்கிடையில் பார்த்தார்கள். பிரசவத்தின்போது ஜன்னி கண்டு உயிர் போயிருந்தது. 'குழந்தைக்கு ஆயுசு எழுதி வைத்திருக்கும்போல. அது பிழைத்திருக்கிறது' என்றார் டாக்டர் மாத்யூ. அழுக்குப் பஞ்சில் செய்த பூப்போலக் கண்களை மூடிக் கிடந்தது பெண் குழந்தை. சரஸ்வதி ஆள் காட்டி விரலால் அதன் தாடையைத் தொட்டதும் 'ங்நூ' என்று சிணுங்கியது. லட்சுமணசாமியின் தொண்டை இறுகியது. ராமசாமி இமைக்காமல் குழந்தையைப் பார்த்துக்கொண் டிருந்தார். மனதுக்குள் முள் கிழித்ததுபோல ரத்தம் கசிந்தது. கனகமணியின் சிதைக்குக் கொள்ளி வைக்கும்போதும் அதே ரத்தக் கசிவின் வாடையை உணர்ந்தார். 'பிடிவாதம் பிடித்து கனகமணியைக் கட்டிக்கொண்டதல்லாமல் அவளைப் புரிந்து கொள்ளவில்லையோ? இன்னும் ஆதரவுடன் இருந்திருக்க லாமோ? அவள் மட்டுமென்ன? அவளும் என்னைப் புரிந்து கொண்டிருந்தாளா என்ன? அவளை நான் உதாசீனம் செய்யவில்லை. என்னுடைய நெருக்கடியில் கவனிக்காமல் விட்டேன் என்று தெரிந்து வைத்திருந்தாளா? இரண்டு பேருமே ஒருவரை ஒருவர் புரிந்து கொள்ள முயற்சி செய்யவில்லை. ஒன்றை அடைவதற்காகப் பிடிவாதம் பிடித்து அது கிடைத்த தும் வரும் உடனடியான சந்தோஷத்துக்கு அப்புறம் அதன் மேல் ஒரு வெறுப்பு வருமே அதுதான் எங்கள் இரண்டு பேருக்கும் இடையில் இருந்திருக்கிறது. எல்லாம் விதி' என்று சிதை நெருப்பிடம் முறையிட்டுக்கொண்டிருந்தார்.

ஈமச் சடங்கு முடிந்த மறுநாளே ராமசாமி புறப்படத் தயாரானார். சரஸ்வதியையும் அழைத்துக்கொண்டு போவ தாகச் சொன்னதும் எல்லாருக்கும் முகம் வாடியது. அப்பா வும் அம்மாவும் மறுத்துப் பார்த்தார்கள். லட்சுமணசாமியும் 'வெவரந்தெரியாத சின்னக் கொழந்தையக் கொண்டுபோய் நாம எப்புடி வளக்க முடியும்? தொணக்கிப் பொம்பளை யில்லாம அத எப்புடிப் பாத்துக்க?' என்றார். ராமசாமியின் காதில் எந்த வார்த்தையும் நுழையவில்லை. 'டே, இவனே

லச்சுமணா, அவங்கிட்டப் பேசி ஒண்ணும் ஆவாது. அவங் கொணம் தெரிஞ்சதுதான, அவன் இஷ்டப்படியே பண்ணட்டும். அக்காவக் கூட்டிகினு போங்க. ஒத்தாசையா இருப்பா. சின்னவள நாங்க பாத்துக்கறோம். மருமவளத்தான் பாத்துக்கக் குடுத்து வெக்கல. பேத்தியையாவது பாத்துகினு காலத்த ஓட்றோம்' என்று சம்மதித்தார் அப்பா. அப்பாவை மீறி அம்மா ஒரு வார்த்தைகூடப் பேசியதில்லை. இதற்கும் பேசவில்லை.

சித்தாவும் பாபுவும் ரயில்வே ஸ்டேஷன் பெஞ்சில் உட்கார்ந்திருந்தார்கள். சித்தாவால் வெகுதூரமெல்லாம் நடக்க முடியாது. மூச்சிரைக்கும். ஆஸ்துமா இரைப்பு. அதைக் காரணமாகச் சொல்லித்தான் பட்டாளத்திலிருந்து ரிட்டயர் மெண்ட் வாங்கினார் என்று மாமா ஒருதடவை அத்தையிடம் சொல்வதை பாபு கேட்டிருந்தான். சீனாக்காரனுடன் சண்டை போட்டபோது துப்பாக்கிப் புகையையும் பீரங்கிப் புகையையும் சுவாசித்து ஆஸ்துமா வந்ததாகச் சித்தா சாந்தாவிடம் இருமிக் கொண்டே சொன்னதைக் கேட்டு வந்து நஜீரிடமும் மம்மதுவிடமும் பாபு சொன்னான். இரண்டு பேரும் துள்ளிக் குதித்துச் சிரித்தார்கள். "ஊசி, சித்தா உங்கிட்ட புருடா உட்டுருக்காருடா" என்றார்கள்.

"அவரு எங்கிட்ட சொல்லலடா, சாந்தாக்காகிட்டதான் சொன்னார்" என்றான். அவர் பொய் சொல்லியிருக்க மாட்டார் என்றுதான் அவனுக்குப் பட்டது. இருந்தாலும் சித்தா நடப்பதை விட்டதில்லை. மழை பெய்கிற நாள்களிலும் குடையைப் பிடித்துக்கொண்டு நடப்பார். பெரிய மழைக்குத்தான் அவரை நடக்கவிடாமல் செய்ய முடியும்.

ஸ்டேஷன் மாஸ்டர் ஒரு கையில் கொடிகளுடனும் இன்னொரு கையில் மணியடிக்கிற இரும்பு ராடுடனும் வந்தார். சித்தாவைப் பார்த்ததும் நின்று "குட் ஈவ்னிங் சார், என்ன உக்காந்துட்டாபல" என்று கேட்டு நகர்ந்தார்.

கொஞ்சம் முன்புதான் மூன்று மணி வண்டி குன்னூர் நோக்கிப் போயிருந்தது. இனி அடுத்த ரயில் ஆறு மணிக்குத் தான். "இப்போ என்னா வண்டி, கூட்ஸா?" என்று கேட்டார் சித்தா.

"ஆமா சார், கீழேருந்து வருது" என்று சொல்லி விட்டு பிளாட்பாரத்தின் கூரையிலிருந்து இரும்புத் தூணுக்குப்

பக்கத்தில் தொங்கிக்கொண்டிருந்த நீலப் பெயிண்ட் பூசிய தண்டவாளத் துண்டில் அடிக்க ஆரம்பித்தார். 'ணஙணஙணங' என்று காற்று சில நொடிகள் அதிர்ந்தது. கேட் கீப்பர் கவுடர் தியேட்டரிலிருந்து வருகிற வழியிலும் ஸ்டேஷனைத் தாண்டி பஜாருக்கும் மெயின் ரோட்டுக்கும் போகிற வழியிலும் இருக்கும் இரண்டு இரும்பு கேட்டுகளையும் மூடினான். ஓடிவந்து சிக்னலை இறக்கினான்.

"டே இவனே, போலாமாடா?" என்று கேட்டார் சித்தா. வேடிக்கை பார்த்துக்கொண்டிருந்த பாபு திரும்பினான். "இருங்க சித்தா, வண்டி போனதும் போலாம்" என்றான்.

தன்னிடமே சொல்லிக் கொள்வதுபோல "இதெல்லாம் நடந்து இருவது இருவத்தியஞ்சு வருஷத்துக்கு மேலே ஆச்சு. அன்னிக்கு இங்க வர்றப்ப உங்க டீச்சருக்கு எட்டோ பத்தோ வயசு. இப்ப அவ வயசுப் பொட்டப்புள்ளைங்கல்லாம் கையில் ஒண்ணு காலச் சுத்தி ஒண்ணுன்னு போய்க்கினு இருக்குதுங்க" என்று விட்ட இடத்திலிருந்து தொடர்ந்தார் சித்தா.

"அப்ப இருந்தே நீங்க இந்த வீட்லதான் இருக்கீங்களா சித்தா?"

"உன் கையிலதானடா சொல்லிக்கினு இருந்தேன். மொதல்ல கோர்ட்டர்சு. அண்ணி செத்துப் போயி இங்க வர்றப்பல்லாம் கோர்ட்டர்சுலதான் இருந்தோம். பெரிய தாத்தா, நான், உங்க டீச்சரு, அப்பறம் எங்க அத்தை. அவுங்கதான் டீச்சர வளத்துனது. உங்க டீச்சர் படிச்சு முடிச்சு எல்.டி. பாஸ் பண்ற வரைக்கும் எங்களோடதான் இருந்தாங்க. எங்க அப்பா அம்மா போனதோட அவுங்களும் ஊரைப் பாக்கப் போனாங்க. சாந்தாமணி எட்டாவது படிக்கறப்ப எங்க அப்பாவும் அம்மாவும் காலராவுல ஒத்தொருத்தராப் போய்ச் சேந்தாங்க. நாங்களும் ஊரிலருந்த நெலபுலனை யெல்லாம் வித்துக் காசாக்கிட்டு இங்க வந்து இந்த வூடுங்கள வாங்குனோம். அதுக்கப்பால ஊருப் பக்கமே போவல. அத்தை செத்ததுக்குப் போனதுதான். இதுங்க ரெண்டும் படிச்சு ஆளானதும் எங்களுக்கும் பென்ஷன் ஆச்சு. இருவது வருஷம் நாட்டுக்குச் சேவை பண்ணினதுபோதும்னு பட்டுச்சு. என்னா எல்லாம் நல்லாத்தான் இருக்கு. அண்ணாரு ஓஞ்சு போயிப் படுக்கையில சாஞ்சுட்டாரு. உங்க டீச்சருக்குதான் பாரம். தாய்ப்பாசம் என்னான்னு தெரியாம வளந்தா. தகப்பனோட பாசம் புட்டிக்குள்ள வெச்ச தைலம் மாதிரி. வெளியே எடுத்துட்டா ஆவியாயிரும்னு அவரு காட்டறதில்ல. புட்டிக் குள்ள இருந்தாலும் வாசம் புடிக்கலாங்கிற மாதிரி உங்க

டீச்சருக்கு அது புரிஞ்சிருக்கு. அவளாப் படிச்சா. அவளா வேலயத் தேடிகிட்டா. தான் படிச்சதவுடப் பெரிய படிப்பா தங்கச்சியப் படிக்க வெச்சா. சாந்தாமணீன்னா உங்க டீச்சருக்கு உசுரு. அவளுக்காக எல்லாத்தையும் உட்டுக் குடுப்பா. சின்னப் புள்ளயில புதுசா பாவாடை சொக்கா வாங்கிக் குடுத்தா மொதல்ல சாந்தா போட்டுப் பொரட்டினப்புறந்தான் இவ கட்டிக்குவா. இப்பவும் அப்படித்தான். புதுசா ஒரு பொடவைய உங்க டீச்சர் கட்டிப் பாக்கணும்னு ஆச. அது இந்த ஜென்மத் துல நடக்குமான்னு தெரியல" சித்தா பெருமூச்சு விட்டார்.

கறுப்பும் வெள்ளையுமாகப் புகைவிட்டபடி கூட்ஸ் ரயில் இரைந்து வந்தது. பாபு பெஞ்சை விட்டு எழுந்து ஓடி எஞ்சின் அருகில் நின்றான். நிற்காமல் நகர்ந்த எஞ்சினின் கீழ்ப் பகுதியி லிருந்து வந்த வெள்ளை ஆவி அவனை மூடியது. அந்த வெப்பம் குளிருக்குக் கதகதப்பாக இருந்தது. சில விநாடிகளில் மூடி யிருந்த நீராவி கலைந்ததும் முன்னை விடக் குளிரெடுத்தது. பற்கள் அடித்துக்கொண்டன. ஸ்வெட்டர் போடாமல் வந்தது தப்பு என்று நினைத்துக்கொண்டே நகர்ந்துகொண்டிருந்த கூட்ஸ் பெட்டிகளை எண்ணினான். மொத்தம் ஒன்பது.

"டே இவனே போலாண்டா" என்று சித்தா குரல் கொடுத்தார். நடுங்கிக்கொண்டே நடந்து அவர் பக்கம் போனான். சித்தா எழுந்ததைப் பார்த்து ஸ்டேஷன் மாஸ்டர் "கௌம்பிட்டீங்களா சார், குட் நைட்" என்றார்.

நடந்து ஸ்டேஷனை விட்டு வெளியே வந்ததும் "சித்தா, மணி இப்ப அஞ்சுதான? அப்புறம் ஏன் எஸ்.எம். குட் நைட் சொன்னரு?" என்று கேட்டான்.

"இந்தக் கேள்வியெல்லாம் உங்க டீச்சர்கிட்ட கேளு."

ஆனால் சித்தாவிடம் கேட்க அவனிடம் கேள்விகள் இருந்தன. அவருக்கென்று யாரும் கிடையாதா? தினமும் அவர் எங்கே போகிறார்? அந்தக் கேள்விகளுக்கான பதில்களை லட்சுமணசாமியே பாபுவிடம் சொன்னார். அப்படிச் சொன்னபோது சில ஆண்டுகள் கடந்திருந்தன.

பாபுவின் வீட்டில் கக்கூஸ் கிடையாது. தெருவில் பல வீடுகளுக்கும் அப்படித்தான். காலைக்கடன் கழிக்க சரஸ்வதி டீச்சர் வீட்டைத் தாண்டி மேட்டிலிருக்கிற கண்டோன்மென்ட் கழிப்பறைக்குத்தான் போக வேண்டும். டீச்சர் வீட்டிலும்கூடக் கிடையாது. பெரியவர்களுக்குத்தான்

கக்கூஸ். சின்னப் பையன்கள் காவாயில் உட்காரலாம். டீச்சர் வீட்டு வாசலில் நின்று பார்த்தால் காவாயில் உட்கார்ந் திருப்பது தெரியும்.

அன்றைக்கு உட்கார்ந்திருக்கும்போது சாந்தாக்கா மேடேறி வந்து எட்டிப் பார்த்து சன்னமான குரலில் "யாருடா அது ஊசியா?" என்றாள்.

பாபுவுக்குப் பதில் சொல்ல வெட்கமாக இருந்தது. இந்தச் சாந்தாக்காவுக்கு இப்பத்தான் கூப்புடத் தோணுமாக்கும் என்று முனகிக்கொண்டான். தலையைக் குனிந்து பேசாம லிருந்தான். அவள் அந்த இடத்தை விட்டுப் போனால் போதும் என்றிருந்தது. மறுபடியும் "ஊசி" என்று மெல்லக் கூப்பிட்டாள்.

"நீ போக்கா, நான் கால் கழுவிட்டு வர்றேன்" என்று எரிந்து விழுந்தான்.

"கத்தாதடா, நான் கீழே போறேன். நீ இங்கேயே வந்து காலக் கழுவிக்கோ. ஒரு ஹெல்ப் பண்ணணுண்டா."

அவள் தலை மறைந்ததும் டிரவுசர் புட்டத்தில் ஒட்டாமல் தூக்கிப் பிடித்துக் கால்களை அகட்டி வைத்து நடந்தான். ஜவானின் கூண்டுக்குப் பக்கத்திலிருந்த டிரம்மிலிருந்து தண்ணீர் மொண்டு காலைக் கழுவிக்கொண்டான். டிரவுசரை மேலே இழுத்து பொத்தானைப் போட்டு முடிப்பதற்குள் சாந்தாமணி முன்னால் வந்தாள். அவள் கையில் துணிப்பை இருந்தது. புதுப் பை. குன்னூர் வெரைட்டிஹால் ஜவுளிக் கடைப் பை. அதை நீட்டினாள்.

"ஊசி, இத எடுத்துட்டுப் போய் உங்க வீட்ல வெச்சிரு. எட்டு மணிக்கு நான் ஆபீஸ் போறப்ப கீழே பஸ் ஸ்டாண்டில கொண்டாந்து எங்கிட்ட குடுத்துரு."

"ஆபீசுக்குத்தான போறீங்க, நீங்களே எடுத்துட்டுப் போனா என்ன? அத்தை என்னான்னு கேட்டா நான் என்ன சொல்றதுக்கா?"

"டேய், சத்தம் போடாதடா, நான் சொல்றதச் செய்யி. அத்தை கேட்டா நான் பஸ் ஸ்டாண்டில வாங்கிக்குவேன்னு சொல்லு" என்று சுற்றிலும் பார்த்தபடி ரகசியக் குரலில் சொன்னாள். யாரும் இல்லை. பெரிய தாத்தாவுக்கு எட்டு மணிக்குத்தான் முழிப்புத் தட்டும். டீச்சர் கழிப்பிடத்துக்குப் போயிருக்க வேண்டும். சாந்தா சொல்வது பாபுவுக்குப் புரியவில்லை. இருந்தும் வாங்கிக் கொண்டு ஓடி வீட்டுக்கு வந்தான்.

சுருட்டி வைத்திருந்த மெத்தைக்குப் பின்னால் பையை மறைத்து வைத்தான். கார்டைட் பாக்டரி சங்கு கேட்டது. மணி ஏழரை. கட்டில்மேல் பரப்பிப் போட்டிருந்த நோட்டை யும் தமிழ்ப்பாட நூலையும் எடுத்துப் பைக்குள் செருகினான். அக்கக்காகப் பிரிந்து கிடந்த எண் சுவடியை எடுத்து மாமா விடம் காட்டினான்.

"மாமா, இது சுத்தமாக் கிழிஞ்சு போச்சு. வேற வாங்கணும்."

"செரி, வைகீட்டு மேடிச்சு தராம்" என்று கிளம்பி வாசலைத் தாண்டினார். அத்தை இப்போது குளிக்கிறாயா இல்லை அவள் குளித்துவிட்டு வந்ததும் குளிக்கிறாயா என்று கேட்டாள்.

"நான் அப்புறமாக் குளிக்கிறேன்" என்று அத்தை சமையலறைக் கதவைச் சாத்தும் வரை காத்திருந்தான். சமையலறையில் தொட்டி மாதிரியான சின்னச் சதுரம்தான் வீட்டின் குளியலறை. பாத்திரம் கழுவும் இடம். துணி துவைக்கும் இடம் எல்லாமும் அதுதான். கதவு அடைபட்ட தும் மெத்தைக்கு அடியில் வைத்திருந்த பையை எடுத்துக் கொண்டு வெளியே வந்தான்.

வாசலில் நின்று தலைபின்னிக் கொண்டிருந்த கௌரி "என்னடாது கையில, யாரோடது, எங்கே எடுத்துட்டுப் போறே?" என்று கேட்டாள்.

நின்றால் அவளிடம் நிஜத்தைச் சொல்ல வேண்டி வரும். அவளிடமிருந்து பாபுவால் எதையும் மறைக்க முடியாது. அவளை நெருங்கிப் போய் எக்கி நின்று அவள் காதுக்குள் "சஸ்பென்ஸ்" என்று கத்தி விட்டு ஓடினான். அவளுடைய 'டேய் . . . டேய்' எல்லாம் அவனுடைய காலடியில் விழுந்தன.

போலீஸ் ஸ்டேஷனைத் தாண்டி இறங்கி மெயின் ரோட்டில் பஸ் நிற்கிற இடத்தில் பார்த்தான். சாந்தாமணி வரவில்லை. வயிறு வலிக்கிற மாதிரி இருந்தது. இன்னொரு தடவை காவாய்க்குப் போக வேண்டும்போலத் தொடைகள் வலித்தன. பையைத் திறந்து பார்த்தான். மாம்பழக் கலர் பட்டுப் புடைவை. குன்னூர் சின்னாளம்பட்டி ஸ்டோரில் அத்தைதான் சரஸ்வதி டீச்சர் சொல்லி வாங்கி வந்தாள் என்பது ஞாபகம் வந்தது. அதை வாங்கியபோதுதான் அவ னுடைய சாம்பல் கலர் புஷ் ஷர்ட்டையும் வாங்கினாள். நீடில் இண்டஸ்ட்ரியில் வேலைக்குப் போகிற சாந்தாக்கா பட்டுப் புடைவையை எதற்காகக் கொண்டு போகிறாள்? என்று யோசித்தான்.

“தாங்க்ஸ்டா ஊசி. யாரு கிட்டயேயும் சொல்லாதே” என்று பையைப் பிடுங்கிக்கொண்டாள் சாந்தாமணி. வேகமாக மேடிறங்கியதில் வாயைத் திறந்து மூச்சு விட்டுக் கொண்டிருந்தாள். ஊட்டி பஸ் ‘புவாத்புவாத்’ என்று ஹாரன் அடித்துக்கொண்டு வந்து நின்றது. யாரோ இறங்கினார்கள். யாரெல்லாமோ ஏறினார்கள். கடைசியாக ஏறவிருந்த சாந்தாமணி கைப்பையைத் திறந்து ஒரு டெய்ரி மில்க் சாக்லேட்டையும் ஊசி பாக்டரியின் குதிரைப் படம் போட்ட வட்டமான வெல்வெட் டப்பியையும் பாபுவின் சட்டைப் பைக்குள் திணித்தாள். படியேறி பஸ்ஸுக்குள்ளே நின்று “ஊசி நல்லா படிடா” என்றாள்.

பஸ்ஸுக்குள் உட்கார்ந்திருந்த ஒன்றிரண்டு பேர் அவனைத் திரும்பிப் பார்த்தார்கள். சட்டை டிரவுசர் போட்ட ஊசியை அவர்கள் அப்போதுதான் பார்க்கிறார்கள். பாபுவுக்கு வெட்கமாக இருந்தது. பஸ் கிளம்பி நகர்ந்தது. அவன் ஸ்கூல் வாசல் வழியாகப் புல்மேட்டில் ஏறி மாரியம்மன் கோவில் மைதானத்தில் நடந்து தெருவுக்குள் நுழைந்ததும் காவாயை நோக்கி ஓடினான்.

அன்றைக்குப் பள்ளிக்கூடம் விட்டு வந்தபோது விமலாம்மா வீட்டுத் திண்ணையில் பெண்கள் கூடியிருந்தார்கள். வீட்டுக்குள் நுழைந்து பையைக் கட்டிலில் எறிந்து கூட்டத்திடம் வந்தான். பேச்சு மும்முரத்தில் அவனை யாரும் கவனிக்கவில்லை. எல்லா வாய்களும் சாந்தாமணியை மென்றுகொண்டிருந்தன. “அம்மா மாதிரி வளர்த்த டீச்சருக்கு இப்படியும் துரோகம் செய்வாளா? பாவமில்லையா?”

“இதிலென்னங்க பாவம், அவளுக்கு எது இஷ்டமோ அந்த வழியில போயிட்டா? போறதுன்னு முடிவு பண்ணினவள தடுத்தா நிப்பாளா?” என்று சதாண்ணி சொன்னாள்.

“அப்படி முடிவு பண்ணினவ திருட்டுத்தனமா ஏன் போகணும், நகை, பொடவையெல்லாம் எடுத்துட்டுப் போயிருக்காளாமே?” என்று விமலாம்மா முகத்தைச் சுளித்தாள்.

“இல்ல, ஒரே ஒரு பொடவதான் எடுத்துட்டுப் போனாங்க. நான்தான் பஸ் ஸ்டாண்டுல கொண்டுபோய்க் கொடுத்தேன்” என்று குறுக்கிட்டான் பாபு.

அவன் தங்களுக்கு மத்தியிலிருப்பதை அப்போதுதான் அவர்கள் கவனித்தார்கள். அத்தை அவனைக் கோபத்துடன் பார்த்தாள். இடது கையால் அவன் வாயைப் பொத்தி வலது கையை ஓங்கி முதுகில் ஒரு அடிபோட்டாள். முதுகில்

நெருப்புக் கால்களுடன் ஆயிரங்கால் பூச்சி ஊர்வது போல எரிந்தது. "அம்மாவ்வ்வ்" என்று அலறினான். கண்களில் நீர் கொட்டியது. அடுத்த அடிவைக்க அத்தை கையை ஓங்குவதற் குள் கௌரி அம்மா அவனைத் தன்னுடன் சேர்த்துப் பிடித்துக் கொண்டாள். "தே, சேச்சி, நிங்ஙள் எந்தினா செறுக்கனெத் தல்லுன்னது" என்று அத்தையைக் கடிந்துகொண்டாள். பாபுவின் தோளைப் பிடித்து "தா, கௌரி வீட்டிலுண்டு. நீ அவிடெ போய்க்கோ" என்று தள்ளிவிட்டாள்.

பாபு மூக்கை உறிஞ்சிக் கொண்டு புறங்கையால் கண்களைத் துடைத்தபடி நடந்தான். "டே, இங்க வாடா" என்று கௌரி கூப்பிட்டதைச் சட்டை பண்ணாமல் நடந்து மைதானத்துக்குப் போனான். மாரியம்மன் கோவில் பின்பக்கத்தில் வழக்கமான கூரை நிழலில் உட்கார்ந்துகொண்டான். கற்பூர வாசனையடிக் கிற நிழலில் படுத்து அழுது தீர்த்தான். ஐந்து மணி ஆனதும் எழுந்தான். தூரத்தில் மாமா வருவதைப் பார்த்துக் கண்களைத் துடைத்துக்கொண்டான். பக்கத்தில் வந்த மாமா இங்கே என்ன பண்ணுகிறாய் என்று கேட்டதற்குப் பதில் சொல்லாமல் அவருடன் நடந்து வீட்டுக்கு வந்தான். இனி அத்தை அடிக்க முடியாது என்று தைரியம் வந்தது. டீயைக் குடித்துக் கொண் டிருக்கையில் அத்தை எல்லாவற்றையும் மாமாவிடம் ஒப்பித்துக் கொண்டிருந்தாள். மாமா 'உம்' கொட்டியபடி நெற்றியை வருடிக் கொண்டிருந்தார். பாபுவுக்கு உடம்பெல்லாம் சுடுவது போலிருந்தது.

"ஆ சாந்தா ஒளிச்சோடியது அவருடெ வீட்டிலு வரில்லே ஆ சங்கரனோடா, டீச்சரெக் கெட்டாமென்னு பறஞ்ஞோண் டிருன்ன அயாளா இப்ப இவளெ கொண்டு போயது." அத்தை சொன்னதில் பாபுவுக்கு ஒரு விஷயம் புரிந்தது. ஜெமினி கணேசனின் பெயர் சங்கரன். சங்கரனுக்கும் சாந்தா மணிக்கும் அன்று காலை ஊட்டியில் நீலகிரி மாவட்டப் பதிவாளர் அலுவலகத்தில் பதிவுத் திருமணம் நடந்திருந்தது.

இரவுத் தூக்கத்தில் பாபு மைதானத்து மாரியம்மனைப் பார்த்தான். ஒரு கையில் சூலத்தையும் இன்னொரு கையில் பூவையும் வைத்திருக்கும் மாரியம்மன். சிவப்புப் புடைவைக் குப் பதிலாக மாம்பழக் கலர் பட்டுப் புடைவை கட்டியிருக்கும் மாரியம்மன். "ஊசி ஏண்டா சொன்னே?" என்று மாரியம்மன் கேட்டதும் பாபு முகத்தைப் பார்த்தான். அது சாந்தாக்காவின் முகமாக இருந்தது. "நான் சொல்லலேக்கா" என்று கத்திக் கொண்டு விழித்தான். அத்தை எழுந்து விளக்கைப் போட்டுப் பார்த்தாள். அவனுக்கு அம்மை போட்டிருந்தது.

●

சதாண்ணி வீட்டுக்கு இரண்டாவது கார்ப்பெண்டர் சிரில், மாசி வீடு. தெருவில் பிள்ளைகள் அதிகம் இருந்த வீடும் அதுதான். ஐந்து பேர். பெரியவள் ரெஜினா. எஸ்.எஸ்.எல்.சி முடித்து வீட்டிலிருந்தாள். முடித்தே நாலைந்து வருடம் ஆகியிருக்கும். வெளிச்சமிருக்கிற எல்லா நேரமும் வாசல் திண்ணையில் உட்கார்ந்து ஸ்வெட்டர் பின்னிக்கொண்டிருப்பாள். ஸ்வெட்டர் பின்னாத சமயம் வீட்டுவேலை செய்வாள். அவள் முகத்தில் எப்போதும் சோகம் பூசியிருந்தது. அவள் முகத்தில் மட்டுமல்ல; அந்த வீட்டுப் பெண்கள் எல்லார் முகத்திலும் விசனக் குறி படிந்திருந்தது. ஆண்களான சிரில் முகத்திலும் ரெஜியின் தம்பி எபியிடமும் சோகச் சாயை இருந்தது. என்ன, அது பெண்கள் முகத்திலிருந்ததைவிடக் கம்மி.

எபிநேசரால் எட்டாம் வகுப்பைத் தாண்ட முடியவில்லை. இரண்டாவது வருடமும் எட்டா வதிலேயெ தடுக்கி விழுந்த பிறகு அப்பாவுடன் தச்சு வேலைக்குப் போக ஆரம்பித்தான். வேலைக் குப் போகத் தொடங்கிய பிற்பாடும் சனிக்கிழமை களில் பையன்களுடன் விளையாட மைதானத் துக்கு வருவான். அவன் வருவது தெரிந்ததும் அதுவரைக்கும் ஆடிக்கொண்டிருந்த ஆட்டம் எதுவாக இருந்தாலும் பையன்கள் அதை விட்டு விட்டு கில்லி தாண்டு ஆடத் தயாராகி விடுவார் கள். எபியைத் தோற்கடிப்பது சுலபம். பாபுவுட னும் ராஜுவுடனும் நஜீருடனும் இதுவரைக்கும் எந்த விளையாட்டிலும் ஜெயிக்காத குஞ்ஞுமோன் ராதா கூட எபியை இரண்டு மூன்று தடவை கில்லியில் தோற்கடித்திருக்கிறான். எபி கொண்டு வருகிற கில்லியும் தாண்டும்தான் அவனை விளை யாட்டில் சேர்த்துக் கொள்ள எல்லாருக்கும் சம்மத மாக இருந்தன. கில்லியும் தாண்டும் உருண்டையான

சவுக்குக் கட்டையில் அவனே செய்தவை. இழைப்புளி போட்டுச் சீவி மழமழவென்று இருக்கும். தாண்டும் இரண்டு முனைகளிலும் செதுக்கிய கில்லியும் பார்க்க அழகாக இருக்கும். மற்ற கில்லிகளைப் போல இல்லாமல் எபியின் கில்லியில் ஒவ்வொரு தடவையும் டபிள் ஷாட்டும் முடிந்தால் ட்ரிபிள் ஷாட்டும் அடிக்கலாம். பத்துத் தாண்டு அளவுக்குக் குறைந்து கில்லி கீழே விழவே விழாது.

எம்.ஆர்.சி., எம்.இ.எஸ்., ஸ்டாஃப் காலேஜ் எல்லா இடங்களிலும் தச்சு வேலை ஒப்பந்தம் சிரிலுக்குத்தான். அந்த அலுவலகங்கள் எல்லாம் சனிக்கிழமை மத்தியானம்வரை தான். அப்பாவுக்கும் பிள்ளைக்கும் அன்று அரைநாள்தான் வேலை. அதனால் எல்லா சனிக்கிழமைகளிலும் எபி மைதானத்துக்கு வந்துவிடுவான். ஒரு சனிக்கிழமை விளையாட்டில் தகராறு முற்றியது. எபி அடித்த கில்லியைக் காட்ச் பிடித்து விட்டதாக நஜீர் சாதித்தான். குஞ்ஞுமோன் ஒத்து ஊதினான். ஆனால் கில்லி மண்ணில் கிடந்தது. நஜு எக்கிப் பிடிப்பதற்கு முன்னால் கில்லி விழுந்துவிட்டது என்றான் எபி.

“பக்காவா கேட்ச் புடிச்சுட்டுத்தாண்டா கீழே வுட்டேன்” என்றான் நஜு.

“அப்பக் கூட ஃபௌல்தானே?”

“போடா, ஆசாரி, ஆட்டத்தப் பத்தி உனக்கு என்னா தெரியும். வெளயாட வந்துட்டான்”

நஜுவின் வார்த்தைகள் எபியைக் குத்தின. கையிலிருந்த கில்லியையும் தாண்டையும் கீழே எறிந்துவிட்டு நடந்தான். முகம் சிவந்திருந்தது.

கிரீசுக்குக் கொஞ்சம் தள்ளி மைதானத்தின் ஓரத்தில் புல்லில் உட்கார்ந்திருந்த பாபுவும் ராஜுவும் எபியைச் சமாதானப்படுத்த ஓடி வந்தார்கள்.

“எபியண்ணா, நஜு தெரியாமச் சொல்லிட்டான். நீ வந்து வெளயாடு. நான் ரெஃப்ரியா நிக்கிறேன்” என்றான் பாபு.

“இல்லடா ஊசி, நான் வரலே. வெளயாட்டுக்காகக் கோவிச்சுக்கல. ஆனா ஆசாரின்னு கேலி பண்றவங்க கூட நான் என்னத்துக்கு சேரணும். வேணாண்டா, நான் போறேன்”

“எபியண்ணா, உங்க யேசு சாமி கூட கார்ப்பெண்டர் தான்னு டீச்சர் சொல்லிக் குடுத்திருக்காங்க. நீயும் அப்படித் தான, வாண்ணா.”

ராஜுவும் படக மொழியில் எபியிடம் கெஞ்சிப் பார்த் தான். எபி பிடிவாதமாக இருந்தான். 'இனி இந்தப் பொடியன் களுடன் சகவாசம் வேண்டாம். ஒரே தெருவிலிருக்கிறவர்கள் தானே என்று ஒட்டிக்கொண்டது போதும். அப்பா சொல்வது போல மீசை முளைத்த எனக்கு இந்த அரை டிரவுசர்களுடன் என்ன விளையாட்டு' சோகமான அவன் முகம் இன்னும் சுண்டி அதிகச் சோகச் சாயலைக் காட்டியது. எதுவும் சொல்லாமல் அவன் நடந்து போவதையே எல்லாரும் பார்த்துக் கொண்டிருந்தார்கள். அன்றைக்கு ஆட்டம் அத்துடன் முடிந்தது.

சிரிலும் மாசியும் பிறப்பால் படகர்கள். இப்போது அவர்கள் வீட்டில் பேசிக்கொள்கிற பாஷையைத் தவிர வேறு எதிலும் படக வம்சத்தின் சாயலே இல்லை. சிரில் பேண்ட்டும் சட்டையும்தான் போடுகிறார். வயசான படகர்கள் போல தலையில் மண்றையோ நடு வயது படகர்கள்போல தொப்பியோ வைப்பதில்லை. மாசியும் மணியம்மாவைப்போல முண்டோ மார்புச் சீலையோ போடுவதில்லை. வெள்ளைப் புடவையும் வெள்ளை பிளவுசும்தான் அவளுடைய உடை. பிளவுசின் கை மட்டும் முழங்கையை மூடி மணிக்கட்டு வரை இருக்கும். ரெஜினாவும் வெள்ளைப் புடைவை ஜாக்கெட்டில்தான் இருப்பாள். தங்கைகளான பாப்பு, பாமலா இரண்டு பேருக்கும் ஸ்கூல் யூனிபார்ம்தான் வண்ண உடைகள். எல்லாருக்கும் கடைசி சுசி. அவளுக்கும் வெள்ளை உடுப்புத் தான். அப்பாவும் பிள்ளையும் வேலை நாட்களில் வண்ணமய மாக இருப்பார்கள். சனிக்கிழமை மாலையும் ஞாயிற்றுக் கிழமையும் வெள்ளையும் வெள்ளையுமாக நடமாடுவார்கள். சனிக்கிழமை சுவிசேஷப் பிரசங்கம் செய்யவும் ஞாயிற்றுக் கிழமை காலை சர்ச்சுக்குப் போவதற்காகவும் குடும்பம் வாசலில் நிற்கும் நிமிடங்களில் பளீரென்று தெரியும்.

சுசிக்கு மூன்று வயதுக்கு மேலிருக்கும். ஆனாலும் கைக் குழந்தை. பிறவிக் கோளாறு காரணமாகப் பிறந்தபோது இருந்த கிடப்பிலேயே கிடந்தது. உடல் அசையாது. பேசாது. கண்கள் திறந்திருந்தாலும் பார்க்காது. என்ன சத்தம் எழுப்பி னாலும் கேட்காது. கட்டியான உணவு கூடாது. திரவ உணவு தான் கொடுக்க வேண்டும். அதைப் புசித்தாலும் ருசி தெரியாது. மலம் தானே கழியும். மூத்திரம் தானே வெளியேறும். அந்தக் கழிவிலேயே வதங்கிய முட்டைக்கோசு போல அந்த உயிர்ப் பொம்மை கிடந்தது. பொம்மைக்கு ஓர் உணர்வு மட்டும் இருந்தது. பசிக்கும்போது 'ஙை' என்று ஈன சுரத்தில் ஒரு

சத்தம் கேட்கும். அந்தப் பாவம் பொம்மையையும் சர்ச்சுக்கும் எல்லாக் கன்வென்ஷன்களுக்கும் ஜெபக் கூட்டங்களுக்கும் தூக்கிக்கொண்டு போவார்கள். மாசிக்கு அதில் விருப்பமில்லை. ஆனால் சிரில் சொல்வதை மீற முடியாது. அவரிடம் அதிகம் பேச முடியாது. அவரும் அதிகம் பேசமாட்டார்.

கோவிலுக்கும் பிரார்த்தனைக் கூட்டங்களுக்கும் தவிர அவர்கள் வேறு எங்கும் போய் யாரும் பார்த்ததில்லை. யார் வீட்டுக்கும் வந்ததில்லை. தெருப் பெண்கள் எல்லாரு மாகச் சேர்ந்து செய்கிற எந்தக் காரியத்திலும் மாசிக்கோ ரெஜினாவுக்கோ பங்கில்லை. சினிமாவுக்கோ குன்னூர் கடைத் தெருவுக்கோ போகும் கூட்டத்தில் அவர்கள் இல்லை. தீபாவளி, ஓணம், ரம்ஜான், கிறிஸ்துமஸ் நாட்களில் தெருவே உற்சாகத் தில் புரண்டு கொண்டிருக்கும். ஒவ்வொரு வீட்டிலிருந்து பலகாரங்கள், தின்பண்டங்கள் அடுத்தடுத்த வீடுகளுக்கும் தெரிந்த வீடுகளுக்கும் தட்டுகளில் போய்க் கொண்டும் வந்து கொண்டுமிருக்கும். ஒரு தீபாவளியன்றைக்கு பாபு அத்தை கொடுத்த பலகாரங்களை எடுத்துக் கொண்டு எபி வீட்டுக்குப் போனான். அவர்கள் தெருவுக்குக் குடி வந்த முதல் வருடம். தட்டுடன் போனவனை மாசி வாசலிலேயே நிறுத்தினாள்.

"தம்பி, இதெல்லாம் நாங்க வாங்கக் கூடாது. உங்க வீட்டுக்கே கொண்டு போயிரு. அத்தைகிட்டயும் இனிமே இந்த மாதிரி குடுத்தனுப்ப வேண்டாம்னு சொல்லிரு" என்றாள்.

பாபுவுக்கு முகம் வாடிப் போனது. அவனிடம் மட்டு மல்ல; அந்த வீட்டைத் தேடிப் போன எல்லாப் பலகாரத் தட்டுகளும் அதே வார்த்தைகளுடன் திரும்பின. சம்பவத்துக்குப் பிறகு அந்த வீடு தனிமைப்பட்டுப் போனது. யாரும் அந்த வீட்டுக்குள் போனதில்லை. சிரிலிடம் தச்சு வேலை பற்றிப் பேச வருபவர்கள்கூட வாசலில் நின்று பேசிவிட்டுப் போனார்கள். சில நாட்களில் வெள்ளை உடையில் கூட்டமாக பைபிள் புத்தகத்துடனும் டிரம்முடனும் சின்னக் கூட்டம் வீட்டுக்குள் நுழையும். கொஞ்ச நேரத்துக்குப் பிறகு டிரம் முழக்கத்துடன் பாடல்கள் கேட்கத் தொடங்கும். இடை யிடையே உருக்கமான குரலில் பிரார்த்தனைகள் ஒலிக்கும். எல்லாம் சுசியைச் சொஸ்தப்படுத்தச் சொல்லி இறைஞ்சுகிற பிரார்த்தனைகள்.

எபியின் சிநேகிதன் என்பதால் பாபுவை உள்ளே விடுவார்கள். ஆனால் நுழைந்த உடனேயே அவனுக்குத் திரும்பி ஓடிவிடத் தோன்றும். சின்ன வீடு. இரண்டு அறைகள். சமையலறை. நடு அறையின் ஒரு மூலையில் சின்னக் கட்டிலில்

சுசியைக் கிடத்தியிருந்தார்கள். அங்கே கவிச்சை வாடை நிரந்தரமாகக் கவிந்திருந்தது. குழந்தைப் பீ, மூத்திரம், கதக்கல் வாடையுடன் முள்ளங்கிக் குசுவின் நாற்றமும் கலையாமல் இருந்தது. ஒன்றிரண்டு தடவை குமட்டலைச் சகித்துக்கொண்ட பாபு அதற்குப் பிறகு வாசலுடன் நின்று எபிக்காகக் காத்திருக்கத் தொடங்கினான்.

நஞ்சே கவுடரும் மாசியும் திருமணத்தின்போதும் அதற்குப் பிறகும் கூட இப்படி மரப்பாச்சிகளாக இருந்த தில்லை. ரெஜினா பிறந்த அப்புறம்தான் மாறிப் போனார்கள்.

மாசியின் தலைப் பிரசவம் சிக்கலாக இருந்தது. குழந்தை மண்ணில் விழுந்து பல மணி நேரமாகியும் அழமால் இருந்தது. உடம்பில் அசைவுகள் தெரிந்தாலும் பத்து நாளைத் தாண்டி யும் கண் திறக்காமலிருந்தது. 'நாங்கள் எதுவும் செய்வதற் கில்லை' என்று ஆஸ்பத்திரியிலும் கைவிரித்தார்கள். ஹெத்தெ யம்மாவுக்கும் காரமடை ரங்கநாதருக்கும் வேண்டிக் கொண் டார்கள். பலனில்லை. இரண்டு பேரும் மனசுக்குள் விம்மி னார்கள். அந்த விம்மலைக் காதுகொடுத்துக் கேட்டதுபோல ஒரு வெள்ளை உடை மனிதர் அவர்கள் வீட்டுக்கு வந்தார். "கர்த்தராலே ஆகாதது ஒன்றுமில்லை. நான் உங்களுக்காகப் பிரார்த்தனை செய்கிறேன். அவர் செவி மடுப்பார்" என்று துதிப் பாடல்கள் பாடிப் பிரார்த்தனை செய்தார். அவர் சொன்ன கர்த்தர் செவிசாய்த்திருக்க வேண்டும். குழந்தை ங்க்கா என்று கத்தியது. பிரசங்கி ஆவேசமான குரலில் "அய்யா, உமக்குத் தோத்திரம் தோத்திரம் தோத்திரம்" என்று சத்தமிட்டார். மாசியும் நஞ்சனும் கூடச் சேர்ந்து சத்த மிட்டார்கள்.

அந்த நாளுக்குப் பிறகு அவர்கள் மதம் மாறினார்கள். நஞ்சே கவுடர் தன்னுடைய பெயரை சிரில் என்று மாற்றச் சம்மதித்தார். குழந்தைக்கு ரெஜினா என்று பெயர் வைத்தார்கள். கர்த்தரின் ஊழியத்துக்காகவே வாரிசுகளைப் பெற்றார்கள். பெற்றோர்களும் பிள்ளைகளும் ஒவ்வொரு காரியத்தையும் கர்த்தருக்குப் பயந்தே செய்தார்கள். அரூபமான இரண்டு தெய்வீக விழிகள் எப்போதும் அவர்களைக் கண்காணித்துக் கொண்டிருக்கின்றன என்ற நினைப்பிலேயே நடந்து கொண்டார்கள். எபிக்கு மட்டும் அந்த நினைப்பு இல்லை. அப்பாவின் வார்த்தைகளுக்குக் கீழ்ப்படிந்தான். ஆனால் மனசுக்குள் எப்படி இந்த நரகக் குளிரிலிருந்து தப்புவது என்று ஓயாமல் யோசித்துக்கொண்டிருந்தான்.

கொஞ்ச நாட்களில் எபிக்குத் தனியாக வேலைகள் வந்தன. சிரிலுக்கு வந்து அவர் செய்ய அவகாசமில்லாத வேலைகளுக்கு அவன் தனியாகப் போனான். ஒருநாள் அவன் நம்பியார் டாக்டர் வீட்டில் வேலை செய்து கொண்டிருக்கும்போது பாபு பார்த்தான். கேட்டுக்கு வெளியே நின்று "எபியண்ணா" என்று கூப்பிட்டான். இழைத்த ரீப்பரைக் கண்ணுக்குப் பக்கம் வைத்து நோட்டம் பார்த்துக் கொண்டிருந்த எபிநேசர் அதைக் கீழே போட்டுவிட்டு "அங்கியே நில்லுடா ஊசி, வர்றேன்" என்றான். அவன் சொல்லாவிட்டாலும் பாபு அங்கேயேதான் நிற்பான். உள்ளே திரிந்துகொண்டிருக்கும் டாக்டர் வீட்டு அல்சேஷன் பொல்லாதது.

எபி கேட்டைத் திறந்து வெளியில் வந்தான். "இங்கெ என்னடா பண்றே?"

பாபு கையில் வைத்திருந்த ஹார்லிக்ஸ் பாட்டிலை அவன் முன்னால் நீட்டினான். தெளிந்த ஆற்று நீருக்குள் மூன்று பரல் மீன்கள் வாயைத் திறந்து நீந்திக்கொண்டிருந்தன.

"இப்பத்தான் புடிச்சேன்" என்று சிரித்தான். "நல்லாருக்கில்லண்ணா?"

"நல்லாருக்கு. ஆனா அதயேண்டா பாட்டல்ல புடிச்சே. சீக்கிரம் செத்துப் போவுமேடா. அதும் பாட்டுக்குத் தண்ணீலே இருக்கிறதப் புடிச்சுச் சாவடிக்கிறே."

பாபுவுக்குச் சப்பென்று ஆனது. வெறுங்கையால் ஆற்றில் மீன் பிடிக்கும் வித்தையைக் கற்றுக் கொடுத்ததே இந்த எபிதான். அவனே இப்போது இப்படிச் சொன்னது அவனுக்குப் பிடிக்க வில்லை. ஆனாலும் அவன் சொல்வது நிஜம். மீனை வீட்டுக்குக் கொண்டு போனால் அத்தை திட்டுவாள். நல்ல ஒரு ஹார்லிக்ஸ் குப்பியை ஏண்டா நாசம் பண்ணினே? என்பாள். அவளுக்குத் தெரியாமல் இடிந்த வீட்டுக்குள்தான் ஒளித்து வைக்க வேண்டும். அது அங்கே இருப்பது தெரிந்தால் குஞ்சுமோன் வேண்டு மென்றே பாட்டிலுக்குள் ஒன்றுக்கிருப்பான். பாபு போய்ப் பார்க்கும்போது எல்லா மீன்களும் மல்லாந்து செத்துக் கிடக்கும்.

அவர்கள் பேசிக்கொண்டிருக்கும்போதே ஒருவன் கேட்டைத் தள்ளிக்கொண்டு வேகமாக வெளியே வந்தான். எபிநேசரைப் பார்த்ததும் ஒரு விநாடி தயங்கி அதே வேகத்தில் மெயின் ரோட்டுக்குப் போகிற வழியில் நடந்தான்.

"சரிண்ணா, இத ஆத்துலயே உட்டுர்றேன்" பாபு மன மில்லாமல் சொன்னான்.

"இருடா நானும் வர்றேன்" எபியும் கூட நடந்தான். பாலத்தின் மேல் நடந்து சுவரையொட்டி இறங்கினார்கள். கரைக்குப் பக்கமாக ரயில்வே குவார்ட்டர்ஸ் பையன்கள் இரண்டு பேர் கில்லி விளையாடிக்கொண்டிருந்தார்கள். எபிநேசர் கரையிலேயே நின்றான்.

பாபு ஒரு கையில் பாட்டிலைத் தூக்கிக்கொண்டு வழுக்குக் கற்கள் மேல் காலையூன்றி நடந்தான். "பாத்துடா, உளுந்துடப் போற" எபி சொன்னான்.

பிடித்த இடத்திலேயே மீன்களை விடலாம். ஆனால் அந்த இடம் அதற்குள் பாபுவுக்கு மறந்து போயிருந்தது. நாலைந்து உருண்டைக் கற்களுக்கிடையில் பாசிகள் அலைந்து கொண்டிருந்த பள்ளத்தில் பாட்டிலைக் கிடந்தவாக்கில் அமிழ்த்தினான். ஆற்று நீர் பாட்டிலுக்குள் புகுந்ததும் மீன்கள் பயந்து பாட்டில் அடிப்பாகத்தில் முட்டின. பாட்டிலைக் கொஞ்சம் கவிழ்த்தினான். பாட்டிலுக்குள்ளிருந்த தண்ணீர் ஆற்றில் கலந்தது. மீன்கள் குட்டி வாலை வீசிக்கொண்டு பாட்டிலுக் குள்ளேயே எதிர் நீச்சல் போட்டன. பாட்டில் தண்ணீர் முழுக்க ஆற்றுடன் கலந்ததும் பாசிகளுக்கிடையில் துள்ளி விழுந்தன. சில நொடிகள் திகைத்து நீந்தாமல் நின்றன. பிறகு வாயைப் பிளந்து மூச்சு விட்டு நீரோடு நகர்ந்தன. செருப்புக் காலுடன் தண்ணீருக்குள் நிற்பது அப்போதுதான் அவனுக்கு உறைத்தது. கால்களை இழுத்துக்கொண்டு கரையில் குதித்தான். திரும்பிப் பார்த்தபோது எபி அந்தப் பையன்களின் தாண்டை வைத்து குழியிலிருந்த கில்லியைத் தட்டிக் கொண்டிருந்தான். கில்லிக் கட்டை தரையிலிருந்து சிறிது எழும்பினதும் தாண்டால் அதைத் தட்டினான். அந்தரத்தில் சுழன்ற கில்லியை மறுபடி யும் ஓங்கி அடித்தான். டபுள் ஷாட். கில்லி எகிறிப் பறந்தது. பையன்கள் அதை எடுக்க ரொம்பத் தூரம் ஓடினார்கள்.

பாபு செருப்பை உதறிக்கொண்டே எபியைப் பார்த்தான்.

"என்னடா ஊசி, பாக்குறே?" எபி சிரித்தான். "வாடா போலாம்"

"பாட்டில என்ன பண்றது?"

"அங்கே ஓரத்துல போட்டுட்டு வாடா."

ஏறுகிற இடத்தில் சுவரையொட்டி அதை வைத்தான். வைத்த இடத்தில் புற்களுக்கு இடையில் பதுங்கியிருந்த பொடித் தவளை வெருண்டு எம்பியது. கீழே காலை ஊன்றி சின்ன தாகத் தவ்வி பாட்டிலுக்குள் நுழைந்து கொண்டது. 'எபியண்ணா தவளைக்கு வீடு கெடச்சிடுச்சு' என்றான் பாபு. எபி சிரித்தான்.

வெல்லிங்டன் 177

அவனுடைய சிரிப்புக்கு மேலே மீசை முன்பிருந்ததை விட அடர்த்தியாக இருப்பதை பாபு கவனித்தான்.

நடந்து டாக்டர் வீட்டு கேட்டு வரை வந்தார்கள். எபிநேசர் கேட்டைத் திறந்து உள்ளே போகும் முன்பு "இங்கியே நில்றா" என்றான். பாபு நின்றான். எபி உள்ளே போய் வேலை நடக்கிற இடத்தில் தொங்கவிட்டிருந்த மழைக் கோட்டை எடுப்பதையும் பாக்கெட்டுக்குள் துழாவுவதையும் பார்த்தான். திரும்பி வந்து பாபுவின் கையைப் பிடித்து விரித்து "இந்தாடா" என்று கொத்தாக விக்கிப் பழங்களை வைத்தான்.

"மறுபடியும் ஆத்துப் பக்கம் ஆடிட்டிருக்காம ஊட்டுக்குப் போ" என்றான். கையிலிருந்த பழங்களில் ஒன்றை வாயில் அதக்கிக் கொண்டு மிச்சத்தை டிரவுசர் பாக்கெட்டில் திணித்துக் கொண்டான். முன்பு வெளியே போன ஆள் அதே வேகத்துடன் கேட்டைத் தள்ளிக்கொண்டு உள்ளே போனான்.

"எஃபியண்ணா, நாம் ஃபோறேன்" என்று பழக் குழறலுடன் சொல்லிவிட்டு நடந்தான். நடக்கும்போது 'இந்த எபியண்ணா எவ்வளவு நல்லவன்' என்று நினைத்துக் கொண்டான்.

ஈவனிங் ரீசசுக்கு விட்டார்கள். முந்திய பீரியடிலேயே எழுந்து நின்று ஒற்றை விரலைக் காட்டினான் பாபு. "அதுக்குள்ள என்ன அவசரம். இன்னும் பத்து நிமிஷத்துல்ல இண்டர்வெல் விட்டதும் போ" என்று குட்டி டாலிஸ் டீச்சர் உட்கார வைத்துவிட்டாள். அடக்கிக்கொண்டு உட்கார்ந்திருந்தான். மணியடித்ததும் எல்லாருக்கும் முதல் ஆளாக ஓடி வந்து புல்மேட்டின் சரிவில் வழக்கமான இடத்தில் ஒன்றுக்கு அடித்தான். அப்போதுதான் போலீஸ் ஸ்டேஷன் வேலிக்கு அந்தப் பக்கமிருந்து செடிகளை வெட்டிக்கொண்டிருந்த மம்மது "டேய், ஊசி" என்று கூப்பிட்டான்.

பள்ளிக்கூடத்துக்குப் பக்கத்தில் பட்டப் பெயரைச் சொல்லிக் கூப்பிட்டது பாபுவுக்குப் பிடிக்கவில்லை. காதில் விழாததுபோல் பள்ளிக்கூடத்துக்குள் புகுந்து விடப்பார்த்தான்.

"உங்க எபியண்ணன ஸ்டேஷனுக்குள்ளே கொண்டாந்து வெச்சிருக்காங்க. நம்பியார் டாக்டர் வூட்ல திருடிட்டானாம்."

பாபு வகுப்புக்குப் போகாமல் வாசலைத் தாண்டி வேலியோரமாக ஓடினான். "நெஜமாவா ?" என்று கேட்டான்.

“ஆமாண்டா, டாக்டர் வூட்டுல வேலை செய்யுறப்ப வாச்சைத் திருடிட்டானாம். இன்னிக்கித்தான் பாத்திருக்காங்க. டாக்டர் கம்ப்ளெயிண்ட் பண்ணி புடிச்சுக் கொண்டாந்து வெச்சிருக்காங்க.”

“எபியண்ணன் திருடலே. எனக்குத் தெரியும்.”

“ஆமா, இவந்தான் கூட நின்னு பாத்தான். பேசாம ஒம் வேலையப் பாருடா. இல்லே உன்னெயும் புடிச்சுப் பட்டையுரிச்சுடுவாங்க.”

பாபு நகர்ந்து போலீஸ் ஸ்டேஷனின் முன்பக்கமாக வந்தான். சிரில், மாசி, கங்கையா நாயுடு, குண்டாராவ் டெய்லர் எல்லாரும் இருந்தார்கள். பெரியவர்களாக வேறு யாரும் இல்லை. எல்லாரும் வேலைக்குப் போயிருந்தார்கள். பையன்கள் பள்ளிக்கூடத்தில் இருந்தார்கள். ரீசஸ்டைம் முடிந்ததைச் சொல்ல மணி அடித்தது. திரும்ப வகுப்புக்குப் போவதா வேண்டாமா என்று யோசித்தான். கடைசி பீரியட். போகாமல் விட்டால் புத்தகப் பையை எடுக்க முடியாது. மறுபடியும் ஸ்கூலை நோக்கி ஓடினான். உள்ளே நுழைந்து கொண்டிருந்த மோத்தியிடம் “சேட்டு, பெல் அடிச்சதும் என்னோட பையயும் எடுத்துட்டு வந்துர்றா. நான் வந்து வாங்கிக்கிறேன்” என்றான். அவன் சொல்லவிருந்ததைக் கேட்காமல் திரும்ப ஸ்டேஷன் முன்னால் வந்தான். பயந்து கொண்டு மெதுவாக வராந்தாவைத் தாண்டிப் போய் உள்ளே எட்டிப் பார்த்தான். இரண்டு போலீஸ்காரர்கள் இருந்தார்கள். அவர்கள் மேஜைக்குப் பக்கத்தில் எபிநேசர் தலைகுனைந்து நின்றிருந்தான். ஆள் நிழல் அசைவதைப் பார்த்து மூன்று பேரும் நிமிர்ந்தார்கள். எபியின் முகம் சிவந்து கலங்கியிருந்தது. பாபுவைப் பார்த்ததும் கண்களைத் தாழ்த்திக்கொண்டான், தமாஷ் போலீஸ் அய்யப்பனையும் காட்டுப் பூனை இன்ஸ்பெக்டரையும் காணவில்லை. அவனுக்குப் பின்னால் வந்து நின்ற சிரிலைப் பார்த்து இரண்டு பேரில் ஒரு போலீஸ்காரர் சொன்னார். “எல்லாம் வெளில போயி நில்லுங்க. இன்ஸ்பெட்டர் அய்யா வந்தாத்தான் எதுனாச்சும் சொல்ல முடியும். சும்மா தொணதொணக்காம ஓரமா நில்லுங்க. அய்யா வந்தாத்தான் நாங்களும் எதுனாச்சும் பேச முடியும். போங்க . . . போங்க.”

“சார், அவன் அப்படிப்பட்ட பையனில்ல . . .” என்று சொல்ல வந்து விக்கினார் சிரில்.

“எப்புடிப்பட்ட பையங்கிறது அய்யா வந்து விசாரிச்சதும் தெரிஞ்சு போகுமுல்ல. மொதல்ல வெளிய போயி நில்லுங்க” என்று கத்தினார்.

தலையைக் குனிந்து கொண்டே படியிறங்கினார் சிரில். அவரை ஒட்டின மாதிரி பாபுவும் வந்தான். கங்கையா மாமா பக்கத்தில் வந்து "என்ன சொல்றாங்க" என்று கேட்டார். பதில் சொல்ல முடியாமல் விம்மினார் சிரில். கங்கையா மாமா அவர் தோளில் தட்டினார். பாபு நகர்ந்து வாசல் பக்கம் வந்தான். மம்மது செடி வெட்டும் கத்திரிக்கோலுடன் உள்ளே போய் வெறும் கையுடன் திரும்பினான். இடுப்பில் கட்டியிருந்த துண்டை உதறித் தலையில் கட்டினான். "அவனோட பவிசைப் பாருங்க, டேய், ஒன்ற அளுக்குத் துண்ட இங்கதான் ஒதறணுமாக்கும். வெளில் போயி ஒதர்றதுக்கென்ன?" என்று போலீஸ்காரர் கத்தினார். மம்மது பாபுவைப் பார்த்துக் கண்ணை சிமிட்டிக் காட்டி விட்டுப் படியிறங்கிப் போனான்.

சிறிது நேரத்துக்குப் பிறகு பள்ளிக்கூட மணி அடித்தது. பாபு பாய்ந்து போய் ஸ்கூல் வாசலில் நின்றான். ஹோ வென்று கத்திக்கொண்டு எல்லாரும் இறங்கினார்கள். "டேய், மட்டக் கழுதே, டாலிஸ் டீச்சர் உன்னைக் கேட்டாங்க. நாளைக்குக் கட்டாயமா உன் குண்டியிலெ பிரப்பம் பழம் பழுக்கும்" என்று சீண்டிவிட்டு ஓடினான் செல்வராஜ். டீச்சர்கள் வெளியே வருவதற்குள் மோத்தி வந்து விட்டால் நல்லது. ஆனால் அந்த மோத்தித் தடியன் எல்லாருக்கும் கடைசியாகத்தான் வந்தான். கையில் பையிருந்தது. அதைப் பிடுங்கி முகத்தை மறைத்துக்கொண்டு ஸ்டேஷனுக்குள் வந்தான். கீழே புல்லட் மோட்டார் சைக்கிள் புடுபுடு என்று வந்து நின்று ஓய்ந்தது. பாபு பையைத் தோளில் ஒழுங்காக மாட்டிக் கொண்டான்.

காட்டுப் பூனை இன்ஸ்பெக்டரும் பின்னால் தமாஷ் போலீசும் வந்தார்கள். காட்டுப் பூனை முன்னால் போனதும் தமாஷ் போலீஸ் கூட்டத்தைப் பார்த்து நின்றார். "என்ன பிரச்சன? எல்லாரும் இங்கே கூட்டமா?" என்று கேட்டார்.

சிரில் பேச ஆரம்பித்து முடியாமல் நின்றார். மாசி சத்தமாக அழத் தொடங்கினாள். "இருங்க, நான் சொல்றேன்" என்று குண்டாராவ் சொல்ல ஆரம்பித்தார். எல்லாவற்றையும் கேட்டுவிட்டு "பேஜாராவாதீங்க, நான் அய்யாட்டே பேசறேன்" என்று உள்ளே போனார் அய்யப்பன். கொஞ்ச நேரத்துக்குப் பிறகு வெளியே வந்து "சிரிலு, கெங்கய்யா ரெண்டு பேரு மட்டும் வாங்க. அய்யா கூப்புடறாரு" என்றார். அவர்களுடன் பாபுவும் கூடப் போனான்.

எபியைக் காட்டுப் பூனை முன்னால் நிறுத்தியிருந்தார்கள். எல்லாரையும் பார்த்ததும் காட்டுப் பூனை "இதில யாரு

சிரில்?" என்றார். சிரில் தலைகுனிந்து முன்னால் வந்து நின்றார்.

"என்னய்யா புள்ளையை இப்படி வளத்தீருக்கீங்க. வேல செய்யப் போனா நொட்டுக் கையை வெச்சுகிட்டு சும்மாருக்காம அங்கருக்குற பொருள அபேஸ் பண்ணீருக்கான். இதான் புள்ள வளக்குற லெச்சணமா?"

அதைக் கேட்டதும் சிரில் நடுங்கும் குரலில்" இல்லா எஜமான்ரே ... சார் ... இல்லா ..." என்று திக்கினார். கங்கையா "லேது சார் பையன் அப்டியெல்லாம் செய்யமாட்டான் சார்." என்றார்.

"நீ யாருய்யா வக்காலத்தா? உன் பேரென்னா? எங்கே குடியிருக்கே?"

"பேரு கெங்கையா, கெங்கையா நாயுடு சார். அல்லாரும் ஒரே தெருவு சார். ஒய்.பி. ஸ்ட்ரீட். நான் பஜார்லே சலூன் வெச்சிருக்கேன். ப்ளூ மவுண்ட் சலூன் சார்."

"நாயுடுவா? நாயுடு எப்பய்யா பார்பரானான்?" என்று சிரித்தார் காட்டுப் பூனை.

"அல்லாம் இந்த ஊருக்கு வந்துதான் சார்" கங்கையா கூச்சத்துடன் சொன்னார்.

"தொங்கணாக் கொடுக்குக்கு நூவு எந்துக்கு ஜாமீன் ஒச்சேசினாவு?" காட்டுப் பூனை கேட்டதும் கங்கையா மாமாவின் முகத்தில் வெளிச்சம் அடித்ததைப் பாபு பார்த்தான். அவர் தைரியமாகப் பேசுவதை ஆச்சரியமாகப் பார்த்தான். "லேது சார்" என்று நடந்ததைச் சொன்னார்.

"செரிதான்யா, இவன் திருடலேன்னா ஆரு வாச்சை எடுத்தா? டாக்டர் நம்பியார் பெரிய ஆளு. அவுங்க வூட்லேருந்து வந்து கம்ப்ளெயிண்ட் பண்ணிருக்காங்க. விசாரிச்சு ஆளப் புடிக்கலேன்னா எனக்குத்தான் கெட்ட பேரு. இவன் எடுக்க லேன்னா எடுத்தவன்னு ஒருத்தன் இருக்கானே அவன் யாரு?"

"அவன நான் பாத்திருக்கேன்" என்றான் பாபு. சிரிலும் கங்கையாவும் அவனுடைய இரண்டு தோள்களையும் அழுத்தி னார்கள். அய்யப்பன் கையால் வாயைப் பொத்தி சைகை செய்தார்.

"ஆருடா அது முன்னாடி வா" என்றார் காட்டுப் பூனை. பாபு டிரவுசரையும் பையையும் சரி செய்துகொண்டு முன்னால் வந்தான். அவனைப் பார்த்ததும் காட்டுப்

பூனையின் மீசை சிரித்தது. பிறகு விறைத்துக் கொண்டது. "உங்க பேரு என்னாங்க சார்?" என்று கேட்டது.

"பேரு. என். பாபு. ஐந்தாம் வகுப்பு. செயின்ட் ஜோசப் பள்ளி. வெல்லிங்டன். நாராயணனின் மகன், சி.பி. கண்ணனின் மருமகன். எபியண்ணாவின் நண்பன்" என்று ஆங்கிலத்தில் சொன்னான். இது மாதிரியான இடங்களில் இங்கிலீஷில்தான் பேச வேண்டும் என்று சரஸ்வதி டீச்சரும் கௌரியேச்சியும் அவனுக்குக் கற்றுக் கொடுத்திருந்தார்கள். சரியாகச் சொன்னது போலத்தான் நினைத்தான். ஆனால் மருமகனுக்கு நீஸா, நெஃபியூவா அண்ணாவுக்கு பிரதரா என்பது மட்டும் சந்தேக மாக இருந்தது. இருந்தாலும் நெஃவியூ, பிக் பிரதர் என்று அடித்து விட்டிருந்தான்.

"இதோ பாருய்யா, அரை டிரவுசர்ல சாட்சி" என்றார் காட்டுப் பூனை. மூன்று போலீஸ்காரர்களும் வாய் கோணிப் போனதுபோலச் சிரித்தார்கள். எபி நிமிர்ந்து பார்த்தான். சிரிலும் கங்கையாவும் மறுபடியும் அவன் தோளை அமுக் கினார்கள்.

"பாபு சார், நீங்க சொல்லுங்க. ஆரைப் பாத்தீங்க?"

பாபு சொன்னான். ஆற்றில் மூன்று மீன்களைப் பிடித்ததை. அதை எபியிடம் காண்பித்ததை. அவர்கள் நின்றிருந்தபோது ஒருவன் டாக்டர் வீட்டுக்குள்ளேயிருந்து வந்து போனதை. எபி சொன்னதற்காக மீன்களை மறுபடியும் ஆற்றில் விட்டதை. எபியண்ணா ஒன்பது விக்கிப் பழங்கள் கொடுத்ததை.

கேட்டுவிட்டு, "பொல்லாத போக்கிரியா இருக்கியேடா அர டிரவுசர்" என்று சிரித்தார் காட்டுப் பூனை. "அய்யப்பன் நீ போயி டாக்டர் வூட்டுல இருக்கிற ஆளுங்கள வரச் சொல்லு. விசாரிப்பம். டே, சங்கர்லால் நீ சொன்னது மட்டும் பொய்யா இருந்திச்சின்னு வெய்யி, தோல உரிச்சுருவேன்" என்றார். பாபுவுக்கு ஒன்றுக்கு வருவதுபோல இருந்தது. கால்களைப் பின்னி நின்றான்.

"நாயுடு, நூ போயி நாலு டீ தீஸ்கினு ரா" என்றார் காட்டுப் பூனை. கங்கையா ஒரு நிமிடம் தயங்கி நின்று வெளியே போனார். எபி பாபுவைப் பார்த்து மெதுவாகப் புன்னகைத்தான். அது கண்ணில் பட்டதும் காட்டுப் பூனை கறாரான குரலில் "சிரிக்காத, நீ திருடலேன்னு நிச்சியமாத் தெரிஞ்சதும் சிரிக்கலாம். இந்தப் பையனத் தவிர மத்தவங்க வெளியே இருங்க" என்றார். வெளியே வந்தார்கள்.

கங்கையா குரூப்பு கடை டீ தூக்குடன் வந்தார். உள்ளேயிருந்தவர்களில் ஒரு போலீஸ்காரர் அதை வாங்கிக் கொண்டு போனார். "குரூப்பு கடையில் நெய்யப்பம் நல்லாருக்கும் சாரு. மலையாளி டேஸ்ட். வாங்கச் சொல்லீருக் கலாம்." என்று சொல்வது கேட்டது. "ஆமாய்யா, வந்திருக்கற தெல்லாம் எஸ்டேட் ஓனருங்களும் தோட்டக்கார கவுடர் களுமில்ல. எல்லாம் ஆசாரியும் தச்சனும் பார்பருமில்ல வந்திருக்காங்க. அவங்க கிட்டப் புடுங்கித் தின்னா நம் மளுக்குத்தான் பேதி புடுங்கிக்கும்" என்று காட்டுப் பூனை சிரிப்பதும் கேட்டது.

அன்று பாபு பார்த்த ஆளைக் கழுத்தில் பிடித்துத் தள்ளிய படி அய்யப்பன் படியேறி வந்தார். அவனைப் பார்த்ததும் "மாமா, இவந்தான்" என்றான் பாபு. அவன் திரும்பிப் பார்த்தான். முகம் கலங்கியிருந்தது. கீழுதடு உடைந்து ரத்தம் தெரிந்தது. அறை வாசலில் நின்று திமிறிய அவனை நெட்டி உள்ளே தள்ளினார் அய்யப்பன். "இவந்தானா அந்த ராஸ்கல்" என்று காட்டுப் பூனையின் நாற்காலி நகரும் சத்தம் வெளியில் வந்தது.

"வெளியே நிக்கறவங்கள உள்ள வரச் சொல்லு."

உள்ளேயிருந்து யாரும் வருவதற்குள் எல்லாரும் வாசலில் நின்றார்கள். "மத்தவங்கல்லாம் இங்கெயே நில்லுங்க. சிரிலு, நாயுடு, டே, மருமவனே மூணு பேரும் உள்ள வாங்க" என்றார் அய்யப்பன்.

"டேய். சங்கர்லால் நீ பாத்தது இவனையாடா?" என்று கேட்டார். பாபு தலையாட்டினான். "வாயத் தொறந்து சொல்லு" பதில் சொல்வதற்கு முன்பு அய்யப்பனே சொன்னார். "இவந்தான் சார். சந்தேகமில்ல. மொதல்ல இல்லேன்னான். ஒன்னு போட்டதும் ஒத்துகிட்டான். இதான் சார் வாச்சு" என்று கைக்கடிகாரத்தை அவரிடம் ஒப்படைத்தார். "பேபர் லூவா" என்று இன்ஸ்பெக்டர் உச்சரித்ததை பாபு 'ஃபேபர் லூவா' என்று தனக்குள் திருத்திச் சொல்லிக் கொண்டான்.

"சார், ஒரு நிமிசம்" என்றார் அய்யப்பன். என்னவென்று தாடையை உயர்த்தினார் காட்டுப் பூனை. "கொஞ்சம் தள்ளி வாங்க" என்று முன்னால் போனார். இன்ஸ்பெக்டரும் அவருமாக ஜன்னல் அருகில் நின்று குசுகுசுத்தார்கள். திரும்பி வந்து "நீங்க பையனைக் கூட்டிட்டுப் போங்க. டேய், ஒளுங்கா வேலையைப் பாத்தமா வந்தமான்னு இருக்கணும். இன்னொரு தடவ இந்த மாதிரி கம்ப்ளைண்டு வந்துச்சு பட்டைய உரிச்சுத் தொங்கப் போட்டுருவேன். போங்க போங்க எல்லாம் போங்க" என்றார் இன்ஸ்பெக்டர்.

சிரில் முன்னால் வந்து கண்களில் நீருடன் காட்டுப் பூனையைக் கும்பிட்டார். “சர், தாங்க் யூ சர், ஐ ஆம் எ காட் ஃபியரிங் மேன். மை ஃபேமிலி மெம்பர்ஸ் ஆல்சோ ஆஃப் மை கைண்ட். ஐ ரியலி குட் நாட் அண்டர்ஸ்டாண்ட் ஃபார் வாட் சார்ட் ஆஃப் எ சின் வீ கமிட்டெட் தி லார்ட் மேட் அஸ் டு அண்டர் கோ திஸ் ட்ராமா. இட் இஸ் ஹிஸ் விஷ். ப்ரெய்ஸ் தி லார்ட்.” என்றார்.

போலீஸ் ஸ்டேஷனுக்குள் எல்லாமே சில நிமிடங்கள் ஸ்தம்பித்தன. சிரிலுக்கு ஆங்கிலம் தெரியும் என்பது பாபுவுக்கு ஆச்சரியமாக இருந்தது. அதைவிட ஆச்சரியம் காட்டுப் பூனைக்கு. அவர் இமைக்காமல் சிரிலையே பார்த்துக்கொண் டிருந்துவிட்டு “யூ மே கோ” என்றார். கூட்டம் இறுக்கம் தளர்ந்து படியிறங்கியது. இறங்கும்போது எபிநேசர் முன்னால் வர பாபு அவன் கையை இறுகப் பிடித்துக்கொண்டான். மேடேறித் தெரு முனையை அடைகிறவரை விடவில்லை.

அவர்கள் வீட்டு முன்னால் தெருக்காரர்கள் எல்லாரும் கூடி நின்றிருந்தார்கள். பெண்கள் மாசியையும் ஆண்கள் சிரிலையும் வளைத்துக் கொண்டார்கள். ரெஜியும் சகோதரி களும் வந்து எபியைக் கட்டிப் பிடித்துக் கொண்டார்கள். மாசி வெட்கப்படாமல் வாய்விட்டு அழுது ஆறுதல் சொன்ன எல்லாப் பெண்களையும் கட்டிக் கொண்டாள். சிரில் எல்லாருக்கும் கை கொடுத்துக் கொண்டிருந்தார். தெரு விளக்குப்போடும்வரை வாசலில் கூட்டம் இருந்தது. பின்பு ஒவ்வொருவராகக் கரைந்தது. அத்தை “டா, நீ வருன்னில்லே?” என்று கேட்டபோதுதான் பாபு எபியை விட்டு விலகினான். சிரில் அவனைப் பக்கத்தில் இழுத்து நிறுத்தி வலது கையைப் பிடித்துக் குலுக்கி “காட் பிள்ஸ் யூ” என்றார். “தாங்க்ஸ்” என்றான். அதைக் கேட்டு எபியண்ணா சிரித்தான். ரெஜியும் பாப்புவும் பாமலாவும் சிரித்தார்கள். பாபு வீட்டை நோக்கி ஓடினான்.

கொஞ்ச நேரத்துக்குப் பிறகு அவர்கள் வீட்டிலிருந்து கூட்டு ஜெப சத்தம் கேட்டது. ப்ரெய்ஸ் தி லார்ட், கர்த்தருக்கு ஸ்தோத்திரம் என்று அடிக்கடி கேட்டது. கௌரி வீட்டில் – அங்கேதான் டியூப் லைட் வெளிச்சம் – உட்கார்ந்து படித்துக் கொண்டிருந்த பாபு புத்தகத்தைக் கவிழ்த்து வைத்து பாரதியார் லத்தி நாய் என்றெல்லாம் ஏன் அசிங்கமாக எழுதினார் என்று யோசித்தான். கௌரியிடம் கேட்டான். புருவத்தைச் சுளித்து புத்தகத்தை எடுத்துப் பார்த்தாள். சிரித்துக் கொண்டு “டே லூசு, அது லத்தியில்லடா, எதிரிலா வலத்தினாய்.

சேத்துப் போட்டிருக்கு” என்றாள். சிரில் வீட்டிலிருந்து வந்த கர்த்தருக்கு ஸ்தோத்திரத்துக்குப் பதில் சொல்வதுபோல ப்ரெய்ஸ் தி லார்ட் என்று கத்தினான். கௌரி ஒற்றை விரலால் அவன் மண்டையில் தட்டினாள் செல்லமாக.

அன்றைக்குப் பள்ளிக்கூடம் தொடங்கி இரண்டாவது பீரியட் முடிவதற்கு முன்பே தொடர்ச்சியாக மணி அடித்தது. பள்ளிக்கூடம் முடியும்போதுதான் அப்படி அடிப்பது வழக்கம். இப்போது ஏன் என்று மாணவர்கள் உற்சாகமாகவும் டீச்சர்களும் சார்களும் குழப்பமாகவும் இருந்தார்கள். பியூன் சூசை தப்பாக அடித்திருக்கலாம் என்ற சந்தேகத்தில் அப்படியே உட்கார்ந்திருந்தார்கள். வகுப்புகளுக்குள் சலசலப்பு இருந்தும் ஆசிரியர்கள் பொருட்படுத்தவில்லை. ஆளுக்கு ஆள் விசாரித்துக் கொண்டிருந்தார்கள். பாபுவும் செல்வராஜூம் சிகரெட் அட்டையைப் பரிமாறுவதில் மும்முரமாக இருந்தார்கள். பளபளப்பான நாலு பெர்க்லி சிகரெட் அட்டைக்கு ஆறு சாதா வில்ஸ் நேவி கட் அட்டைகளைத் தருவதாகச் சொல்லியும் செல்வா ஒத்துக்கொள்ளவில்லை. இவனிடம் இருந்த பெர்க்லி அட்டைகள் புத்தம் புதுசு. வில்ஸ் அட்டைகள் அழுக்காகவும் ஓரம் மடங்கியும் இருந்தன. ஆனால் செல்வாவுக்கு ஆறுக்கு நாலு என்பது அநியாயக் கணக்காக இருந்தது. “வேணாண்டா, நாங்க வில்ஸ் அட்டையை வெச்சே விளையாடிக்கிறோம்” என்றான். பாபுவுக்கு அதை விட மனமில்லை. சில்லறையாக வில்ஸ் அட்டைகள் இருந்தால்தான் ஆட்டத்துக்குச் சரிவரும். இல்லையென்றால் எல்லா பெர்க்லி அட்டைகளையும் வைத்து ஆட வேண்டும். அது நஷ்டம். “சரிடா, அஞ்சு குடுறா போதும்” என்றான். செல்வராஜ் பலமாக யோசித்து “சரி” என்று அரை மனதாகச் சம்மதித்தான். பெர்க்லியைக் கொடுத்துவிட்டு வில்லை வாங்கவிருந்த நொடியில் தலைமை ஆசிரியர் உள்ளே வந்தார். இரண்டு பேரும் சட்டென்று அட்டைகளைப் பைக்குள் திணித்துக் கொண்டார்கள். பேச்சுக்கள் அமுங்கி வகுப்பு அடங்கியது. எழுந்து நின்றவர்களைக் கையமர்த்தி உட்காரச் செய்துவிட்டு டீச்சரிடம் தனியாக என்னவோ சொன்னார். வெளியே போனார்.

“எல்லாரும் இங்க கவனீங்க. இன்னிக்கு ஸ்கூல் லீவு. சத்தம்போடாம வரிசையா வெளியே போகணும். எல்லாரும் ஒழுங்கா வீட்டுக்குப் போகணும். கிரவுண்டில வெளயாடவோ தெருவுல அலையவோ கூடாது” என்றாள் டீச்சர்.

“எதுக்கு டீச்சர் லீவு?”

டீச்சர் அதற்குப் பதில் சொல்லவில்லை. அவர்களை விரட்டுவதிலேயே முனைப்பாக இருந்தாள். பைகளைத் தூக்கிக் கொண்டு வெளியே வந்தார்கள். போலீஸ் ஸ்டேஷனின் முன்னாலும் வராந்தாவிலும் வழக்கத்தை விட நிறையப் போலீஸ்காரர்கள் தெரிந்தார்கள். கொஞ்சம் நடந்து பள்ளிவாசல் தெருவில் சிமெண்டு வேலியில் முன்னோக்கிக் கவிழ்ந்து நின்று ரோட்டைப் பார்த்தான். காலியாக இருந்தது. ஜப்பார் பாய் கடை, பராசக்தி லாண்டரி எல்லாம் மூடிக் கிடந்தன. கண்டோன்மெண்ட் ஸ்கூல் பையன்களும் தங்கள் பள்ளிப் பையன்களும் கோர்ஸ் ஸ்கூல் பெண்களும் மட்டும் திட்டுத் திட்டாக அங்கங்கே நகர்ந்து கொண்டிருந்தார்கள். புட்டத்தில் யாரோ அடித்ததும் திரும்பிப் பார்த்தான். மம்மது.

“டேய், ஊசி, வூட்டுக்குப் போய்ச் சேருடா, இங்கெல்லாம் நிக்காத. எம்.ஜி.ஆரெ ஆரோ சுட்டுட்டாங்களாம்”.

பாபுவுக்கு வருத்தமாக இருந்தது. “அவரு ஏன் திருப்பிச் சுடலே?”

“என்கிட்ட கேட்டுட்டா சுட்டுகிட்டாங்க. அவரும் திருப்பிச் சுட்டாருன்னுதான் சொல்லுறாங்க. நீ ஒளுங்கா வீட்டுக்குப் போறதப் பாரு” என்று வேகமாக நடந்தான் மம்மது.

மேடேறும்போது எம்.ஜி.ஆரை யாராவது சுடமுடியுமா என்று யோசித்தான். தெருவில் ஆட்கள் கலைந்து நின்று பேசிக்கொண்டிருந்தார்கள். நேற்றே சுட்டுவிட்டார்களாம். ஆஸ்பத்திரியில் கிடக்கிறாராம். தகவல் மலையேறி வர இத்தனை தாமதமாகி இருக்கிறது என்று சொல்லிக் கொண்டிருந்தார்கள். செல்வராஜ் பெர்க்லிக்குப் பதிலாக வில்லைசைத் தரவில்லை என்பது சட்டென்று பாபுவுக்கு நினைவு வந்தது. அதுவரைக்குப் பளீரென்று இருந்த தெருவின் மீது பெரிய மேகத்தின் நிழல் விழுந்து நகர்ந்தது.

பகல் உணவுக்கு வந்த கண்ணன் திரும்ப வேலைக்குப் போகவில்லை. யூனிபார்மை மாற்றி வேஷ்டி சட்டை அணிந்து கட்டிலில் உட்கார்ந்து நெற்றியை வருடி யோசித்துக் கொண் டிருந்தார். சட்டென்று எழுந்து அடுக்கி வைத்திருந்த பெட்டி களை ஒவ்வொன்றாக இறக்கினார். எல்லாவற்றுக்கும் கீழே இருந்த மரபெட்டியைத் திறந்தார் மடித்து வைத்திருந்த வேட்டியை எடுத்துப் பார்த்தார். பழைய வேட்டி. வெள்ளை நிறம் மங்கி லேசாகப் பழுத்த நிறத்தில் இருந்தது. சில

இடங்களில் அந்துப் பூச்சிகள் அரித்த ஓட்டைகள் இருந்தன. பெட்டியை மூடி மற்ற பெட்டிகளைப் பழையதுபோல அடுக்கி வைத்தார். கட்டிலில் உட்கார்ந்து வேட்டியை மடியில் போட்டு வருடிக் கொடுத்தார். தனக்குத் தானே சொல்லிக் கொள்வது போல "இது அவர் கொடுத்தது" என்றார்.

"யாரு, எம்.ஜி.ஆர் குடுத்ததா மாமா?" பாபு கேட்டான். அவர் பதில் சொல்லாமல் அவனைப் பார்த்தார்.

எம்.ஜி.ஆர். சுடப்பட்டதற்கு அடுத்த நாள் சுசி இறந்து போயிற்று.

அது இருந்ததே பெயருக்குத்தான். இருட்டும் குளிரும் அப்பிக் கிடக்கும் அறையில் கட்டிலில் கிடந்த அது யார் கவனத்திலும் இல்லை. சிரில், மாசி வீட்டிலிருப்பவர்களைத் தவிர. 'ஞை' என்ற முனகலைத் தவிர அது உயிரோடு இருப்பதற்கான எந்த அடையாளமும் இல்லை. ஆனால் அந்தக் குடும்பம் முழுவதும் அதை ஜீவனோடு பார்த்து விடுகிற ஆசையில் ஓயாமல் ஜெபித்துக் கொண்டிருந்தது. கடவுளிடம் இறைஞ்சிக்கொண்டிருந்தது. அந்த இறைஞ்சலைப் பொருட்படுத்தாமல் அதன் 'ஞை' முனகல் அடங்கிப் போனது. அது தானாகச் செத்துப் போகவில்லை. யாரோ அதன் முகத்தில் ஈரத் துணியைப் போட்டதில் மூச்சுத் திணறி செத்துப் போயிருக்கிறது.

தெருவே அந்த வீட்டு முன்னாலிருந்தது. சுவிசேஷக் காரர்கள் வந்திருந்தார்கள். ஒரே கூட்டம். கூட்டத்தில் எபிநேசர் மட்டுமில்லை.

●

கன்டோன்மெண்ட் போர்டு தேர்தல் அறிவிப்புக்குத் தண்டோரா போட்டதும் ஆற்று மைதானத்தில் யுனிவர்சல் சர்க்கஸ் கோலாகல மாகத் தொடங்கியதும் ஒரே சமயத்தில். முதல் நாள் வேட்புமனுத் தாக்கலுக்கான அறிவிப்பு. மறுநாள் மாலை சர்க்கஸின் முதல் ஆட்டம்.

நம்பியார் மாமா ஒன்றாவது வார்டில் போட்டி போட ஆலோசனை செய்துகொண் டிருந்தார். அவரைக் கிட்டத்தட்ட எல்லாருக்கும் தெரியும். அவருக்கும் ஓரளவுக்கு எல்லாரையும் தெரியும். பொழுது விடிந்தது முதல் சாய்கிற வரைக்கும் மனதளவில் காங்கிரஸ்காரர். விளக்கு வைத்த பிறகு காங்கிரஸ் விரோதி. காங்கிரஸ் காரர்கள் உருப்படாமல் போனது ஜனங்களைக் குடிக்காதே என்று சொன்னதனால்தான் என்று சொல்லுவார். அந்த வார்த்தைகளில் துவர்ப்பு வாடை இருக்கும். எலும்பு முறியப் பாடுபடுகிறவன் கொஞ்சம் குஷியை உள்ளே அனுப்பினால் தப் பில்லை என்று சொன்னதால்தான் கம்மூனிஸ்ட்கள் ஆட்சிக்கு வந்தார்கள் என்பது அவர் எண்ணம். தான் ஊரைவிட்டு வெல்லிங்டனுக்கு வந்ததற்கும் அதைத்தான் காரணமாகச் சொல்லுவார். அது வேடிக்கைக்காகச் சொல்வது. ஆனால் அதுவல்ல உண்மை.

டி.யூ.கே. நம்பியார் என்ற தலைசேரி உண்ணிக் கிருஷ்ணன் நம்பியார் பத்து வயதில் காங்கிரஸ்காரர் ஆனவர். அவருடைய அகன்ற பந்தத்தில் ஒருவரான கோபாலன் என்ற பள்ளிக்கூட ஆசிரியரைப் பற்றித் தறவாட்டுக் காரணவர்கள் பேசுவதைக் கேட்டு அந்த அபிமானத்தில் ‘மகாத்மா காந்தி கீ ஜே’ என்றவர். கோபாலன் மாஸ்டர் காந்தியைப் பார்த்ததை, அவர் கட்டளை யிட்டதற்காக உப்புக் காய்ச்சப்போய் சித்திரவதை

அனுபவித்ததை, கிலாபத் போராட்டத்தில் கைது செய்யப் பட்டதைக் காரணவர்கள் வெற்றிலை பாக்குடன் மெல்லுவதைக் கேட்டு கோபால பக்தரானார். சொல்லப்பட்ட கதைகளில் கோபாலன் அடங்காப் பிடாரியாகவும் பிள்ளைகளை வழி பிழைக்கச் செய்யும் வாத்தியாராகவுந்தான் இருந்தார். அதுதான் உண்ணிக் கிருஷ்ணனுக்கு அவர் மேலான ஈர்ப்பை அதிக மாக்கியது. கிராமத்துப் பையன்களைச் சேர்த்துக் கொண்டு 'காந்திஜி பாலர் சங்க'த்தை ஆரம்பித்தார். கோபாலன் மாஸ்டர் தான் அதைத் தொடங்கி வைத்தார். அன்றைக்கு எடுத்த படம் 'மாத்ருபூமி' கோழிக்கோடு பதிப்பில் வந்தது. அந்தப் பிரதி இன்னும் நம்பியாரிடம் பத்திரமாக இருக்கிறது. கோபாலன் மாஸ்டர் நடத்திய ஏதோ தர்ணாவில் கலந்து கொண்ட நம்பியாரை மலபார் போலீஸ் விரட்டி அடித்த காயத்தின் வடுவும் அவர் முதுகில் இருக்கிறது.

நம்பியாரைக் கல்லூரியில் சேரச் சொன்னதும் கோபாலன் மாஸ்டர்தான். பிரெண்ணன் காலேஜில் எஃப்.ஏ. வகுப்பில் சேர்ந்த சில மாதங்களில் கோபாலன் மாஸ்டர் காங்கிரசை விட்டு வெளியேறினார். கம்யூனிஸ்ட் ஆகிவிட்டதாகச் சொன்னார்கள். நம்பியாருக்கு ஏமாற்றமாக இருந்தது. கூடவே வந்து கொண்டிருந்த மாஸ்டர் பாதி வழியில் அநாதரவாக விட்டுவிட்டுப் போனதுபோல வருத்தப்பட்டார். இரண்டு மூன்று நாட்கள் கல்லூரிக்குப் போகாமல் தறவாட்டிலேயே அடைந்து கிடந்தார். அம்மாவுக்கும் அம்மாவனுக்கும் பதற்றமாகி விட்டது. ஏதாவது வேண்டாத அரசியல் சிக்கலில் மாட்டிக்கொண்டானா தினமும் ஐந்தாறு மைல் போய் வருகிறவன். போன இடத்தில் வேறு ஏதாவது விவகாரத்தில் அகப்பட்டுக் கொண்டானா? என்று குழம்பினார்கள். உண்ணியைக் கேட்கலாமென்றால் அறையைத் திறந்தால் தானே? சாப்பிடக் கூப்பிட்டு வந்து உட்கார்ந்தாலும் சோற்றை விழுங்க மட்டுந்தானே வாயைத் திறக்கிறான்? இரண்டு அட்சரம் பேசினால்தானே என்ன பிரச்சனை என்று புரியும் என்று அங்கலாய்த்தார்கள். அங்கலாய்ப்புக்கு அதிக அவகாசம் கொடுக்காமல் மறுநாள் நம்பியார் சொன்னார். "இனி காலேஜுக்குப் போவதில்லை"

"பின்னே என்ன செய்வதாக உத்தேசம்?"

"வேலைக்குப் போகலாமென்று இருக்கிறேன். வயநாட்டில் ஒரு காப்பி எஸ்டேட்டில் வேலை. நல்ல சம்பளம். அங்கேயே வீடும் கொடுக்கிறார்கள். நாளைக்கே போகப் போகிறேன்."

அம்மாவும் அம்மாவனும் பதிலெதுவும் பேசவில்லை. அவர் குரலிலிருந்த திடம் பேசுவதற்கு ஒன்றுமில்லை என்றது.

வெல்லிங்டன்

'இருபது வயது கூட நிறையாத இந்தப் பொடியனை நம்பி யார் வேலை கொடுப்பார்கள். அதுவும் காப்பித் தோட்டத்தில். பத்து நூறு பேர் வேலை செய்கிற இடத்தில் இவனுக்கு என்ன வேலையாக இருக்கும்? வேலை செய்யப் போகிறானா? இல்லை வேலை வாங்கப் போகிறானா?' எதுவும் தெரிய வில்லை. ஆற்றாமையாக இருந்தது அவர்களுக்கு.

வீட்டைவிட்டுப் போன அடுத்த வருடம் எஸ்டேட் ஜீப்பில் வாசலில் வந்து இறங்கிய உண்ணிக் கிருஷ்ணனை அம்மாவுக்கே முதலில் அடையாளம் தெரியவில்லை. செதுக்கிய சேனைக் கிழங்கின் நிறம். முகம் பூரித்திருந்தது. மீசை அடர்த்தி யாக இருந்தது. கைகால்களும் உடம்பும் பயில்வானைப் போல இருந்தன. சட்டை பேண்டில் சாயிப்புபோலத் தெரிந்தார். அவரே ஜீப்பை ஓட்டி வந்திருந்தார். தோற்றம், நடவடிக்கை எல்லாவற்றிலும் தென்பட்ட ஒழுங்கும் நாசூக்கும் அம்மா வுக்கும் அம்மாவனுக்கும் மாளாத ஆச்சரியத்தைக் கொடுத்தன. வயிற்றில் பிள்ளையை உண்டாக்கி விட்டுப் பொறுப்பில்லாமல் மறைந்துபோன தன்னுடைய சம்பந்தக்காரனை இதுவரைக்கும் அம்மா வெறுப்புடன்தான் நினைப்பாள். மகனை இந்தக் கோலத்தில் பார்த்த அந்த நொடியில்தான் முதல்முறையாக ஓடிப்போன அந்த ஆள் மீது பரிவும் நன்றியும் ஏற்பட்டன.

வயநாட்டில் ஒரு காப்பித் தோட்டத்தில் உதவி மானேஜ ராக வேலை. பெயர்தான் உதவி மானேஜர். எல்லா வேலை களும் நம்பியார் தலையில்தான். ஆட்களை வேலை வாங்குவது, அவர்களுக்குக் கூலி போடுவது, காப்பித் தோட்டத்தை மேற்பார்வையிடுவது, விளைச்சலை அதன் இடத்தில் கொண்டு போய்ச் சேர்ப்பது, கட்டடங்களையும் வாகனங் களையும் பராமரிப்பது எல்லாம் அவர் பொறுப்பு. நிரம்பவும் உத்தரவாதித்துவமுள்ள வேலை என்று சின்ன கர்வத்துடன் சொல்லிக்கொண்டார் நம்பியார். இவ்வளவு பொறுப்பான வனை மேலும் பொறுப்பு மிகுந்தவனாக்குவது தங்களுடைய கடமை என்று அம்மாவுக்கும் அம்மாவனுக்கும் தோன்றியிருக்க வேண்டும். அடுத்த முகூர்த்தத்தில் உண்ணிக் கிருஷ்ணன் நம்பியார் அம்மாவன் மகள் தேவகியைத் திருவங்காடு அம்பலத்தில் வைத்துத் திருமணம் செய்துகொண்டார். அது ஒரு சிங்ங* மாத தினம்.

அதே நாளில்தான் கோபாலன் மாஸ்டர் சிறையிலிருந்து தப்பினார். அதைக் கேள்விப்பட்டதும் நம்பியாரின் மனம்

* ஆவணி

கலவையாகப் பரிதவித்தது. ஜெயிலிலிருந்து தப்பினார் என்பதில் சந்தோஷம். அவரைப் புரிந்துகொள்ளத் தவறியதில் துக்கம். 'மாஸ்டர் மட்டுமில்லையென்றால் நான் என்ன ஆகியிருப்பேன். படித்த நம்பியாராகத் தறவாட்டில் முடங்கியிருந்திருப்பேன். ஊரைத் தாண்டியிருக்கிற உலகத்தைப் பார்க்காமல் இருந்திருப்பேன். புதிய மனிதர்களைத் தெரிந்து கொள்ளாமல் இருந்திருப்பேன். அவர் காங்கிரசை விட்டுப் போகாமலிருந்தால் நானும் அரசியல்வாதியாகி இருப்பேனோ என்னவோ? அவர் மேல் இருந்த கோபத்தில்தானே கம்மூனிஸ்டுகள் சொல்கிற மாதிரி பூர்ஷ்வா ஆனேன். இருந்தாலும் மாஸ்டர் காங்கிரசுக்குச் செய்தது எனக்குச் செய்ததை விடப் பெரிய துரோகம். அவர் கம்மூனிஸ்டாகாமலிருந்தால் காங்கிரசாகவே இருந்திருப்பார். அவரும் காந்தியைப்போல எளிமையானவர். காற்றைப்போலப் பொதுவானவர். வெளிச்சத்தைப்போல சகலரையும் தழுவிக்கொள்கிறவர். அப்படிப்பட்ட மனிதர் நாடு இன்றிருக்கிற நிலையில் கால் மாறிப் போனது துரோக மில்லையா? என்னை மோகிப்பித்துப் நடு வழியில் விட்டதை மறந்தாலும் காந்திஜியை விட்டு விலகியதை மறக்கமாட்டேன். மாஸ்டர், நீங்கள் நாட்டுக்காரர்களையெல்லாம் கம்மூனிஸ்ட் ஆக்கினீர்கள்? என்னை காங்கிரஸ் பூர்ஷ்வா ஆக்கிவிட்டீர்கள்'.

கடைசியாக யோசித்த வாக்கியத்தைச் சத்தமாகச் சொன்னார் நம்பியார். மணப்பெண் தேவகி நிமிர்ந்து 'இந்த மனுஷனுக்குக் கிறுக்கா?' என்று பார்த்தாள். அவளுடைய பூனை விழிகள் மின்னின. பதிலாக சமாதானப்படுத்தும் புன்னகையொன்றைச் சிந்தினார்.

மூன்றாம் நாள் தேவகியையும் ஜீப்பில் ஏற்றிக் கொண்டு வயநாட்டுக்குப் போனார். இடையிடையே ஒன்றிரண்டு நாள் ஊரை எட்டிப் பார்க்க வந்து போனதைத் தவிர்த்தால் பத்து வருடங்களுக்கும் மேலாக வயநாடு வாசம். ஊருக்கு வரும்போதெல்லாம் உறவுக்காரர்களும் தெரிந்தவர்களும் 'என்ன விசேஷமொண்ணும் இல்லையா? கல்யாணமாகி எட்டு பத்து வருஷமாச்சே?' என்று ஓயாமல் கேட்கிற கேள்விக்குப் பயந்து தேவகி ஊருக்கு வராமலிருக்க விரும்பினாள். நம்பியாருக்கு அது ஒரு பொருட்டான கேள்வியாகவே இல்லை.

அந்தப் பத்து வருடங்களில் எல்லாம் மாறியிருந்தன. சிறையிலிருந்து தப்பிய கோபாலன் மாஸ்டர் தலைமறைவாகப் போனார். ஒளிந்திருந்தே தேர்தலில் போட்டியிட்டார். காங்கிரஸ்காரர்கள் அவரைத் தோற்கடித்தார்கள். அதில் ஆத்திரமடைந்த நம்பியாரின் பால்ய நண்பர்கள் 'காந்திஜி பாலர் சங்க'த்தைக் கலைத்து அதே இடத்தில் 'இன்குலாப்

வாசக சாலை'யைத் தொடங்கியிருந்தார்கள். மாஸ்டர் மறுபடியும் கைது செய்யப்பட்டு சிறைவைக்கப்பட்டிருந்தார். இந்த முறை சுதேசிகள் கொடுத்த தண்டனை. சில மாதங்களில் தேசத்துக்குச் சுதந்திரம் வந்தும் கோபாலன் மாஸ்டர் கம்பிகளுக்குப் பின்னால்தான் இருந்தார். புது அரசாங்கம் அவரை வேண்டுமென்றே பழி தீர்த்துக்கொண்டதாக நம்பியார் நினைத்தார். காற்றையும் வெளிச்சத்தையும் எவ்வளவு காலம் கம்பிக் கூண்டுக்குள் வைக்க? கொஞ்ச நாட்களில் விடுதலை செய்யப்பட்டார்.

எஸ்டேட்டுகளில் உடைமையாளர்கள் மாறினார்கள். புதிய நிர்வாகத்தின் குளறுபடிகளால் அன்றாட நடவடிக்கைகள் முடங்கின. தினக் கூலிகளின் சோற்றுக் கலத்தில் மண் விழுந்தது. சில நாள்கள் பசித்தார்கள். பொறுத்தார்கள். பசி விஷமாகத் திரிந்து அவர்களைக் கொல்லத் தயாரானபோது பொறுமை இழந்தார்கள். கலகம் செய்தார்கள். கலகம் முற்றியதில் நம்பியார் வேலை செய்து வந்த எஸ்டேட்டில் கூலிகளைப் போலீஸ் புகுந்து நொறுக்கித் தள்ளியது. ஒருத்தன் உயிரைப் பறித்திருந்தது. பசியின் விஷக்கடியில் துவண்டிருந்தவர்களின் கோபம் வேலை வாங்குபவரான நம்பியார்மேல் திரும்பியது. அகப்பட்டால் அவரைக் குதறக் காத்திருந்தது அந்தக் கோபம். நிர்வாகம் அவரைக் காப்பாற்ற அப்பிராணி மனிதர்கள் வேலை செய்யும் மதராஸ் மாகாணத்துக்குக் கடத்தத் தீர்மானித்தது. நிர்வாகத்துக்கு விசுவாசிதான். மண் புழுதான். இருந்தாலும் கோபாலன் மாஸ்டரின் சீடர். வாத்தியாரிடம் படித்த பாடத்தின் உயிர் ரத்தத்தில் ஊர்ந்து கொண்டிருக்கும்தான். புழு பாம்பாக மாற அதிகம் ஆகாதே.

எஸ்டேட்காரர்கள் பர்லியாருக்கும் குன்னூருக்கும் நடுவில் இரண்டு மூன்று டீ எஸ்டேட்டுகளைக் குத்தகைக்கு எடுத்திருந்தார்கள். அதில் காட்டேரி – கோத்தகிரி வழியிலிருக்கும் எஸ்டேட் நம்பியாரின் பொறுப்பில் ஒப்படைக்கப்பட்டது. வெள்ளைக்காரர்களிடமிருந்து கைமாறி சுதேசித் துரைகளின் பிடிக்குள் வந்த எஸ்டேட்டுகள் அவை.

கோபாலன் மாஸ்டர் தேர்தலில் ஜெயித்து நாட்டின் முதல் எதிர்க் கட்சித் தலைவராகப் பதவி ஏற்றதற்கு அடுத்த நாள் நம்பியார் தேவகியைத் தறவாட்டில் விட்டுவிட்டு வெல்லிங்டனுக்கு வந்து சேர்ந்தார். எஸ்டேட்டுக்குள்ளே குவார்ட்டர்ஸ் இருந்தும் விலகி இருப்பதுதான் நல்லது என்று ஏனோ தோன்றியது. ஐந்தாண்டுக்குள் ஊர் பழகி விட்டது. வயநாட்டிலிருந்த போது உணர்ந்த தனிமையை இந்த ஊர்

இல்லாமலாக்கியிருந்தது. ஊருக்கு அருகிலிருக்கும் வயநாட்டை விடச் சில நூறு மைல்கள் தூரமாக இருக்கும் வெல்லிங்டன் மனதுக்கு நெருக்கமாக இருந்தது. நிறைய ஜனங்கள்; நிறைய பாஷைகள்; எங்கிருந்தோ வந்தவர்கள் கலந்து ஊருக்கு ஒரு பொது முகத்தைக் கொடுத்திருந்தார்கள். எல்லாருக்கும் பிடித்துப் போகிற முகம். நம்பியாருக்கும் சீக்கிரமே அந்த முகம் வந்துவிட்டது. சாதாரண மனிதர்களிடமும் மிலிட்டரிக் காரர்களிடமும் அந்த முகம் பரிச்சயமானது. சாதாரணர்கள் புன்னகையுடனும் மரியாதையுடனும் பழகினார்கள். பட்டாள நண்பர்கள் வற்றாமல் மிலிட்டரி ரம்மைப் பொழிந்து தோழமையை வளர்த்தார்கள்.

தனிமையின் சங்கடத்தை நம்பியார் உணர அவசியமிருக்க வில்லை. எப்போதாவது உணர நேர்ந்தால் அதை மாற்ற எஸ்டேட் ஆஸ்பத்திரி நர்ஸ் தெரேசா இருந்தாள்.

இடையிடையே தலைசேரிக்குப் போகிற போதெல்லாம் தேவகி தன்னையும் கூட அழைத்துக்கொண்டு போகச் சொல்லி வற்புறுத்திக்கொண்டிருந்தாள். முடிந்தவரைக்கும் அதை ஒத்திப் போட்டுக்கொண்டிருந்தார் நம்பியார். ஆனால் எவ்வளவு நாளைக்கு? அந்த முறை அவருக்கு ஜீப் ஓட்டிக்கொண்டு வந்த டிரைவர் கணேசன் தேவகியிடம் அரைகுறை மலையாளத் தில் குசுகுசுவென்று பேசிக்கொண்டிருப்பதை நம்பியார் பார்த்தார். முதலில் திகைப்பாகவும் பிறகு வருவது வரட்டும் என்று வீம்பாகவும் இருந்தார். தேவகி அவரைத் தலையி லிருந்து கால்வரை நிதானமாக ஒருமுறை பார்த்தாள்.

"நாளைக்கே நாம வெல்லிங்டனுக்குப் போகிறோம். முதலில் அந்தக் குழந்தையை எடுத்துக் கொண்டு அப்புறமாக வீட்டுக்குப் போகிறோம். அதை நான் வளர்க்கப் போகிறேன். யாராவது கேட்டால் என் உறவுக்காரர்களின் குழந்தை என்று சொல்லிக்கொள்கிறேன். என் வயிறுதான் பத்து வருடமாகப் பூட்டினது பூட்டியபடியே இருக்கிறதே, இது பகவான் தந்தது என்று நினைத்துக்கொள்கிறேன். நீங்கள் எனக்குச் செய்தது துரோகம். இதைச் சாகிற வரைக்கும் மறக்கமாட்டேன். ஆனால் நீங்கள் இப்படியானதற்கு நானும் ஒரு காரணம். நான் உங்களுக்கு மனைவியாக இருப்பேன். சமைத்துப் போடுகிறேன். துணி துவைத்து வைக்கிறேன். முடியாமல் கிடந்தால் பீயை அள்ளவும் மூத்திரத்தைத் துடைக்கவும் தயார். வீட்டில் இரண்டு அறை இருக்கிறது இல்லையா? ஒன்று உங்களுடைய படுக்கையறை. இன்னொன்று எனக்கும் அந்தக் குழந்தைக்கும். நான் சொல்வதன் அர்த்தம் புரிகிறதா? இன்னொன்று எந்தக் காரணத்துக்காகவும் அந்த

ஸ்த்ரீ நம் வீட்டுக்கு, எதற்கு நாம் குடியிருக்கிற இடத்துக்குப் பக்கம் கூட வரக்கூடாது. அவளைப் பற்றின கவலை எனக்கு எதற்கு? அதற்குத்தான் நீங்கள் இருக்கிறீர்களே?"

தேவகி இவ்வளவு பேசுவாள் என்று எதிர்பார்த்திருக்க வில்லை. நம்பியார் தலை குனிந்து நின்றார். உள்ளுக்குள்ளே கொந்தளிப்பாக இருந்தது. குற்ற உணர்வும் சுய பச்சாதாபமும் முண்டின. தான் பார்க்கப் பிறந்த ஒருத்தி தன்னை நிராயுதபாணி யாக்கி ஒரு வார்த்தை பேசவிடாமல் தோற்கடித்து விட்டு எவ்வளவு கருணையுடன் தண்டிக்கிறாள் என்று யோசித்தபோது மெல்லிய ஆங்காரமும் வந்தது. கூடவே இதைப் பெரிதுபடுத்தி ஆர்ப்பாட்டம் செய்து அவமானப்படுத்தாமல் விட்டாளே என்ற ஆசுவாசத்தையும் உணர்ந்தார். அத்தையிடமோ அப்பாவிடமோ கூட தேவகி ஒரு வார்த்தை சொல்லவில்லை என்பது நிம்மதியாக இருந்தது.

எஸ்டேட் குவார்ட்டர்சில் தேவகி எடுத்ததும் அந்த ஒரு வயதுக் குழந்தை சிணுங்காமல் அவள் மாரோடு சாய்ந்து கொண்டது. தெரேசா மலங்கமலங்கப் பார்த்துக்கொண்டிருந் தாள். நம்பியார் அடங்கிய குரலில் அவளிடம் எடுத்துச் சொன்னார். அந்த மாநிற முகத்துக்குள் அலை புரண்டது என்னென்ன உணர்ச்சிகள் என்று அவரால் ஊகிக்க முடிய வில்லை.

"உங்களுக்குச் செரின்னு தோணிச்சுன்னா நான் எடஞ்சலா இருக்கல? எங்கிட்ட வளர்றதவுட புள்ள ஒங்க கிட்ட நல்லபடியா வளரும். என்ன? வந்து பாக்கக் கூடாதுங்கிறீங்க. செரி. நான் வந்து பாத்து பறச்சி பெத்த புள்ளன்னு ஊரு சொல்லறதுக்கா? வரமாட்டேன். கொண்டு போங்க" என்றாள்.

நம்பியாருக்கு 'என்ன பெண் இவள்?' என்று இளப்பமாக இருந்தது. அதே சமயம் 'என்ன பெண் இவள்?' என்று ஆச்சரியமாகவும் இருந்தது. பெற்றவள் என்ற வாஞ்சை இருக்காதா? ஏதோ ஜட வஸ்துவைத் தூக்கிக் கொடுத்ததுபோல ஒட்டுதலில்லாமல் பேசுகிறாள். ஹா, அதுவும் நல்லதற்குத்தான்.

புறப்படும்போதும் ஊகிக்க முடியாத அதே முகபாவத் துடன் இருந்தாள் தெரேசா. கண்ணீர் இல்லை. குழந்தையை தொடக்கூட இல்லை. தேவகியிடம் பேசவில்லை. அவளும் தெரேசாவிடம் பேசவில்லை. படியிறங்கும்போது மட்டும் கேட்டாள். "குஞ்ஞினு எந்தாணு பேரு?" தெரேசா சொன்னாள்.

"வசந்தி".

அந்த மாதம் சம்பளம் வாங்கிக்கொண்டு எஸ்டேட் ஆபீசிலிருந்து வெளியே வந்த கணேசனைத் தன்னுடைய அறைக்கு அழைத்தார் நம்பியார். கணேசன் போனான்.

"கணேசன், நாளே முதல் நீ இங்கெ வரண்டா. நின்னெ வயநாட்டிலேக்கு ட்ரான்ஸ்பர் பண்ணியிருக்கு" என்றார்.

மலையாளக் கலப்புடன் அவர் சொன்னதைப் புரிந்து கொள்ளக் கணேசனுக்குச் சற்று நேரம் பிடித்தது.

வெள்ளைக்காரர்கள் நாட்டை விட்டுப் போய் பத்து வருடங்களுக்கும் மேல் ஆகியிருந்தன. அவர்கள் நிர்வகித்த காபித் தோட்டங்களும் தேயிலைத் தோட்டங்களும் சுதேசித் துரைகளின் அதிகாரத்துக்குள் வந்துவிட்டன. எனினும் அவற்றின் நடவடிக்கைகளில் எல்லாம் பிரித்தானியப் போலி மிடுக்கு இன்னும் மிச்சமிருந்தது. நம்பியாரிடமும். தோற்றத்தி லும் உணவு உண்ணக் கட்டாயம் கரண்டிகள் வேண்டுமென் பதிலும்.

பாபுவின் மாமா உற்சாகமாக இருக்கும்போது நம்பியாரைச் செல்லமாகச் சீண்டுவார். "இல்ல, நம்பியாரே, காங்கிரஸ்காரர் களுக்கு வெள்ளைக்காரர்கள் சத்துருவாச்சே, நீங்கள் மட்டும் எப்படி காங்கிரஸ்காரரும் வெள்ளைக்காரர்கள் போன பின்னும் அவர்களுக்குத் தாசனுமாக இருக்கிறீர்கள்?"

நம்பியார் யோசிக்கவே மாட்டார். சொல்வார். இல்லை, பல தடவை யோசித்து நாக்கு முனையில் தயாராக வைத்திருக் கும் பதிலைச் சொல்வார்.

"கண்ணேட்டா, அங்கேதான் நீங்க எல்லாரும் தப்பு செய்றீங்க. காந்திஜி காங்கிரஸ்தானே? அவருக்கு இருந்த அளவு வெள்ளைக்கார சிநேகிதர்கள் யாருக்காவது உண்டா?" கண்ணன் மட்டுமல்ல; பேச்சைக் கேட்ட யாரும் யோசிப்பார்கள். யோசித்தார்கள்.

தேர்தலில் நிற்கப் போவதை நம்பியார் முதலில் சொன்னது கண்ணன் மாமாவிடம்தான். வேலை முடிந்து திரும்பிய நம்பியார் காரை வாசலில் நிறுத்திவிட்டு நேராக பாபுவின் வீட்டுக்குத்தான் வந்தார். தேவகி அம்மாயி 'சாயா வேண்டாமா?' என்று வீட்டுக்கு உள்ளேயிருந்து எட்டிப் பார்த்துக் கேட்டதைச் சட்டை பண்ணாமல் வந்தார். "இன்னலெ பறஞ்ஞு காரியத்தெக் குறிச்சு ஆலோசிச்சோ?" என்று கேட்டார். வழக்கம்போல நெற்றி வருடலில் மூழ்கியிருந்த மாமா "எந்து காரியம்?" என்று விழித்தார்.

“அய், எலெக்ஷனில் மல்சரிக்குன்ன காரியம் பறஞ்ஞில்லே? எந்தாயாலும் ஞானொன்னு களிச்சு நோக்கான் புவா” என்றார் நம்பியார்.

“நம்பியாரேட்டனு எந்தினு ஈ வேண்டாத்த பணி” என்று அத்தை அடுப்படியை விட்டு வந்தாள்.

“தின்பதையும் கழிப்பதையும் தூங்குவதையும் சந்ததி உற்பத்தியையும் தவிர நாம் செய்கிற எல்லாமும் வேண்டாத வேலைகள்தான். அதை மட்டும் செய்வதானால் நாம் ஏன் மனிதர்களாக இருக்க வேண்டும்? நாயாகவோ பூனையாகவோ மாறிவிட்டால் போதாதா? மனிதர்களாக ஜீவிப்பதென்றால் கொஞ்சமெல்லாம் அடியும் பிடியும் தமாஷுகளும் வேண்டும். இது என்னுடைய தமாஷ். வேடிக்கை.” என்று உரக்கச் சிரித்தார். அவர் சொன்னது புரியவில்லை. ஆனால் பாவனையுடனும் சைகைகளுடனும் அதைச் சொன்னது பாபுவுக்கு விநோதமாக இருந்தது. ‘உங்களுடன் பேச நானில்லை?’ என்றாள் அத்தை.

“அப்போ நீங்க சம்மதிச்சதா வெச்சுகிட்டு நான் எலெக்ஷன்லே போட்டிபோடப் போறேன். உங்க சகாயம் எப்பவும் வேணும்” என்று சொல்லி விட்டு வெளியே போனார் நம்பியார். இவர் சம்மதம் கேட்டதெப்போ நான் சம்மதித்தது எப்போ? என்று யோசித்துச் சிரித்தார் மாமா. “ப்ராந்து, அல்லாதெ எந்து பறயான்?” என்றார். “ஆ தேவகியேடத்திக்கு இது மதி. இயாளுடெ சொய்ரம் கெடுத்தான்” என்று சிரித்தாள் அத்தை. அலாதியான திருப்தியிருந்தது அந்தச் சிரிப்பில்.

பள்ளிக்கூடம் விட்டு பிள்ளைகள் போகத் தொடங்கிய நேரத்தில் சர்க்கஸ் கலைஞர்கள் வீதி வீதியாக ஊர்வலம் வந்தார்கள். பாண்டு வாத்தியக் குழு சங்கம், ‘மொகல் இ ஆஸம்’ சினிமாப் பாடல்களை வாசித்துக்கொண்டு வந்தது. பள்ளிக்கூடம் இருக்கிற மசூதி தெருவைத் தாண்டிப் போலீஸ் ஸ்டேஷன் முன்னால் வந்ததும் பாபுவும் குஞ்ஞுமோனும் அவர்கள் கூடவே நடந்தார்கள். சகலரும் வெயிலில் மின்னுகிற பளபளப்பான உடைகளில் இருந்தார்கள். எல்லார் உடைகளும் உடம்பை இறுக்கியதுபோல இருந்தன. ஒன்றிரண்டு பேர் கையில் வெவ்வேறு நிறங்களில் சாட்டின் துணியால் ஆன கொடிகளை வைத்திருந்தார்கள். தேவதை உடையிலிருந்த இரண்டு சிறுமிகள் யுனிவர்சல் சர்க்கஸ் என்று தங்க நிறத்தில் எழுதிய நீல நிறப் பதாகையை ஆளுக்கொரு பக்கம் பிடித்தபடி நடந்தார்கள். அவர்களுக்குப் பின்னால் வரிசையாக மற்றவர்கள்.

ஒருத்தி கையில் பல வண்ணக் கிளியொன்று இருந்தது. இன்னொருத்தி பஞ்சுப் பொம்மைபோன்ற நாய்க்குட்டியை அணைத்துப் பிடித்திருந்தாள். வேறொருவர் பின்னால் கொம்பு வளைந்த ஆட்டைப் பிடித்திருந்தார். எல்லாருக்கும் கடைசியில் வீர வேதாளன் மாதிரி உடம்பைக் கவ்விப் பிடித்த வெள்ளை உடையில் ஒருவர் ஒரு வெள்ளைக் குதிரையைப் பிடித்து வந்தார். ஒரு பயில்வான் இருந்தார். இரண்டு பஃபூன்கள் மட்டும் வரிசையை மீறி குறுக்கும் நெடுக்குமாக ஓடி, கையில் வைத்திருந்த தப்பைகளால் ஒருவரை ஒருவர் அடித்துக் கொண்டிருந்தார்கள். அடிக்கும்போது எழுகிற சத்தத்துக்கும் அடிபட்ட பஃபூனின் துள்ளலுக்கும் ஓரமாக நின்று வேடிக்கை பார்த்த எல்லாரும் சிரித்தார்கள்.

ஊர்வலம் போலீஸ் ஸ்டேஷனைத் தாண்டி வலது பக்க மாகத் திரும்பி மேடேறியது. பாபுவுக்கு அவர்களின் திட்டம் பிடிபட்டது. நேராக மேடேறி முதலில் போயர் தெரு, அங்கிருந்து இறக்கத்தில் மேல் தெரு, ஒய்.பி. தெரு, கீழ் தெரு, பாலசுப்ரமணியர் கோவில் தெரு என்று வந்து ரயில்வே ஸ்டேஷன் போகிற ரோட்டில் ஆற்று மைதானத்துக்குப் போகப் போகிறார்கள்.

“டேய், குஞ்ஞுமோனே அவங்க போயர் ஸ்ட்ரீட் போயிட்டு வர்றதுக்குள்ள நாம பைய வீட்ல போட்டு வந்துர்லாண்டா” என்றான்.

“சரி, பாபேட்டா” என்றான்.

“அப்ப ரெடி ஒன் . . . டூ . . . த்ரீ. ஓடிவாடா” என்று ஓடத் தொடங்கினான். ராதா ஓட்டமும் நடையுமாகப் பின் தொடர்ந்தான். மூச்சிரைக்க ஓடி தெருவுக்குள் நுழைந்ததும் அம்மாயி வீட்டு வாசலில் நின்றிருந்த வசந்தி “டேய், ஊசி நில்லுடா, அம்மாயி கூப்பிட்டுது” என்றாள்.

“இரு, பையை வெச்சுட்டு வர்றேன்”.

“அதை இங்க எங்க வீட்டுல வெய்யி. சர்க்கஸ்காரங் கல்லாம் எங்க வீட்டுக்கு வர்றாங்களாம். என்னமோ வாங்கணும். பையங்க யாராவது வருதா பாருன்னுச்சு. பாத்த நீ வர்றே. போயி என்னான்னு கேளு.”

“டேய், குஞ்சு, நீயும் வாடா.”

“ஞானில்லா. அம்ம திட்டும்” என்று ஓட்டமெடுத்தான் குஞ்ஞுமோன். பாபு ஒரு நிமிடம் தயங்கி நின்று வீடிருக்கும் திசையை, அத்தையின் தலை தெரிகிறதா என்று கண்களை

இடுக்கிக்கொண்டு பார்த்தான். நல்ல வேளை இல்லை. அம்மாயி வீட்டுக்குப் போகக் கூடாது என்று சொல்லியிருக்கிறாள். அவனும் பார்த்துக்கொண்டிருக்கத்தானே அத்தனை சண்டை போட்டாள். அவள் வீட்டுக்குப் போவது மானக்கேடு. போனாய் என்று தெரிந்தால் சட்டுகத்தைப் பழுக்கவைத்து காலில் சூடு போட்டுவிடுவேன் என்று மிரட்டியிருந்தாள். "நம்பியார் மாமாவும் வசந்தியும் நம்ம வீட்டுக்கு வர்றாங்களே. அது அவங்களுக்கு மானக்கேடு இல்லையா?" என்று திருப்பியடித்தபோது அது வேறு என்றாள்.

"டா, பாபு, ஆ சர்க்கஸுகாரெல்லாம் வீட்லேக்கு வருநு. நீ ஓடிப்போயி கொஞ்சம் தின்னான் எந்தாவது வாங்கிட்டு வா. வேகம் வரணம்" என்று ஒரு பையையும் பத்து ரூபாயையும் கொடுத்தாள் தேவகி அம்மாயி. பாபு தெருவில் இறங்கி மறுபடியும் ஒருமுறை வீட்டைப் பார்த்தான். ஓட ஆரம்பித்த போது "நீயும் எதாவது வாங்கிச்சோ" என்ற அம்மாயியின் குரல் பின்னால் வந்தது.

புளூமௌண்ட் பேக்கரியில் கொஞ்சம் வர்க்கி, கொஞ்சம் உப்பு பிஸ்கெட், ஒரு கோக்கோநட் பால் எல்லாவற்றையும் வாங்கிக்கொண்டு திரும்பி வரவும் சர்க்கஸ்காரர்கள் தெருவுக்குள் நுழையவும் சரியாக இருந்தது. பாண்டு கோஷ்டி இப்போது 'பியார் கியா தோ டர்னா க்யா?' பாட்டை வாசித்துக்கொண்டிருந்தது. அவனும் கள்ளக் குரலில் பாட்டை முணுமுணுத்துக் கொண்டே வீட்டுக்குள் போய் பையை அம்மாயியிடம் கொடுத்தான். திரும்ப வாசலில் வந்து நின்றான். கிளாரிநெட் காரர் கண்ணை மூடி ரசித்து வாசித்துக்கொண்டிருந்தார். அது எல்லாரும் வந்து சேருவதற்குக் காத்திருந்ததாக இருக்கலாம். இல்லை பாட்டில் மூழ்கிப் போயிருந்தவரைத் தொந்தரவு செய்யாமலிருப்பதற்காகவும் இருக்கலாம். பாட்டைப் பூராவும் வாசித்தது பாபுவுக்குப் பிடித்திருந்தது. வாசித்து முடித்துக் கண்ணைத் திறந்த கிளாரிநெட்காரரைப் பார்த்துச் சிரித்தான். பதிலாகக் கண்ணைச் சிமிட்டிக் காட்டினார் அவர்.

அவர்கள் பதின்மூன்று பேர் இருந்தார்கள். மந்திரவாதி மாண்ட்ரேக்போல சின்ன மீசையுடனும் தலையில் உயரமான தொப்பியுடனும் இருந்த ஒருவர் முதலில் படியேறி வீட்டுக்குள்ளே நுழைந்தார். சில நொடிகளில் அம்மாயியும் அவருமாகத் திரும்பி வந்தார்கள். அம்மாயி அவர்களை உள்ளே வரச் சொன்னாள். அதற்குள் மாண்ட்ரேக் அவர்களிடம் ஹிந்தியில் என்னவோ சொன்னார். பயில்வான், கிளிப்பெண், நாய் வைத்திருந்தவள், பதாகைச் சிறுமிகள், பஃபூன்கள் மட்டும்

அம்மாயியுடனும் மாண்ட்ரேக்குடனும் உள்ளே போனார்கள். பாண்டுகோஷ்டியும் மற்றவர்களும் தெருவிலேயே நின்றார்கள். அதற்குள் அவர்களைச் சுற்றிக் கூட்டம் கூடியிருந்தது. நஜீர் குதிரையின் வாலைத் தொட்டுப் பார்த்துக்கொண்டிருந்தான். குஞ்ஞுமோன் பக்கத்தில் வருவதைப் பார்த்த ஆடு 'ம்ஹே' என்று கனைத்தபடி முன்னங்கால்களைத் தூக்கி நின்றது. "என்டம்மோவ்" என்று குதித்தான் அவன். "டேய், குஞ்ஞு மோனே, உள்ற போலாண்டா" பாபு அவனைப் பிடித்து இழுத்துக் கொண்டு உள்ளே போனான். சிறிய முகப்பறையில் அத்தனை பேரும் நெருக்கியடித்து உட்கார்ந்திருந்தார்கள். கிளி 'மக்காவ் மக்காவ்' என்று கிறீச்சிட்டது. வசந்தி எல்லாருக்கும் தட்டுகளில் வைத்த தின்பண்டங்களைக் கொடுத்துக் கொண்டிருந்தாள். பாபுவிடமும் குஞ்ஞுமோனிடமும் தட்டை நீட்டி "சாஹியே?" என்றாள். முதலில் புரியவில்லை. பிறகு "நஹி, நஹி" என்றார்கள். 'பெரிய ஹிந்தி பண்டிட். நம்ம கிட்ட பீத்துது' என்று முணுமுணுத்தான் பாபு.

"தேவேடத்தியே, உண்ணீஷ்ணன் வரான் தாமசிக்கோ?" மாண்ட்ரேக் கேட்டார். "ஏய், இப்பம் வந்நேக்கும்" என்றாள் அம்மாயி. மாண்ட்ரேக் ஹிந்திக்காரரில்லை என்று தெரிந்ததும் பாபு அவரை நிமிர்ந்து பார்த்தான். இப்போது அவர் பிரேம் நசீர் மாதிரித் தெரிந்தார். சட்டென்று ஞாபகம் வர எழுந்து அடுப்படிப் பக்கம்போனான். வசந்தி பீங்கான் கோப்பைகளில் தேநீரை அளந்து ஊற்றிக்கொண்டிருந்தாள். "என்ன?" "ஒண்ணு மில்ல" என்று வர்க்கிகளுக்கும் உப்பு பிஸ்கெட்டுகளுக்கும் பக்கத்திலிருந்த தேங்காய்ப் பந்தை எடுத்தான்.

"அப்பவே வேணுமான்னு கேட்டேனேடா?"

"இது வேற. அம்மாயி என்ன வாங்கிக்கச் சொன்னது" என்று உருண்டையுடன் முன் அறைக்கு வந்தான். கால்வாசியைப் பிட்டு குஞ்ஞுமோனிடம் நீட்டினான். அதை வாங்கி வாயில் அதக்கிக் கொண்டு "கொஞ்சம் கூடி தா" கிசுகிசுத்தது அந்தத் தின்னிப் பண்டாரம்.

"போடா, வாங்குனதே ஒண்ணே ஒண்ணு. நஜு வெளில இருக்கான். அவனுக்கும் கொஞ்சம் குடுக்கணும். அப்புறம் வாங்கிட்டு வந்த எனுக்கே இல்லாமப் போயிடும். நீ சின்னவந்தான, உனக்கு அவ்ளோ போதும்" பாபுவும் கிசுகிசுத்தான். குஞ்ஞுமோன் முகம் கசங்கியது. பிலுக்கிக் கொண்டு எழுந்து வெளியே போனான். அத்தையிடம் கோள்மூட்டப் போகிறான். பாபுவும் எழுந்தபோது கிளி 'மக்காவ்' என்றது. படியிறங்குகிற வேகத்தில் உள்ளே ஏறி வந்த நம்பியார் மாமா மேல் முட்டிக் கொண்டான்.

"என்னடா, போகுதா?" என்று கேட்டார்.

"இல்ல, தோ வர்றேன்" வாசலில் நின்று பார்த்தபோது குஞ்ஞுமோனைக் காணவில்லை. சர்க்கஸ் ஆட்கள் பேசிக் கொண்டு டீ குடித்துக்கொண்டிருந்தார்கள். நஜீர் குதிரையை விட்டு விட்டு ஆட்டுடன் விளையாடிக்கொண்டிருந்தான். "நஜூ, இந்தாடா" உருண்டையைப் பாதி பிட்டு நீட்டினான். அதை வாங்கி வாயில் தள்ளிக்கொண்டு "டேய், இந்த ஆடு கம்பி மேலேல்லாம் நடக்குமாண்டா" என்றான் அவன். "ஹூங்" என்று வீட்டைப் பார்த்தான். அத்தையும் கௌரியம்மா விமலாம்மா மூவரும் விமலாம்மா வீட்டு வாசலில் நின் றிருந்தார்கள். கௌரி அவர்கள் வீட்டு வாசலில் நின்றிருந்தாள். சர்க்கஸ்காரர்களின் ஊர்வலம் வருவதைப் பார்க்க எல்லா வீட்டு வாசலிலும் யாராவது நின்றிருப்பது தெரிந்தது. திரும்பிய போது நஜீர் பக்கத்தில் குஞ்ஞுமோன் நிற்பதைப் பாபு பார்த்தான். அவர்கள் பக்கம் நகர்ந்தான். "டேய், இந்த ஆடு கம்பிமேலேல்லாம் நடக்குமாண்டா". என்றான் நஜீர். "ஊம்" கொட்டிக்கொண்டே கிளாரிநெட்காரரைப் பார்த்துச் சிரித்தான். தலையை அசைத்து அவனை அருகில் வரச் சொல்லி சைகை காட்டினார். போனான். கோட்டுப் பையி லிருந்து கத்தையாகக் கொஞ்சம் நோட்டீசுகளை எடுத்துக் கொடுத்தார். "எல்லாருக்கும் குடுக்கிறியா தம்பி?"

"அய், நீங்க தமிழா?"

"ஆமா, ஏன்?"

"அப்புறம் இந்திப் பாட்டெல்லாம் ஜோரா வாசிக்கிறீங்க எப்டி?"

"நம்மளுக்குத்தான் தம்பி பாசை" என்று கிளாரிநெட்டை ஊதுவதுபோல் வாயருகில் கொண்டுபோய் "இதுக்கு பாச யெல்லாம் இல்ல" என்றார்.

"அப்ப, நான் ஆணையிட்டால் வாசிப்பீங்களா?"

"தம்பிக்காக வாசிச்சுட்டாப் போச்சு" என்று டிரம்காரர் களைப் பார்த்தார். அவர்களும் சரியென்று தலையசைத்தார்கள்.

பாபு கூட்டத்திலிருந்து விலகி நேராகக் கௌரியிடம் போனான். நோட்டீசை அவளிடம் கொடுத்து விட்டு "கௌரியேச்சி, அவுங்க வாசிக்கப்போற அடுத்த பாட்டு என்னான்னு சொல்லு?" என்றான்.

"அவுங்க என்ன வாசிப்பாங்கன்னு எனக்கெப்பிடிடா தெரியும்?" என்றாள் நோட்டீசைப் பார்த்துக்கொண்டே.

“பாத்துட்டே இரு. நான் ஆணையிட்டால் வாசிப்பாங்க.”

“நீ போய்க் கேட்டிருப்பே. எனக்காக சிட்டுக்குருவி முத்தம் கொடுத்து வாசிக்கச் சொல்லீருக்கலாமில்ல?”

“அந்தப் பாட்டெல்லாம் வாசிப்பாங்களான்னு தெரியல. சொல்லிப் பாக்கிறேன்.”

“எல்லாம் வாசிப்பாங்க. போய்ச்சொல்லு.”

அதற்குள் ஊர்வலம் மறுபடியும் நகர ஆரம்பித்தது. மூக்கடைத்த குரலில் பீ பீபிபிபீ என்று முன்னோக்கி வந்தது.

“அவங்க வராங்க. இங்கெ வந்ததும் சொல்றேன்” என்று நோட்டீசை விநியோகிக்க ஓடினான் பாபு.

விமலாம்மா வீட்டுப் பெரிய திண்ணையில் நஜீர் நின்றுகொண்டிருந்தான். கையில் சர்க்கஸ் நோட்டீஸ். அதைப் பார்த்துப் படித்துக்கொண்டிருந்தான். விமலாம்மா திண்ணையையொட்டிய வாசலில் நின்று கேட்டுக்கொண் டிருந்தாள். விமலா எப்போதுமே மூடியிருக்கும் திண்ணை ஜன்னலைத் திறந்து உள்ளே அறையில் உட்கார்ந்திருந்தாள். பாபு குஞ்ஞுமோன் ராதா, ராஜு இன்னும் பையன்களும் பெண்களும் கீழே நின்றிருந்தார்கள். பதினொரு மணி கீழ் ரயிலில் வரும் மீனை எடுக்கப் போகும் மீரான் பாயும் வழக்கமாக எங்கோ போகிற சித்தாவும் நடையை மந்தப் படுத்தினார்கள்.

“யுனிவர்சல் சர்க்கஸ் – இந்தியாவிலேயே பிரம்மாண்ட மான வேடிக்கை விநோத நிகழ்ச்சி. ஐம்பதுக்கும் அதிகமான வித்தைக் கலைஞர்கள். யானை, புலி, சிங்கம், ஒட்டகம், நடனமாடும் ஆடு, குரங்கு, பேசும் பஞ்சவர்ணக்கிளி, வெள்ளை எலிகள் உள்பட நாற்பதுக்கும் மேற்பட்ட மிருகங்கள், மரணக் கிணறு, அந்தரத்தில் உங்களைப் பிரமிக்க வைக்கும் டிரபீஸ் ஆட்டம் எல்லாம் நிறைந்த அதிசயக் காட்சிகள். வெல்லிங்டன் கண்டோன்மெண்ட் மைதானத்தில் இப்போது நடைபெறுகிறது. பிரதி தினம் இரண்டு காட்சிகள். மாலை ஆறு மணிக்கும் இரவு எட்டு மணிக்கும். சனி, ஞாயிறு ஸ்பெஷல் மேட்டினிக் காட்சி பிற்பகல் மூன்று மணிக்கு. கட்டண விவரம்: சோபா – ரூ 5/–, சேர் – ரூ 3/–, பேலரி – ரூ 1/–”

நஜீர் வாசித்து முடிப்பதற்குள் ஹோ என்ற கத்தல் எழுந்தது. பாபு “டேய், நஜு, யாரடா பேளச் சொல்றே?” என்று சிரித்தான். மீரான் புரியாமலும் சித்தா புரிந்துகொண்டும்

மெல்லச் சிரித்தபடி நகர்ந்தார்கள். நஜீரின் முகம் அவமானத் தால் கோணியது. அழுதுவிடுவான்போல இருந்தது. பாபுவுக்கு வருத்தமாகப் போயிற்று. சிரிப்பைவிட்டு "நஜூ, நல்லாப் பாருடா, கேலரின்னுதான போட்டிருக்கு" என்றான்.

நஜீர் நோட்டீசைப் பார்த்து "இல்லடா பேலரின்னுதான் இருக்கு" என்றான்.

விமலா "நஜீர், இங்க குடு. பாக்கட்டும்" என்று ஜன்னல் கம்பிகளுக்கிடையில் கையை நீட்டினாள். நஜீர் நோட்டீசை அவளிடம் கொடுத்தான். கை உள்ளே போன மறு விநாடி குரல் வந்தது. "நீ படிச்சது சரிதான். தப்பாப் பிரிண்ட் பண்ணீருக்கு."

நஜீரின் முகம் தெளிந்தது. திண்ணையிலிருந்தே தொப் பென்று குதித்தான். "சாரிடா நஜூ" என்று பக்கத்தில் வந்த பாபுவிடம் "சாரி பூரி கன்டோன்மென்ட் லாரி" என்று பழிப்புக் காட்டிவிட்டு அக்கா வீட்டுக்கு ஓடினான். அந்த வீட்டின் செல்லப்பிள்ளை அவன்.

பையன்கள் கலைந்ததும் கௌரி வீட்டுக்குள் போனான். அப்பாவின் சட்டைக்கு கரிப் பெட்டியால் இஸ்திரி போட்டுக் கொண்டிருந்தாள். நாற்காலியில் இன்னும் நிறைய துணிகள் குவிந்திருந்தன.

"நஜீரை ஏண்டா கேலி பண்ணி ஓட வெச்சீங்க?"

"நாங்க ஒண்ணும் ஓட வெக்கல. அவனா ஓடிட்டதுக்கு நாங்க என்ன பண்றதாம்? ஆனா அவன் செரியாத்தான் படிச்சான். நோட்டீஸ்லதான் தப்பா பிரிண்ட் பண்ணீருக்கு" சட்டைப் பையில் பத்திரப்படுத்தியிருந்த நோட்டீஸை அவளிடம் நீட்டினான். இடது கையால் வாங்கி மடிப்பை உதறி வாசித்தாள். "ஆமாண்டா, தப்பாத்தான் போட்டிருக்கு" என்றாள்.

அவள்தான் சொன்னாள். சர்க்கஸ் நடத்துகிற முதலாளி நம்பியாரின் ஊரைச் சேர்ந்தவராம். அவர்கள் ஊரிலிருந்துதான் நிறைய பேர் சர்க்கஸுக்குப் போவார்கள். முன் தினம் வந்த நாலு பெண்களும் அதே ஊர்க்காரர்கள். பூனைக் கண்ணி ஒருத்தி தேவகியம்மாயிக்குத் தூரத்துச் சொந்தம். இடிந்த வீட்டுக்குப் பக்கத்து வீட்டிலிருக்கிற பிரபாகரன் அவளுடைய மாமா. ஊர்க்காரர்கள் என்பதனால்தான் நம்பியார் அவர்களை டீ சாப்பிட அழைத்திருந்தார். தெருவிலிருக்கிற எல்லாருக்கும் சர்க்கஸ் பார்க்க ஃப்ரீ பாஸ் கொடுப்பதாக நம்பியார் சொல்லி யிருக்கிறார். அநேகமாகச் சாயுங்காலம் எல்லாருக்கும் தருவார்.

எல்லாருக்கும் சேர் டிக்கெட். பதிலுக்கு எல்லாரும் நம்பியாருக்கு சிங்கம் சின்னத்தில் ஓட்டுப் போட வேண்டும்.

அந்த ஞாயிற்றுக்கிழமை பகல் உணவுக்குப் பிறகு கிட்டத் தட்ட எல்லா வீடுகளிலிருந்தும் சர்க்கஸுக்குப் போகத் தயாராக ஆட்கள் தெருவில் நிரம்பினார்கள். சிரில் – மணியம்மா வீடு மாதிரி ஒன்றிரண்டு வீடுகளிலிருந்து மட்டும் யாருமில்லை. எல்லாரும் நகரத் தொடங்கியது ஊர்வலம் போகிற மாதிரி இருந்தது. பாப்புவும் பாமலாவும் வீட்டுத் திண்ணையில் ஸ்வெட்டர் பின்னிக்கொண்டு உட்கார்ந்திருந்த அக்கா ரெஜினாவுக்குப் பக்கத்தில் நின்று ஊர்வலத்தைப் பார்த்து ஏக்கத்துடன் சிரித்தார்கள்.

பாதித் தெருவைத் தாண்டியபோது கீழேயிருந்து இன்னொரு ஊர்வலம் வந்தது. பத்துப் பதினைந்து பேர் இருந்தார்கள். நடுவில் படகர்கள் உடையில் ஒருவர் இருந்தார். பலர் கைகளிலும் குத்துவிளக்குப் படம்போட்ட தட்டி இருந்தது. மம்மதுவின் தலையில் ஒரு பெட்டியிருந்தது. நாலு பக்கமும் டிரேசிங் பேப்பர் மாதிரியான தாள் ஒட்டிய பெட்டி. எல்லாப் பக்கங்களிலும் குத்து விளக்கு வடிவம் வெட்டப்பட்டு ஒவ்வொரு பக்கத்திலும் ஒவ்வொரு நிறத்தில் கண்ணாடித்தாள் ஒட்டியிருந்தது. உள்ளே விளக்கு எரிந்தால் நாலு பக்கமும் நாலு நிறக் குத்து விளக்குத் தெரியும். பெட்டிமேல் குத்து விளக்கு இருந்தது. காகிதக் கூழால் செய்த விளக்கு, அதற்கு தங்க ஜரிகை ஒட்டியிருந்தது. தூரத்திலிருந்து பார்க்க பித்தளைக் குத்துவிளக்கு மாதிரியே தெரிந்தது. அதன் திரி முகங்களில் சின்ன பல்புகள் இருந்தன. இவர்கள் இப்போது வராமல் இருட்டிய பிறகு வந்திருக்கலாம் என்று பாபு நினைத்தான். அந்த ஊர்வலத்தில் மையமாக வந்த படகர், தெருக்காரர்களின் ஊர்வலத்தைப் பார்த்ததும் மெகா போனை வாங்கி அதைத்தான் சொன்னார்.

“குதூகலமாக எல்லாரும் வெளியில் சென்று கொண்டிருக் கிறீர்கள். உங்களைச் சிரமப்படுத்த விரும்பவில்லை. முதலாவது வார்டில் குத்துவிளக்குச் சின்னத்தில் போட்டியிடும் எனக்கு உங்கள் பொன்னான வாக்குகளை அளிக்குமாறு வேண்டி விரும்பிக் கேட்டுக்கொள்கிறேன். மறந்து விடாதீர்கள் உங்கள் சின்னம் குத்துவிளக்கு.”

அவர் பேசி முடித்ததும் கூட வந்தவர்கள் கோஷம் போட்டார்கள். “உங்கள் ஓட்டு கணேசா கவுடருக்கே. உங்கள் சின்னம் குத்துவிளக்கு” என்று தெருவுக்குள் நுழையாமல் மேடேறினார்கள்.

வெல்லிங்டன் 203

நடந்து போகும்போது கௌரியம்மா தேவகி அம்மாயியிடம் கேட்டாள் 'இது எஸ்டேட்டில் டிரைவராக இருந்தவனில்லையா?' அம்மாயி பதில் சொன்னாள் "ஆமாம். அதே டிரைவர் கணேசன்தான்."

மாதக் கடைசியில் நடந்த தேர்தலில் டியூகே. நம்பியார் இருபத்தி நான்கு வாக்கு வித்தியாசத்தில் கணேசா கவுடரிடம் தோற்றுப் போனார். கணேசனின் உத்திகளுக்கு அவரால் ஈடு கொடுக்க முடியவில்லை. கணேசன் பிரச்சாரத்துக்காக அசெம்பிளி எலெக்ஷனில் ஊட்டி தொகுதியில் போட்டியிட விருந்த வேட்பாளர் பெள்ளி கவுடரை அழைத்து வந்திருந்தான். நம்பியார் எதிர் அபேட்சகரான எம்.கே.என். கவுடரை வர வழைக்கப் பார்த்தார். நடக்கவில்லை. கணேசனின் வெற்றிகரமான அடுத்த உத்திகள்தாம் அவரைக் காலை வாரி விட்டன. ஜில்லாவுக்கு இரண்டாவது சுற்றாகவும் கவுடர் டாக்கீசுக்கு முதல் ரிலீசாகவும் வந்த 'வேட்டைக்காரன்' படத்தை எல்லாரும் இலவசமாகப் பார்க்க ஏற்பாடு செய்தான். ஓட்டுப் போடுவதற்கு முதல் நாள் பாண்டு வாத்தியக்காரர்கள் 'உன்னையறிந்தால் நீ உன்னையறிந்தால் உலகத்தில் போராடலாம்' என்று ஒரே பாட்டையே திரும்பத் திரும்ப வாசிக்க, கணேசன் வீடு வீடாக வந்து வாக்கு வேட்டை நடத்தினான். வீட்டுக்கு ஒரு குத்துவிளக்கை விநியோகம் செய்தான். சின்னக் குத்துவிளக்கு. ஒரு சாண் உயரமுள்ள விளக்கு. திருப்பூர் அனுப்பர்பாளையத்திலிருந்து மொத்தமாகத் தருவித்திருந்தான்.

தனக்கு ஒதுக்கப்பட்டிருந்த சின்னத்தைப் பற்றி அப்போதுதான் நம்பியாருக்கு எரிச்சல் வந்தது. அவருக்கு கர்ஜிக்கும் சிங்கம் ஒதுக்கப்பட்டிருந்தது. 'நம்பியாரேட்டன் நிஜமான சிங்கத்தைக் கொடுக்க வேண்டாம். சிங்கத்தின் படத்தையாவது கொடுத்திருக்கலாமே?' என்றாள் அத்தை.

ஓட்டு எண்ணுகிற அன்று அத்தையைத் தவிர எல்லாப் பெண்களும் அம்மாயி வீட்டில் குழுமியிருந்தார்கள். பாபு, நஜீர், ராஜு மூன்று பேரும் கண்டோன்மெண்ட் அலுவலகத்துக்கும் தெருவுக்குமாக ஓடி ஓட்டு நிலவரத்தைச் சொல்லிக் கொண்டிருந்தார்கள். அலுவலகத்தின் உள்ளே நம்பியார் உட்கார்ந்திருந்தார். துணைக்கு கண்ணன் மாமாவும் இருந்தார். கடைசியில் இருபத்தி நான்கு ஓட்டு வித்தியாசத்தில் கணேசா கவுடர் வெற்றிபெற்றதாக அறிவிக்கப்பட்டது. ஓடி வந்து சொன்னதும் பெண்கள் முகம் வாடினார்கள். வசந்தி விம்மி விம்மி அழுதாள். பாபுவுக்கும் வருத்தமாக இருந்தது. நம்பியார்

மாமா தோற்றதற்குக் காரணம் அவர் கொண்டு வந்த பாண்டு கோஷ்டி 'அவள் பறந்து போனாளே' என்ற அழுமூஞ்சிப் பாட்டை வாசித்ததுதான் என்று நினைத்தான்.

தேவகியம்மாயி முகத்தில் எந்த உணர்ச்சியும் தெரிய வில்லை. கூட்டம் கலைந்து கௌரியம்மாவும் பாபுவும் மட்டும் மிஞ்சி இருக்கையில் 'எவ்வளவு ஓட்டில் நம்பியார் மாமா தோற்றுப் போனார்?' என்று கேட்டாள். பாபு எரிச்சலுடன் சொன்னான்.

"அதான் சொன்னமே, இருவத்திநாலு ஓட்டுன்னு."

கௌரியம்மாவைப் பார்த்துச் சொன்னாள்: 'இந்த மனிதரைத் தோற்கடித்த அந்த இருபத்தி மூன்று பேர் யாரென்று எனக்குத் தெரியாது. இருபத்தி நான்காவது ஆளைத் தெரியும்'. கௌரியம்மா புருவத்தில் கேள்வியைச் சுருக்கி அம்மாயியை உற்றுப் பார்த்தாள். 'நான்தான் அது.'

அம்மாயியின் பூனைக் கண்கள் திருப்தியுடன் சிரித்தன.

●

"சகுந்தலா கோயம்புத்தூர் போறா. நீயும் கூடப் போறியாடா?" என்று அம்மு கேட்டாள். பாபு பதில் சொல்லாமல் யோசித்துக்கொண்டிருந்தான். ஊருக்குப் போகிறாயா என்று கேட்பதற்குள் மூட்டையைத் தயார் செய்கிற பையன் ரொம்பவும் யோசிக்கிறானே என்ற ஆச்சரியத்துடன் அத்தை சொல்லிக்கொண்டிருந்தாள்.

'கோயம்புத்தூரில் பாபுவின் வீட்டில்தான் சக்கு தங்கப் போகிறாள். ஒரு வாரம் இருப்பாள். உஸ்மான் டாக்டர் ஆஸ்பத்திரியில் அவளுக்கு ஏதோ டிரெயினிங். பாபுவுக்கும் காலாண்டு விடுமுறை விட்டிருக்கிறது. வேண்டுமானால் அவனும் போகலாம். இங்கே பையன்களுடன் சண்டைபோட்டுத் திரிவதை விடவும், மைதானத்தில் பன்றிக்குட்டி போலப் புரண்டு இருக்கும் உடுப்புகளையெல்லாம் நாசம் பண்ணுவதை விடவும், எல்லாவற்றுக்கும்மேல் போக வேண்டாம் என்று அவள் தடுத்திருக்கும் இடங்களுக்குப் போகாமலிருக்கவும் அவன் ஊருக்குப் போவது நல்லது. பள்ளிக்கூடம் இருக்கிற நாள்களென்றால் கண்காணிக்கலாம். லீவு நாட்களிலும் அதையே செய்வதென்றால் வீட்டில் எந்த வேலையும் நடக்காது.'

அத்தை முணுமுணுப்பாகச் சொன்னதைக் கேட்டும் கேளாததுபோல இருந்தான். பெயர்தான் காலாண்டு விடுமுறை. லீவு என்னவோ வியாழன் வெள்ளி சனி ஞாயிறு என்று நாலே நாலு நாள்தான். அதற்குள் செய்ய வேண்டிய வேலைகள் நிறைய.

ராமர் கோவில் தோட்டத்தில் கூட்டோடு ஒளித்து வைத்திருக்கும் குருவி முட்டைகளை மீரான்பாய் வீட்டுப் பூனைகளுக்கும் பீ போட

வரும் ஜவானுக்கும் எட்டாமல் அவனும் நஜீரும் பார்த்து வைத்திருக்கும் உயரமான பேரிக் காய் மரத்தின்மேல் – அதற்குப் பட்டாணி சேட்டின் பெயரை வைத்திருந்தார்கள். அவரளவு நெட்டையாக வேறு யாரும் வெல்லிங்டனில் இல்லை. பட்டாணி ட்ரீயை விட உயரமாக ராமர் தோட்டத் தில் வேறு மரமும் இல்லை – வைக்க வேண்டும். நஜீர் எவ்வளவு உயரத்திலும் தொற்றிக் குரங்குபோலத் தாவி ஏறிவிடுவான்.

வெள்ளிக்கிழமை கௌரியேச்சியுடன் ஊட்டி மஞ்சனக் கொரையிலிருக்கும் மாரியம்மன் கோவிலுக்குப்போக வேண்டும். செவ்வாய், வெள்ளிக் கிழமைகளில்தான் பூசாரி மேல் சாமி வரும். அப்போது அவர் சொல்வது பலிக்கும். அத்தை, கௌரியம்மா, அக்கா, விமலாம்மா எல்லாப் பெண்களுக்கும் கருவலூர் மாரியம்மன்மேல் நம்பிக்கை. அதைவிடப் பூசாரி சொல்லும் குறியில் அதிக நம்பிக்கை. கௌரியின் அண்ணன் முரளிதரன் காலேஜ் முடித்த கையோடு பூனாவில் வேலைக்குச் சேர்ந்துவிட்டான். வீட்டைப் பார்க்க வந்து இரண்டு மூன்று வருடங்கள் ஆகியிருந்தன. கடிதம் கூடப் போடுவதில்லை. அவன் எப்படியிருக்கிறான் என்பதைப் பூசாரிமேல் இருக்கும் அம்மன் சொல்லி விடும். கௌரி மார்ச்சில் எஸ்.எஸ்.எல்.சி. பாஸ் பண்ணியிருந்தாள். வேலை வாய்ப்பு அலுவலகத்திலும் பதிவு செய்திருந்தாள். ஆறு மாதமாகிவிட்டது. வீட்டில் சும்மா உட்கார்ந்து வேர் விட விரும்பாமல் மிலிட்டரி கேண்டீனில் தற்காலிக வேலைக்குப் போய் வந்து கொண்டிருந்தாள். நிரந்தரமான வேலை கிடைக்குமா, அதுவும் அரசாங்க வேலையாகக் கிடைக்குமா என்பதும் அம்மனுக்குத் தான் தெரியும். அதைக் கேட்கப் போக வேண்டும்.

திங்கட்கிழமை ஆசிரியர் தினத்துக்காகப் பள்ளிக்கூட விழாவில் நாடகம் இருக்கிறது. 'அணையைக் காத்த வீரச் சிறுவன்.' பாபுதான் சுண்டு விரலால் அணையிலிருந்த ஓட்டையை அடைத்த ஹாலந்து தேசத்துச் சிறுவனாக நடிக்கிறான். டாலீஸ் டீச்சர் வசனங்களை எப்படிப் பேசுவது, எப்படி நடிப்பது என்று கற்றுக் கொடுத்திருக்கிறார்.

இவ்வளவையும் விட்டுவிட்டு ஊருக்குப் போக அரை மனதாக இருந்தது. சக்குவுடன் போகாமலிருக்கவும் விருப்ப மில்லை. அவ்வளவு அருமையானவள். கௌரிக்குப் பிறகு பாபுவுக்கு அவளைத்தான் அதிகம் பிடிக்கும். தெருவில்தான் நிறைய பேருக்கு அவளைப் பிடிக்காது. அவளுக்கும் தெருவில் பலரைப் பிடிக்காது. ஆனால் வெளிப்படையாகக்

காட்டிக்கொள்ள மாட்டாள். அவள் வீடு என்று நுழைவது பாபுவின் வீட்டிலும் கங்கையா நாயுடு வீட்டிலும்தான். கங்கையா அவளுக்கு மாமா. சின்னம்மாவின் தம்பி. இருந்தாலும் பேச்சு வார்த்தை கிடையாது.

சின்னம்மா வீடு தெருவின் ஆரம்ப முனையில் இருந்தது. இல்லை. தெருவின் வலது பக்கமாக இருக்கிற ஹவில்தார் அக்கா வீட்டின் பின் கட்டுதான் சின்னம்மா வீடு. அந்த வீட்டின் கக்கூசையொட்டியிருந்த சாமான்கள் போட்டு வைக்கும் இடம் அது. ஆறுக்கு ஆறடி அளவிலிருக்கும் அந்த குகைக்குள்தான் அம்மாவும் பெண்ணும் குடியிருந்தார்கள். சன்னல் கிடையாது. வீட்டின் வாசல் என்று சொல்லுகிற இரண்டடி நிலத்தின் மூலையில் தகரச் சார்ப்பு. அதுதான் குளியலறை. வீட்டின் மூலையில் தரையில் புதைத்த அடுப்பு. சமையல் அறை. இடது சுவரை முட்டிக்கொண்டு கட்டில். அதன் கால்மாட்டில் இரண்டு மூன்று டிரங்குப் பெட்டிகள் அடுக்கியிருந்தன. சுவரில் பெரிய காரமடை ரங்கநாதர் படம். இதைத் தவிர அந்த வீட்டில் எதுவுமில்லை. மூன்றாவது ஒரு ஆள் வந்தால் இடித்துக் கொள்ளக் கூடிய வீட்டுக்குள் சாமான்களை வேறு எங்கும் வைக்க முடியாது. கூரையி லிருந்து உறிகட்டித்தான் தொங்க விட வேண்டும்.

தெருவில் நான்கைந்து வீடுகளில் சின்னம்மா இல்லை என்றால் வேலை நடக்காது. பாபு வீடு, கௌரி வீடு, விமலாம்மா வீடு, குஞ்ஞுமோன் ராதா வீடு, அக்கா வீடுகளில் அவள்தான் பாத்திரம் தேய்ப்பதும் துணி துவைப்பதும். சில வீடுகளில் வாசல் தெளித்துக் கோலம் போடுகிற வேலையும் இருந்தது. ‘இந்த எச்சிப் பிழைப்பு செய்ய வேண்டாம்’ என்று கங்கையா மாமா சண்டை போட்டதிலிருந்துதான் இரண்டு பேருக்கும் பேச்சு வார்த்தை இல்லாமல் போச்சு என்று அத்தையிடம் சொல்லுவதை பாபு கேட்டிருக்கிறான். “நாலு ஊட்டுல எச்சிப் பாத்திரத்தைக் களுவியும் அளுக்குத் துணியத் தொவச்சும்தான் அந்த தொங்காப் பயல ஆளாக்குனேன். இப்ப அவரு கட மொதலாளி. அதுக்குன்னு என்னவிடச் சின்னவாடுகிட்ட கையேந்தி நிக்க நம்மளால ஆவுமா?”

“ஒ, அதுனால என்ன நீ திருடல, பொய்யி சொல்லல, உழைச்சுத்தானே சாப்ட்றே” என்றாள் அத்தை.

“அட்ட செப்பம்மா” என்று சிரித்தாள் சின்னம்மா.

அதனால் தானாக இருக்கலாம், சக்கு தெருவில் ஆசைப் பட்டு அந்த வீட்டுக்குள் மட்டும் நுழைவதும். சுதந்திரமாகப் புழங்குவதும். அம்முதான் அவளுக்கு நர்சிங் பரீட்சைக்குப்

பணம் கட்டினாள். மாதர் சங்கத்தில் சீட்டுப் போட்டுக் கிடைத்த பணம். கொடுத்து நீண்ட காலம் ஆன பிறகு திரும்பக் கேட்கட்டுமா? என்று கண்ணனிடம் கேட்டாள். அதை ஏன் திருப்பிக் கேட்கிறாய்? நமக்கொரு பெண்ணிருந்து அவளுக்குச் செலவு செய்ததாக நினைத்துக் கொள் என்றார்.

“ஈ செக்கனு எந்து பற்றி?” என்று முணுமுணுப்பாகவும் “என்னடா நீ போறியா இல்லியா?” என்று கேட்டாள் அத்தை.

“ஊம் . . . போணும் . . . வெள்ளிக் கௌம கௌரியேச்சி கூட ஊட்டிக்குப் போன்னு நீங்கதான சொன்னீங்க. திங்கக் கௌம ஸ்கூல்ல டிராமா இருக்கு . . . சக்கு எப்போ போகுதாம்?”

“என்னக் கேட்டா? போயி அவகிட்டயே கேளு. அப்ப போலாம்னுதான் இருக்கே?”

ஊம்ம் என்று முனகியபடி வெளியே வந்தான். கௌரி வீட்டு ஜன்னலில் எட்டிப் பார்த்தான். நாற்காலியில் உட்கார்ந்து படித்துக்கொண்டிருந்தாள். ஜன்னல் இருண்டதும் நிமிர்ந்து பார்த்து “என்னடா?” என்றாள்.

“வெள்ளிக்கௌம ஊட்டிக்குப் போறமா இல்லியா?”

“போறோண்டா. ஏன்?”

“வந்து சொல்றேன்” நகர்ந்தபோது அவள் எழுந்து வாசல் நிலையில் வந்து நின்றாள். கையில் வாராந்தரி இருந்தது. “டேய், இதை விமலாம்மா ஊட்ல குடுத்துர்றா”

“வெய்யி, வந்து குடுக்கறேன்” என்று நடந்தான்.

சக்கு வீட்டுக் கதவு சாத்தியிருந்தது. திறந்து போட்டிருந்தால்கூட அந்த மழை மூட்ட இருட்டில் தெரியாது. லேசாகத் தள்ளிப் பார்த்தான். கதவு ‘கர்’ என்று கத்தியது. இன்னொரு முறையும் தள்ளினான். இன்னொரு ‘கர்’. குளியலறைக்குள்ளேயிருந்து சக்குவின் குரல் கேட்டது.

“எவரு, அம்மா?”

பாபு குரலை மாற்றிக் கதவுக் குரலில் “அம்மால்ல நான்தான்” என்றான்.

“யாரு பாலாஜியா?”

பாபுவின் நெற்றி சுருங்கியது. யார் அந்த பாலாஜி? “சக்குக்கா, இது நான், பாபு.”

“ஊசியா? இருடா வர்றேன்.”

கதவைத் திறந்து வந்தாள். குறை வெளிச்சத்தில் தலையில் துண்டை முடிந்திருப்பதும் பாவாடையை மார்பை மறைத்துக் கட்டியிருப்பதும் மங்கலாகத் தெரிந்தது. நெருக்கமாக வந்தபோது அவளிடமிருந்து லைப்பாய் சோப்பின் மணம் வந்தது.

“ஏண்டா, உள்ள போய் உக்கார்றதுதானே. வெளில நின்னுகிட்டு. வாடா” என்று காலை எட்டி வைத்து நிலையைத் தாண்டி உள்ளே போனாள்.

“பரவால்ல நீ பொடவை கட்டு. அப்புறம் வர்றேன்.”

“அய்ய, இவரு ரொம்பப் பெரிய ஆம்புள. உள்ள வாடா” என்று இருட்டைத் துழாவி அவன் கையைப் பிடித்து இழுத்தாள். கை வெதுவெதுப்பாக இருந்தது. நிலைப்படியில் கால் இடற தடுமாறி உள்ளே நுழைந்தான். சக்கு அவன் கையை விட்டுவிட்டு சுவிட்சைப் போட்டாள். குடுக்கை பல்பு நாற்பது வாட்ஸ் அரை வெளிச்சத்தைப் பரப்பியது. அந்த வெளிச்சத்தில் சக்குவின் கண்கள் மின்னின. கறுத்த உடல் மின்னியது. பாபுவுக்கு மைதானத்து மாரியம்மன் சிலையைக் குளிப்பாட்டி வைத்ததுபோலத் தெரிந்தது. சொன்னான். “சக்குக்கா, இப்ப நீ கிரெளண்டு மாரியம்ம னாட்டம் இருக்கே. ஆனா அம்மன் குள்ளம். நீ ஹைட்டு.” சக்கு தலையை ஆட்டிச் சிரித்ததில் கட்டியிருந்த துண்டு அவிழ்ந்து முடி கலைந்து தோளில் விழுந்தது.

“நீ எப்படா பொடவ கட்டாத மாரியம்மனப் பாத்தே?”

“நெறய வாட்டி. பூசாரிக்கு குளிப்பாட்டறதுக்கு தண்ணி புடிக்கறதே நாங்கதான்.”

“அப்ப அவ்ளோ பெரிய ஆளாய்ட்டியா? வா, பாக்கலாம் எவ்ளோ பெரிய ஆளுன்னு” என்று அவனை இழுத்து மார்போடு சார்த்திக்கொண்டாள். பாபுவின் முகத்தில் பாவாடை நாடா உறுத்தியது. முகத்தைக் கொஞ்சம் தாழ்த்தி னான். லைப்பாய் சோப்பு மணக்கும் இடைவெளியில் முகம் அழுந்தியது. இல்லை, சக்குவின் கைகள் அவன் முகத்தைப் பிடித்து மார்புகளுக்கிடையில் புதைத்துக்கொண்டன. அவள் உடலில் மிஞ்சியிருந்த வெந்நீரின் கதகதப்பு அவன் முகத்தில் படர்ந்தது. அது குளிராக மாறும்வரை அவன் அந்த உடலுடன் ஒட்டியிருந்தான். பின்னர் விலகினான். சக்கு காரமடை ரங்கநாதருக்குப் பக்கத்தில் கொடியில் கிடந்த பாவாடையை எடுத்துத் தலைவழியாகப் போட்டு மார்பை மறைத்து நிறுத்தி

அதே கொடியிலிருந்து பாடீசையும் வெள்ளை பிளவுஸையும் எடுத்து அணிந்தாள். அடுக்கில் மேலேயிருந்த டிரங்குப் பெட்டியைத் திறந்து நீலக் கரைபோட்ட வெள்ளை நர்ஸ் புடவையை எடுத்து உடம்பில் சுற்றிக்கொண்டாள். கொசுவத்தை வயிற்றருகில்கொண்டு வந்து பிடித்துக்கொண்டு "டேய், ஊசி மடிப்பை சரியாப் புடிச்சு விடுடா" என்றாள். பாபு முழங்காலிட்டு உட்கார்ந்து கொசுவ மடிப்புகளை நீவிப் பிடித்தான். சக்கு வயிற்றை எக்கி அதைச் செருகிக்கொண்டே "நல்லாப் புடிச்சு விடறேடா. இதுக்காகவே உன்னைக் கல்யாணம் பண்ணிக்கறேண்டா" என்றாள்.

பாபுவுக்கு வெட்கமாக இருந்தது. "போ, சக்குக்கா" என்று தலையைக் குனிந்து கட்டிலில் உட்கார்ந்தான்.

"ஆமா, கூப்புட்டாத்தானே வருவே, இன்னிக்கு என்ன சாரு தானா வந்திருக்காரு?" என்றாள்.

"நீ எப்ப கோயமுத்தூரு போறே?"

"ஏண்டா நீயும் வர்றியா என்ன?"

"ஆமா, அத்தை போகச் சொல்லிச்சு. ஆனா இங்க நெறய வேலயிருக்கு."

"அடேயப்பா, என்ன வேலைங்க சார்?"

பாபு சொன்னான். சக்கு கேட்டுக்கொண்டிருந்தாள். "அவ்ளோதான, உனக்காக திங்கக் கெழம போனாப் போச்சு. அதொண்ணும் பெரிய டிரெயினிங் இல்ல. ஆனாப் போகணும் மெதுவாப் போனாலும் ஒண்ணும் சொல்ல மாட்டாங்க. ஞாயித்துக் கெழம எனக்கு நைட் டூட்டி. காலேலவந்து ரெடியாயிர்றேன். நீ டிராமா முடிஞ்சு வந்ததும் போலாம். அன்னிக்கு ஸ்கூல் அர நாள்னுதான?"

"ஆமா."

"அப்ப மத்தியான பஸ்ல போலாம். செரியா?"

பாபுவுக்கு நிம்மதியாக இருந்தது. எல்லா வேலையையும் முடிக்கலாம். ஆனால் பள்ளிக்கூடத்துக்கு லீவு போட வேண்டியிருக்கும். டாலிஸ் டீச்சரிடம் சொன்னால் ஒத்துக் கொள்வார். எழுந்தான்.

"ஏண்டா, போறியா, இருடா டீ போட்டுத் தர்றேன். வந்தவனுக்கு ஒண்ணுமே குடுக்கல. இரு டீ போடறேன்"

"நீதான் டூட்டிக்கு போக நிக்கிறியே?"

“அதனாலே என்ன, என் குட்டிப் புருசனுக்கு டீ போட்டுக் குடுத்துட்டு வந்தேன். அதான் லேட்டாயிடுச்சுன்னா ஆஸ்பத்திரியில் ஒண்ணும் சொல்லமாட்டாங்க” சிரித்துக் கொண்டே அடுப்பைக் கிளறிவிட்டாள். கனல்களுக்கு இடையில் உறங்கிக் கிடந்த நெருப்புச் ஜ்வாலை எழுந்து ஆடியது. “சக்குக்கா, சும்மா கிண்டல் பண்ணாத” என்று கூச்சத்துடன் நெளிந்தான் பாபு. சக்கு தண்ணீர்ப் பாத்திரத்தை அடுப்பில் வைத்தாள். சுவர்க் கண்ணாடியில் பார்த்துக் கொண்டே தலை சீவிப் பொட்டு வைத்துக்கொண்டாள். “நெஜமாத்தாண்டா சொல்றேன், இன்னும் கொஞ்சம் முத்தட்டும். நானே கட்டிக்கிறேன்” என்றாள். அவள் சொன்னது சரியாகப் புரியவில்லை. ஆனால் அது ஏதோ கெட்ட பேச்சு என்று மட்டும் தோன்றியது.

தேயிலை வேகிற மணத்தில் பாபுவின் மூக்கு விடைத்தது. சக்கு பாத்திரத்தை இறக்கி தேநீர் கலந்து எனாமல் கோப்பையில் ஊற்றி நீட்டினாள்.

சரியான ஆஸ்பத்திரிக் கோப்பை. ஒரு அண்டா தேநீர் இருந்தது. “இவ்ளோவையும் எப்பிடிக் குடிக்கிறது?”

“முடிஞ்சவரைக்கும் குடிச்சுட்டு வெய்யி.”

தேநீர் மணமாகவும் ருசியாகவும் இருந்தது. அத்தை போடுகிற டீயைப் போல இல்லை. அது கழுதை மூத்திரம் போல இருக்கும். சொன்னபோது அத்தை முகத்தைக் கூராக வைத்துக்கொண்டு ‘கழுதைப் பாலை எங்கே குடித்தாய் உன் அம்மாவிடமா?’ என்று குத்தினாள். ‘எங்கம்மா ஒண்ணும் கழுதையில்ல. நீங்கதான் கழுதை. மூக்குத்தி போட்ட கழுதை’ என்று கத்தினான். கேட்டுக்கொண்டிருந்த மாமா சிரித்தது அத்தைக்கு அவமானமாகப் போயிற்று. ‘உனக்கெல்லாம் ஆக்கிப் போடற என்னெ வெளக்கு மாத்தாலதான் அடிச்சுக்கணும். நன்னி வேணுண்டா நன்னி’ என்று மூக்கை உறிஞ்சிக்கொண்டு அடுப்படிக்குப் போனாள். அன்றைக்குப் பிறகு எந்த டீயையும் நன்றாக இல்லை என்று அவன் சொல்லவே இல்லை.

சூடு ஆற ஆற ஊதிஊதி மொத்த டீயையும் குடித்து முடித்தான். பச்சைத் தண்ணீராக ஆறியிருந்த கடைசி மொடக்கு அதுவரை குடித்ததிலேயே மிகவும் ருசியாக இருந்தது. வலது புறங்கையால் வாயைத் துடைக்கப் போனான். சக்கு அவன் கையைத் தட்டிவிட்டு “இது என்ன பழக்கம், இப்பிடித் தொடைக்கறது” என்று புடைவைத் தலைப்பால் வாயைத் துடைத்துவிட்டாள். கோப்பையை கட்டிலுக்குக் கீழே வைக்கக் குனிந்தபோது சந்தோஷமாகவும் துக்கமாகவும் இருந்தது.

கோப்பையை வைத்துவிட்டு எழுந்தான். சக்கு புடைவை கட்டிய அம்மன்போல நின்றிருந்தாள். "சக்குக்கா ஞாயித்துக் கௌம வர்றேன்" என்று கதவைத் தாண்டினான். "செரிடா" என்றாள்.

பட்டாணி ட்ரீயின் முக்கால்வாசித் தூரம் ஏறி உட்கார்ந்திருந்தான் நஜீர். இன்னும் இரண்டு கிளைகளைத் தாண்டினால் அதன் உச்சாணிக் கொம்பைத் தொட்டுவிடலாம். அவ்வளவு உயரத்தில் இருந்தான். குருவிக் கூட்டை ஒரு பையில் போட்டு வாயால் கவ்வியிருந்தான்.

"டேய், நஜூ, அவ்ளோ ஒசரத்துல வெச்சா குருவிக்குக் கண்டு புடிக்க முடியாதுடா" பாபு கீழே இருந்து கத்தினான். கூட இருந்த குஞ்ஞுமோனும் ராஜூவும் அதை ஒத்துக்கொண்டு கூவினார்கள். பத்திரமான கிளையில் உட்கார்ந்து கவ்வி யிருந்த பையிலிருந்து கூட்டைவெளியே எடுத்துக்கொண் டிருந்த நஜீர் மேலேயிருந்து "டேய் கிறுக்கனுங்களா, கத்தாதீங்க. யாராவது பாத்துடுவாங்க. குருவிக்கு மேகத்தத் தொடற வரைக்கும் பறக்க முடியும்" என்றான். மூவரும் அண்ணாந்து பார்த்தார்கள். பேரி மரக் கிளைக்களுக்கிடையில் நஜீர் பொம்மை மாதிரித் தெரிந்தான். கவட்டையாகக் கிளைபிரியும் இடத்தில் கூட்டை வைப்பதையும் முட்டைகளை வரிசையாக வைப்பதை யும் அரைகுறையாகப் பார்க்க முடிந்தது. வைத்து முடித்ததும் பையை அங்கேயிருந்தே போட்டான். அது அலைந்து அலைந்து பறந்து கீழே வருவதைப் பார்த்து மூவருமே உற்சாகத்தில் கத்தினார்கள். கூச்சல் கேட்டு மரங்களுக்கிடையில் மறைந்திருந்த காகங்களும் மைனாக்களும் நீலவால் தேன் சிட்டுகளும் புள்ளிப் புறாக்களும் ஒரு மரங்கொத்தியும் காச்சுமூச்சென்று கத்திக் கொண்டு சிறகடித்துப் பறந்தன. சரஸ்வதி டீச்சர் வீட்டு வாசலிலிருந்து ஜவான் ஊளையிட்டது. நஜீர் கிளை களைப் பிடித்து இறங்கினான். பாதி மரத்தைத் தாண்டியதும் பேரிக்காய்கள் தொங்கிய கிளையை எட்டிப் பிடித்துக் காய் களைப் பறித்துப் போட்டான். ஓடிப் போய்ப் பொறுக்கிக் கொண்டார்கள். கடைசிக் கிளையிலிருந்து தொப்பென்று குதித்தான் நஜீர். பாபு கையில் வைத்திருந்த இரண்டில் ஒன்றை நீட்டினான். "நெல்லாப் பழுக்கல, இல்லடா ராதா" என்று காயை மென்று துப்பிக்கொண்டு கேட்டான் ராஜூ. "என்னோடது நல்ல பழம்" என்று வாயூறச் சொன்னான் குஞ்ஞுமோன்.

நான்கு பேரும் பிளம் மரத்தின் நிழலில் உட்கார்ந்தார்கள். "நஜூ" என்று தொடங்கிய பாபுவை 'உஸ்' என்று அடக்கி

பேரி மரத்தைக் காட்டினான். சிட்டுக் குருவியொன்று கீச்சிட்டபடி மரத்தை வட்டமிட்டுக்கொண்டிருந்தது. “அம்மாக் குருவிடா” என்றான் நஜீர். குருவி ஒவ்வொரு கிளையாக உட்கார்ந்தும் எழுந்தும் தத்தளித்துக் கொண்டிருந்தது. பத்துப் பன்னிரண்டு தடவை வட்டமாகவும் மேலும் கீழுமாகவும் பறந்தது. சற்றுக் கழித்து நஜீர் கூட்டை வைத்த கிளையில் உட்கார்ந்தது. கீச்சென்று கத்திக்கொண்டு கூட்டுக்குள் மறைந்தது.

ஒரே சமயத்தில் நான்கு பேரும் அதைப் பார்த்தார்கள். ராஜு கையிலிருந்த பேரிக்காயைத் தூக்கிக் காட்டியபடி ஹெத்தெ ஹப்பா பண்டிகை ஊர்வலத்தில்போல 'யே ஹா ஹோ' என்று கத்தினான். மற்றவர்களும் சேர்ந்து கொண்டார்கள்.

தோட்டத்தின் மேல் பக்கத்திலிருந்து “டேய், யார்றாது தோட்டத்துக்குள்ளே, திருட்டுப் பசங்களா ...” என்ற குரல் விரட்டியது.

நான்கு பேரும் துள்ளி எழுந்து கீழ்ப் பக்கமாக ஓடி தெருவை நோக்கிய திசையில் கம்பி வேலியருகில் வந்து இடைவெளிக்குள் புகுந்து வெளியேறி 'யே ஹா ஹோ' என்று கூச்சலிட்டுக்கொண்டு ஓடினார்கள்.

“வாம்மா, எட்டு மணி வண்டில வந்தியாக்கும். இதாரு பையன். தம்பியா?” பூசாரி கேட்டார்.

“ஆமாங்க சாமி. இவன் தம்பியில்ல. பக்கத்து வீட்டுப் பையன். சேச்சி வருவாங்களே, அம்மு சேச்சி அவங்க தம்பி பையன். எனக்குத் தம்பிய விட” என்றாள் கௌரி.

“பூசைக்கு நேரமாகுமேம்மா. இன்னிக்கு வெள்ளிக் கௌம. பத்தரை பன்னெண்டு ராகுகாலம். அது முடிஞ்சுதா பூச வெக்க முடியும். இப்ப மணி என்னா? ஒம்பதே முக்கா. ரொம்ப நேரம் இருக்கேம்மா? நாஷ்டா பண்ணீட்டிங்களா? கீள வீட்ல எதாச்சும் பண்ணச் சொல்லட்டா?”

“இல்ல சாமி, சாப்டுட்டுத்தான் வந்தோம். நேரம் ஆகும்னு தெரியும். அதான் கொண்டும் வந்திருக்கோம். இன்னிக்கு விட்டா வர முடியாது. இவன் வேற கோயம்புத்தூருக்குப் போறான். அதான் மொத வண்டிலயே வந்தோம்.”

“நல்லதாப் போச்சு. நான் போயி குளிச்சுட்டு வர்றேன்மா” என்று போனார்.

மஞ்சனக்கொரைக்கு ஊட்டி ரயில் நிலையத்திலிருந்து இரண்டு மூன்று கிலோ மீட்டர்களாவது இருக்கும். மேடும்

இறக்கமுமாகப் பல வளைவுகளும் திருப்பங்களும் தாண்டினால் ஒரு சரிவில் தோட்டங்களுக்கு நடுவில் கருவலூர் மாரியம்மன் கோவில். சுயம்புவாகத் தோன்றிய அம்மன். முதலில் சின்னதாக ஒரு தகரக் கூரை வேய்ந்ததாக இருந்த கோவில். அம்மனின் பெருமையும் பூசாரியின் தெய்வ வாக்கும் பிரசித்தமானதில் கோவில் பெரிய கட்டடமாக மாறியது. இருந்தும் அம்மன் அந்தக் கட்டடத்தில் குடியேற மறுத்துவிட்டது. பூசாரி மேல் சன்னதம் கொண்ட அம்மன் இருக்கிற இடமே போதும் என்று சொல்லி விட்டதாம். அதெல்லாமில்லை. கோவில் பெரிசாகி அதிக வருமானம் வந்தால் அரசாங்கம் பிடுங்கிக் கொள்ளப் பார்க்கும். அது பூசாரிக்கு நஷ்டம். அதனால்தான் சின்னக் கோவிலே போதுமென்று அம்மனைச் சொல்ல வைத்தார் என்றும் புரளி கிளம்பியிருந்தது. பெரிய கட்டடம் இப்போது சாமான்கள் வைக்கும் அறையாகவும் முன் மண்டபம் பக்தர்கள் காத்திருக்குமிடமாகவும் இருந்தது.

கௌரி மண்டபத்தில் உட்கார்ந்தாள். கைப்பையைத் தூணோடு சாய்த்து வைத்துவிட்டு "டேய், உக்காருடா, பூஜைக்கு ரொம்ப நேரமாகுமாம். அதுவரைக்கும் இங்கதான் உக்காரணும்" என்றாள்.

"அதுக்குத்தான் நான் நேத்தே சொன்னேன். ரெண்டாவது வண்டீலயோ பஸ்ஸிலயோ வரலாம்னு" அவிழ்ந்து போயிருந்த ஷூ லேசைக் கட்டிக்கொண்டிருந்தான்.

"சரிடா, இப்ப வந்தாச்சு. காத்திருக்கத்தான வேணும். நீ வேணும்னா மெதுவாப் போயி இங்கேல்லாம் சுத்திப் பாத்துட்டு வா."

"ஹ்ம். இங்க புதுசா பாக்குறதுக்கு என்னாருக்கு, நெறய வாட்டிப் பாத்ததுதான?" என்று முன்னல் நடந்து கோவில் மேட்டின் விளிம்பில் நின்றான்.

அவன் சொன்னது ஒப்புக்காக. அவன் கோவிலுக்கு வருவது அம்மனைக் கும்பிட அல்ல. அந்த இடத்தைப் பார்க்கத்தான். எத்தனை முறை பார்த்தாலும் புதுசாகவே தெரியும் இடம். ஒருமுறை பார்த்ததுபோல அடுத்த முறை இருந்ததேயில்லை. மேடு பள்ளங்களுக்கு நடுவில் படிக்கட்டு களாக வெட்டப்பட்ட நிலம். அடுக்கடுக்காக இருக்கும். ஒவ்வொரு அடுக்கிலும் பாத்திகள். ஒரு பக்கம் உருளைக் கிழங்கு என்றால் இன்னொரு பக்கம் முட்டைக்கோஸ் பயிர் செய்திருக்கும். காரட், கிளைக்கோஸ், மேரக்காய், பீட் ரூட், நூல்க்கோல் என்று சகல விதமான பயிர்களும் மண்ணுக்குள்ளிருந்து வெளிச்சத்தைத் தேடி வந்ததுபோல

பாத்திகளில் முளைத்திருக்கும். பசுந்தழைக் குமிழ்களாக முட்டைக்கோஸ்களும் பச்சைக் கிச்சுகிச்சுகளாக காரட் தளிர்களும் தெரியும். பயிர் செய்யாமல் கொத்தி விடப்பட்ட மண் படிக்கட்டுகள் பிள்ளைகள் இல்லாமல் காலி பெஞ்சுகள் மட்டும் கிடக்கும் வகுப்பறைகள்போல இருக்கும். செடிகள் வளர்ந்திருக்கும்போது அவற்றுக்கு நடுவில் இழுத்து விடப் பட்டிருக்கும் குழாய்களிலிருந்து நாட்டியமாடும் நீரூற்றுப்போல் தண்ணீர் பீச்சுவது அழகாக இருக்கும். நீரூற்று வெளிச்சத்துக்கு நேராக வரும்போது சின்ன வானவில்போலத் தெரியும். சமயங்களில் யாராவது முதுகில் பூச்சி மருந்து சிலிண்டருடன் நடந்து நடந்து மருந்து அடித்துக்கொண்டிருப்பார்கள். அந்த சத்தம் ராட்சத வண்டு ரீங்கரிப்பது மாதிரிக் கேட்கும். இப்போதும் கேட்டுக்கொண்டிருந்தது. ஆனால் ஆள் எங்கே என்று தெரியவில்லை. காற்று குளிர்ந்து வீசியது. பாபுவின் உடம்பு குளிரில் வெடவெடத்தது.

கௌரி பக்கத்தில் வந்து கையைத் தொட்டாள். "என்னடா கை விறுவிறுன்னுருக்கு. குளூருதா? பெரிய இவனாட்டம் ஸ்வெட்டர்கூட எடுக்காம வந்தே. இரு" என்று அவள் போர்த்தி யிருந்த சால்வையை எடுத்துப் போர்த்திவிட்டாள். ஒரு விநாடிக்குப் பிறகு "இது வேண்டாண்டா, தேவதாஸ் மாதிரி இருக்கே" என்று அவள் அணிந்திருந்த ஸ்வெட்டரைக் கழற்றிக் கொடுத்து "இதப் போட்டுக்கோ" என்று சால்வையை உருவி யெடுத்து தன் உடம்பில் போர்த்திக் கொண்டாள். ஸ்வெட்டரைப் போட்டுக்கொண்டான். கைகள் நீளமாக இருந்தன. சுருட்டி விட்டுக்கொண்டான். கம்பளி நூலின் சிக்கு நாற்றம், தேங்காய் எண்ணெய் மணம், பவுடர் வாசனை எல்லாம் கலந்த மயக்குகிற வாடை ஸ்வெட்டரில் இருந்து வந்தது.

"வாடா, நானும் வர்றேன். கொஞ்ச தூரம் நடப்போம்."

மண்ணில் செதுக்கிவிட்டிருந்த படிகள் வழியாகக் கீழே இறங்கி பூசாரி வீட்டு முன்னால் போனார்கள். வாசலின் ஒரு மூலையில் கல் அடுப்பு கூட்டி ஒரு பெரிய அண்டாவில் தண்ணீர் சூடாக்கப்பட்டுக் கொண்டிருந்தது. பூசாரி இடுப்பில் கோமணத்துடன் நின்றுகொண்டிருந்தார். இவருக்கு மட்டும் குளிர் எடுக்காதா? இருவரையும் பார்த்ததும் "என்னம்மா, எதுனாச்சும் வேணுமா?" என்றார்.

"இல்லங்க, சாமி. நாங்க கொஞ்ச தூரம் நடந்துட்டு வர்றோம். பைய இங்கெ வெக்கலாம்னு வந்தேன்" பைக் குள்ளிருந்து பர்சை எடுத்துக் கையில் வைத்துக்கொண்டு சொன்னாள் கௌரி.

“தாராளமா வெச்சிட்டுப் போ. ஏ . . .” என்று உள்ளே பார்த்துக் குரல் கொடுத்தார். வீட்டுக்குள்ளேயிருந்து பூசாரியம்மா வந்தாள். “வாம்மா, மத்தவங்க யாரும் வரலே?”

“இல்ல நானும் இவனுந்தான் வந்தோம். இந்தப் பைய உள்ள வெக்கணும்” “குடும்மா” அவள் பையை வாங்கிக் கொண்டு உள்ளே போனாள்.

“வேலைக்குப் போறதா அம்மா போனவாட்டி வந்தப்ப சொல்லிச்சு. போயிட்டுத்தான இருக்க?”

“ஆமாங்க சாமி. எம்.ஆர்.சி. மிலிட்டரி கேண்டீன்ல. டெம்பரரி வேல” என்று கௌரி பேச ஆரம்பித்தாள். முரளிச் சேட்டன் பூனாவுக்குப் போன பின் தகவல் இல்லாமல் இருப்பது. அவளுக்கு எம்ப்ளாய்மெண்ட் மூலம் வேலை கிடைக்கக் காத்திருப்பது எல்லாவற்றையும் சொன்னாள். பூசாரி தலையை மேலும் கீழுமாக ஆட்டிக் கேட்டுக்கொண் டிருந்தார். அவர் தலையை ஆட்டும்போது அவருடைய பரட்டைமுடி பறப்பதையும் தொப்பை குலுங்குவதையும் பார்த்துக்கொண்டிருந்தான் பாபு.

“ஈஸ்பரீ . . . எல்லாம் நல்லா நடக்கும். அம்மா ஒரு கொறையும் வெக்கமாட்டா. நீ போயிட்டு பூசைக்கு முன்னால வந்துரு” என்று நடந்து அண்டா நீரில் விரல் விட்டுப் பார்த்தார். அண்டாவின் மேல்பரப்பில் ஆவி நெளிந்து கொண்டிருந்தது. இருவரும் செதுக்குப் படிகளில் ஏறிக் கோவில் வாசலுக்கு வந்தார்கள். மண்டபத்தில் புதிதாக வந்த இரண்டு படகப் பெண்களும் குழந்தையுடன் ஒரு தம்பதியும் உட்கார்ந் திருந்தார்கள்.

தேயிலைத் தோட்டங்களுக்கும் காய்கறித் தோட்டங் களுக்கும் ஊடாக இருவரும் நடந்து கொண்டிருந்தார்கள். காற்று விட்டுவிட்டு வீசிக்கொண்டிருந்தது. வீசாமலிருந்தபோதை விட வீசியபோது குளிர் அதிகமாகப் பட்டது. நடந்து நடந்து ஃபெர்ன்ஹில் குருகுலத்தின் முன் வாசலுக்கு வந்திருந்தார்கள். சுற்றிலும் சவுக்குக் கட்டைகள் ஊன்றி கம்பியால் வேலி யடைக்கப்பட்டிருந்தது. வாசலிலிருந்து உள்ளே தெரிந்த தகரம் வேய்ந்த கட்டடத்துக்குப் போக அதிகம் நடக்க வேண்டியிருக்கும்.

“கௌரியேச்சி, உள்ள போய் பாக்கலாமா?”

“வேண்டாண்டா, தப்பா நெனச்சுக்குவாங்க” என்று அவனைப் பின்னுக்கு இழுத்தாள்.

குருகுலத்துக்கு உள்ளே நின்று இரண்டு மூன்று ஆட்களுடன் பேசிக்கொண்டிருந்த தாடிவைத்த பெரியவர் வாசல் சந்தடியைத் திரும்பிப் பார்த்தார். அவர் தங்களைப் பார்ப்பதைக் கவனித்த கௌரி கைகளைக் கூப்பி வணங்கினாள். அவர் இரண்டு கைகளையும் உயர்த்திக் காட்டினார். அவர் பருமனாகக் குஸ்திக்காரர்போல இருந்தார். பாபு விழித்தான். "யாரேச்சி அது?" என்று கேட்டான். "சொல்றேன் வாடா" என்று அவன் கையைப் பிடித்து நடந்தாள். பாபு ஒருமுறை திரும்பிப் பார்த்தான். பெரியவரின் பரந்த முதுகுதான் தெரிந்தது. கொஞ்சம் நடந்ததும் "அது யார்னு சொல்லல" என்றான்.

"அவரு பெரிய குரு. சாமியார். நடராஜ குருன்னு சொல்லுவாங்க."

"பூசாரிய விடப் பெரிய சாமியாரா?"

"அதையெல்லாம் விட ரொம்பப் பெரியவர். மூச்சு வாங்குதுடா பேச்சுக் குடுக்காம வா."

மேடேறி முடியும் வரை பாபு பேசாமல் வந்தான். அவனுக்கும் மூச்சு இரைத்துக் கொண்டிருந்தது. சம தரைக்கு வந்ததும் நின்று வாயால் மூச்சுவிட்டார்கள். சுவாசம் சீரானதும் கேட்டான் "அது ஏன் கௌரியேச்சி எல்லா சாமியார்ங்களும் குண்டாவே இருக்காங்க?"

"ஃப்ரூஃப்" என்று சிரித்தாள் கௌரி. அவளால் சிரிப்பை அடக்க முடியவில்லை. தொடர்ச்சியான சில ஃப்ரூஃப்களுக்குப் பிறகு கண்களைத் துடைத்துக்கொண்டு "தெரியலடா, வேணும்னா சாமய்யரைக் கேப்போம்" என்றாள். சாமய்யரும் குண்டுதான் என்பது ஞாபகத்துக்கு வந்தது. கூடவே சிரிப்பும்.

இருவரும் திரும்பி வந்தபோது கோவிலுக்குள் கூட்டம் திரண்டிருந்தது. உள்ளே போனார்கள்.

அலங்காரம் செய்த அம்மன் விக்கிரகத்துக்குப் பக்கத்தில் பாயில் சப்பணம்போட்டுப் பூசாரி உட்கார்ந்திருந்தார். வெள்ளைச் சட்டையும் வேட்டியும் அணிந்திருந்தார். நெற்றி நிறைய விபூதியைப் பூசியிருந்தார். அவர் முன்னால் விபூதி நிறைந்த பித்தளைத் தட்டில் கற்பூரம் எரிந்து கொண்டிருந்தது. சிறிய தட்டில் குங்குமம். அருகில் இன்னொரு தட்டு நிறையக் கற்பூர வில்லைகள் கொட்டி வைக்கப்பட்டிருந்தன. வேறொரு தட்டில் வேப்பிலையும் எலுமிச்சம் பழங்களும் இருந்தன. வாசலுக்கும் பூசாரி உட்கார்ந்திருப்பதற்குமான இடத்தில் நடுவில் இடைவெளி விட்டு இரண்டு வரிசைகளாக ஆட்கள் நின்றிருந்தார்கள். கௌரி பெண்கள் வரிசையில் நின்றாள்.

பாபு தயங்கி நின்றான். பூசாரி அவனைப் பார்த்து அருகில் வந்து உட்காரும்படி சைகை காட்டினார். அவருக்குள் சாமி இறங்கும்வரை அவர் பேசமாட்டார். சைகைதான். அவன் கௌரியைப் பார்த்தான். அவள் கண்கள் போகச் சொல்லின. போய் உட்கார்ந்தான். கற்பூரத் தட்டை அவன் முன்னால் நகர்த்தி ஒவ்வொன்றாக எரியும் தட்டில் போடுமாறு சைகையி லேயே சொன்னார். பிறகு தொடர்ச்சியாக நான்கைந்து தடவை கொட்டாவி விட்டார். கூட்டத்துக்குள்ளிருந்து யாரோ ஒருவர் "கை கட்டாதீங்க" என்றார்.

ஒரு நீண்ட கொட்டாவி. அதைத் தொடர்ந்து 'ஹூங்க்' என்ற கனைப்பு. பூசாரி உடலைச் சிலுப்பிக்கொண்டார். எல்லாரும் கைகூப்பி நின்றார்கள். அவர் கண்கள் செக்கச் சிவந்திருந்தன. ஹூஹூங் என்று கனைத்துக்கொண்டு கொஞ்சம் விபூதியை எடுத்து கடைசியில் நின்றிருந்த கௌரியைப் பார்த்து சோறு ஊட்டுவதுபோலச் சைகை செய்தார். அவள் முன்னால் வந்து பூசாரியை மண்டியிட்டு வணங்கி நிமிர்ந்து உட்கார்ந்தாள். "தாயே . . ." என்று அவள் தொடங்குவதற்கு முன்பே பூசாரிமேலிருந்த அம்மன் பேச ஆரம்பித்தது.

"கூடப் பொறந்தவன் எங்கேருக்கான்னு கவலைப் படறே மகளே. அவன் நல்லா இருக்கான். இன்னும் மூணு திங்கள்ல வாசல் வந்து நிப்பான். இப்ப அவன் வடதிசையிலேருக்கான். விசனப்படாதே. நீயும் அரசாளுவே. உன் சொல் கேக்க ஓடி வரும் எல்லா மக்களும். நானிருக்கேன், துயரப்படாதே. இந்தா இந்தக் கனியை நாளைக்கு ஒருவேளை தீபம் காட்டு. செவ்வா, வெள்ளி, தூபம் காட்டு. எல்லாம் நல்லதா நடக்கும்."

அம்மன் மீண்டும் சோறு ஊட்டுவதுபோல் சைகை காட்டியது. கௌரி புடைவை முந்தானையை நீட்டினாள். அம்மன் ஒரு எலுமிச்சம் பழத்தையும் கொத்து வேப்பிலையை யும் அவள் முந்தானையில் போட்டது. கையை நீட்டச் சொல்லி குங்குமத்தைப் போட்டது. இன்னொரு தடவை தெண்டனிட்டு எழுந்தாள். வெளியே போனாள். பாபுவுக்கு இருப்புக் கொள்ள வில்லை. எழுந்துபோக முடியாதுபோல இருந்தது.

கற்பூரம் போடும் வேலையை விட்டுவிட்டுப் போனால் அம்மன் கோபித்துக்கொள்ளும். இன்னும் மூன்று பேர் வந்து தெண்டனிட்டு வணங்கிக் குறி கேட்டார்கள்.

பாபு உட்கார்ந்து நெளிவதைப் பார்த்த ஒருவர் அவனைத் தொட்டு எழுந்திருக்கச் சொன்னார். குழந்தையுடன் முதலில் பார்த்தவர். அவன் இடத்தில் அவர் உட்கார்ந்து கற்பூரத்தைப் போட ஆரம்பித்தார். வெளியே வந்து அவசரமாக ஓடி

தோட்டத்தில் மறைவாக இருந்த மூலையில் சிறுநீர் கழித்தான். ‘அப்பாடா’ என்று மண்டபத்துக்கு வந்தபோது கௌரி தூணில் சாய்ந்து உட்கார்ந்து தொடர்கதை பைண்டிங்கை வாசித்துக் கொண்டிருந்தாள். அருகில் சென்று அமர்ந்தான். புத்தகத்தை மூடிவிட்டு "ஏண்டா வந்துட்டே?" என்றாள். பதில் சொல்லாமல் இருந்தான். "ஏண்டா, பசிக்குதா சாப்ட்றியா?" இல்லையென்று தலையை ஆட்டினான். "பின்ன ஏன் உம்முனு இருக்கே?" மௌனமாகவே இருந்தான். "டேய், ஊசி மூஞ்சி மூடா, பதில் பேசுறியா இல்லையா?" குட்டுவதற்காகக் கையை ஓங்கினாள். "உன்னால யாரயும் அடிக்க முடியாது. சும்மா னாச்சுக்கும் ஏன் கைய ஓங்கற" சிரித்தான். அவளுக்கும் சிரிப்பு வந்தது.

"நீதாம் சாமி சொல்றதக் கேட்டாச்சே, போலாமா?"

"இருடா, பூஜை முடிஞ்சு சாமி வந்துரட்டும். சொல் லிட்டுப் போலாம்."

பாபு சிறிது நேரம் மௌனமாக இருந்தான். பிறகு "இந்த சாமி கப்ஸா உடுது" என்றான். கௌரி இப்போது நிஜமாகவே தலையில் குட்டினாள். வலிக்காத குட்டு. "அப்பிடி யெல்லாம் சொல்லக் கூடாதுறா. தப்பு" என்றாள்.

"நீ அவருகிட்ட சொன்னதத்தான அம்மனும் சொல்லிச்சு. அப்ப கப்ஸாதான?"

அவள் பதில் சொல்லவில்லை. பாபு விடாமல் "அதுவும் தப்புத்தப்பா . . ." என்றான்.

"என்னடா தப்பாச் சொல்லிச்சு?" கோபமாகவே கேட்டாள்.

"பூனா எங்கேருக்கு?"

"இந்தியாவுலதான். ஏன்?"

"அய்ய, அது எங்களுக்கும் தெரியும். ஆனா எங்க?"

"உம் . . . மகாராஷ்டிரால"

"கரெக்ட். மேப்பில் பாத்தா மேற்குத் திசையில இருக்கு. ஆனா உங்க சாமி வடக்கேங்குது. தப்புத்தான?"

கௌரி சிரிப்பை அடக்கிக்கொண்டு "எல்லாம் சரிதான். இதப் போயி உங்க அத்தகிட்ட சொல்லாத" என்றாள்.

கோவிலுக்குள்ளிருந்து மணியோசை கேட்டது. அம்மன் மலையேறிவிட்டது. ஆட்கள் ஒவ்வொருவராக வெளியே

வந்தார்கள். மண்டபம் நிரம்பத் தொடங்கியது. கீழேயிருந்து பூசாரியம்மா பித்தளைச் செம்புடன் மேலேறி வந்தாள். வெயில் பட்டுச் செம்பு கண்ணைக் கூச வைப்பதுபோலப் பளபளத்தது. பூசாரியின் கனைப்புச் சத்தம் பக்கத்தில் கேட்டதும் கௌரி எழுந்தாள். பாபு அரை உடம்பைத் தூக்கி முழங்காலைப் பிடித்துக்கொண்டு வளைந்து நின்றான். பூசாரியம்மாவிட மிருந்த செம்பை வாங்கி வாய்க்கு மேல் உயர்த்திப் பிடித்துக் கொண்டு 'களகள'வென்று பாலை ஒரே மூச்சில் குடித்தார். 'யேவ்வ்வ்வ்' என்ற நீளமான ஏப்பத்துக்கும் 'ஈஸ்பரீரீரீ' என்ற பெருமூச்சுக்கும் பிறகு செம்பை மனைவியிடம் கொடுத்தார். அவள் அதை வாங்கிக்கொண்டு இறங்கிப் போனாள்.

"என்னம்மா, நல்ல வாக்காச் சொன்னாளா?"

"ஆமாங்க சாமி."

"கவலப் படாத, அவதான நம்மளுக்கெல்லாம் படி யளக்குறவ. அவளுக்குத் தெரியும். யாருக்கு எதை எப்பக் குடுக்கணும்னு. தைரியமாப் போ, நீ வீடு போய்ச் சேர்றதுக் குள்ள நல்ல சேதி வந்திருக்கும். நான் வர்றேன். சாப்டீங்களா? சாப்டுட்டுப் போங்க, ரெண்டர மணிக்குத்தான வண்டி. அதான் நேரங் கெடக்கே?" என்று படிகளை நோக்கி நகர்ந்தார்.

கௌரியின் கைகள் கும்பிட்ட நிலையில் இருந்தன. கண்களில் நீர் கோத்திருந்தது. அவனுக்கும் தொண்டை அடைப்பதுபோல இருந்தது.

"இங்க சாப்டுட்டுப் போலாமா, இல்ல ட்ரெயின்ல சாப்டுக்கலாமா?"

"ட்ரெயின்ல ஏறிட்டு சாப்டுக்கலாம்."

"சரி, அப்ப பேக்கை எடு. போலாம்" குனிந்து முதலில் புத்தகத்தையும் பிறகு பையையும் எடுத்தான். 'சிவகாமியின் சபதம்' தொடர்கதை பைண்டு. வாசித்து நிறுத்திய இடத்தில் கற்பூர இலையை அடையாளம் வைத்திருந்தாள். அந்தப் பக்கத்தை வாசித்தான். "தாயின் அன்பை அறியாத எனக்கு நீயே தமக்கையும் தாயுமாக இருந்து வந்தாய். வெகுகாலம் வரையில் நீ என் சொந்தத் தமக்கையென்றே எண்ணிக் கொண்டிருந்தேன். உன் கலியாணத்தின் போதுதான், நீ . . ." என்ற இடம்* வந்தபோது "டேய், படிக்கறத அப்றம் வெச்சுக்கலாம்" என்றாள். புத்தகத்தைப் பைக்குள் திணித்து

* 'சிவகாமியின் சபதம்' *கல்கி* பாகம் 4: அத். 18, 'தமக்கையும் தம்பியும்'

அவள் கையில் கொடுக்காமல் அதன் காதுகளுக்கிடையில் வலது கையை நுழைத்து தோளில் மாட்டிக்கொண்டான்.

கௌரியின் தங்கை சுகந்தி அக்கா வீட்டுத் திண்ணையில் உட்கார்ந்திருந்தாள். மீனாவும் அக்காவும் சதாண்ணியும் அவளிடம் பேசிக்கொண்டிருந்தார்கள். தட்டி வழியாக கௌரியும் பாபுவும் வருவதைப் பார்த்து எழுந்து வாசலில் வந்து நின்றாள். அவர்கள் தெரு முனையை எட்டியதும் "சேச்சி, முரளிச் சேட்டன் லெட்டர் போட்டிருக்கு. இப்ப போம்பேலேருக்காம். கல்யாணம்லாம் ஆயிருச்சாம். கிறிஸ்மஸ் லீவுக்கு வருதாம்" என்று குதித்துக்கொண்டே சொன்னாள்.

கௌரியின் முகத்தில் சிரிப்புப் பூத்தது.

நாடகம் முடிந்ததும் எல்லாரும் கைதட்டினார்கள். சர்ச்சிலிருந்து வந்திருந்த பாதிரியார் பேசினார். எல்லாம் முடிந்து போகும்போது பாபுவைத் தோளில் தட்டிக் கொடுத்து "வெல்டன் பாய்" என்றார். சந்தோஷமாக இருந்தது. முதன் முதலாக பேண்ட் போட்டிருந்தது சந்தோஷமாக இருந்தது. கௌரியும் அத்தையும் நாடகம் பார்க்க வந்திருந்தது சந்தோஷ மாக இருந்தது. மோத்தி 'நல்லா நடிச்சேடா' என்றது சந்தோஷ மாக இருந்தது. இன்னும் கொஞ்ச நேரம் பள்ளிக் கூடத்தில் இருக்கலாம். ஆனால் சகுந்தலா காத்திருப்பாள். தலைமை ஆசிரியரின் தலைக்கு மேலாகச் சுவரில் மாட்டப்பட்டிருந்த கடிகாரத்தில் மணி பதினொன்று. சகுந்தலா வந்து தயாராகி இருப்பாள். பன்னிரண்டு மணி பஸ் ஏறினால்தான் மூன்று மணிக்குக் கோயம்புத்தூர் போய்ச் சேரலாம்.

டாலீஸ் டீச்சர் அருகில் போய் நின்றான். "என்னடா, வீரச் சிறுவா?"

"நான் வீட்டுக்குப் போறேன் டீச்சர். ஊருக்குப் போணும்"

"அடடே, மறந்தே போயிட்டேண்டா, சரி, போ. ஆனா சீக்கிரம் வரணும். ஊர்ல தங்கச்சி இருந்தா, வெளயாட்டிருந் தேன்னு லேட்டா வந்தே காலுக்குக் கீழே பிச்சிடுவேன், என்ன புரிஞ்சுதா?" என்றார். பாபு சிரித்தான்.

டீச்சரிடம் வழவழப்பான கொண்டைப் பிரம்பு இருக்கிறது. ஆனால் அதனால் அவர் பையன்களை அடித்ததேயில்லை.

வகுப்பு அடங்காமலிருந்தால் மேஜைமேல் பிரம்பால் அடிப்பார். "சத்தம் போடாதீங்க. இல்ல காலுக்குக் கீழே பிச்சிடுவேன்" என்பார். இதுவரைக்கும் யார் காலும் பிய்ந்ததில்லை.

"நீங்க அடிக்க மாட்டிங்க டீச்சர்" என்றான்.

"திருடா, அத நல்லாத் தெரிஞ்சு வெச்சுக்கோ. உம்... போ. யாரு கூடப் போறே?"

"எங்க சக்குக்காவோட" என்று பதில் சொல்லிவிட்டு வெளியே வந்தான். ஹாலந்துச் சிறுவன் மேக்கப்பில் நடந்து போவதா, ஓடிப் போவதா என்று யோசித்தான். ஆளிருக்கும் இடத்தில் நடை. இல்லாத இடத்தில் ஓட்டமுமாக வீட்டுக்கு வந்து சேர்ந்தான். நாடகம் முடிந்தவுடனேயே வந்த அத்தை ஒரு காக்கிக் கான்வாஸ் பையில் சட்டைகளையும் டிரவுசர்களையும் எடுத்து வைத்திருந்தாள். அதைக் கீழே கொட்டினான்.

"எனக்கு டிரவுசர் வேண்டாம்" என்றான்.

"பேண்ட் இது ஒண்ணுதானடா இருக்கு. அங்கேருக்கிற எல்லா நாளும் அதையே போடுவியா? டிரவுசரையும் வெச்சுக்கோ. உங்கப்பாட்டே சொல்லி பேண்ட் தெச்சுத் தரச் சொல்லு. மொதல்ல கீள போட்டத உள்ள வெய்யி. செக்கன்டெ ஒரு வாசி" என்றாள்.

வாசலில் நிழலசைந்தது. சகுந்தலா. வெள்ளையில் வயலட்டும் நீலமுமான பூக்கள் பச்சை இலைகளுக்கிடையில் பூத்திருந்த புடவையில் இருந்தாள்.

நெற்றியில் அதே வயலட் நிறப் பொட்டு. இடது கையில் வெள்ளை, வயலட் வளையல்களை நிறைய அடுக்கியிருந்தாள். கழுத்தில் தங்கச் செயினை மறைத்து வயலட் நிற மணிமாலை. தோளில் பெரிய ரெக்சீன் பை. அது மட்டும் மஞ்சள்.

"ஏண்டி சக்கு, நீ என்ன ட்ரெயினிங்குக்குப் போறியா இல்ல ஏதாவது கல்யாணத்துக்குப் போறியா?" என்றாள் அம்மு.

"உங்களுக்குத் தெரியாதா சேச்சி, கல்யாணத்துக்குத்தான் போறேன். என்னோட கல்யாணத்துக்கு. இதோ என்னோட மாப்பிள்ள இருக்காரே, ஏங்க சார் நீங்க அத்த கிட்ட சொல்லலியா?" என்று சிணுங்கினாள்.

"போ, சக்குக்கா" என்றான் பாபு.

"மொளச்சு மூணு எல விடல. பையனுக்கு டிரவுசர் வேண்டாமாம். பேண்ட்தான் வேணுமாம். போய் அவங்கப்பா

கிட்ட தெச்சு வாங்கிக்கச் சொன்னேன்" என்று ஊதி விட்டாள் அத்தை.

"கவலப்படாதே மாப்ளே, கோயமுத்தூர்ல நல்ல சூட்டாவே தெச்சுக்கலாம்" என்றாள் சக்கு.

"டீ, சக்கு இத உன்னோட பையில் வெய்யி" என்று ஒரு பொட்டலத்தைக் கொடுத்தாள். பழுப்பு உறையில் தெரிந்த எண்ணெய் வட்டங்களும் உறையை மீறி வந்த வாசனையும் உள்ளே நெய் வர்க்கி இருப்பதைச் சொல்லின.

"சக்கு, போலாம்" என்றான் பாபு. அவள் கேலியாகச் சிரித்தாள். "இந்த மேக்கப்போடயா? கோமாளி. பாக்கறவங்க சிரிப்பாங்க. போயி மூஞ்சியக் கழுவிட்டு வாடா"

கொஞ்சம் ஏமாற்றமாக இருந்தது. வீரச் சிறுவன் மேக்கப்பைக் கோமாளி மேக்கப் என்கிறாளே என்று எரிச்சல் வந்தது. போய் முகத்தைக் கழுவினான். திரும்பியபோது சகுந்தலாவின் கையில் துண்டு இருந்தது. "இங்க திரும்புடா" என்று துடைத்து விட்டாள், ஒப்பனையையும் கோபத்தையும். "போலாம்டா" என்றாள். 'உம்' என்று பையை மாட்டிக் கொண்டு வெளியே வந்தவன் கௌரி வீட்டு ஜன்னலில் எட்டிப் பார்த்தான். அவளும் அவள் அம்மாவும் தரையில் உட்கார்ந்து மாவைச் சலித்துக் கொண்டிருந்தார்கள். "கௌரியேச்சி, கௌரியம்மா நான் போய்ட்டு வர்றேன்" என்றான்.

இரண்டு பேரும் 'சரிடா', 'செரி மோனே' என்று ஒரே சமயத்தில் சொன்னார்கள்.

"டீ, சக்கு நான் கீளே வரைக்கும் வரணுமா?" வாசலில் நின்று அத்தை கேட்டாள்.

"ஒண்ணும் வேண்டாம் சேச்சி. எனக்குத்தான் பெரியவர் தொணையிருக்காரே" என்று நடக்க ஆரம்பித்தாள்.

ஜப்பார் பாய் கடை வாசல்தான் கீழே போகிற பஸ்களுக்கான நிறுத்தம். காலியாக இருந்தது. அவர்கள் வந்து நின்றதும் பாய் கடைக்குள்ளிருந்து நிமிர்ந்து பார்த்தார். "எங்கெ, ப்ளெயினுக்கா?" என்றார். "ஆமாம் பாய்" என்றான். குரூப்பு கடை வளைவில் பஸ்ஸின் சத்தம் கேட்டது. வருவது டப்பா பஸ்ஸாக இருக்கக் கூடாது என்று மனதுக்குள் சொல்லிக் கொண்டான். புது பஸ்தான் வந்து நின்றது. யாரும் இறங்கவில்லை. இருவரும் ஏறினார்கள். பின் கதவு டொம்மென்று மூடியதும் நகர்ந்தது. பஸ்ஸில் அதிக கூட்டமில்லை. இடது

பக்க ஜன்னலோரம் இரட்டை சீட்டில் உட்காரப்போன பாபுவை "டேய், இங்க உக்காருடா" என்று வலது பக்க மூன்று சீட்டைக் காட்டினாள். சலித்துக்கொண்டே ஜன்ன லோரம் உட்கார்ந்தான். "எங்கேம்மா போறீங்க?" என்று வந்த கண்டக்டரிடம் "மூணு கோயமுத்தூர்" என்றாள் சக்கு. பாபு அவளைத் திரும்பிப் பார்த்தான்.

"ரெண்டா மூணாம்மா?" என்று சந்தேகத்துடன் கேட்ட கண்டக்டரிடம் "மூணு டிக்கெட் குடுங்க, இன்னொருத்தர் குன்னூர்ல ஏறுவாரு" என்றாள்.

அந்த மூன்றாவது டிக்கெட் யார்? கேட்கலாமா? பெரிய மனுசன் மாதிரி என்ன கேள்வி என்று சொல்லிவிடுவாள் என்ற தயக்கத்தில் பாபு பேசாமலிருந்தான். இரண்டு கைகளா லும் காதுகளைப் பொத்திக்கொண்டான். காதுக்குள் ஓவ் என்று கேட்டது. கைகளை மெதுவாக எடுத்தான். வ்வா என்றது. மறுபடியும் காதுகளைப் பொத்தினான். ஓவ். விட்டான் வ்வா. மறுபடியும் பொத்தியும் விலக்கியும் காதுக்குள் ஒலிக்கும் சத்தத்தைக் கேட்டுக்கொண்டிருந்தான். ஓவ்வா... ஓவ்வா... ஓவ்வா ... என்று காதுக்குள் விநோதமான சங்கீதம் கேட்டுக்கொண்டிருந்தது. குன்னூர் வந்த பிறகுதான் காதுகளி லிருந்து கைகளை எடுத்தான்.

குன்னூர் பஸ் ஸ்டாண்டில் வண்டி நின்றது. ஆட்கள் அடித்து மோதிக்கொண்டு ஏறினார்கள். பெரும்பாலும் தோட்டக்கார கவுடர்கள். மேட்டுப்பாளையத்துக்கும் கோயம்புத்தூருக்கும் போகிறவர்கள். ஒரு படகப் பெண் அவர்கள் இருந்த சீட்டில் உட்கார வந்தபோது சக்கு "ஆளிருக்கு, பாலாஜி இங்க, வா" என்றாள். பாபு திரும்பிப் பார்த்தான். இவன்தான் அந்த மூன்றாவது டிக்கெட்டா?

கீழ்த் தெரு முதலியாரின் மகன் பாலாஜி. இவன் எதற்கு சகுந்தலாவுடன் வருகிறான்? அவன் பக்கத்தில் வந்து உட்கார்ந்ததும் சக்கு அவனை ஒட்டிய மாதிரி நகர்ந்து கொண்டாள். 'இவருதான் உங்க மாப்ளையா?' என்று சிரித்தான். "ஆமா" என்றாள் சக்கு. இருவரின் பேச்சும் சிரிப்பும் பாபுவுக்கு ஆத்திரமூட்டின. 'இனிமேல் இந்த சக்குக்காவுடன் பேசக்கூடாது. இவள் வீட்டுக்குப் போகக் கூடாது. நிஜமாகவே இவள் கூடச் சேரக் கூடாது.'

சக்குவும் பாலாஜியும் குசுகுசுவென்று ஓயாமல் பேசிக் கொண்டிருந்தார்கள். இடையிடையே சிரித்துக்கொண்டார்கள். பாபுவுக்கு அவமானமாக இருந்தது. ஏமாற்றி விட்டாள்.

பொய் சொல்லிவிட்டாள். அழுகுணி ஆட்டம் ஆடிவிட்டாள் என்று நெஞ்சு வலித்தது. அப்படியே தூங்கிப் போனான்.

"ஒடந்துறை எறங்கறதிருக்கா?" என்ற கண்டக்டரின் குரல் எழுப்பியது. வண்டி பவானிப் பாலத்துக்கு முன்னால் நின்றிருந்தது. "ஆளெறங்கணும்" என்று சத்தம் கொடுத்துக் கொண்டே பாலாஜி எழுந்தான். சக்குவைப் பார்த்துத் தலையாட்டினான். கை நீட்டி பாபுவைத் தொட்டு "வர்றேன் மாப்ள" என்று சொல்லிவிட்டு இறங்கினான். சுற்றி வந்து ஜன்னலருகில் நின்றான். சக்கு பாபு மேல் சாய்ந்து ஜன்னல் வழியா எட்டிப் பார்த்து "புதங்கிழமை பத்து மணிக்கு ஆசுபத்திரிக்கு வந்துடு" என்றாள். பஸ் நகர்ந்தது. மேட்டுப் பாளையம் பஸ் ஸ்டாண்டில் நின்றபோது "டேய், ஏதாச்சும் வேணுமாடா?" என்று கேட்டாள் சக்கு. "ஒண்ணும் தேவை யில்ல" என்றான் பாபு.

"சாருக்குக் கோவமாக்கும். கோச்சுக்காதீங்க சார்" என்று அவன் கன்னத்தை வருடினாள்.

"சகுந்தலா, என்னத் தொட வேண்டாம்"

அந்தச் சின்னத் தொண்டையிலிருந்து வந்த கோப உறுமல் அவளுக்கு ஆச்சரியமாக இருந்தது. "சாரிடா" என்று உட்கார்ந்தாள்.

கோயம்புத்தூர் போய்ச் சேரும்வரை இருவரும் பேசிக் கொள்ளவில்லை.

உஸ்மான் டாக்டர் ஆஸ்பத்திரிக்குப் போன சக்கு திரும்பி வரும்போது எட்டு மணி தாண்டியிருந்தது. பாபுவும் நாராயணனும் கடைவீதிக்குப் போய்த் திரும்பியிருந்தார்கள். அவனுக்கு இரண்டு பேண்டுக்கு அளவெடுத்து அங்கேயே தைக்கவும் கொடுத்திருந்தது. கடைவீதி சென்டிரல் பிரியாணி ஓட்டலிலிருந்து எல்லாருக்கும் பார்சலும் வாங்கிக் கொடுத் திருந்தார். அவனை வீட்டில் கொண்டு வந்து விட்டுவிட்டு நாராயணன் நைட் டூட்டிக்குப் போயிருந்தார். பாபுவும் உமாவும் பிரியாணிப் பொட்டலத்தைப் பிரித்து வைத்துக் கொண்டிருந்தபோதுதான் சக்கு வந்தாள்.

"அட, பிரியாணி வாசம் தெரு முழுக்கக் தூக்குதேன்னு பாத்தேன். நம்ம வீட்லதானா?" என்று பையை சுவர் ஆணியில் மாட்டியபடியே சொன்னாள்.

"சக்கு, நீயும் உக்காரு. எடுத்துட்டு வர்றேன்" கார்த்தியாயினி சொன்னாள்.

"நீங்கதான் சொல்றீங்க, அண்ணனும் தங்கச்சியும் சொல்றாங்களான்னு பாருங்க."

"நீ வந்துட்டு சாப்ட்ரோம்னுதான் சொன்னான். நாந்தான் எட்டடிச்சிருச்சுன்னு சாப்டச் சொன்னேன்."

"பொடவய மாத்திட்டு வந்தர்றேன்" என்று உள் அறைக்குள் போனாள்.

"வேற பொடவ வேணும்னா கொடியிலிருக்கு. தொவச்சது. எடுத்துக்க" என்றாள் அம்மா.

"நானே கொண்டாந்திருக்கேன்" என்று பதில் வந்தது.

சற்றுப் பொறுத்து மாற்றுப் புடைவையில் வந்தாள். அவர்களுடன் சேர்ந்து உட்கார்ந்தாள். அம்மா பிரியாணிப் பொட்டலத்தைப் பிரித்து அவள் முன் வைத்தாள். சோற்றுக் கிடையில் இருந்து கறித் துண்டுகளைத் தேடியெடுத்து பாபுவின் இலையிலும் உமாவின் இலையிலுமாகப் போட்டாள்.

"அதுங்க சாப்புட்டுட்டுத்தான இருக்கு. நீ சாப்புடு."

"இருக்கட்டும்கா."

சாப்பிட்டுக்கொண்டே கார்த்தியாயினியிடம் பேசிக் கொண்டிருந்தாள். வெல்லிங்டன் குளிர். இந்த ஊர் வெயில். ஆஸ்பத்திரி. டிரெயினிங். அம்மு, கண்ணன் மாமா என்று எதையெதையோ சொல்லிக்கொண்டிருந்தாள். இலையை எடுத்துக்கொண்டே எழுந்து "காலைல நேரத்துல போகணும். சீக்கிரம் படுக்கணும்கா" என்றாள்.

"இனி என்ன பண்ணப் போறோம். படுக்க வேண்டியதுதான்." பங்கஜா மில்லின் ஒன்பது மணிச் சங்கு கேட்டது. "இதோ ஒன்பதாச்சே" என்றாள் கார்த்தியாயினி.

நடு அறையில் மூன்று பேருக்கான படுக்கையை விரித்தாள் அம்மா. "டேய், சக்கு அங்க, உமா பக்கத்துல நீ இங்க படுத்துக்க" என்று இடம் காட்டினாள்.

"நீங்கக்கா?"

"ரெண்டு ரூமுல வேறெங்க படுக்க, உள்ளதான்"' என்றாள். உமா "நானும் அம்மாகூட" என்று சிணுங்கினாள். "சரி வா" என்று அவளுக்கு விரித்திருந்த பாயையும் போர்வையும் உள்ளே கொண்டு போனாள். "வேணும்னா காத்தாடியப் போட்டுக்க."

வெல்லிங்டன்

"ஆங். சரிக்கா" படுக்கையில் உட்கார்ந்து நர்ஸ் கொண்டையை அவிழ்த்து ஜடை பின்னிக்கொண்டிருந்தாள். கொண்டைக்கு வைக்கும் துணி வளையத்தை எடுத்து பாபுவின் மேல் போட்டாள். அவன் போர்வையை இழுத்துத் தலையோடு மூடிக்கொண்டான். மெல்லிய போர்வை. முகத்தை மறைத்துப் படுத்தாலும் கண்களைத் திறந்து வெளிச்சத்தின் நிழல் உருவங்களைப் பார்க்கலாம். சக்குவின் நிழலாட்டங்களைப் பார்த்துக்கொண்டிருந்த பாபு எப்போதோ தூங்கிப் போனான்.

அணைக்கட்டுச் சுவரில் விழுந்திருந்த துவாரம் வழியாகக் கசியும் நீரை உள்ளங்கையால் பொத்திக் கொண்டிருந்தான். கை சில்லிட்டது. கையால் முகத்தைப் பொத்தினான். முகம் ஈரமானது. விழித்தான். நிஜமாகவே முகத்தை ஈரம் வருடிக் கொண்டிருந்தது. தொட்டான். சக்குவின் கை. போர்வையைத் தள்ளினான். கண்ணாடி ஓடு வழியாக அறைக்குள் விழுந்திருந்த நிலா வெளிச்சத்தில் சகுந்தலாவின் முகம் அவனுடைய முகத்துக்கு நெருக்கமாகத் தெரிந்தது. "சக்குக்கா" என்றான் மெதுவாக. "மெதுவா பேசுடா" என்று கிசுகிசுத்தாள். "கோவமாடா?" என்றாள். "ஹூஹூம்" என்று நெளிந்தான். "எம் மேல நெஜமாக் கோவமில்லயே?" அவள் கையைத் தொட்டு "இல்லவே இல்ல" என்றான். "அப்ப சரி" என்று விலகிப் படுத்தாள். பாபுவுக்கு என்னமோபோலிருந்தது. தண்ணீர் குடிக்க வேண்டும்போல இருந்தது. ஆனால் எழுந்திருக்கப் பிடிக்கவில்லை. சக்குவின் வலது கை அவன் இடது தோளைப் பிடித்து இழுத்தது. பலம் பிடித்து அசையாமல் இருந்தான். கை இறங்கி புஜத்தைப் பிடித்தது. அப்படியே ஒற்றைவிரலால் அக்குளில் வருடியது. கிச்சுகிச்சு பண்ணியதில் பாபு நெளிந்தான். சக்கு அவனைப் பலமாக இழுத்துத் தன் மேல் போர்த்திக்கொண்டாள். வேண்டும் போலவும் வேண்டாம்போலவும் இருந்தது அவனுக்கு. அவள் புடவை உடம்பின் மேலே இல்லை என்பதும் பிளவுசின் ஊக்குகளைக் கழற்றி விட்டிருக்கிறாள் என்றும் தெரிந்தது. அவன் தலையை இறக்கி மார்புகளுக்கிடையில் வைத்துக் கொண்டாள். வியர்வையும் பவுடரும் கலந்த மணம் அவன் மூக்குக்குள் நுழைந்தது. அவள் மூச்சுவிடுவதில் அவன் முகமும் ஏறி இறங்கியது. தள்ளிப் படுக்கும் யோசனையைப் பிடறியில் அளைந்துகொண்டிருந்த சகுந்தலாவின் கைகள் தடுத்தன. அணைக்கட்டு உடைத்து வெளியே கொட்டிய வெள்ளத்தில் பாபு மூழ்கினான்.

வியாழக்கிழமை. நாராயணன் ஊட்டி பஸ்ஸில் பாபுவை ஏற்றிவிட்டுக் கண்டக்டரிடம் சொல்லியிருந்தார்.

இன்னும் இரண்டு நாள் வீட்டில் இருந்திருக்கலாம். லீவு நிறைய எடுத்தால் டாலீஸ் டீச்சர் திட்டுவார். அதுவு மில்லாமல் அங்கே இருக்க அலுப்பாக இருந்தது. உமா ஸ்கூலுக்குப் போய்விடுவாள். காலையில் குதிரை வண்டிக்காரர் சபாபதி தெருவில் நின்று “உமாக் குட்டி” என்று சத்தம் போட்டதும் அவள் அலுமினியப் பெட்டியைத் தூக்கிக் கொண்டு ஓடுவாள். அந்தப் பெட்டி அழகாக இருந்தது. எல்லாப் புத்தகங்களையும் வைத்துக் கொள்ளலாம். உள்ளே துணி மூடிய இடம் இருந்தது. அதில் பென்சில்களை வைக்கலாம். எத்தனை கட்டு தீப்பெட்டிப் படங்களை வேண்டுமானாலும் வைக்கலாம். அடுத்த தடவை வரும்போது அதேபோல ஒரு பெட்டியை வாங்கித் தருவதாக அப்பா சொல்லியிருக்கிறார்.

உமா பள்ளிக் கூடத்துக்குப் போனதும் சக்குவும் ஆஸ்பத்திரிக்குப் போய்விடுவாள். அம்மா சமையறையில் அடைந்து கிடப்பாள். சாயங்காலம் அவர்கள் வரும்வரை பாபுவுக்கு வேறு ஒன்றும் செய்ய இல்லை. வெல்லிங்டனுக்குப் போனால் போதுமென்றிருந்தது. புறப்பட்டு வந்து விட்டான். சக்கு திங்கட்கிழமை ட்ரெயினிங் முடிந்து அன்று மாலையே வருவதாகச் சொன்னாள். பாபு, அத்தை, சின்னம்மா எல்லாரும் அதை நம்பினார்கள். அந்தத் திங்கட்கிழமை அவள் வர வில்லை. அடுத்த திங்களும் அதற்கடுத்த திங்களும் வரவில்லை. ஆனால் சக்கு சொன்ன மாதிரியே திங்கட்கிழமை புறப்பட்டுப் விட்டாள் என்று நாராயணன் அனுப்பிய கடிதத்தில் இருந்தது. உண்மை. அவள் வெல்லிங்டனுக்கு வரவில்லை. குன்னூருக்குப் போயிருந்தாள்.

●

பாபுவும் கூட்டாளிகளும் ராமர் கோவில் தோட்டத்தில் பேரிக்காய்களையும் ப்ளம் பழங்களையும் பறித்துக் கொண்டிருக்கிறார்கள். ராமர் தோட்டம்போல இருந்தாலும் கம்பி வேலி போட்டிருக்கிறது. ராமர் தோட்டத்துக்கு சவுக்கு மரங்கள்தான் வேலி. அவர்கள் எந்த மரத்தடியில் போய் நிற்கிறார்களோ அந்த மரம் வளைந்து 'இந்தா பறிச்சுக்கோ' என்று கிளைகளைத் தாழ்த்திப் பழங்களை நீட்டுகிறது. ஒரு மரத்தில்கூடக் காய்கள் இல்லை, எல்லாம் பழங்கள். பேரிகள் காய்வெட்டுப் பச்சையாக இல்லாமல் கனிந்த பசும் மஞ்சள் நிறத்திலிருக்கின்றன. ப்ளம்கள் செக்கச் செவேலென்று இருக்கின்றன. பழங்களைப் பறித்துப் பள்ளிக்கூடப் பையில் வைக்கிறார்கள். மரத்திலிருக்கும்போது பெரிய அளவு கோலிக் குண்டு மாதிரி இருக்கும் ப்ளம் பழங்கள் கையால் தொட்டதும் கவர் பந்து போல ஆகின்றன. பைக்குள் வைக்கும்போது உள்ளே நுழையவே முடியாமல் கால் பந்துப் பருமனுக்கு மாறுகின்றன. பைக்குள் போட வேண்டாமென்று எடுக்கும்போது மறுபடியும் சின்னப் பந்தாகின்றன. மரத்துக்குப் பக்கத்தில் கொண்டுபோகும்போது கோலிக்குண்டு அளவாகின்றன. மரத்திலேயே ஒட்ட வைத்து விடலாமென்று கிளைக்கு நெருக்கமாகக் காட்டும் போது அவை கையிலிருந்து துள்ளி மண்ணில் விழுகின்றன. தொடப்போகும்போது ஒவ்வொன்றும் தாவி எழும்பிப் பறந்து போகின்றன. பறக்கும் போது கீயூம் கீயூம் என்று கத்துகின்றன. பீட்ரூட் கிழங்கு நிறத்தில் ஒரு மேகம் நகர்ந்து வந்து எல்லாவற்றையும் மூடுகிறது. மரங்களும் பையன்களும் தோட்டமும் காணாமற் போகின்றன. பாபு மட்டும் தனியாக நடந்து வந்துகொண்டிருக்கிறான். கையில் ஃபுட்பால் சைசுக்குப் பழம்

இருக்கிறது. ப்ளம் பழத்தின் மினுமினுப்பான கதுப்புகளுடன் பேரிப் பழம். பின்னால் யாரோ நடந்து வரும் சத்தம் கேட்கிறது. திரும்பிப் பார்க்க நிற்கிறபோது 'அந்தப் பழத்த எனக்குக் குடுத்துட்டுத் திரும்பிப் பாக்காம நட' என்று முரட்டுக் குரலில் சொல்லுகிறது. பெத்துசாமி மாமாவின் குரல் போல இருக்கிறது. 'நான் தரமாட்டேன்' என்று ஓட்டம் பிடிக்கிறான். 'அதக் குடுத்துட்டுப் போ. இல்ல ஒன்ன விடமாட்டேன்' என்று குரலும் கூடவே ஓடிவருகிறது.

'கிசுக்கு . . . கிசுக்கு' என்று ஓடுகிறான். குரல் சுருட்டுப் புகையாகப் பின்னாலிருந்து வந்து அவனைக் கட்டிப்பிடிக்கிறது. அவன் ப்ளம்பேரியை சரஸ்வதி வேஷத்திலிருக்கிற கௌரியிடம் கொடுக்கிறான். அவள் கைபட்டதும் பழம் நிஜமான ஃபுட்பா லாகிறது. பாபு திமிறிக் கொண்டு தைரியமாகத் திரும்பிப் பார்க்கிறான். முன்னால் முனீஸ்வரன் நின்றுகொண்டிருக் கிறார். அவர் வாயில் வைத்திருக்கும் கில்லி தாண்டு மாதிரி நீளமான சுருட்டிலிருந்து புகை வருகிறது. வெள்ளை நிறத் தொங்கு மீசையும் அடர்ந்த வெள்ளைத் தாடியும் இருந்தாலும் அச்சு அசல் பெத்துசாமி மாமா முகமாக இருக்கிறது. அவர் அவனைத் தொடுகிறார். அவன் கண்களை இறுக்க மூடிக் கொண்டு "அய்யோ முனீஸ்வர மாமா" என்று அலறுகிறான்.

யாரோ அவன் தோளைத் தட்டினார்கள். கண்களைத் திறந்தான். பெத்துசாமி மாமா. அவர் உதட்டில் நெருப்புடன் கனிந்துகொண்டிருக்கும் சுருட்டு விழுந்து விடுவதுபோலத் தொங்கியது. அவன் மடியிலிருந்த ஃபுட்பால் நழுவி உருண்டு ஐந்து படிகளையும் தாண்டித் தெருவில் ஓடுவதைப் பார்த்த போதுதான் இருக்குமிடம் பிடிபட்டது. விமலாம்மா வீட்டுத் திண்ணை. உட்கார்ந்தவன் அப்படியே தூங்கிப் போயிருக்கிறான்.

"என்னடா, வெளக்கு வெக்கிற நேரத்தில தூங்கி வுளுற. ஒடம்பு கீது செரியில்லயா?" சுருட்டைப் பற்களால் கடித்துக் கொண்டே பெத்துசாமி கேட்டார். அவர் பேசும்போது சுருட்டு மேலும் கீழும் போவதைப் பார்த்துக்கொண்டிருந்தான்.

"டே, ஊசி, உங்கிட்டதான கேக்குறன்" என்றார் மறுபடி யும். அதற்குள் உள்ளேயிருந்து விமலா வந்தாள். வாசல் நிலையில் நின்று "என்னாச்சு நைனா? என்னமோ சத்தம் கேட்டுச்சே?" என்று பெத்துசாமியையும் பாபுவையும் குழப்ப மாகப் பார்த்தாள்.

"சாரு, இங்க ஒக்காந்து அப்டியே தூங்கிட்டாப்பல. நாந்தொட்டு எளுப்பினதும் கத்திகிட்டு முளிமுளின்னு முளிச்சுகிட்டு இருக்காரு" என்றார்.

விமலா அவனைப் பார்த்துச் சிரித்துக்கொண்டு “என்னடா, சாயந்தரத்துல கெனாவா?” என்றாள். பாபுவுக்கு அவள் அப்படிப் பார்த்ததும் கேட்டுச் சிரித்ததும் வெட்கமாக இருந்தது.

“மேட்ச் ஆடிட்டு வந்தேன். அத்தையைக் காணம். வீடு பூட்டிருந்துச்சு. கௌரியேச்சி வீட்லயும் ஆருமில்ல. உங்க வீடும் சாத்திக் கெடந்துது. திண்ணையில் ஒக்காந்தேன். தூங்கீட்டம் போலருக்கு” என்று தலையைக் குனிந்து கொண்டான்.

பெத்துசாமி வாயிலிருந்து சுருட்டை எடுத்து புகை நெளியச் சிரித்தார். “ஏண்டா, கெனாக் கண்டு கத்திகிட்டு முளிக்கிறாப்பல தூங்கிட்டு தூங்கீட்டம்போலங்கிறியே? நல்லா இருக்கேடா கத.”

“நைனா சும்மா வுடு. அவன் மேட்ச் ஆடுன களப்புல தூங்கீருப்பான். டே, நீ உள்ளாற வாடா. உங்க அத்தை, கௌரி ஊட்டுல, எங்கம்மா எல்லாரும் குன்னூருக்கு போயிருக்காங்க. வர்ற வரைக்கும் இங்க இரு. டீ குடிக்கிறியா? வா” திண்ணையை ஒட்டி நின்று எக்கி பாபுவின் கால் பக்கத்திலிருந்த புத்தகப் பையை எடுத்தாள். திரும்ப உள்ளே போனாள்.

“தோ வர்றேன்” என்று திண்ணையிலிருந்து அப்படியே தெருவில் குதித்தான். காவாய் ஓரத்தில் சிறு குழியில் தேங்கி யிருந்த முந்திய நாள் மழை நீரில் சுழன்றுகொண்டிருந்த பந்தை எடுத்துக்கொண்டான். பந்து நஜீருடையது. மேட்ச் முடிந்ததும் பந்தை இவனையே வைத்திருக்கச் சொல்லிவிட்டு டியூஷனுக்கு ஓடிப் போனான். படியேறும்போது பெத்துசாமி இறங்கி வந்துகொண்டிருந்தார்.

“கோயிலுக்குப் போறன். நீ வர்றியாடா.”

பாபு யோசித்தான். கனவில் வந்த முனீஸ்வரனை மறுபடியும் பார்க்கப் பயமாக இருந்தது. தப்பு செய்பவர்களின் கனவில்தான் முனீஸ்வரன் வந்து பயம் காட்டுவார் என்று அத்தை சொல்லியிருக்கிறாள். அவளைப் பொருத்து எல்லா சாமிகளும் பயப்படுத்துகிறவர்கள்தாம். பாபு அதை நம்பவில்லை. ஆனால் அதையே பெத்துசாமி மாமாவும் சொல்லியிருக்கிறார். அவர்தான் பஜார் முனீஸ்வரன் கோவிலில் பூசாரி. அவர் சும்மா சொல்லமாட்டார். வகுப்பில் பேசினான் என்பதற்காக மோத்தியை டீச்சரிடம் அடிவாங்க வைத்தான். அடி வாங்கிச் சிவந்த உள்ளங்கையை ஊதி விட்டுக்கொண்டு “நான் பேசாமத்தான் இருந்தேன் டீச்சர். செல்வாதான் அவனா

வந்து பேசுனான். அதுக்கு இந்த பாபு என்னைய அடிவாங்க வெச்சுட்டான்" என்று மூக்கால் அழுதான். தன்னிடம் அவன் பேசமாட்டான் என்றுதான் பாபு நினைத்தான். "நீதாண்டா ஸ்கூல்ல என்னோட பெஸ்ட்டு ஃப்ரெண்டு. நீயே அடிவாங்கிக் குடுத்திட்டியே" என்று மோத்தி அழுதபோது பாபுவுக்கு வருத்தமாகப் போனது. அன்று இரவு கனவில் முனீஸ்வரன் ஆரோக்கியசாமி சாரின் கொண்டைப் பிரம்பை ஆட்டிக் கொண்டு வந்தார். அதற்குப் பிறகு இன்றைக்குத்தான் மறுபடி யும் வந்திருக்கிறார்.

"என்னடா வர்றியா?" பெத்துசாமி சுருட்டை எச்சில் துப்பி அணைத்தார். தலையில் கட்டியிருந்த மப்ளரை அவிழ்த்து பாதிச் சுருட்டை ரோமம் அடர்ந்த வலது காதுக்குமேல் செருகி வைத்தார். மப்ளரை உதறி மறுபடியும் தலையில் கட்டிக்கொண்டார். அவன் இல்லையென்று தலையாட்டியதும் சிரித்தார்.

"அப்போ, விமலா கூட இரு. அவ தனியா இருக்கா. நாகராஜுவுமில்ல. நீயும் எங்கியும் ஓடாம அவ கூடவே இரு" என்று நடந்தார்.

பாபு பந்தை ஒரு தட்டுத் தட்டினான். அது கும்மென்று அவனைவிட உயரமாக எழுந்தது. கைகளில் பிடித்துச் சுழற்றும் போது ஞாபகம் வந்தது. அம்மு, கீரைப் பாட்டிக்குக் கொடுக்கச் சொன்ன நாலணா பாக்கியைத்தான் பந்துக்குக் காற்றடிக்கவும் வாங்கித் தின்னவும் செலவு செய்திருந்தான். பள்ளிக்கூடம் விட்டதும் ஓடியதில் காசைக் கொடுக்க மறந்து போனோமா இல்லை வேண்டுமென்றே செலவழித்தோமா என்று யோசித்தான். வேண்டுமென்றே செலவழித்ததனால்தான் முனீஸ்வரன் கனவில் வந்திருக்கிறார். குளிரிலும் பயத்திலும் அவனுக்கு நடுங்கியது.

"இன்னும் ஏண்டா அங்கியே குளுருல நிக்கிறே. உள்ளாற வா. டீ வெச்சிருக்கேன்" விமலாவின் குரல் படியிறங்கி வந்தது. அது வந்த வழியே படியேறி உள்ளே போனான். கூடத்தில் நின்று பந்தை எங்கே வைப்பது என்று யோசித்தான். வீட்டில் கொண்டு போய் வைத்தால் அத்தை கண்ணில் படும். காசை என்ன பண்ணினாய் என்று கேட்பாள். நாலணா தேத்தும் வரை பந்தை இங்கேயே வைக்கலாம். விமலாக்கா ஒத்துக்கொள்வாள்.

"நான் இங்கே இருக்கேண்டா" என்று அவளுடைய அறைக் குள்ளிருந்து சொன்னாள். உள்ளே போனான்.

அந்த வீட்டில் விமலாவுக்கு மட்டும்தான் தனி அறை. எந்த நேரமும் அதற்குள்ளேயே அடைந்து கிடப்பாள். படிப்பை

முடித்து இரண்டு மூன்று வருடங்களாகியும் வேலைக்கு எங்கேயும் போகவில்லை. வீட்டில்தான் இருக்கிறாள். வேறே எங்கும் போகவும் மாட்டாள். யாருடனும் சேரமாட்டாள். யாருடனும் அதிகம் பேசமாட்டாள். சிநேகிதிகளே இல்லாமல் எப்படி இருக்கிறாள் என்று பாபுவுக்கு ஆச்சரியமாக இருக்கும். கைக்குக் கிடைக்கிற எல்லாப் பத்திரிகைகளையும் படித்துக் கொண்டிருப்பாள். அவளிடம் நிறைய தொடர்கதை பைண்டிங்குகள் இருந்தன. அவற்றைப் படித்துக்கொண் டிருப்பாள். இல்லையென்றால் டிரான்சிஸ்டரில் பாட்டுக் கேட்டுக்கொண்டிருப்பாள். தெருவில் அவள் வீட்டில் மட்டும்தான் டிரான்சிஸ்டர் இருந்தது. பாட்டுக் கேட்கிற கொஞ்சம் வீடுகளிலெல்லாம் ரேடியோதான். அவள் பாட்டுக் கேட்பதே வேடிக்கையாக இருக்கும். டிரான்சிஸ்டரை மேஜை மேல் வைத்தோ காதில் வைத்தோ கேட்கமாட்டாள். ஜாக்கெட்டுக்கும் புடவைக் கொசுவத்துக்கும் இடையில் வயிற்றோடு அதை அணைத்துப் பிடித்துக்கொண்டுதான் கேட்பாள். உட்காரும்போதும் படுத்திருக்கும்போதும் ரேடியோ வயிற்றின் மேல் கிடந்து பாடிக்கொண்டிருக்கும். இப்போதும் கூட கட்டிலில் உட்கார்ந்து வயிற்றையொட்டிவைத்திருந்த டிரான்சிஸ்டர் 'நாளை இந்த வேளை பார்த்து ஓடி வா நிலா' என்று பி. சுசீலாவாகப் பாடிக்கொண்டிருந்தது.

"அக்கா, இந்த பாலை இங்கே வெக்கட்டா, நாளைக்கு வந்து எடுத்துக்குறேன்" என்றான் பாபு.

"ஏண்டா, உங்க வீட்ல வெக்கறதுக்கென்ன?" கேட்டுக் கொண்டே "கட்டிலுக்கடியில வேணா வெய்யி" என்று கால் களை உயர்த்தினாள். பாபு பந்தைத் தரையில்போட்டு காலால் உதைத்துக் கட்டிலுக்கு அடியில் தள்ளிவிட்டான். தெருவைப் பார்த்த ஜன்னலின் திட்டில் உட்கார்ந்து டீயை வாங்கிக் குடித்தான். கோப்பையை ஜன்னல் திட்டிலேயே வைத்தான்.

போயர் தெருப் பையன்களோடு போன வாரமே மேட்ச் ஆடி பீட் பண்ணுவதாக அவனும் நஜீரும் பையன்களும் பந்தயம் கட்டியதையும், இன்றைக்கு விளையாடியதையும், கீரைப் பாட்டிக்குக் கொடுக்கச் சொல்லி அத்தை தந்த காசைச் செலவழித்ததையும் சொன்னான்.

"சரிடா, மேட்ச் என்னாச்சு, ஜெயிச்சீங்களா தோத்தீங்களா?"

"தோத்துட்டோம். அவன்ங்க ஃபௌல் கேம் ஆடி தோக்கடிச்சுட்டான்ங்க" என்று உதட்டைப் பிதுக்கினான்.

"நான் வேணா காசத் தரட்டுமாடா? அத்தைகிட்ட இன்னிக்கு மறந்துட்டேன் நாளக்கிப் பாட்டீட்ட குடுத்துட றேன்னு சொல்லிடு" என்றாள்.

“வேண்டாக்கா. நான் மாமா கிட்டயோ கௌரி யேச்சீட்டயோ வாங்கிக்குவேன்.”

“ஏன் நாங்க குடுக்குற காசு செல்லாதாக்கும்? ஆனாலும் ஒனக்கு கௌரியேச்சிதாண்டா எப்பவும் பெரிசு. நாம எப்பவாது கூப்புட்டா, கூப்புட்ட மூணாவது நாளு வந்து என்னான்னுன்னு கேப்பே. அவ கூப்புடறதுக்கு முன்னால ஓடிப்போயி வாலாட்டிகிட்டு நிப்பே. அவ வெச்சிருக்கிற சொக்குப் பொடீல கொஞ்சூண்டு வாங்கிக் குட்றா.”

“நீ பேசுறது புடிக்கலேக்கா. அதுகிட்ட சொக்குப் பொடி யொண்ணுமில்ல. அது ரொம்ப நல்லது.”

“அப்ப நாங்கல்லாம் கெட்டதாக்கும்? ஒனக்கு அவளச் சொன்னாப் பொறுக்காதே. அவ குசு வுட்டாக்கூட ரோஜாப்பூ வாசமடிக்குதுன்னு சொல்ற பையண்டா, நீ” என்று சிரித்தாள் விமலா. அந்தச் சிரிப்பு எரிச்சல் மூட்டியது. கூடவே அவளுடைய டப்பா டிரான்சிஸ்டரும் ‘கொர்’ரென்று அனத்தியது. இரண்டும் சேர்ந்து பாபுவுக்கு ஆத்திரமூட்டின. ஜன்னல் திட்டிலிருந்து விருட்டென்று எழுந்தான். கட்டிலுக்கு அடியில் பந்தைத் தேடினான். அந்தச் சனியன் உருண்டுபோய் கைக்கெட்டாத மூலையில் கிடந்தது. நிமிர்ந்து கட்டிலின் மேலிருந்த புத்தகப் பையை எடுக்கக் கை நீட்டினான். விமலா ஒரு கையால் டிரான்சிஸ்டர் வயிற்றை அமுக்கிக்கொண்டு இன்னொரு கையால் பையை எடுத்து முதுகுக்குப் பின்னால் ஒளித்துக் கொண்டாள். “பையக் குடுக்கா. நான் போறேன்” என்று கட்டிலில் கவிழ்ந்து பையை எடுக்கப் பார்த்தான். அவள் விடவில்லை. “கோச்சுகிட்டியாடா” என்று அவன் கையைப் பிடித்தாள். உதறிக் கொண்டு விலகி நின்றான்.

பாபு ஜன்னலில் பார்த்தபோது கௌரி அவள் வீட்டுக் கதவைத் திறக்கக் குனிந்திருப்பது தெரிந்தது. இங்கிருந்தே “கௌரீய்” என்று கத்தினான். திறந்த கதவை உள் நோக்கித் தள்ளிவிட்டு நிமிர்ந்து பார்த்தாள். “இங்கே விமலாக்கா வீட்ல” என்று கைகளை ஜன்னல் கம்பிகளுக்கு இடையில் நுழைத்து ஆட்டினான். எந்த வீட்டிலும் இன்னும் விளக்குகள் எரிய வில்லை. விமலாவும் அறைக்குள்ளும் திண்ணையிலும் லைட்டைப் போடாமலிருந்தாள். தெரு விளக்கும் இன்னும் போடாமலிருந்தது. கௌரி இந்தப் பக்கம் பார்த்தாலும் அரண்ட வெளிச்சத்தில் நிழலாகத்தான் தெரியும். “இருடா, லைட்டைப் போட்டுட்டு வர்றேன்” என்று வீட்டுக்குள் போனாள். மறு கணம் குழல் விளக்கின் வெளிச்சம் பெரிய செவ்வக விரிப்பாக அவர்கள் வீட்டு வாசலில் விழுந்தது. அதன் நடுவில் கௌரி நின்றாள். “அங்கே என்னடா பண்றே?” என்று கேட்டாள்.

“எல்லாரும் குன்னூருக்குப் போயிருக்காங்களாம். விமலாக்கா தனியா இருக்குன்னு மாமா என்னெ இங்க இருக்கச் சொன்னாரு. இதோ வர்றேன்” என்று அறைக்குள் திரும்பினான். படக்கென்று தாவி விமலாவின் முதுகுப் பக்க மிருந்த பையை எடுத்துக்கொண்டான். அவன் உரசியதில் கொஞ்சம் தள்ளாடி ஒதுங்கி உட்கார்ந்தாள் விமலா. “நான் போறேன்” என்று நகர்ந்தான். விமலா எழுந்து அறை விளக்கைப் போட்டாள். அவள் முகம் கூம்பிப் போனதுபோலத் தெரிந்தது. கவனிக்காததுபோல் பாபு கட்டிலுக்கு அடியிலிருந்து பந்தை மீட்க முயற்சிசெய்து கொண்டிருந்தான். காலால் துழாவியதும் பந்து இன்னும் உள்ளே உருண்டு அடுக்கி வைத்திருந்த பெட்டி களுக்கு இடையில் மாட்டிக்கொண்டது. அதை எடுக்க நின்றால் விமலாக்கா இன்னும் ஏதாவது சொல்லுவாள். இங்கேயே கிடக்கட்டும். நாளைக்கு நஜுவிடமோ ராஜுவிடமோ சொல்லி எடுத்துக்கொள்ளலாம். இனி இங்கே வரவே கூடாது.

‘இந்த விமலாக்கா ரொம்பப் பொறாமை புடிச்சது.’

“என்னடா சொன்னே? விமலாக்கா பொறாம புடிச்சதா? ஆமாண்டா உங்க ச . . . வூ . . . ரீ மாதிரி வேலக்கிப் போகலேன்னு பொறாம. அவ மாதிரி புதுசு புதுசா பொடவ கட்டலேன்னு பொறாம. ஒன்ன மாதிரி பெரிய மனுசனெல்லாம் அவ காலச் சுத்தி நடக்குறீங்கன்னு பொறாம. போடா இவனே” என்றாள். அதைச் சொல்லும்போது அவள் முகம் கோபத்தில் வீங்கியதுபோலத் தெரிந்தது.

பாபுவுக்கு ஆத்திரமாக இருந்தது. எதற்கெல்லாம் பொறாமைப்படவில்லை என்று சொன்னாளோ அதற் கெல்லாம்தான் அவள் ஆசைப்படுகிறாள் என்று நினைத்தான். தான் கௌரியின் காலைக் கட்டிக்கொண்டு நடப்பதாகச் சொன்னதுதான் எரிச்சலாக இருந்தது. அதை விடவும் கௌரியை சவுரி என்று சொன்னது கோபமூட்டியது. அழுகை வந்தது. மூக்கை உறிஞ்சிக்கொண்டே “ஒனக்கு பொறாமதான்கா, கௌரியேச்சி ரொம்ப நல்லது. ஒன்ன மாதிரி இல்ல. ஒன்ன மாதிரி யாருமில்லாதப்ப மிலிட்டரி அண்ணாவக் கட்டிப் புடிச்சுகிட்டு நிக்காது” என்றான்.

விமலாவுக்கு முகம் சுருங்கியது. அதைப் பார்க்கப் பாபுவுக்கு வருத்தமாகவும் சந்தோஷமாகவும் இருந்தது. ‘பின்னே கௌரியைச் சொன்னா சும்மா வுடுவமா’ என்று முனகினான்.

வீட்டுக்கு வரும் சந்திரனை விமலாவுக்குப் பிடித் திருந்தது. அவனுக்கும் ஊர் குடியாத்தம்தான். ரெஜிமெண்டில்

புதிய ரெக்ரூட். சிப்பாய்களுக்கு வெளியே போய்வர அனுமதி கிடைக்கிற நாட்களில் பெத்துசாமி வீட்டுக்குத்தான் வருவான். பெத்துசாமியின் ஒன்று விட்ட அக்காவின் பிள்ளை அவன். நந்தகோபாலை அவருக்குப் பிடிக்கவில்லை. ஆனால் சந்திரனை மிகவும் பிடித்திருந்தது. அவன் வந்தால் பக்கத்தில் உட்கார்ந்து வெகு நேரம் பேசிக் கொண்டிருப்பார். 'கோவாய் மெஸ்ஸுல என்னத்தப் போடப் போறாங்க. காஞ்சுபோன சப்பாத்தியும் வாயில வெக்க முடியாத சப்ஜியும்தான. பையனுக்கு நாக்கு செத்துப் போயிருக்கும். நல்லதாச் சாப்பிடட்டும்' என்று மார்க்கெட்டுக்குப் போய் லாலா மட்டன் ஸ்டாலில் கால்கடுக்க நின்று முற்றாத ஆட்டுக் கறியாக வாங்கி வருவார். அதை அடுப்பில் தயார் செய்து பரிமாறும் வரைக்கும் விமலாம்மா முணுமுணுத்துக்கொண்டே இருப்பாள். 'அவங்கவங்க ஆளுன்னா கண்ணுலயும் நாக்குலயும் தேன் ஒளுகுது. நம்ம ஜனம்னா விளக்கெண்ணெ வடியுது.' பெத்துசாமிக்கும் அது கேட்கும். சிரித்துக்கொள்வார். விமலாவைப் பார்த்து அந்தச் சிரிப்பைப் பங்கு போட்டுக்கொள்வார்.

பெத்துசாமியும் விமலாம்மாவும் இல்லாத ஒன்றிரண்டு தடவைகூட சந்திரண்ணன் வந்திருக்கிறான். அப்போதெல்லாம் விமலா பாபுவைத்தான் கடைக்கு விரட்டுவாள். அவளுடைய அறையில் உட்கார்ந்து பேசிக்கொண்டிருப்பார்கள். அந்தச் சமயத்திலெல்லாம் விமலா திண்ணை ஜன்னலை மூடி வைத்துவிடுவாள். வழக்கமாக ஜன்னலை தாழ்போடாமல் சும்மாதான் மூடிவைப்பாள். சந்திரன் இருந்தால் மறக்காமல் தாழிட்டுவிடுவாள். அவர்கள் வீட்டுக் கதவு எப்போதும் உள்ளே தாழிடப்பட்டிருக்கும். வாரப் பத்திரிகைகள் கொடுக்கவோ வேறு ஏதாவது வாங்கவோ பையன்களோ மற்றவர்களோ அந்த ஜன்னல் பக்கமாகத்தான் வருவார்கள்.

விமலாவிடமிருந்து நிட்டிங் ஊசிகளை மாற்றி வாங்க வந்து ஜன்னலைத் தள்ளியபோதுதான் அது உள் பக்கமாகத் தாழிடப்பட்டிருந்தது பாபுவுக்குத் தெரிந்தது. அது ஒரு சனிக்கிழமை. நாலு மணி பாசஞ்சர் மேலே ஊட்டிக்குப் போன நேரம். பெத்துசாமி மாமா கோவிலுக்குப் போயிருந்தார். விமலாம்மா கண்டோன்மெண்ட் போர்டு பள்ளியில் மாதர் சங்கத்துக்குப் போயிருந்தாள். அத்தை விரட்டித்தான் அவனே வந்திருந்தான். ஜன்னலுக்கு அந்தப் பக்கமாக ரேடியோ சத்தத்தை மீறிப் பேச்சுக் குரல்கள் கேட்டன. இரண்டு பேருமில்லாதபோது யாரோடு பேசிக் கொண்டிருக்கிறாள் என்று பாபுவுக்கு யோசனையாக இருந்தது. வாசற் கதவை யொட்டியிருக்கும் சின்னத் திண்ணையில் ஏறி இடிந்த வீட்டுக்குள்ளே குதித்தான். இரவில் அவசரமாக ஒன்றுக்குப்

போக ஒதுங்குவதைத் தவிர இங்கே வரவேயில்லை. அதுதான் எருக்கஞ் செடிகள் புதராக மண்டியிருக்கிறது. பட்டம் சீசனிலும் ஐ ஸ்பை ஆட்டத்தின் போதும்தான் பையன்களுக்கு இடிந்த வீட்டில் வேலை. கண்ணாடியைப் பொடி பண்ண, வஜ்ரமும் பசையும் காய்ச்ச, மாஞ்சா போட. மற்ற சமயங்களில் ஒளிந்து கொள்ள. சுவருக்குப் பதிலாக அடித்திருந்த தட்டி வழியாகக் கண்ணை இடுக்கிக்கொண்டு பார்த்தான். விமலாவின் அறைக்கு வெளியே கூடத்துச் சுவரில் இரண்டு நிழல்கள் ஒட்டிக் கொண்டிருப்பதுபோலத் தெரிந்தது. கண்ணை ஒரு தடவை சிமிட்டித் திரும்பவும் பார்த்தபோது விமலாக்காவின் முதுகு தெரிந்தது. முதுகின் இரண்டு பக்கமும் சந்திரனின் கைகள் வளைந்து பிடித்திருந்தன. பாபுவுக்கு என்னமோபோல இருந்தது. இன்னும் கொஞ்ச நேரம் பார்க்கலாம் என்று இருந்தது. 'இங்கேருக்கிற விமலா வீட்டுக்குப் போய் ஊசியை மாத்திட்டு வர இவ்வளவு நேரமா' என்று கேட்பாள் என்பது உறுத்தியதும் தட்டியை விட்டு நகர்ந்தான். திண்ணையில் ஏறி கதவருகில் நின்று குரலை மாற்றி 'அட்டேன்ஷன்' என்று கத்தினான். உள்ளேயிருந்து யாரும் வருவதற்குள் பாய்ந்து மாரியம்மன் கோவில் புல் மேட்டுக்கு வந்து விட்டான்.

யாரிடமாவது அதைச் சொல்லிவிட வேண்டும்போலிருந்தது. நஜீரிடமோ ராஜுவிடமோ குஞ்ஞுமோன் ராதாவிடமோ சொல்லலாம். ஆனால் அந்தச் சமயத்தில் எல்லா படாவாக் களும் எங்கோ போய்த் தொலைந்திருந்தார்கள். அடக்கி வைத்துக்கொள்ள முடியாமல் சாயங்காலம் கௌரி திரும்பி வந்ததும் அவளிடம் தனியாகச் சொன்னான். "நீ ஏண்டா அப்பிடிக் கத்துனே? சரி, ஒன்னோட ஓட்டை வாய வெச்சுட்டு எல்லாரிட்டயும் இத சொல்லிட்டிருக்காதே" என்றாள். அவள் சொன்னதனால் அந்த ரகசியத்தை யாரிடமும் சொல்லவே இல்லை. அந்த கௌரியைத்தான் இந்த விமலா சவுரி என்று பழிப்புக் காட்டுகிறாள்.

"கௌரியேச்சி எவ்ளோ நல்லது. யாருகிட்டயும் சொல்லாதேன்னுதான் சொல்லிச்சு. நீ அத கிண்டல் பண்றே" பாபு கண்ணையும் மூக்கையும் துடைத்துக்கொண்டான். பையைத் தோளில் சரியாக மாட்டிக்கொண்டான். கதவுக்குப் பக்கமாக நகர்ந்தபோது விமலா வேகமாக எழுந்து அவனிடம் வந்தாள். அவனுடைய முகத்தை இரண்டு கைகளாலும் பிடித்துக் கொண்டு அவனுடைய உதடுகளில் முத்தமிட்டாள். பாபு அவளைத் தள்ளிவிட்டான். அந்த முத்தத்தில் தேநீரின் மிச்ச வாசனை இருந்தது. வாயைத் துடைத்துக்கொண்டான். பயமாக இருந்தது. விமலா அவன் பயத்தைப் பார்த்துச் சிரித்தாள்.

“இதையும் ஒங்க சவுரிகிட்ட சொல்லு” என்றாள். அவன் வேகமாகக் கதவைத் தாண்டி வாசற் கதவைத் திறந்து படிகளிறங்கி கௌரி வீட்டு வாசலில் நின்றபோது தெருக் கம்பத்தில் விளக்கு பளிச்சென்று எரிந்தது.

இனி விமலாக்கா வீட்டுக்குப் போகக்கூடாது என்று முடிவு செய்திருந்தாலும் பெத்துசாமி மாமா கூப்பிட்டபோது போகாமல் இருக்க முடியவில்லை. தயங்கித் தயங்கிப் போன போது விமலாம்மா கேட்டாள் “ஏண்டா இப்பல்லாம் இங்கே வர்றதில்ல? புஸ்தகம் வாங்க குடுக்கன்னு வந்து போறவன நாலஞ்சு நாளாக் காணல?” என்றவள் விமலாவைப் பார்த்து “ஏமி விமலா, நீ ஏதாவது சொன்னியா? சண்ட கிண்ட போட்டியா அவங்கிட்ட?” என்றும் கேட்டாள்.

“ஆமா, நான் இந்தியா அவன் பாகிஸ்தான். அதான் சண்டை. நீ வேற? நான் என்னாத்துக்கு அவங்கிட்ட சண்டை போடறேன். அவனாத்தான் கோச்சுகிட்டுப் போனான்” என்றாள் விமலா.

“நா ஒண்ணும் பாகிஸ்தான் இல்லை.” என்று முறைத்தான் பாபு.

“ஆமா, பெரிய மானெக்‌ஷா” என்று பழிப்புக் காட்டினாள் விமலா.

“மானெக்‌ஷா கோச்சுகிட்டுப் போனா இந்திரா காந்தி தாம்மா சமாதானம் பண்ணனும்” என்றார் பெத்துசாமி. அதைக் கேட்டதும் விமலாவுக்குச் சிரிப்பு வந்தது. “நைனா, மானெக்‌ஷா இவன் மாதிரி ஊசியாட்டமா இருப்பாரு?” என்று சிரித்தாள். பாபு அவளை முறைத்தான். அவள் சிரிப்பு மாறாமல் யார் கவனத்திலும் படாதபடி உதட்டைக் குவித்துக் காட்டினாள். பாபுவுக்குக் காதுகளில் சுடுவதுபோல இருந்தது. விமலாம்மா உள்ளே போனாள். பாபு தலையைக் குனிந்து கொண்டு “எதுக்கு மாமா வரச் சொன்னீங்க?” என்றான்.

“டே ஊசி நோட்டீசெல்லாம் வந்திருச்சுடா, போன வருசம் குடுத்தா மாதிரி நீங்கதாண்டா எல்லா வூட்டுலயும் குடுக்கணும்” என்று சொல்லிக்கொண்டே நோட்டீஸ் பண்டலை எடுத்து வைத்தார். எல்லாம் மஞ்சள் காகிதத்தில் பச்சை மையில் அச்சடித்த நோட்டீஸ். முனீஸ்வரன் கோவில் வருடாந்திர பூஜைக்கான அழைப்பிதழ். அதை அவனும் நண்பர்களும்தான் வீடு வீடாக விநியோகம் செய்வார்கள்.

நோட்டீசில் வெல்லிங்டன் பஜார் ஸ்ரீ முனீஸ்வர சுவாமி கோவில் ஆண்டு விழாவுக்கு நன்கொடை வழங்குபடி அச்சடித் திருக்கும். அதற்குப் பிறகு இன்னொரு நோட்டீஸ் வரும். அதில் முந்தின வருடச் செலவு விவரம், இந்த வருட நிகழ்ச்சி நிரல் எல்லாம் இருக்கும். அந்த நோட்டீசை பையன்கள் கொடுக்கமாட்டார்கள். பெத்துசாமியும் கோவில் கமிட்டிக் காரர்களும்தான் கொடுப்பார்கள். கொடுத்துவிட்டு நன்கொடை வசூலிப்பார்கள்.

பாபு நோட்டீஸ் பண்டலைப் பிரித்து நாலைந்து தனிக் கட்டுகளாக எடுத்து வைத்தான். ராஜு, நஜீர், ராமு, ராதா. ஆளுக்கொரு கட்டு என்று தள்ளி வைத்து விட்டு தனக்கென்று ஒரு கட்டை எடுத்து மடியில் வைத்துக்கொண்டான். ஒரு நோட்டீசை உருவி படித்தான். எல்லா வருடமும்போல அதே வார்த்தைகள். அதே படம். தேதி மட்டும் மாற்றி அச்சடித்திருந்தது. சலிப்புடன் பார்த்துக்கொண்டு வந்தவன் சட்டென்று நோட்டீசின் கடைசி வரிகளைப் பார்த்தான். இங்ஙனம் – ஸ்ரீ முனீஸ்வர சுவாமி கோவில் உற்சவக் கமிட்டி, வெல்லிங்டன் பஜார், வெல்லிங்டன்.

“மாமா, எப்பவும் உங்க பேரைப் போடுவாங்களே, இந்த வாட்டி ஏன் போடல” என்று கேட்டான்.

“எல்லாம் போட்டிருக்கும்டா, நல்லாப் பாரு” என்றார்.

“இல்ல, உங்க பேரே எங்கியுமில்ல.”

பெத்துசாமி கண்ணாடியை எடுத்து மாட்டிக் கொண்டு நோட்டீசை வாசித்தார். விமலாவும் ஒரு நோட்டீசை எடுத்து வாசித்து விட்டு “ஆமா, நைனா ஒம்பேரப் போடல” என்றாள்.

பெத்துசாமி மாமா விருட்டென்று எழுந்து நின்றார். அந்த வேகத்தில் அவருடைய குள்ள உடம்பு ஆட்டம் கண்டது. கைகளால் தலையில் அடித்துக்கொண்டார். கண்ணாடி கழன்று கீழே விழுந்தது. சாமி வரும்போது கத்துவதுபோல “ஹூஹூஹூர்ம்” என்று கத்தினார். விமலாம்மாவும் நாகராஜுவும் உள்ளே இருந்து ஓடி வந்து அவரைத் தாங்கிப் பிடித்தார்கள். கமலா கொஞ்சம் ஒதுங்கி நின்றாள். பாபு பயந்து எழுந்தான். அவசரமாக ஒன்றுக்கு வருவதுபோல இருந்தது.

“ஏமண்டா, ஏமி ஆயிந்தி? ஏ விமலா என்னாடி ஆச்சு?” என்று பரபரத்தாள்.

“நோட்டீசப் பாத்திட்டுருந்துச்சு. அதுல பேரு இல்லன்னதும் நைனா இப்படி ஆயிடுச்சு” என்றாள் விமலா.

“போடி, போய்க் கொஞ்சம் தண்ணியக் கொண்டா!”

விமலா உள்ளே ஓடினாள். நாகராஜு அவர் தோளை அழுத்தி நாற்காலியில் உட்கார வைத்தான். விமலா எடுத்து வந்த தண்ணீரைக் குடிக்கக் கொடுத்தான். இரண்டு மடக்கு குடித்ததும் பெத்துசாமி தலை துவண்டு நாற்காலியில் சாய்ந்து கொண்டார். “ஏங்க, என்னாச்சு, என்னாச்சு” என்று விமலாம்மா அழுகைக் குரலில் கேட்டாள். பெத்துசாமி பதில் சொல்லாமல் ஹ்ரும் ஹ்ரும் என்று பெரிதாக மூச்சு விட்டார். கைகளைத் தூக்கி ஒன்றுமில்லை என்பதுபோல சைகை செய்தார். அந்த சைகையைப் பார்த்ததும் எல்லாருக்கும் நிம்மதியாக இருந்தது.

பாபு நிற்க வேண்டுமா, போகலாமா என்று குழம்பிக் கொண்டிருந்தான். பெத்துசாமி மாமாவின் முகத்தை பார்த்த போது போகத்தான் தோன்றியது. கண்கள் துருத்தியிருந்தன. சிவப்பாக இருந்தன. முகம் அடிபட்டதுபோலக் கறுத்திருந்தது. போய்விடலாம். ஆனால் நோட்டீசை என்ன செய்ய? எல்லாரும் அமைதியாக இருந்தார்கள். விமலாவின் அறைக்குள் டிரான்சிஸ்டர் டுர்ர்ர்ர் என்று முனகுவது இங்கே கேட்டது. பெத்துசாமி ஹ்ரும் என்று தலையைக் குலுக்கினார். குனிந்து கண்ணாடியைத் துழாவி எடுத்து மாட்டிக்கொண்டார். “நல்லா காபராப் பண்ணுனீங்க” என்று எழுந்து உள்ளே போனாள் விமலாம்மா. நாகராஜுவும் எழுந்து வாசற் பக்கம் போனான். பெத்துசாமி கோட்டுப் பைக்குள்ளிருந்து ஒரு சுருட்டை எடுத்து அதன் முனையைக் கடித்துக் கொண்டே “விமலா, தீப்பெட்டி எடுத்துட்டு வா” என்றார். அவள் எழுந்து போய் எடுத்து வந்தாள். அவர் சுருட்டைப் பற்ற வைத்ததும் கூடம் முழுக்கப் புகையும் வாடையும் கவிந்தது. இரண்டு இழுப்பு இழுத்ததும் நாற்காலியிலிருந்து எழுந்தார். கோட்டை சரி செய்துகொண்டு வெளியே போக ஆயத்தமானார்.

“நைனா, வெளியே போகப் போறியா?”

“ஆமா, அவனுங்களப் பாத்து என் பேர ஏன் நோட்டீசில போடலேன்னு கேட்டுட்டு வர்றேன்.”

விமலா உள்ளே பார்த்து “அம்மா, நைனா வெளியே போகுதாம். வந்து என்னான்னு கேளு” என்றாள்.

விமலாம்மா கையைத் துடைத்துக் கொண்டே வந்தாள். “உங்களுக்கு என்னா கிறுக்கா? இத்தினி நேரம் எல்லாரையும் பேஜார் பண்ணீட்டு இப்ப எங்க போறீங்க? அடங்கி உக்காருங்க. எல்லாம் அப்புறம் பாத்துக்கலாம்.”

“அப்புறமென்னடி அப்புறம். இப்பப் பாத்துக் கேட்டாத் தான் உண்டு. எம் பேரு இல்லாம நோட்டீசு போட்டிருக்கானுங்க.

நா இல்லேன்னா அந்தக் கோயிலு இருக்குமா? இத்தினி வருசம் மளேன்னும் பனின்னும் பாக்காம ரெண்டு வேளையும் நாந்தான பூசை பண்றேன். அதுக்கு மதிப்பில்லியா? அப்போ நா என்னா பிச்சிவாடா? தோ, இந்தப் பொட்டப் புள்ளைக்கு கலியாணம் கட்டி வெக்கிறததுக்குக்கூட நாலு காசைச் சேத்து வெக்காம சம்பாரிச்ச காசு எல்லாத்தையும் கோயிலுக்குத்தான செலவு பண்ணுனேன்? பி.எஃப்புல லோனு போட்டு வருசா வருசம் கொண்டாடுனது இதுக்கா? எம் பேரைப் போட லேன்னா என்ன அர்த்தம்? நா பூச பண்ண வேண்டான்னு தான? அதைக் கேக்க வேணாங்கிறியா?" குரல் மெல்ல மெல்ல உயர்ந்து உச்சத்தை எட்டியதும் மூச்சு வாங்கினார் பெத்துசாமி.

"இதுக்கோசரம்தான் சொன்னேன். இத்தினி வருசம் பூச பண்ணி என்னாத்த கண்டீங்க. பண்ணுன வரிக்கும் போதும். இருக்கிற பொட்டச்சிய அனுப்புற வழியப் பாருங்க."

பாபு விமலாவைப் பார்த்தான். அம்மாவும் நைனாவும் யாரையோ பற்றிப் பேசுகிறார்கள் என்ற பாவனையில் இருந்தாள். ஆனால் அவள் கண்களில் சின்னச் சிரிப்பு அலைந்து கொண்டிருந்தது.

"டே, ஊசி நீ வர்றியாடா, மொதலியார் வூட்டுக்குப் போயிட்டு வரலாம்" பெத்துசாமி கேட்டார். பாபு சரியென்று தலையாட்டினான்.

"என்னமோ பண்ணுங்க, சொன்னாக் கேட்டுக்குற பளக்கந்தான் சென்மத்திலயே இல்லயே. டே, கண்ணா, அவரைப் பாத்துக்கடா. அங்கயும் போயி சாமியாடப் போறாரு" என்று உள்ளே போனாள் விமலாம்மா. பெத்துசாமி வாசலைத் தாண்டி நின்று பூட்சுக்குள் கால்களைத் திணித்துக் கொண் டிருந்தார். பாபு ஒரு நோட்டீசை மட்டும் எடுத்து மடித்து சட்டைப் பாக்கெட்டில் வைத்துக்கொண்டான். விமலா பக்கத்தில் வந்து அவன் வலது கையைப் பிடித்தாள். அவள் கை அவ்வளவு ஈரமாக இருந்தது. "சாரிடா ஊசி, மன்னிச்சுக்கோ" என்றாள். அவன் கையை விடுவித்துக் கொண்டு "பரவால்ல" என்று வாசலை நோக்கி நடந்தான்.

முதலியார் நிதானமான குரலில் பேசினார். பெத்து சாமியைப் பேசவிடாமல் நீளமாகப் பேசினார்.

"இத பாருங்க நாயுடு. நீங்க சொல்றதெல்லாம் சரி. நானா ஒரு முடிவும் பண்ணல. கமிட்டிக்காரங்க எல்லாமாக்

கூடிப் பேசித்தான் முடிவு பண்ணுனது. குட்டிச் சொவரு மாதிரிக் கெடந்த கோயில நீங்கதான் இப்ப இருக்கிறாப்பல பண்ணுனீங்க. செரிதான். ஒங்க காசப் போட்டுப் பண்ணுனீங்க. யாரும் இல்லேன்னு சொன்னாங்களா? இல்லயே? ஒங்க காசு மட்டுமில்ல அஞ்சு பத்து நூறு ஆயிரம்னு ஊர்க்காரங்க காசும் இருக்கில்ல. அப்ப ஊர்க்காரங்க சொல்றதயும் கேக்கணு மில்ல. இப்ப நீங்க ரெண்டு வேள பூச பண்றீங்க. ஆனா கோயில்னா மூணு வேள பூசை வேணும். ஒரு ஆளு அதுக்குன்னே வேணும். மந்தரம் கிந்தரம் தெரிஞ்ச ஆளா வேணும். நீங்க ஒங்களுக்குத் தெரிஞ்ச தமிள் பாட்டச் சொல்லி கல்பூரம் காட்டறதோட செரி. நீங்க ஒண்ணும் பரம்பரப் பூசாரியில்லயே? ஆளு இல்லேன்னு பண்ணுனீங்க. தட்டுல உளுந்த காசையெல்லாம் இன்னிவரைக்கும் நீங்கதான எடுத்து கிட்டீங்க இல்லே. இனிமே அப்படீலாம் முடியாது நாயுடு. இன்னும் நாலு ஆளு வரணும். சாமி பேருக்கும் மனுசங்க பேருக்கும் அர்ச்சன, அபிசேகம்னு வேணுமில்ல. நீங்க எம்.ஈ.எஸ். வேலைய வுட்டுட்டு வந்து பண்ண முடியாதில்ல. அதான் இந்த வருச உற்சவத்திலேருந்து வேற ஆளப் போடலாம்னு முடிவு பண்ணுனோம். அதுக்குள்ள நீங்க அவசரப்பட்டு நோட்டீசெல்லாம் அடிச்சுட்டீங்க. அதெக் குடுக்க வேண்டா அச்சடிக்க என்ன செலவாச்சோ அத கமிட்டி குடுத்துடும். நீங்க எப்பவும் போல வந்து சாமி கும்புடலாம். போலாம். நீங்க தொட்டுக் குளிப்பாட்டி அலங்காரம் பண்ணுன சாமில்லே. அது ஒங்களுக்கு என்னமோ நல்லது பண்றதுக்காத்தான் இதப் பண்ணீருக்குன்னு நெனச்சுக்கங்க. இதப் பத்தி நானே வந்து பேசணும்னு பாத்தேன். நீங்களே வந்தீங்க. பாருங்க, அதுவும் முனீசுர சாமியோட அனுக்கிரகமில்லே."

பேசிமுடித்ததும் இனிப் பேச எதுவுமில்லை போகலாம் என்று சொல்வதுபோல முதலியார் எழுந்தார். பெத்துசாமி மாமாவும் பதிலே சொல்லாமல் எழுந்தார். பாபுவுக்கு ஆச்சரிய மாக இருந்தது. வீட்டில் எத்தனை ஆவேசமாக, எத்தனைக் கோபமாகப் பேசினார். இப்போது ஏன் ஒரு வார்த்தைகூடப் பேசாமல் இருக்கிறார். அவன் கையை பிடித்து வெளியில் இறங்கினார். கையை விட்டார். வீட்டுக்குத்தான் திரும்பப் போகிறோம் என்று பாபு கீழ்த் தெருவை விட்டு மேடேறப் போனபோது பெத்துசாமி கீழே இறங்கிப் போனார். அவன் திரும்பி அவர் கூடவே நடந்தான். பள்ளி வாசல் தெருவில் நுழைந்தபோது கோவிலுக்குப் போகிறார் என்று புரிந்தது.

முனீஸ்வரன் கோவில் பூட்டியிருந்தது. சாவியை வீட்டி லேயே விட்டிருந்தார். மூடிய கதவுக்குப் பின்னால் நின்றிருக்கும்

முனீஸ்வரனைச் சதுரத் துவாரங்கள் நிறைந்த கதவு வழியாகப் பார்த்துக்கொண்டிருந்தார். அவருடைய தொண்டைக் குழி சத்தமில்லாமல் விம்மியது. கண்களிலிருந்து நீர் கொட்டிக் கொண்டிருந்தது. மூக்கு விடைத்துச் சுருங்கியது. உதடுகள் துடித்தன. இடையிடையே பற்கள் அரைபடுவதுபோலத் தெரிந்தது. பாபு அவரையே பார்த்துக்கொண்டிருந்தான். அவருடைய முதுகுக்குப் பின்னால் ரோட்டில் ரெஜிமெண்டி லிருந்து ரயில்வே ஸ்டேஷனுக்குப் போகும் அவசரத்தில் நாலைந்து டிரக்குகள் வேகமாகப் போயின.

முனீஸ்வரன் கோவில் உற்சவத்தன்று விமலாக்காவின் வீடு பூட்டியிருந்தது. அந்தக் கதவில் பூட்டுத் தொங்குவதைத் தெருக்காரர்கள் முதல் தடவையாக அன்றைக்குத்தான் பார்த்தார்கள். பெத்துசாமி மாமா எல்லாரையும் நம்பியார் மாமாவின் காரில் காரமடைக்கு அழைத்துப் போயிருந்தார்.

இரண்டு மாதத்துக்குப் பின் வந்த காரமடை ரங்கநாதர் பிரம்மோற்சவ சமயத்தில் பெத்துசாமி மாமா வழக்கம்போலப் பந்தசேவை எடுத்து ஆடவில்லை. அந்த நாட்களில் எல்லா வருடமும் அவர்கள் வீட்டுக்குள்ளிருந்து கேட்கும் 'வெங்கட ரமண கோவிந்தா' முழக்கங்களும் கேட்கவில்லை. காரமடைத் தேர் அன்றைக்கு அந்த வீட்டுக்குள்ளிருந்து விமலாம்மாவின் ஒப்பாரிக் குரலும் விமலாவின் "பாவா ... பாவா" என்ற அழுகையும் கேட்டன. விசாரிக்கத் தெருவே திரண்டது. இரண்டு மாதங்களுக்கு முன்னால் லோங்கோவாலாவில் நடந்த சண்டையில் காணாமப்போன ஆறு ஜவான்களில் சந்திரன் பெயரும் இருப்பதாகக் குடியாத்தத்திலிருந்து பெத்துசாமிக்குக் கடிதம் வந்திருந்தது.

பாபு அதற்குப் பிறகு பெத்துசாமி நாயுடு மாமாவின் நெற்றியில் சிவப்பு நாமக் கோட்டைப் பார்க்கவில்லை. முனீஸ்வரனுக்குப் பூஜையில் வைக்க என்று வாங்கி அவருக்கும் பிடித்தமாகிப் போன உறையூர் சுருட்டைப் புகைப்பதைப் பார்க்கவில்லை. விமலாவின் அறையில் ரேடியோ சத்தத்தைக் கேட்கவில்லை.

அருள்மிகு முனீஸ்வரர் திருக்கோவிலுக்கு பாபுவும் அப்புறம் போகவில்லை. முனீஸ்வரனும் அவன் கனவில் வருவதை நிறுத்தி விட்டிருந்தார்.

●

காலையிலிருந்து பிடிவாதமாகப் பெய்து கொண்டிருந்த மழையை "நாசமாகப் போகிற மழையே, நின்று தொலைத்தால் என்ன?" என்று தேவகி அம்மாயி வீட்டு வாசல் திண்ணையில் தன்னுடைய ஊதா நிற டிரங்குப் பெட்டிமேல் உட்கார்ந்து திட்டிக்கொண்டிருந்தாள் ஜானம்மா. பிரபாகரன் அலுவலகம் போக இறங்கியதும் பெட்டியைத் தூக்கிக்கொண்டு வந்தவள் அவ்வப் போது எழுந்து கூரைக்கு வெளியே கையை நீட்டி மழையை அளந்தாள். கொஞ்சம் ஓய்வது போலிருந்த மழை அவள் கை நீட்டியதும் வலுத்துப் பெய்யத் தொடங்கியது. கையை இழுத்துக்கொண்டு மறு படியும் பெட்டிமேல் உட்கார்ந்தாள்.

'மனிதர்கள்தான் என்னைக் கொடுமைப் படுத்துகிறார்கள் என்றால் இந்த மழையும் எனக்குத் துரோகம் பண்ணுகிறதே. இந்தக் கொடுமையை யாரிடம் சொல்ல?' என்று புலம்பினாள்.

அம்மாயி டீ கிளாசுடன் வாசல் நிலைப் படியில் வந்து நின்றாள். "இந்த டீயைக் குடித்து விட்டு சாவகாசமாக யாரெல்லாம் உன்னைக் கொடுமைப்படுத்துகிறார்கள் என்று சொல்" என்று கேலியாகச் சொன்னாள்.

"ஒரு ஆளா ரெண்டு ஆளா, எல்லாருந்தான் கொடுமைப்படுத்துகிறார்கள். பசிக்குச் சோறுபோட முடியாது என்று சர்க்கஸில் சேர்த்துவிட்ட அப்பாவும் அதைத் தடுக்கத் தெரியாத அம்மாவும் தின்னவும் உடுக்கவும் தலைக்குத் தேய்க்க எண்ணெயும் கொடுத்தது என்னவோ மகா புண்ணியம் என்று அலட்டிக் கொள்கிற கம்பெனி முதலாளியும் நம்பி வந்த ஒருத்தியை என்ன என்று ஒரு வார்த்தை கேட்காமல், தொட்டுக் கூடப் பார்க்காமல் சாமியார் வேஷம் போடுகிற

உங்கள் பிரபாகரனும் எல்லாருந்தான். போய்த் தொலையலா மென்று புறப்பட்டவளை உட்கார்த்தி வைத்திருக்கிற மழையும் இந்தா குடின்னு சாயாவை நீட்டுகிற நீங்களும் செய்வது கொடுமையில்லையா? என்னோட பறசினிக்கடவு முத்தப்பா, உனக்கும் மனசு கல்லாகி விட்டதா?"

மூச்சிரைக்கச் சொன்னதில் ஜானம்மாவின் முகம் சிவந் திருந்தது. அவளுடைய பூனைக் கண்களில் நீர் கோத்திருந்தது. அம்மாயி சிரிப்பை அடக்கிக்கொண்டு டீ கிளாஸை அவள் காலடியில் வைத்தாள்.

"தே, வேண்டுமென்றால் ஆறிப் போவதற்குள் இதைக் குடி. உள்ளே வந்து உட்காரச் சொன்னாலும் மாட்டேன் என்கிறாய். சாப்பிடுகிறாயா, தோசை ஊற்றித் தரட்டுமா?"

ஜானம்மா பதில் சொல்லாமல் கிளாஸை எடுத்து ஆவி பறக்கிற தேநீரை ஒரே மடக்கில் விடாமல் உறிஞ்சிக் காலி யாக்கினாள். கிளாஸை அம்மாயிடம் நீட்டியபடியே "பசி யில்லை, அந்த ஆள் ராத்திரி சொன்ன வார்த்தைகள் ஜீரண மாகாமல் இன்னும் வயிற்றுக்குள்ளேயே கிடக்கு. நாலு நாளைக்குப் பசிக்காது. இங்கேயிருந்து போனால் போதும்" என்றாள்.

திண்ணையில் வந்து உட்கார்ந்த இவ்வளவு நேரத்தில் அவள் இப்படிச் சொல்வது எத்தனையாவது முறை என்று தேவகி அம்மாயி யோசித்தாள். பிரபாகரனிடமும் இதே மாதிரித்தான் சொல்லியிருப்பாள். அவன் சாதுப் பிராணி. ஆனால் எவ்வளவுதான் அவனும் பொறுப்பான்? வளையில் முட்டினால் சாரைப் பாம்பும் கடிக்கும். கடிக்காவிட்டாலும் சீறவாவது செய்யும். அவனும் சீறியிருக்க வேண்டும்.

"ஜீரணம் பண்ண முடியாத வார்த்தைகளை அந்தப் பாவம் மனுஷன் சொல்ல வேண்டுமானால் நீ என்ன வேகாத வார்த்தைகளைச் சொன்னாயோ?" என்றாள் அம்மாயி.

"என்ன சொன்னால் என்ன? நான் இப்படித்தான் என்று அந்த மனுஷனுக்கு இன்றைக்குத்தான் தெரியுமா? பிறந்த நாளிலிருந்து என்னைப் பார்க்கிற ஆள்தானே? தலையும் முலையும் வளர்ந்த காலத்திலிருந்து நான் பேசுவதைக் கேட்கிற ஆள்தானே? நான் போறேன் என்றதும் போய்த் தொலைன்னு சொல்லுவாரா? கல்லு மனசு தேவேடத்தி, கருங்கல்லு மனசு."

"தே, நீ என்ன சொன்னேன்னு சொல்வதானால் சொல்லு. இல்லை. விட்டுவிடு. எனக்கு நூறு கூட்டம் ஜோலி இருக்கிறது" அம்மாயி காலி கிளாஸை எடுத்துக்கொண்டு நிலைப்படிக்கு

சுகுமாரன்

இந்தப் பக்கம் ஒரு காலும் அந்தப் பக்கம் ஒரு காலுமாக நின்றாள்.

"ஒரு பெண்பிள்ளை உங்களையே நம்பி வந்து இத்தனை நாள் ஆகிறது என்று நினைப்பிருக்கிறதா? அவள் ஏன் வந்தாள், எதற்காக வந்தாள், எல்லாரையும் வேண்டாமென்று வைத்து இங்கே வந்திருப்பவளுக்கு என்ன தேவை என்று கேட்கத் தோன்றவில்லையா? இதைத்தான் கேட்டேன்."

"இதைக் கேட்டதற்காகவா போய்த் தொலையச் சொன்னார். இருக்காது. உன் நாக்கு இவ்வளவு குளுமையான தில்லையே, ஜானு," அம்மாயியின் புருவங்களிடையே கேள்விக்குறி தெரிந்தது.

"நீயெல்லாம் ஒரு ஆண்பிள்ளையான்னு கேட்டேன்" சொல்லிவிட்டு ஜானம்மா குனிந்து கொண்டாள். அடங்கிய குரலில் "நான் கேட்டது சரிதானே தேவேடத்தி?" என்று கேட்டாள்.

தேவகி அம்மாயி பதில் சொல்லாமலிருந்தாள். இந்தப் பெண்ணுக்குப் புத்தி ஏன் இப்படி விபரீதமாகப் போனது என்று யோசித்தாள். யோசனையுடனேயே ஜானம்மாவைப் பார்த்தாள். அதுவரைக்கும் அம்மாயியின் முகத்தைப் பார்த்துக்கொண்டிருந்த ஜானம்மா பார்வையை மழைமீது திருப்பினாள். முன்னைவிட வலுவாக வீசியடித்துக் கொண்டிருந்தது மழை.

தேவகி அம்மாயி பார்த்து வளர்ந்த பெண் ஜானம்மா. அவளை விடப் பத்தோ பன்னிரெண்டோ வயது சின்னவள். தேவகிக்கும் பிரபாகரனுக்கும் ஒரே வயது. அம்மாவன் அனந்திரவள் என்ற வித்தியாசம் இல்லாமல்தான் பிரபாகரனும் ஜானம்மாவும் வளர்ந்தார்கள். ஒருவகையில் இரண்டு பேரும் தேவகி அம்மாயிக்குச் சொந்தக்காரர்கள்கூட. ஊர்க்காரர்கள். அதைவிடவும் அம்மாயிக்கு ஜானம்மாவிடம் பிரியம் வரக் காரணம் அவளுடைய கண்கள். தேவகி அம்மாயியைப் போலவே ஜானம்மாவுக்கும் பளிங்குக் கண்கள். பூனைக் கண்கள்.

பிரபாகரனை வளர்த்தது ஜானம்மாவின் தாய்தான். பிரபாகரனின் அக்கா சுசீலா. அக்காவுக்கும் தம்பிக்குமே கூட வயது வித்தியாசம் அதிகம். வேலை தேடப் போகிறேன் என்று பம்பாய்க்குப் போன சுசீலாவின் தகப்பன் அப்புறம்

ஊர்ப் பக்கம் திரும்பவே இல்லை. அந்த ஏமாற்றத்திலேயே சுசீலாவின் அம்மையும் கண்ணை மூடினாள். சிறகு முற்றாத தம்பியுடன் நின்ற சுசீலாவுக்கு ஒரே ஒரு போக்கிடம்தான் தெரிந்தது. தங்கள் குடும்ப நிலத்தைப் பார்த்துக்கொண்டிருந்த காரியஸ்தன் ராகவன். பிரபாகரனையும் சேர்த்துக்கொண்டு அந்த உதவாக்கரை ஆசாமியின் நிழலில் ஒண்டினாள். அந்த அடைக்கலம் என்றைக்கு உறவாக மாறியது என்றோ சரீர பந்தம் எப்போது நடந்தது என்றோ அவளுக்கு விளங்கவில்லை. ஜானம்மா பிறந்தாள். அவளுக்கு ஆறேழு வயது ஆவதற் குள்ளேயே தறவாட்டுச் சொத்துகள் கரைந்து போயின. “எல்லாம் உனக்கும் உன் தம்பிக்கும் கஞ்சி ஊற்றிக் கரைந்ததுதான்” என்றார் ராகவன். குடியிருந்த வீட்டைத் தவிர எல்லாமும் போயிருந்தன. வீட்டின் மேல் பிரபாகரனுக்கும் உரிமை இருக்கிறது என்று அவள் சொன்ன வார்த்தை வீட்டை முழுகாமல் காப்பாற்றியது. அந்த வார்த்தைத்தான் அவனை ஆறாம் பாரம் வரைக்கும் படிக்க வைத்தது. மிலிட்டரி கணக்குப் பிரிவில் வேலை வாங்கிக் கொடுத்தது. மதராஸ், விசாகப் பட்டணம் என்று வேலை நிமித்தமாகப் பல ஊரைப் பார்க்க வைத்தது. அதே வார்த்தைதான் ஜானம்மாவை சர்க்கஸ்காரி யாக்கியது. “வீடு உன் தம்பியுடையது. சரி, ஆனால் இந்தப் பெண் எனக்குப் பிறந்தவள் தானே? அதிலொண்ணும் சந்தேக மில்லையே?” என்று ராகவன் கேட்டது ஏன் என்று அப்போது சுசீலாவுக்குப் புரியவில்லை.

அந்தக் கேள்விக்கு நாலு நாள் தள்ளி ஒரு சாயங்காலம் ராகவன் புதியவர் ஒருவருடன் படியேறி வந்தார். பூமுகத்தில் கிடந்த நாற்காலியில் அவரும் கைப்பிடிச் சுவரில் ராகவனும் உட்கார்ந்தார்கள். அவர் சின்ன மீசை வைத்திருந்தார். நில விளக்கின் வெளிச்சத்தில் நாமம் சொல்லிக்கொண்டிருந்த ஜானம்மா எழுந்து நின்றாள். அவருடைய மீசையைப் பார்த்ததும் சிரிப்பு வந்தது. அவரை நெருங்கி “உங்க மீசையை எலி கரண்டூடுச்சா?” என்று கேட்டாள். மீசைக்காரர் சிரித்தார். “மிடுக்கி. என்கூட வருகிறாயா?” என்று கேட்டார்.

“எங்கே?”

“சர்க்கஸுக்கு.”

“சர்க்கஸ்னா?”

“அது ஒரு விளையாட்டு. வேறொரு லோகம். புலி, சிங்கம், யானை, கோமாளிகள், உன்னை மாதிரிக் குட்டிகள் எல்லாம் இருக்கிற லோகம்.”

ஜானம்மாவாவுக்கு யானையைத் தவிர மற்றதெல்லாம் என்னவென்று குழப்பமாக இருந்தது. பிரபாகரன் வைத்திருக்கும் புத்தகங்களில் போட்டிருக்கும் புலியையும் சிங்கத்தையும் நேரில் பார்க்க முடியுமா என்று யோசித்தாள். கோமாளிகள் எப்படி இருப்பார்கள் என்று யோசித்தாள்.

"அங்கே வந்தா என்ன தருவீங்க?"

"குட்டிக்கு வேண்டியது எல்லாம் தரும். லோகம் சுற்றிக் காட்டும். வருகிறாயா?"

ஜானம்மா ஏதோ பதில் சொல்ல ஆரம்பித்தபோது ராகவன் அவளை வீட்டுக்குள்ளே போகச் சொன்னார். உள் கட்டிலிருந்து சுசீலாவும் கூப்பிட்டாள். "நான் சர்க்கஸுக்கு வருகிறேன்" என்று மீசைக்காரரிடம் சொல்லிவிட்டு பாவாடையை விசிறிக்கொண்டு உள்ளே போனாள் ஜானம்மா.

"அம்மே, அறிஞ்ஞோ. ஜானம்ம சர்க்கஸிலேக்குப் போவ்வா" என்றாள். சுசீலா ஆத்திரத்துடன் அவள் முதுகில் அடித்தாள். 'அசத்தே, அப்படியெல்லாம் சொல்லாதே' என்றபடி அவளை இழுத்துக் கட்டிக்கொண்டாள். அம்மா அழுகிறாள் என்பது அவளுடைய உடம்பு நடுக்கத்திலிருந்து ஜானம்மாவுக்குத் தெரிந்தது. ஏதோ சொல்லத் திறந்தபோது சுசீலா அவள் வாயைப் பொத்தினாள். அச்சனும் மீசைக்காரரும் பேசுவதைக் கேட்கத்தான் அப்படிச் செய்தாள் என்பது நிமிர்ந்து அவளைப் பார்த்தபோது புரிந்தது. சொல்ல வந்ததை 'புஹுபுஹு' என்று முணுமுணுத்து விழுங்கினாள்.

"அப்போ, கேளுவேட்டா, எல்லாம் சொன்னதுபோல. மாசமானால் குட்டியின் சம்பளத்தை இங்கே அனுப்பிடணும். அவளை நல்லாப் பாத்துக்கணும். மூணு மாசமோ ஆறு மாசமோ கூடும்போது ஒரு தடவை வீட்டுக்கு அனுப்பப் பாக்கணும். இதெல்லாம் மனசாரச் செய்கிற காரியம் இல்லை. அது கேளுவேட்டன்னுக்குத் தெரியாததல்ல. கெதிகேடு வேறென்ன சொல்ல. கண்ட செம்மானும் செருப்பு குத்தியுமெல்லாம் ஆளாகிவிட்டார்கள். நமக்கெல்லாம் வருமானமும் போச்சு. பஹுமானமும் போச்சு. கையில் நாலு சில்லியிருந்தால்தான் இப்போகூட இருக்கிற பெண்பிள்ளையும் மதிக்கிறாள்."

ராகவன் சொல்லுவது உள் இருட்டில் நின்ற சுசீலாவுக்குத் தெளிவாகவே கேட்டது. ஜானம்மாவுக்கு அவர்கள் பேச்சு பிடிபடவில்லையென்றாலும் தன்னைப் பற்றித்தான் என்பது புரிந்தது. அம்மாவின் கை விலகியதும் வாயைத் திறந்து

மூச்சு விட்டாள். என்னவோ சொல்ல நினைத்து வேண்டாம் என்று அடக்கிக்கொண்டாள்.

"ராகவா, நீ சொல்றதெல்லாம் சரிதான். காசில்லேன்னா கடவுளும் கூட உன் முற்றத்தில் காலை வைக்க மாட்டார். நீ ஒண்ணுக்கும் விசனப்பட வேண்டாம். குட்டியின் காரியம் என் பொறுப்பு. என் கூட அனுப்பினது பத்தி நீ ஒருநாளும் வருத்தப்பட வேண்டியிருக்காது. பொன்னுபோலப் பாத்துக்கு வேன். இவளை மாதிரி பத்து இருபது குட்டிகளையும் இருபது இருபத்தஞ்சு விளைந்ததுகளையும் மட்டுமல்ல எலி முதல் ஆனைவரை பத்து முப்பது வாயில்லாத ஜீவன்களையும் பார்த்துகிட்டிருப்பவன். நீ பிரத்தியேகமாகச் சொல்லணும்னு இல்லை. மாசம் வருதோ இல்லையோ உனக்கு மணியார்டர் முடங்காமல் வந்துடும். இப்போ இருக்கிறதுல பெரிய கம்பெனி நம்மோடதுதான். ஒரு பம்பாய்க்கார முதலாளியோடது. நல்ல மனுஷன். ஆனா அவருக்கு இப்போ சர்க்கஸ்ல மனசில்ல. சினிமா எடுக்கப் போறார். எல்லாம் சரியா வந்தா நானே வாங்கிவிடலாம்னு இருக்கேன். அப்போ மணியார்டரிலே இல்ல, பெட்டியிலேயே பணத்தைப் பாக்கலாம். குட்டி மிடுக்கியாகத் தெரிகிறாள். அவ வர்ற சமயம் என்னோட பாக்கியம் தெளிஞ்சதுன்னா நம்ம ரெண்டு பேருக்கும் நல்லதுதானே? நீ அதுக்காகப் பிரார்த்தனை செய். ஆனால் ஒரு காரியம் முதலிலேயே சொல்லிடுறேன். கம்பெனியிலே சேர்த்துக் கொண்டதற்குப் பிறகு அடிக்கடி ஊருக்கு அனுப்ப முடியாது. எப்போ எங்கே ஷோ நடக்கும், எத்தனை நாள் நடக்கும்னு முன்கூட்டிச் சொல்ல முடியாது. அதனால் அது சாத்தியமில்லை. வருஷத்துக்கு ஒரு தடவை ஓணத்துக்கோ விஷுவுக்கோ அனுப்பலாம். அதுவும் கண்டிஷனாச் சொல்ல முடியாது."

மீசைக்காரர் குரலைச் சற்று உயர்த்தித்தான் பேசினார். உள்ளே இருக்கும் சுசீலாவுக்கும் கேட்க வேண்டும் என்றுதான் உரக்கப் பேசினார். கேட்டுக்கொண்டிருந்த சுசீலாவுக்குக் கால்கள் தள்ளாடின. வெளியே வந்து நின்றாள். அவளைப் பார்த்ததும் ராகவன் சொன்னான் "உள்ளே போ. ஆண்கள் பேசுகிற இடத்தில் உனக்கென்ன ஜோலி."

அந்த வார்த்தைகளை மீறி நின்ற அவளை முறைத்தான்.

"அப்போ நான் இறங்கறேன். எல்லாம் சொன்னபடி" மீசைக்காரர் அவசரமாகப் படியிறங்கினார். அவரைத் திரும்பிக் கூடப் பார்க்காமல் "சரி, கேளுவேட்டா, நான் வந்து கண்டு கொள்கிறேன்" என்று சொல்லிக்கொண்டே சுசீலாவின்

பக்கத்தில் வந்தான். அகலத் திறந்திருந்த அவன் கண்களில் குரோதத்தின் ஜுவாலையைப் பார்த்தாள்.

"நீங்க செய்யறது உங்களுக்கே நல்லா இருக்கா? இந்தக் குருத்தை விற்றுத்தான் நாம் வாழப் போகிறோமா?" என்று அழுதாள்.

"உன்னை விற்கலாம் என்கிறாயா?"

அந்தக் கேள்வியில் ஒடுங்கிப் போனாள். மலங்க விழித்துக் கொண்டு வந்த ஜானம்மாவை இறுக அணைத்துக்கொண்டு தரையில் உட்கார்ந்தாள். குழந்தை எதுவும் புரியாமல் அம்மா வின் உடம்போடு ஒட்டிக் கொண்டாள்.

"இதோ பார், எது நல்லது எது கெட்டது என்று எனக்குத் தெரியும். இதுக்கு நீ சம்மதிக்கணும்னு இல்ல. ஆனால் ஏதாவது இடக்குப் பண்ண நினைத்தாயோ உங்கள் மூன்று பேரையும் என்ன செய்யவேண்டும் என்றும் எனக்குத் தெரியும். இதே கண்ணூர் தலைசேரியிலிருந்து எத்தனை பெண் குட்டிகள் சர்க்கஸ் கம்பெனியில் சேர்ந்து இருக்கிறார்கள். அவர்கள் எல்லாம் நல்லா இல்லையா, என்ன? நான் பண்ணின தீர்மானத்தில் மாற்றமில்லை. நாளைக்கோ மறுநாளோ கேளு வேட்டன் வந்து இதைக் கொண்டு போவார். இப்போதும் சரி அப்போதும் சரி இந்த விஷயத்தில் உன் நாக்கிலிருந்து ஒரு சத்தமும்கூட வரக்கூடாது."

சுசீலா உறைந்து போயிருந்தாள். அதற்குப் பிறகு அவள் ராகவனிடம் ஒரு வார்த்தைகூடப் பேசவில்லை. ஒரு இடவப் பாதிமழை நாளில் விஷம் தீண்டிச் செத்துப் போகும்வரைக்கும்.

ஜானம்மா மூன்று வருட ஒப்பந்தத்தில் சர்க்கஸ் கூடாரத்துக்குள் நுழைந்தாள். அந்த வயதில் அது வேடிக்கை யாக இருந்தது.

விதவிதமான மனிதர்கள். விதவிதமான விலங்குகள். வெவ்வேறு ஊர்கள். வெவ்வேறு இடங்கள். தரையிலும் தண்ணீரிலும் ஆகாய மார்க்கத்திலும் பயணங்கள். இரண்டாவது முறை அவளுடைய ஒப்பந்தம் புதுப்பிக்கப்பட்டபோதுதான் இது வேடிக்கையல்ல, வேலை என்பதை ஜானம்மா உணர்ந்தாள். ஏழு வயதில் வாங்கிய சம்பளத்தைவிட இப்போது அதிகம். கேளு நம்பியார் பம்பாய்க்காரர் முர்ரே பட்டேலிடமிருந்து வாங்கியதும் கம்பெனியின் பெயரை மாற்றினார். யுனிவர்ஸல் சர்க்கஸ். அசாமிலிருந்து வந்த யானையும் கண்ணூர் கீலேரி

கிராமத்திலிருந்து வந்த பூனைக் கண்ணியும்தான் அவருக்கு அதிருஷ்டத்தைக் கொண்டு வந்ததாக நினைத்தார். இரண்டு பேரையும் எந்தக் காரணத்தாலும் விட்டுவிடக் கூடாது என்று தீர்மானித்தார்.

வருடத்துக்கு ஒருமுறை பண்டிகை நாட்களில் மட்டும்தான் ஆட்களை ஊருக்குப் போக அனுமதிப்பேன் என்பதில் கேளு நம்பியார் கறாராக இருந்தார். மலையாளிகளுக்கு ஓணம் அல்லது விஷு. தமிழர்களுக்குப் பொங்கல் அல்லது தீபாவளி. நேப்பாளிகளுக்குத் தீபாவளி. வடக்கத்திக்காரகளுக்கு ஹோலியும் தீபாவளியும். கிறிஸ்தவர்களுக்கும் முஸ்லிம்களுக்கும் கிறிஸ்துமஸும் பெருநாளும். அதுவும் ஷோ இல்லாமலிருந்தால் மட்டுமே விடுமுறை. பார்சிக்காரர்களான பஃபூன் அர்ஃபானையும் டிரபீஸ் ஆட்டக்காரி ஷிரீனையும் ரம்ஜானுக்குப் போகலாம் என்று வார்த்தை அளவில் அனுமதித்திருந்தார். 'நாங்கள் முஸ்லிம்களல்ல; எங்களுக்கு கஹம்பருக்கோ கோர்தாத் சாலுக்கோதான் லீவு வேண்டும்' என்றார்கள். 'அதெல்லாம் முடியாது. இரண்டு பேரின் பெயர்களும் மாப்ளாப் பெயர்களாகத்தானே இருக்கிறது. அதனால் உங்களுக்குப் பெருநாள் லீவுதான்' என்று கண்டிப்பாகச் சொல்லிவிட்டார். கூடாரத்திலிருந்த இரண்டு ரஷ்யாக்காரர்களை அனுப்புவதில்தான் அவருக்குக் குழப்பம் இருந்தது. ரஷ்யப் புரட்சி தினத்துக்கு லீவு கொடுப்பதா கிறிஸ்துமஸுக்குக் கொடுப்பதா? மாஸ்கோவில் ஷோ நடத்தியிருந்ததால் புரட்சி தினத்துக்கு விடுமுறையளிக்கத்தான் விரும்பினார். ஆனால் அதையும் அக்டோபரில் கொடுப்பதா நவம்பரில் கொடுப்பதா என்ற சிக்கலில் லீவு பற்றியே பேச்சு வராமல் பார்த்துக்கொண்டார். அவர்களுக்கு வேண்டுமென்கிறபோது பார்த்துக்கொள்ளலாம் என்று ஒதுக்கிவைத்தார். ஆனால் இந்தக் கண்டிப்பையும் கறாரையும் ஜானம்மாவின் விஷயத்தில் கேளு நம்பியார் காட்டவில்லை. பாக்கிய தேவதையை யாராவது பரீட்சை செய்து பார்ப்பார்களா?

ஆரம்பத்தில் ஜானம்மாவுக்கும் ஊருக்குப் போவதில் விருப்பமிருக்கவில்லை. ஊரின் தனிமையில் அலுத்துக்கொண்டு இருப்பதைவிட சர்க்கஸ் கூடாரத்தின் ஆரவாரத்துக்கும் அமைதிக்கும் நடுவில் இருக்கத்தான் பிரியப்பட்டாள். சுசீலாவுக்குத் தன்னைப் பார்க்க வேண்டிருக்கும் என்று போனதாகத்தான் வயதுக்கு வரும் நாள்வரைக்கும் நினைத்திருந்தாள். சர்க்கஸ் கம்பெனிக்கு வந்த மூன்றாவது மாதமே செத்துப் போன ராகவன் அவளுடைய ஞாபகத்தின் எந்த மூலையிலும் இல்லை. அவனுடைய சாவுக்குக்கூட அவள் போகவில்லை.

“மோளே, நானும் கூட வருகிறேன். கடைசியாக அந்த முகத்தைப் பார்த்துவிட்டு வந்துவிடலாம். என்ன இருந்தாலும் அவன் உன்னோட தந்தையில்லையா?” என்று கேளு நம்பியார் சொல்லிப் பார்த்தார். “உங்களுக்கு என்னை மாதிரி ஒரு பெண்ணிருந்தா அவளை வித்துத் தின்னிருப்பீர்களா?” என்று முகத்தில் அறைந்த வார்த்தைகளில் அடங்கினார். எட்டும் பொட்டும் தெரியாதவள் என்று நம்பிய பெண்ணுக்குள் பகை கொதிக்கும் மனசு இருப்பது தெரிய வந்தபோது அவரை யும் குற்றவுணர்வு குடைந்தது. ராகவன் மீது மட்டுமல்ல; சுசீலா மேலும் அவளுக்குக் கோபமிருந்தது. ஒரு வார்த்தை சொல்லியிருக்கலாம். ‘என் மகளைக்கொண்டு போக விட மாட்டேன்’ என்று முரண்டு பிடித்திருக்கலாம். செய்ய வில்லையே. ‘அவ அப்படிப் பிடிவாதம் பிடித்திருந்தால் நீயே ஜீவனோட இருந்திருக்க மாட்டாய். தெரிஞ்சுக்கோ’ என்றார் கேளு நம்பியார். கூடவே அவர் சொன்னது ஜானம்மாவுக்கு அப்போது புரியவில்லை. ‘மண் புழுவால் நெளியத்தான் முடியும். சீற முடியாது’ அதன் அர்த்தம் புரிய வந்தபோது சுசீலாமேல் அவளுக்கிருந்த வன்மம் விலகியது. ஆனால் அந்தக் காலியிடத்தில் அன்புக்குப் பதில் இரக்கம்தான் உட்கார்ந்தது.

ஜானம்மாவின் பிரியமெல்லாம் பிரபாகரன் மேல்தான் குவிந்திருந்தது. எந்த ஊரில் வேலை பார்த்தாலும் மாதம் ஒருமுறையோ லீவு கிடைக்கிற எல்லா சந்தர்ப்பத்திலுமோ ஊருக்கு வந்து போனான். அவன் ஊருக்கு வந்திருக்கும் சமயங்களிலேயே ஜானம்மாவும் வந்து சேர்வது தற்செயலான தல்ல. அப்படி அமைகிற மாதிரித்தான் திட்டம் போட்டுக் கொண்டாள். வருடத்துக்கு ஒன்றோ இரண்டோ தடவைதான் அப்படி வாய்த்தது. ஆனாலும் அவளுக்கு அது நிறைவாக இருந்தது. அவனுடைய அருகில் இருக்கிற ஒருநாள் கூடாரத்தில் ஒரு வருடம் தங்கியிருப்பதற்கான தெம்பைத் தந்தது. பிரபாகர னுக்கும் அவள் மேல் வாஞ்சையிருந்தது. அவளுக்கு எழுதப் படிக்கக் கற்றுக் கொடுத்தான். பேசக் கற்றுக்கொடுத்தான். ஊரைச் சுற்றிக் காட்டினான். மனிதர்களைக் காட்டினான். ஒட்டுதலாக இருந்தான். ஆனால் அது தான் பார்க்கப் பிறந்த குழந்தையிடம் தோன்றிய ஒட்டுதல். அவள் மனதுக்குள் இருப்பது அதுவல்ல என்று பட்டபோது சொன்னான்: “ஜானூட்டி, நீ நெனைக்கிற மாதிரியான பந்தம் நமக்குள்ளே கூடாது. நான் உன் அம்மாவன். சொல்லப் போனா தகப்பன் ஸ்தானத்திலிருக்கிறவன்.”

அந்த வார்த்தைகள் ஜானம்மாவைத் தொடவேயில்லை. அவளுடைய உலகத்தில் அவனைத் தவிர வேறு ஆண்களே இருக்கவில்லை. உடம்பு முழுதாக மலர்ந்து கனவுகளில் ததும்பியபோதெல்லாம் அவனுடைய பிடிக்குள் தஞ்சம் அடையத் தவித்தது. பிரபாகரன் தயங்கித் தயங்கிச் சொன்ன போது சுசீலாவுக்கு சரீரம் ஆடியது. கண்களில் இருட்டு முனகியது. பக்குவமாகச் சொல்லிப் பார்த்தாள். "நீ சர்க்கஸ் கம்பெனியில் பார்க்கிற அந்நிய சாதிக்காரர்களில் மாமனைக் கல்யாணம் பண்ணிக்கொள்வது தப்பில்லை. நம்ம வழக்கத்தில் அது கிடையாது. அவன் உனக்கு அச்சன். நீ மகள். எங்கே யாவது அப்பாவும் மகளும் கல்யாணம் பண்ணிக் கொள்வார் களா? விபரீதமாக யோசிப்பதை விடு." சுசீலா சொன்னதையே கேளு நம்பியார் சொன்னார். தேவகி அம்மாயி சொன்னாள். உண்ணிக் கிருஷ்ணன் நம்பியார் சொன்னார். சர்க்கஸ் கூடாரத்திலிருந்த மலையாளி ஆண்களும் பெண்களும் சொன்னார்கள். எத்தனை பேர் சொல்லியும் ஜானம்மா விடவில்லை. அவளே விரும்பினாலும் விட முடியாது என்று ஆகியிருந்தது. வற்புத்திச் சொல்லச் சொல்லமாட்டேன் என்று மூர்க்கமானாள். அந்த மூர்க்கம் சுசீலாவைத்தான் தண்டித்தது. ஊருக்கெல்லாம் தெரிந்து அவளை அவமானப்படுத்தியது. வெளியில் தலைகாட்ட முடியாமல் முடக்கியது. கடைசியில் புத்தி பிசகச் செய்தது. 'பிறாந்தி' என்று வீட்டுக்குள் அடைத்தது. பிரபாகரன் நீண்ட விடுமுறை எடுத்து எங்கெல்லாமோ சிகிச்சைக்கு அழைத்துப் போயும் அந்த இருட்டு விலகவில்லை. வேறு வழியில்லை என்று சொந்தக்காரர்களின் பராமரிப்பில் விட்டுவிட்டு வேலைக்குப் போனான்.

"அவ எனக்குப் பண்ணின துரோகத்துக்கு அனுபவிக்கிறா, அனுபவிக்கட்டும்" என்றாள் ஜானம்மா. ஊருக்குப் போவதை மறந்தாள். இப்போது சர்க்கஸ் அவளுக்கு வேடிக்கையாகவோ வேலையாகவோ இல்லை. வாழ்க்கையாக இருந்தது. அதைத் தவிர யோசிக்க வேறு எதுவுமில்லாமலிருந்தது. பிரபாகரனை யும் மறந்திருந்தாள். போக வேறு இடம் இல்லாமலிருந்தது. கூடாரத்துக்குள்ளேயே வளைய வந்தாள். செய்ய வேறு எதுவும் இல்லாமலிருந்தது. புதிய அயிட்டங்களைக் கற்றுக்கொண்டாள். யுனிவர்ஸல் சர்க்கஸின் வசீகரமாக இருந்தாள். அவளுடைய சாகசங்களைப் பார்க்கக் கூடாரம் நிரம்பியது. கேளு நம்பியாருக் குக் குற்றவுணர்வு உறுத்தியது. அதைச் சரி செய்ய பாக்கிய தேவதைக்கு அள்ளிக் கொடுத்தார். 'பணத்தால் அழிக்க முடியாத எந்தக் கறையாவது உலகத்தில் இருக்கிறதா? இல்லையென்று மனிதர்கள் நம்புவதனால்தானே கோவில்

உண்டியல்கள் நிரம்பி வழிகின்றன' என்று சமாதானம் சொல்லிக் கொண்டார்.

ஊருக்கு வந்திருந்த உண்ணீஷ்ணேட்டனின் உபதேசத்துக்குக் காது கொடுத்திருக்க வேண்டாமென்று மிலிட்டெரி அக்கவுண்ட்ஸ் ஆபீஸ் மேஜையில் கணக்குப் புத்தகத்தைப் புரட்டிக்கொண்டிருந்த பிரபாகரனுக்குத் தோன்றியது. அக்கா சுசீலாவை அடிக்கடி பார்த்துக் கொள்ள வசதியாக இருக்கும் என்பதற்காகத்தான் பிரபாகரன் விசாகபட்டணத்திலிருந்து வெல்லிங்டனுக்கு மாறுதல் வாங்கினான். விசாகபட்டணத்துக்கும் கண்ணூருக்கும் இரண்டு நாள் தூரம். வெல்லிங்டனுக்கும் கண்ணூருக்கும் தூரம் ஒரு இரவுக்கும் குறைவுதான். உண்ணிக் கிருஷ்ணன் நம்பியார் சொல்லாமலிருந்தால் இந்த மொழி தெரியாத இடத்துக்கு வந்திருக்க வேண்டாம். தான் குடியிருக்கும் தெருவிலேயே காலியாக இருந்த வீட்டைக் காட்டி 'நீ இங்கே இரு. சகாயத்துக்கு நாங்களெல்லாம் பக்கத்திலிருக்கிறோம்' என்று சொன்னதைக் கேட்டிருக்க வேண்டாம். இப்போதுதானே இப்படித் தோன்றுகிறது? இதுவரை எல்லாம் சரியாகத்தானே போய்க்கொண்டிருந்தது. அமைதியான ஊர். அதிகம் ஒட்டாத ஆட்கள். சொந்தமாகப் பொங்கித் தின்னும் நிம்மதி. ஊருக்குப் போகவும் வரவும் சௌகரியம். இத்தனையையும் யுனிவர்ஸல் சர்க்கஸ் வந்து பாழடித்துவிட்டது. சர்க்கஸ் அல்ல. அந்தக் கூட்டத்தில் வந்த ஜானம்மா பாழடித்துவிட்டாள். மூன்று நாலு வருஷங்களாக அவளைப் பார்க்கவில்லை. அவளும் அம்மாவைப் பார்க்க ஊருக்கு வரவில்லை. ஏதோ ஊரில் சர்க்கஸ் கம்பெனியில் பத்திரமாக இருக்கிறாள் என்று நிச்சலனமாக இருந்தது.

ஆற்றங்கரை மைதானத்தில் சர்க்கஸ் கூடாரம் உயர்ந்தபோதே பிரபாகரனுக்குக் கலங்கத் தொடங்கியது. காட்சி ஆரம்பமாவதற்கு முந்தின நாள் தேவகி அம்மாயி வீட்டுக்கு அவர்கள் வந்து போனார்கள் என்றதும் கலக்கம் அதிகமானது.

"பிரபாகரா, ஜானம்மயும் வந்திருக்கிறாள்" என்று தேவகி அம்மாயி சொன்னபோது உடம்புக்குள் ஒரு நடுக்கம் ஓடியது.

"தேவேடத்தி, நான் இருக்கேன்னு சொல்லிடலயே?"

"ஞானாயிட்டுப் பறஞ்ஞில்ல. ஆனா பேச்சு வாக்கில் சொல்ல வேண்டியதாப் போச்சு. அதனாலென்ன நீ ஓடி ஒளியவா முடியும்? அதுவுமில்லாம அவ இப்ப ஆளே மாறிப் போயிருக்கா. பழசொண்ணும் கேட்கவும் பேசவும் அவளுக்கு

இஷ்டமில்ல. உன்னைப் பற்றிச் சொல்லியும் கூட அவளுக்கு ஒரு குலுக்கமும் இல்ல. நீ தைரியமா இரு. அவ இங்க வரமாட்டா. ஒரு மாசம் இங்கே ஆட்டமாம். அப்புறம் அவங்க போயிடப் போறாங்க. நீ உன் பாட்டுக்கு இரு.”

தேவகி அம்மாயிக்கு ஜானம்மாவைத் தெரியாது. அவள் மனதைத் தெரியாது. அது காடு. அதற்குள் என்ன இருக்கிறது, எந்த நேரம் எது வெளியே வரும் என்று தெரியாது. கேளு நம்பியாரின் கம்பி மீசையைப் பார்த்துச் சிரிக்கிற குட்டியாக வரலாம். தகப்பன் முகத்தைப் பார்க்க மறுத்த பிடிவாதக்காரச் சிறுமியாக வரலாம். ‘என்னை நீ கல்யாணம் பண்ணிக் கொண்டால் பூமியொண்ணும் இடிந்து போகாது’ என்று சீண்டுகிற இளம் பெண்ணாக வரலாம். ‘எனக்குப் பண்ணின கொடுமைக்கு நீ அனுபவிக்கிறாய்’ என்று சபிக்கிற ஆங்காரி யாக வரலாம். ‘உன்னை அவ்வளவு சுலபத்தில் விட்டு விடுவேனா?’ என்று வீறாப்புக் காட்டுகிற காமினியாக வரலாம். என்னவாக வரப் போகிறாளோ என்று பயத்துடனும் தவிப் புடனும் பிரபாகரன் எதிர்பார்த்துக்கொண்டிருந்தான்.

சர்க்கஸ் ஆரம்பித்து ஒரு மாதம்வரை எதுவும் வரவில்லை. அந்த நாட்களில் ஒன்றிரண்டு முறை தெருவுக்கு வந்து போயிருந் தாள் ஜானம்மா. பிரபாகரன் வீட்டுக்குக்கூட வந்தாள். தனக்குத் தெரிந்த ஜானூட்டீயாக இல்லை. என்ன யோசிக்கிறாள் என்பதை அந்தப் பளிங்குக் கண்களில் பார்க்க முடியவில்லை. தேவகி அம்மாயி சொன்னதுபோல எல்லாவற்றையும் மறந் திருக்கலாம். இல்லை யோசிக்கப் பிடிக்காமலிருக்கலாம். பிரபாகரனுக்கு அது கொஞ்சம் ஏமாற்றமாக இருந்தது. நிம்மதியாகவும் இருந்தது.

வெல்லிங்டனில் சர்க்கஸின் கடைசி வார ஞாயிற்றுக் கிழமை இரவுக் காட்சியில் ஜானம்மா டிரபீசிலிருந்து கீழே விழுந்தாள். அதுதான் நிகழ்ச்சியின் கடைசி அயிட்டம். கீழே வலை கட்டாமல் வித்தைக்காரர்கள் அந்தரத்தில் பறந்து ஒரு பாரிலிருந்து இன்னொரு பாருக்குத் தாவும் ஆட்டம். ஷிரீனின் கைகளில் தொங்கிக்கொண்டிருந்த ஜானம்மா எதிர் பாரிலிருந்து மிதந்து வந்த ரோத்தோம்ஸ்கியின் கைகளைப் பற்றிக்கொள்ள வேண்டிய நொடியில் நழுவித் தரையில் விழுந்தாள். கூடாரமே கலைந்து அவளைச் சூழ்ந்து கொண்டது. கேளு நம்பியார் சர்க்கஸ் ஜீப்பிலேயே அவளைத் தூக்கிப் போட்டு குன்னூர் லாலி ஆஸ்பத்திரிக்குக் கொண்டு போனார். மேக்கப் கலையாமல் கிடந்த சர்க்கஸ் பெண்ணைப் பார்த்ததும் நர்ஸ் முதலில் சிரித்தாள். அப்புறம் டாக்டருக்கு ஆளனுப்பி வரவழைத்தாள். அதற்குள் தகவல் தெரிந்து தெருவே ஓடி

வந்திருந்தது. தேவகி அம்மாயி, உண்ணிக் கிருஷ்ணன் நம்பியார், கண்ணன், கங்கையா நாயுடு, பெத்துசாமி எல்லாரும் கூட்டத்தில் இருந்தார்கள். பாபு, நஜீர், ராஜு, குஞ்ஞுமோன் என்று பையன்களும் பாய்ந்து வந்திருந்தார்கள். ஆபீசர்ஸ் கிளப்பில் குடித்துக்கொண்டிருந்த பிரபாகரன் தான் கடைசியாக வந்தான்.

“அவ்வளவு உயரத்திலிருந்து விழுந்து கைகால் உடையாமல் இருப்பது ஆச்சரியம். வலது கால் மட்டும் கொஞ்சம் பிசகி இருக்கிறது. ஒரு மாசம் ஓய்வாக இருந்தால் சரியாகி விடும். இதுவே வேறு யாராவதாக இருந்தால் கையையும் காலையும் பொறுக்க வேண்டியிருக்கும். சர்க்கஸ் டிரெயினிங்” என்றார் டாக்டர்.

ஒரு வாரம் ஆஸ்பத்திரியில் கிடந்தாள் ஜானம்மா. பிரபாகன்தான் பார்த்துக்கொண்டான். சின்னம்மா துணைக்கு வந்தாள். பகலில் பையன்கள் இருந்தார்கள். பாபுதான் அதிகம் இருந்தான். முறைவைத்ததுபோல் தெருக்காரர்கள் யாராவது தினமும் வந்தார்கள். டிஸ்சார்ஜ் செய்கிற அன்று கேளு நம்பியார் பிரபாகரனிடம் சொன்னார்.

“பிரபாகரா, இந்த மாதிரி ஆச்சுன்னா கம்பெனியிலேயே வெச்சுப் பாக்கிறதுதான் வழக்கம். ஜானம்மையையும் கொண்டு போகலாம். ஆனா அடுத்த ஷோ சேலத்துல. காலுக்குச் சுகமில்லாத இவளைக் கொண்டுபோய்க் கஷ்டப்படுத்தணுமான்னு பாக்கிறேன். யாரும் இல்லேன்னா அதைத்தான் செய்திருப்பேன். ஆனா இங்க அம்மாவன் நீ இருக்கே. அவ இங்கே இருக்கிறதுதான் நல்லது. இந்த சேலம் ஆட்டம் முடியட்டும். அதுக்குள்ளே அவளுக்குக் குணமாயிடும். அடுத்த ஷோவுக்குக் கூப்பிட்டுக்கிறேன். என்ன சொல்கிறாய்?”

பதில் சொல்லாமல் பிரபாகரன் நின்றான். உண்ணி கிருஷ்ணன் நம்பியார்தான் பேசினார். “அவன் என்ன சொல்றது, கேளு. அவ இங்கேயே இருக்கட்டும். நாங்கல்லாம் இங்கேதானே இருக்கோம். அப்படியிருக்க அவளை யாரும் எவருமில்லாமல் விடறது சரியில்லை.”

கட்டிலில் படுத்துக் கிடந்த ஜானம்மாவின் முகத்தில் விரிந்த சிரிப்பு தன்னைக் கேலி செய்வதாகப் பிரபாகரனுக்குத் தோன்றியது.

ஆஸ்பத்திரியிலிருந்து வந்த மறுநாளே ஜானம்மா நடமாட ஆரம்பித்தாள். காலில் சின்ன வீக்கம் மிஞ்சியிருந்ததைத் தவிர எந்தக் கோளாறும் இருக்கவில்லை. வீட்டு வேலைகளை இழுத்துப் போட்டுக்கொண்டு செய்தாள். ஒரே வாரத்தில்

அழுக்கும் இருட்டும் ஈர வாடையுமாக இருந்த வீடு காற்றும் வெளிச்சமும் கைவீசி விளையாடுகிற இடமானது. ஜானம்மா தன்னுடைய பழைய கனவுகளுக்குப் போனாள். தன் பக்கத்தில் வரும்போது அவளுடைய உடம்பு கரையை நெருங்கும் ஆம்பல் பூப்போல ஒசிவதைப் பார்த்து பிரபாகரனுக்குப் பயமாக இருந்தது. அதிகம் வீட்டில் இருப்பதைத் தவிர்த்தான். சுசீலாவைப் பார்க்கப் போய்த் தாமதமாகத் திரும்பினான். ஆனால் அதெல்லாம் புரிந்தும் அவள் மௌனமாகிவிட வில்லை. தினமும் தன் ஆசைகளைச் சொல்லிக்கொண்டிருந் தாள். "இந்த ஊரில் என்னையும் உங்களையும் பற்றித் தெரிந்தவர்கள் தேவேடத்தியும் நம்பியார் மாமாவும்தான். நாம் ஏன் இங்கே இருக்க வேண்டும்? வேறே எங்காவது போய்விடலாம். யாருக்கும் தெரியாத இடத்துக்கு? இந்த ஜென்மம் முழுவதும் உட்கார்ந்து தின்னுகிற அளவுக்குக் காசு என்னிடமிருக்கிறது. நீங்க இனிமேல் வேலைக்குக்கூடப் போக வேண்டாம். சின்ன வயசில் சொல்லுமே, என்னைப் பொன்னுபோலப் பார்த்துக்குவேன் என்று அப்படிக்கூட வேண்டாம். ஒரு ஜோலிக்காரியாக உங்ககூட வைத்துக் கொண்டால் போதும்."

கேட்டுக்கொண்டிருந்த பிரபாகரனுக்கு உடம்பு துவண்டது. "ஜானூட்டி, இது இந்த ஜென்மத்தில நடக்கப் போகிற காரியமில்லை. நீ வேறு யாரையாவதுதான் கல்யாணம் பண்ண முடியும். அது..."

"அது ஏன் நீங்களா இருக்கக்கூடாது? நீங்க ஆண் பிள்ளையில்லையா?"

"இப்படியெல்லாம் கேட்பேன்னு தெரிஞ்சிருந்தா உன்னை வீட்டுக்குள்ளேயே சேர்த்திருக்கமாட்டேன். அத்தனை உயரத்தி லிருந்து விழுந்தாயே, அப்படியே செத்துத் தொலைந்திருக்கக் கூடாதா?"

"நீ என்ன நெனைச்சே, எனக்குக் கண்ணு மட்டுந்தான் பூனைக்கண்ணுன்னா. என்னோட சரீரமே பூனைமாதிரித்தான். நானாத்தான் விழுந்தேன்." என்று கேலி பண்ணினாள். அந்தக் கேலி எல்லா நாளும் தொடர்ந்து நேற்று இரவு உச்சத்தில் பீறிட்டுச் சிரித்தது. இதற்கு மேலும் பொறுக்க முடியாது என்று பிரபாகரனுக்குப் பட்டது.

"தே, உன்னோடு தர்க்கம் பண்ண நான் தயாரில்லை. நீ என் முன்னால் இப்படிப் பெரிய பெண்ணாக நிற்கும்போது நான் உன்னைப் பார்க்கவில்லை. என் அக்காவைத்தான் பார்க்கிறேன். அவள் எனக்கு சேச்சி மட்டுமல்ல. அம்மையும்

கூட. இதுக்கு மேல் சொல்ல எனக்கு எதுவுமில்லை. ஆனால் ஒரு காரியம், நாளைக்கு நான் ஆபீசுக்குப் போய்த் திரும்பி வரும்போது உன்னை இங்கே பார்க்கக் கூடாது. எங்கேயாவது போய்த் தொலை. தொல்லை விட்டது என்று நிம்மதியாக இருப்பேன்" என்று கத்தினான். அதற்குப் பிறகு ஜானம்மா பேசவில்லை.

காலையில் ஆபீசுக்குப் போக இறங்கியபோது அவள் எதையோ தீர்மானம் செய்துவிட்டது போல இருந்தாள். திரும்பிக்கூடப் பார்க்காமல் வந்தான். கொட்டும் மழையில் அவள் எங்கே போக முடியும் என்று இப்போது மனம் அடித்துக்கொண்டது. வீட்டுக்கு ஒரு நடை போய்ப் பார்க்கலாம் என்று தீர்மானித்தான். மேலதிகாரியிடம் அனுமதிபெற்று அலுவலக வராந்தாவுக்கு வந்து நின்றான். மழை ஓய மன மில்லாததுபோலப் பெய்துகொண்டிருந்தது. கொஞ்சம் தயங்கி நின்று கோட்டுப் பொத்தான்களைப் போட்டுக்கொண்டு இறங்கி நடந்தான். உருக்குக் கனத்துடன் பெய்த நீரில் உடம்பு விறைத்து நடுங்கியது. மெயின் கேட்டில் பாரா நின்ற சிப்பாய் 'சத்ரி இதர் ஹை சாப்' என்று கூண்டுக்குள் குடையைத் தேடி எடுப்பதற்குள் கேட்டைத் தாண்டியிருந்தான். அவ்வளவு தூரம் நடந்ததில் மழையின் கனமும் குளிரும் எதுவும் செய்ய வில்லைபோல உணர்ந்தான். முழுக்க நனைந்து விட்டால் குளிரிருக்காதோ என்று தன்னையே கேட்டுக்கொண்டான். தெருவுக்குள் நுழையும்போதே தேவகி அம்மாயி வீட்டு வாசல் திண்ணையில் தன்னுடைய ஊதா நிற டிரங்குப் பெட்டிமேல் ஜானம்மா உட்கார்ந்திருப்பதைப் பார்த்தான். அந்த வாசலைத் தாண்டும் போது அவளைப் பார்த்துச் சொன்னபடியே முன்னால் நடந்தான்.

"ஜானூட்டி வீட்டுக்கு வா."

இரண்டு நாட்களுக்குப் பிறகு கோயம்புத்தூர் காரனேஷன் மைதானத்தில் கோலாகலமாக ஆரம்பித்த யுனிவர்ஸல் சர்க்கஸ் முகாமுக்கு ஜானம்மாவைக் கொண்டு போய்விட்டான் பிரபாகரன். தன்னுடைய பாக்கிய தேவதை திரும்ப வந்ததில் கேளு நம்பியாருக்கு ஆறுதலாக இருந்தது. அதுவும் உடம்பில் ஒச்சம் இல்லாமல் வந்தது ஆசுவாசமாக இருந்தது. தன்னுடைய ஊதா நிற டிரங்குப் பெட்டியுடன் இன்னொரு தோல் பையையும் தூக்கிக் கொண்டு சர்க்கஸ் கூடாரத்தின் பின் பக்கமாகப் போனவளை அவன் மறுபடியும் பார்க்கவில்லை. விடைபெற்றுப் போகும்போதுகூட அவள்

வர மறுத்து விட்டாள். "பிரபாகரா, அவளுக்கு என்னமோ சங்கடம். நீ போ, நான் பார்த்துக்கொள்கிறேன்" என்று கேளு நம்பியார்தான் டெண்டு வாசல்வரை வந்து வழியனுப்பி வைத்தார்.

ரேடியோவிலும் பத்திரிகைகளிலும் கிழக்குப் பாகிஸ்தானில் கலவரம் என்று போட்டிருந்தது. வெல்லிங்டன் ரயில்வே ஸ்டேஷனுக்கும் மதராஸ் ரெஜிமெண்ட் சென்டருக்குமாக டிரக்குகள் ஓயாமல் ஓடின. நீலகிரி பாசஞ்சரில் சாதாரண ஆட்கள் ஏற முடியாமல் ஜவான்களும் தளவாடங்களும் நிறைந்திருந்தன. விடுமுறையில் போன சிப்பாய்களும் ஆபீசர் களும் திரும்பி வந்தார்கள். பிரபாகரனுக்கும் அழைப்பு வந்திருந்தது. டார்ஜிலிங்குக்கு வந்து சேரச் சொல்லி.

"நீங்க சிப்பாய் இல்லியே, நீங்களும் போணுமா?" என்று கேட்டான் பாபு.

"ஆமாம்" என்றான் பிரபாகரன்.

"எதுக்கு?"

"எதுக்குன்னு சொன்னா உனக்கு மனசிலாகாது. ஆனாச் சொல்றேன். மிலிட்டெரியோட வேலை சண்டை போடறது. சண்டைக்கு நெறைய செலவும் ஆகும். அப்ப அதுக்கெல்லாம் கணக்கு எழுத ஆள் வேணுமே, அதுக்குத்தான் என்னை மாதிரி ஆள்கள்."

கண்ணன் மாமாவிடம் சொல்லிக் கொண்டு போவதற்காக பாபு இருக்கும்போதுதான் பிரபாகரன் வீட்டுக்கு வந்தான். தனக்கு மாற்றல் வந்திருப்பதையும் மறு நாள் போகவிருப்பதை யும் இனிமேல் இந்த ஊருக்கு வர வேண்டியதில்லை என்பதையும் சொல்லிக் கொண்டிருந்தான். மாமா வழக்கம் போலக் கட்டிலில் உட்கார்ந்து நெற்றியை வருடியபடி யோசித்து 'உம்... உஹூம்' கொட்டிக்கொண்டிருந்தார். டீ போடவா என்று கேட்ட அத்தையிடம் வேண்டாம் என்றான் பிரபாகரன். பேச்சின் இடையில் ஜானம்மாவை அவன் அப்படி அனுப்பியிருக்க வேண்டாம். இதமாக எடுத்துச் சொல்லி இருக்கலாம் என்றாள். பிரபாகரன் அதை எதிர்பார்த்திருப்பான்போல. "உங்களுக்குத் தெரியாது. ஒரு பச்சைக் குழந்தைக்குச் சொல்வதுபோலச் சொல்லிப் பார்த் தேன். கேட்டபாடில்லை. பிறகு என்ன நாலு அடிபோட்டா சொல்ல முடியும்? கடைசியாக அவள் பேசியதற்கு அதையும் செய்திருக்கலாம்தான்" என்று சொல்லிக் கொஞ்சம் நிறுத்தி னான். குரலைத் தழைத்தான். 'உடுதுணி இல்லாமல் நின்று

ஒரு பெண் நிர்ப்பந்திக்கும்போது நான் அப்படி அனுப்பியது எவ்வளவோ மரியாதையான செய்கை இல்லையா?' என்று கேட்டான்.

மாமாவும் அத்தையும் கொஞ்ச நேரத்துக்கு எதுவுமே பேசவில்லை. வெளியே பொதுக் குழாயிலிருந்து தண்ணீர் சொட்டுகிற சத்தமும் யாரோ செருப்பை இழுத்துக்கொண்டு நடக்கிற ஓசையும் மாமா உட்கார்ந்திருந்த கட்டில் அவருடைய அசைவுக்குத் தகுந்ததுபோல முரல்கிற ஒலியும் தெளிவாகக் கேட்டது. காமிக்ஸ் புத்தகத்திலிருந்த மந்திரவாதி மாண்ட்ரேக்கையும் லோத்தரையும் டிரேசிங் பேப்பர் வைத்து நகலெடுத்துக் கொண்டிருந்த பாபு தலையை நிமிர்த்தி "அத்தே, உடுதுணியில்லாமன்னா அம்மணக் குண்டியாவா?" என்று கேட்டான்.

"சீ, அதிகப் பிரசங்கி, சின்ன வாயில பெரிய பேச்சு. அந்த கௌரி அப்பவே உன்னக் கேட்டா, என்னான்னு போய்க் கேட்டுட்டு வா" என்று விரட்டினாள். 'சும்மா புளுகாதீங்க' என்று யாருக்கும் கேட்காமல் முணுமுணுத்துக் கொண்டு எழுந்தான். பிரபாகரன் தலையசைத்துச் சிரித்தான். அந்தச் சிரிப்பை பாபு அதற்குப் பிறகு பார்க்கவில்லை.

சாயங்காலம் பாபு கௌரி வீட்டில் டியூப் லைட் வெளிச்சத்தில் உட்கார்ந்து வீட்டுப்பாடம் எழுதிக்கொண்டிருந்தான். கோயம்புத்தூரில் ஏதோ இண்டர்வியூவுக்குப் போய் வந்த கௌரி அம்மாவிடம் சொல்லிக்கொண்டிருந்தாள். யுனிவர்ஸல் சர்க்கசில் ஜானம்மாவைப் பார்த்தாளாம். பார்த்ததும் ஓடி வந்து கட்டிக் கொண்டாளாம். எல்லாரையும் கேட்டாளாம். கேட்டதாகச் சொல்லச் சொன்னாளாம். அப்புறம் அவளுக்குக் கல்யாணம் ஆகிவிட்டது. சர்க்கஸிலேயே இருக்கும் ஆளைக் கட்டிக்கொண்டாளாம். இங்கே வந்த ஆட்களில் ஒருத்தரை. இரண்டு பஃபூன்களில் ஒருத்தரை.

பாபு நோட்டையும் புத்தகத்தையும் மூடி வைத்து விட்டுக் கேட்டான் "கௌரியேச்சி, எந்த பஃபூனை?"

●

மூன்று பேரும் மாரியம்மன் கோவில் மைதானப் புல்மேட்டில் மல்லாந்து கிடந்தார்கள். பாபுவும் நஜீரும் ராஜுவும். மத்தியானம், படாகானாவில் மூச்சு முட்டத் தின்ற களைப்பு உடம்பை முறித்திருந்தது. கண்களை மூட வைத்திருந்தது. நாலு மணி குளிர் வெயிலில் படுத்துக் கிடப்பது இதமாக இருந்தது.

மிலிட்டெரி படாகானாவுக்கு வெளியாட்களை அனுமதிக்க மாட்டார்கள். பட்டாளக்காரர்களும் அதிகாரிகளும் அவர்கள் குடும்பத்தினரும் கலந்து கொள்ளலாம். ராணுவ அலுவலகங்களில் வேலைபார்க்கும் முக்கியமான ஆட்களுக்கும் அனுமதி உண்டு. குஞ்ஞுமோன் ராதாகிருஷ்ணனின் அப்பா பாஸ்கரன் நாயர் எம்.ஆர்.சி. காண்டீன் மேனேஜர். அவர் நினைத்தால் யார் வேண்டுமானாலும் விருந்தில் கலந்துகொள்ள முடியும். கவர்னர் வருவதையொட்டி நடக்கும் படாகானாவுக்கு அவர்களையும் கூட்டிக் கொண்டு வரலாம் என்று அப்பா சொன்னதாக ராதா சொன்னபோது யாரும் நம்பவில்லை. என்ன இருந்தாலும் சிறுவர்களை உள்ளே விடமாட்டார்கள் என்றுதான் பாபு நினைத்திருந்தான். நஜீரும் ராஜுவும்கூட அதையேதான் சொன்னார்கள்.

"பாபேட்டா, அச்சன் சொன்னா டீச்சர் வீட்டு ஜவானைக்கூட கொண்டு போகாம்" என்று அவன் சொன்னதை நம்பத் தயாராக இல்லை. ஆனால் படாகானா தினத்தன்று பாரக்ஸுக்குள் நுழைந்ததும் கேட்டில் நின்றிருந்த இரண்டு சிப்பாய்கள் அட்டென்ஷனில் நின்று சல்யூட் அடித்து பாஸ்கரன் நாயரையும் குடும்பத்தையும் வரவேற்றார்கள். அதைப் பார்த்தும் குஞ்ஞுமோன்

புளுகவில்லை என்று தெரிந்தது. ராஜு மற்ற இரண்டு பேர் காதிலும் ரகசியமாகச் சொன்னான். பாபுவுக்கும் நஜீருக்கும் சிரிப்பு பற்களில் மலர்ந்தது. சிரித்துக்கொண்டே மூன்று பேரும் கால்களைச் சேர்த்து நின்று சிப்பாய்களுக்கு சல்யூட் அடித்தார்கள். அது மரியாதையா, பையன்களின் குறும்பா என்று குழம்பிய சிப்பாய்கள் பதிலுக்குக் கையை உயர்த்தி அரை சல்யூட் அடித்தார்கள்.

பாபு கண்ணைத் திறந்து பார்த்தபோது ஆகாயத்தில் மேகங்கள் நகர்ந்துகொண்டிருந்தன. ஒவ்வொன்றும் ஒவ்வொரு உருவத்திலிருந்தன. பாபு படுத்தபடியே "ஜாவானோம் சல்யூட்" என்று உரக்கச் சொல்லிக்கொண்டு சல்யூட் அடித்தான். நஜீரும் ராஜுவும் புரண்டு அவனைப் பார்த்தார்கள்.

"டேய், லூசு நீடில், யாருக்குடா சல்யூட் வெக்கிற?" என்று சிரித்தான் நஜீர். ராஜுவும் பதிலை எதிர்பார்த்துச் சிரித்தான்.

"யார்றா லூசு? அத பார்றா கவ்னர் ஜீப்பில போறாரு. அவருக்குத்தான் சல்யூட்" என்றான் பாபு.

"எங்கடா?"

"வானத்துல பாருடா, அந்தப் பெரிய மேகம்தாண்டா கவ்னர். பாக்கியெல்லாம் ஜவான்ஸ். பார்றா, கவ்னர் மேகம் அப்படியே நிக்குது. ஜவான்க மார்ச் பண்ணுது."

"நஜு, நெறயாத் தின்னதுல இவனுக்கு கிறுக்குப் புடிச்சிருச்சுடா" என்றான் ராஜு. இரண்டு பேரும் ப்ரூரூரூஃஃப் என்று ஒரே சமயத்தில் சத்தம் எழுப்பினார்கள். பிறகு ஆகாயத்தைப் பார்த்தார்கள். வெள்ளையும் சாம்பலும் விளிம்பு களில் வெள்ளிச் சரிகையும் ஒட்டியதுபோலப் பெரிய மேகம். அதன் உச்சிப் பகுதி காந்தி தொப்பி மாதிரி இருந்தது. சுற்றிலும் மந்தை மந்தையாகச் சிறு மேகங்கள். எல்லா மேகங்களும் சீரான வேகத்தில் அணிவகுத்து நகர்ந்து கொண்டிருந்தன.

சிரித்துக்கொண்டிருந்த நஜீர் சட்டென்று சிரிப்பை நிறுத்திவிட்டு "தீர் ஜவானோம், பாயி ஔர் பெஹனோம், தேஷ் நிவாசியோம்" என்று உரக்கச் சொல்ல ஆரம்பித்தான்.

"டே, என்னாடா உனக்கும் ஊசிக் கிறுக்கு தொத்திகிச்சா?" என்றான் ராஜு.

"சைலன்ஸ். கவ்னர் பேசுறார்டா" என்று விட்டு "ஆஜ் ஹமாரா தேஷ் . . ." என்று தொடர்ந்தான் நஜீர். ஹிந்தியில்

பேசுவது போன்ற பாவனையில் ஹை ஹாங் ஹே ஹூ என்று தமிழ் வார்த்தைகளுடன் சேர்த்துச் சொல்லிக் கொண்டிருந்தான்.

"பாக்கிஸ்தான் வாலா நம்மகூட சண்டைக்கு வர்றான்ஹை. நாம் அவனை தொரத்தணும் ஹை. அதுக்கு வீட்டுக்கு ஒரு ஆள் ரெஜிமெண்டுல சேரணம் ஹே. தினமும் படாகானா வெக்கணும் ஹூங். நாமெல்லாம் சாப்புடணும் ஹை. பாரத் வாசியோம் எல்லாரும் சாப்புடணும் ஹை. ஜெய் ஹிந்த்."

அவன் முடித்ததும் இருவரும் கையைத் தட்டினார்கள். ராஜு மூக்கைப் பொத்திக் கொண்டு ராணுவ பியூகிளின் சத்தத்தை எழுப்பினான். பாபு வாயை மூடி பாண்டு டிரம்மின் முழக்கத்தைக் கொண்டுவரப் பார்த்தான். இரண்டு பேரையும் அடக்கினான் நஜீர்.

"டேய், லவாடாங்களா, உங்க பாண்டைக் கேட்டு கவ்னர் பயந்து நின்னுட்டார் பாருங்கடா."

இருவரும் வானத்தைப் பார்த்தார்கள். கவர்னர் மேகம் அசையாமல் நின்றிருந்தது. மூன்று பேரும் ஆகாயத்தைப் பார்த்தபடி சற்று நேரம் அமைதியாகப் படுத்துக் கிடந்தார்கள். யாரோ உந்திவிட்டதுபோல மேகங்கள் நகரத் தொடங்கிய போது கீழேயிருந்து குஞ்ஞுமோன் ராதாவின் கூக்குரல் கேட்டது.

"பாபேட்டா, நஜூ, அஜ்ஜா, நம்மட மம்மதுவெ ஆரோ வெட்டிப் போட்டிருக்கு."

மூவரும் திடுக்கிட்டெழுந்து உட்கார்ந்தார்கள். புல்லில் சறுக்கியபடியே கீழே வந்தார்கள். "எங்கடா?" என்றார்கள்.

"வாங்க, சீக்ரம் வாங்க, காட்டறேன்" ஓடிக் கொண்டே சொன்னான் ராதா. பாபுவும் நஜீரும் ராஜுவும் அவனுக்குப் பின்னால் ஓடினார்கள். ஓடிக்கொண்டே பாபு அண்ணாந்து பார்த்தான். கவர்னரும் சிப்பாய்களும் மேகரூபம் கலைந்து வெண் குவியல்களாக அவர்களைத் தொடந்து வந்துகொண் டிருந்தார்கள்.

வெல்லிங்டனிலிருந்து மவுண்ட் பிளசண்டுக்குப் பிரிகிற முருகனடி பங்களாவுக்கு நேராக ரோட்டுக்கு எதிர்த் திசை யில் ஆற்றங்கரையில் இந்துக்கள் மயானத்தின் வாசலில் மஞ்சள் நிறக் காட்டுப் பூக்களும் தும்பைப் புதர்களும் எருக்கஞ் செடிகளும் மண்டிய பள்ளத்தில் மம்மது குற்றுயிராக மயங்கிக் கிடந்தான்.

குன்னூர் ரயில்வே ஸ்டேஷனிலிருந்து கேங்க்மென் தள்ள டிராலியில் வந்துகொண்டிருந்த ஸ்டேஷன் மாஸ்டர்தான் தற்செயலாகப் பார்த்திருக்கிறார். பள்ளத்தில் சிக்கிய கன்றுக் குட்டியோ நாயோ அசைவதுபோலத் தெரிந்தது. எருக்கஞ் செடிகளையும் உண்ணிச் செடிகளையும் போர்த்திக் கிடந்த துண்டு கண்ணில் பட்டதும் டிராலியை நிறுத்தச் சொன்னார். டிராலியை கழற்றி தண்டவாளப் பாதையின் ஓரமாகப் போடச் சொல்லி அவரும் கீழே இறங்கிப் போனார். நெருங்கிப் பார்த்த போது பள்ளத்திலிருந்து மேலே ஏறி வரச் சிரமப்படுகிற மம்மது கண்ணில் பட்டிருக்கிறான். கேங்க்மென் அவனை மேலே தூக்கித் தரையில் கிடத்தினார்கள். மம்மதுவின் முகம் வீங்கியிருந்தது. சட்டை கிழிந்திருந்தது. இடது கை மணிக்கட்டுக்குக் கொஞ்சம் மேலாக வெட்டப்பட்டு அறு படாமல் தொங்கிக்கொண்டிருந்தது. பள்ளத்திலிருந்து அவனைத் தூக்கிக்கொண்டு வந்து கிடத்திய இடம்வரைக்கும் ரத்தம் வழிந்திருந்தது. கேங்க்மென்னில் ஒருவன் தன்னுடைய துண்டால் வெட்டுப்பட்ட கையை மூடிக் கட்டினான். ஸ்டேஷன் மாஸ்டர் தன்னுடைய பிளாஸ்க்கைத் திறந்து "மம்மது, இந்தா தண்ணியக் குடி" என்று அவன் வாயில் ஊற்றினார். இரண்டு மிடறு குடித்ததும் அவன் மயங்கிக் கண்களை மூடிக்கொண்டான். கேங்க்மென் இரண்டு பேரையும் அங்கேயே இருக்கச் சொல்லிவிட்டு தண்டவாளம் வழியாகப் போலீசுக்குத் தகவல் தெரிவிக்க ஓடினார். தவிர ரேஸ் குதிரை களை ஏற்றிய கூட்ஸ் வண்டி அடுத்து வர இருந்தது.

நான்கு பேரும் ஓடி வந்து சேர்ந்தபோது அந்த இடத்தில் பத்துப் பதினைந்து பேர் நின்றிருந்தார்கள். புல்தரையில் மல்லாந்து கிடந்தான் மம்மது. அவனுடைய இடது கையி லிருந்து அப்போதும் ரத்தம் கசிந்து கொண்டிருந்தது. கட்டி யிருந்த துண்டு நனைந்து புல்தரையில் சிவப்பாகச் சொட்டிக் கொண்டிருந்தது. பக்கத்தில் நெருங்கப் பார்த்த நான்கு பேரையும் கேங்க்மென் விரட்டினார்கள். "போங்கடா தள்ளிப் போங்க, போலீசு வராம பக்கத்துல போனா ஒங்களையும் புடிச்சு செயில்ல போட்ருவாங்க" என்று ஒதுக்கிவிட்டார்கள்.

"ஆமா, போலீசு ஆடி அசஞ்சு வர்றதுக்குள்ளாற ஆளு செத்துகித்துப் போய்டப் போறான்" என்று கூட்டத்தில் யாரோ சொன்னார்கள்.

"ஸ்டேஷன் மாஸ்டர் போன் பண்ணிச் சொல்லிருவாரு. இப்ப வந்துருவாங்க" என்றான் ஒரு கேங்க்மேன்.

"ஆளு யாரு? இங்கத்திய ஆளுதானா?" கூட்டத்திலிருந்து கேள்வி வந்தது.

“ஆருன்னு தெரியல. நாங்க போத்தனூர் ரெய்ல்வே ஷெட்லேர்ந்து வர்றோம். எங்களுக்கு ஒண்ணுந்தெரியல.”

“எங்களுக்குத் தெரியும். இது மம்மது. எங்க ஃப்ரண்டு. பஜார்ல வேல செய்யுது” என்றான் நஜீர்.

பாபுவும் ராஜுவும் அவனுடைய முதுகில் கிள்ளினார்கள். கோபத்துடன் திரும்பி “ஏண்டா ரெண்டு பேரும் ஒட்டுக்காக் கிள்றீங்க” என்றான்.

“டே, நஜு, ஒண்ணும் பேசாத. போலீஸ் வந்தா நம்மளை யும் புடிச்சிருவாங்க” என்று மெதுவான குரலில் சொன்னான் பாபு. நஜீருக்கும் புரிந்தது.

“ஆனா நம்ம மம்மதுடா?” என்றான். சொல்லச் சொல்ல அவனுக்கு அழுகை வந்தது. அதைப் பார்த்து மற்ற மூன்று பேருக்கும் முகம் கோணிக் கண்களில் நீர் தளும்பியது. பாபு கண்களைத் துடைத்துக்கொண்டே மயங்கிக் கிடக்கும் மம்மதுவைப் பார்த்தான். அவனுடைய ரத்தம் வழியும் கையின் மேல் எலுமிச்சம் பழ நிறத்தில் ஒரு பட்டாம் பூச்சி உட்கார்ந்து இறக்கைகளைப் படபடத்துக்கொண்டிருந்தது. பட்டாம் பூச்சி ரத்தத்தைக் குடிக்குமா என்று யோசித்தான். பார்த்துக் கொண்டிருக்கும்போதே இன்னும் இரண்டு பட்டாம் பூச்சிகள் பறந்து வந்து அந்தக் கைமேல் உட்கார்ந்தன. பாபு நஜீரின் தோளைத் தட்டி முகத்தை நீட்டி அதைக் காட்டினான். இவர்களைப் பார்த்து ராஜுவும் குஞ்ஞுமோனும் அதே பக்கத்தில் கண்களை ஓட்டினார்கள். இப்போது கொத்துக் கொத்தாக நிறைய பட்டாம் பூச்சிகள் கையை மொய்த்துக்கொண்டிருந்தன. நூறுக்கு மேலே இருக்கும் என்று தோன்றியது. எல்லாம் முண்டிமுண்டிச் சிறகடித்துக் கொண்டிருந்தன. நான்கு பேரும் கண்கள் விரியப் பார்த்துக் கொண்டிருந்தார்கள்.

“இதென்னா அதிசயமாருக்கு” என்றான் கேங்க்மேன். எல்லாரும் மம்மதுவின் மயங்கிக் கிடந்த உடலைப் பார்த்துக் கொண்டிருந்தார்கள். பட்டுப் பூச்சிகள் சிறகடித்து மொய்த்ததில் உடம்பின் இடது கை மட்டும் அசைவதுபோலத் தெரிந்தது. எல்லாரும் பார்த்துக்கொண்டிருந்த சில நிமிடங்களில் அவை கூட்டமாக எழும்பிப் பறந்து மறைந்தன.

“வழி விடுங்க. தள்ளி நில்லுங்க” என்று கூட்டத்தை விலக்கி வந்தார் போலீஸ் அய்யப்பன். அவருக்குப் பின்னால் காட்டுப் பூனையும் ஸ்டேஷன் மாஸ்டரும் வந்தார்கள்.

“அப்ப நீங்கதான் மொதல்ல பாத்தது இல்லீங்களா?” என்று காட்டுப் பூனை கேட்டார்.

“யெஸ் சார், ட்ரையல் போயிட்டு வந்துட்டுருந்தோம். அப்பக் கண்ணுல பட்டுது. மொதல்ல ஏதோ அனிமல் அடிபட்டுக் கெடக்கோன்னுதான் நெனச்சேன். கொஞ்சம் பக்கத்துல வந்தப்பறம்தான் ஆளுன்னு தெரிஞ்சுது. அதான் ஒடனே உங்களுக்கு இன்பார்ம் பண்ணினேன். சீக்கிரமா ஆஸ்பத்திரிக்குக் கொண்டுபோனாப் பொழக்க வெச்சுரலாம்.”

“சரிதான் சார், ஆனா இந்த பள்ளத்துக்குள்ளேர்ந்து எப்டி கொண்டு போக? வண்டி வாசி எதுவும் இங்க கொண்டு வர முடியாதுங்களே? அடிபட்டுக் கெடக்குறவனத் தோளுல சொமந்துகிட்டா போக முடியும்? கண்டோன்மெண்ட் ஆஸ்பத்திரில சொல்லி ஸ்டெச்சர் கொண்டு வரதுக்குள்ள செத்துத் தொலஞ்சான்னா நம்ம பொளப்பும் நாறிப் போயிருமே? என்ன பண்ணலாம்?” என்று யோசித்தார் காட்டுப் பூனை.

“டிராலிய இங்கதான் டிஸ்மேண்டில் பண்ணி வெச் சிருக்கோம். எடுத்துப் பூட்டினா நம்ம ஸ்டேஷன் வரைக்கும் கொண்டுபோலாம். அதுலயும் சிக்கலிருக்கு. கீழேருந்து இன்னும் டென் மினிட்ஸ்ல குட்ஸ் வேகன் வருது. அதுக்குள்ள முடியுமா? அதுவுமில்லாம டிப்பார்ட்மெண்ட் டிராலில அப்படிச் செய்றது அஃபென்ஸ். என்கொயரில்லாம் வரும்” என்றார் ஸ்டேஷன் மாஸ்டர்.

“அடப் போங்க சார், ஆபத்துக்குப் பாவமில்லன்னு பண்ணிப் போடுவோம். ஒரு உசுரு இல்லீங்களா? பொளச்சான்னா நல்லா இருன்னு சொல்லமாட்டானா? அட, கருமாந்தரம் செத்துத் தொலச்சான்னா கேசுன்னு அதுக்குப் பின்னாடியே அலயோணும். தே, ஆளுக்கு ஒரு கைகுடுத்து தூக்குங்கப்பா. சார் உங்க டிராலிய ரெடி பண்ணச் சொல்லுங்க.”

ஸ்டேஷன் மாஸ்டர் தலையசைத்தார். கேங்க்மென் ஓடி டிராலியை மீண்டும் தண்டவாளத்தில் ஏற்றினார்கள். கூட்டத்திலிருந்து நாலைந்து பேர் மம்மதைத் தூக்கி மேடேறி டிராலி பெஞ்சில் படுக்க வைத்தார்கள். காட்டுப் பூனை திரும்பி அய்யப்பனைப் பார்த்தார். “நீங்க டிராலியில வாங்க. நம்ம ஜீப் அங்கதான நிப்பாட்டீருக்கு. அதுல ஏத்தி ஆஸ்பத்திரிக்குக் கொண்டுட்டு போயிடுங்க. நான் ஸ்டேஷன்லதா இருப்பேன். அவன் பேரு ஊரு எல்லாத்தையும் வெவரமா வெசாரிச்சுட்டு வாங்க” என்றார்.

"சரிங்க அய்யா, இவன் நம்ம ஸ்டேஷனுக்கு வர்றவந் தாங்க. மம்மது. செடிக்கெல்லாம் தண்ணி ஊத்த, கூட்டித் தள்ள எல்லாம் வருவானுங்களே அவந்தாங்க" என்றார் அய்யப்பன்.

"அவன யாருய்யா வெட்டுனது? சரி, அதப் பொறகு விசாரிச்சுக்குறேன். நீங்க போங்க."

அய்யப்பன் ஏறினதும் கேங்க்மென் டிராலியைத் தள்ளினார்கள். கொஞ்சம் தள்ளி விட்டு நகர ஆரம்பித்ததும் வேகமாகத் தள்ளிக் கொண்டு ஓடினார்கள். அவர்கள் தலைக்கு மேலாக மறுபடியும் மஞ்சள் நிறப் பட்டாம் பூச்சிகள் கூட்டமாக பறந்தன. மறுபடியும் கண்கள் விரியப் பார்த்துக்கொண்டிருந்த பையன்கள் அப்போதுதான் காட்டுப் பூனையின் கண்ணில் பட்டார்கள்.

"ஆருடா நீங்கல்லாம் இங்க என்ன பண்றீங்க. ஓடுங்க வூட்டுக்கு ஓடுங்க. இங்க என்ன வித்தயா காட்டுறாங்க" என்று லத்தியை நீட்டினார். நான்கு பேரும் பயந்து நடக்கத் தொடங்கினார்கள். "மத்தவிங்க ஸ்டேஷனுக்கு வாங்க" என்றார். கூட்டம் மலங்க மலங்க விழித்தது.

"ஓடுங்கடான்னா, அன்ன நட நடக்குறீங்க?" என்று லாத்தியைத் தண்டவாளத்தில் தட்டினார். நான்கு பேரும் தண்டவாளங்களுக்கிடையில் ஓடினார்கள். பாபு திரும்பிப் பார்த்தபோது இன்ஸ்பெக்டரும் ஸ்டேஷன் மாஸ்டரும் அவர்களுக்குப் பின்னால் கூட்டத்தில் நின்றிருந்தவர்களும் வருவது தெரிந்தது. எவ்வளவு வேகமாக ஓடியும் ரயில்வே ஸ்டேஷனுக்குப் போய்ச் சேர்வதற்குள் மம்மதுவை எடுத்துப் போட்டுக் கொண்டு போலீஸ் ஜீப் நகர்ந்து போவதைத்தான் பார்க்க முடிந்தது.

மூன்று மாதத்துக்கு அப்புறம் முழுப் பரீட்சை ரிசல்ட் போடுவதற்கு முதல் நாள் மம்மது கோயம்புத்தூர் பெரிய ஆஸ்பத்தியிலிருந்து திரும்பி வந்தான். போலீஸ் ஸ்டேஷன் முன்னால் அவனும் அவனுடைய வாப்பாவும் பஸ்ஸை விட்டு இறங்குவதைப் பார்த்ததாக ஜப்பார் பாய் சொன்னதை நஜீர் வந்து பாபுவிடம் சொன்னான்.

"நாம போயி பாக்க வேண்டாமாடா ஊசி?" என்று கேட்டான்.

"பாக்கணும்டா, ஆனா மம்மது வீடு எங்கடா இருக்கு? ஒனக்குத் தெரியுமா?"

“தெரியாது. ஆனா கண்டு புடிச்சிரலாம்.”

சொன்னதுபோலவே நஜீர் சாயங்காலத்துக்குள் மம்மது வின் வீட்டைக் கண்டுபிடித்தும்விட்டான். குறுப்பு டீக் கடையைத் தாண்டி பாரக்ஸுக்குப் போகிற ரோட்டில் கபருஸ்தான் அருகில் இருந்தது மம்மதுவின் வீடு. கபருஸ்தா னின் மூன்று மதில்களுக்கு வெளியில் தோட்டமிருந்தது. பின் மதிலையொட்டிப் போட்டிருந்த தகரச் சார்ப்புதான் மம்மதுவின் வீடு. வீடே அல்ல பலகைகளை நிறுத்தி வைத்த பொந்து. டீத்தூள் பொட்டலங்களை அடுக்கி வைக்கும் பிளைவுட் பெட்டிகளிலிருந்து பிரித்த பலகைகளைச் சேர்த்து கதவைச் செய்திருந்தது. பச்சைப் பெயிண்ட் அடித்திருந்தது. நடுவில் பெரிய பெட்டி மாதிரியான கட்டடமும் சுற்றியும் வெல்லிங்டன் பள்ளிவாசலுக்கு இருப்பது போன்ற நிறைய கோபுரங்களும் நிற்கும் காலண்டர் படம் வெட்டி ஒட்டப் பட்டிருந்தது.

மூடிக் கிடந்த கதவுக்கு இந்தப் பக்கமாக இருவரும் நின்றார்கள். “நஜு, இது எந்த ஊருடா, மெக்காவா மதினாவா?” படத்தைக் காட்டிக் கிசுகிசுப்பான குரலில் கேட்டான் பாபு.

நஜீர் ஒருமுறை அவனை உற்றுப் பார்த்துவிட்டு “உங்களுக்கு மெக்கா மதினால்லாம் தெரியுமா நீடில் சார்?” என்று சிரித்தான். “இது மக்காடா. நடுவுல இருக்குறது காபா.”

பாபு அந்தப் பெட்டிக் கட்டடத்தைப் பார்த்துக்கொண் டிருந்தபோது வெளிக்குரல்கள் கேட்டுக் கதவு திறந்தது. உச்சி மண்டையில் குரோஷா பின்னல் குல்லாவை இழுத்து விட்டபடி மோதினார் வெளியே வந்தார். பாபு நஜீரைப் பார்த்தான். மம்மது வீடு என்று பாங்கு சொல்லும் செய்யது மோதினார் வீட்டுக்குக் கூட்டி வந்திருக்கிறாயே என்று அந்தப் பார்வை முறைத்தது. இன்னும் சின்ன வயதில் தூக்கத்தில் அலறினாலோ டியூஷன் விட்டு வரும்போது எதையாவது பார்த்துப் பயந்திருந்தாலோ அத்தை பள்ளிவாசலுக்கு அனுப்பு வாள். சாயங்காலத் தொழுகை முடித்து வரும் பாய்கள் தலையில் ஊதினால் சரியாகி விடும். அப்படிப் போனபோ தெல்லாம் செய்யது மோதினார்தான் பயத்தை ஊதி விரட்டி யிருக்கிறார். அவர் வீட்டுக்கு எதற்காக நஜீர் அழைத்து வந்தான் என்று யோசித்தான்.

“மக்கா மதீன்னான்னு பெரிய பேச்செல்லாம் கேட்டுச்சேன்னு பாத்தா நீங்கதானா? ரசாக்கு பாயோட புள்ளதான நீ?” என்று கேட்டார் மோதினார்.

வெல்லிங்டன் 269

"ஆமா, நானா" என்றான் நஜீர்.

"இங்கெ எங்கெடா வந்தீங்க? ரசாக்கு பாய் கூப்டு வரச் சொன்னாரா?"

"இல்ல நானா, நாங்க மம்மதப் பாக்க வந்தோம்."

"உள்ளாற வாங்க. இது ஆரு?" என்று திரும்பி நடந்தார் மோதினார். சுவரில் துழாவி ஸ்விட்சைப் போட்டார். உள்ளே மங்கலான வெளிச்சம் பரவியது. பொந்தின் மறு முனையில் கிடந்த கட்டிலில் படுத்திருந்த மம்மது தெரிந்தான். கட்டிலை ஒட்டி ஒரு சாக்குப்பை திரையாகத் தொங்கியது.

"இது என்னோட ப்ரெண்டு ஊசி.... இஸ்ஸ்ஸ்... பாபு. கண்ணன் மாமாவோட மருமவன்" என்றான் நஜீர்.

பேச்சுக் குரல் கேட்டு மம்மது விழித்தான். இருவரையும் பார்த்தான். படுக்கையிலிருந்து ஒருக்களித்து எழுந்திருக்க முயற்சி செய்தான். போர்த்தியிருந்த கம்பளி நழுவியபோது பாண்டேஜ் துணித் தொட்டிலில் மொட்டையான இடது கை மார்போடு சேர்ந்து தொங்குவது தெரிந்தது. மணிக்கட்டோடு வெட்டப்பட்டிருந்தது. வெட்டப்பட்ட முனையில் கனமான கட்டுப் போட்டிருந்தது. வெள்ளைத் துணிக் கட்டில் மருந்தின் மஞ்சளும் ரத்தத்தின் கருமையும் கசிந்திருப்பது அந்த ஊமை வெளிச்சத்திலும் தெரிந்தது. இருவரையும் பார்த்துச் சிரித்துக்கொண்டே எழுந்து கட்டிலில் உட்கார்ந்தான் மம்மது.

"வாடா, நஜீர், வாடா ஊசி" என்று தனித்தனியாகப் பெயர் சொல்லி அழைத்தான். அவன் அப்படி அழைத்தது இரண்டு பேருக்கும் பிடித்திருந்தது.

"நம்ப வூட்ல நாக்காலி சேரெல்லாம் கெடயாது. இப்டியே இரிங்க" என்று படுக்கையில் ஒதுங்கி உட்கார்ந்தான். இருவரும் மம்மதுவின் இடது கையை இடித்து விடாத ஜாக்கிரதையான இடைவெளியில் நெருக்கியடித்து உட்கார்ந்தார்கள்.

"நல்லா உக்காருங்க. என்னமோ மருந்து போட்டு வுட்டிருக்காங்க. அதான் கையில சொரணையில்லடா. வெறகுக் கட்டையாட்டமிருக்கு" என்று சிரித்தான் மம்மது.

பாபுவும் நஜீரும் அவனுடைய மொட்டைக் கையையே பார்த்துக்கொண்டிருந்தார்கள். அப்போதுதான் மம்மது சொண்டிக் கையன் என்பது பாபுவுக்குச் சட்டென்று ஞாபகம் வந்தது. விறகு மண்டியில் அவன் இடது கையில் கோடாரியை

சுகுமாரன்

வீசி விறகைப் பிளப்பதும் மாட்டு வண்டியில் வரும் மூட்டை களை இடது கையால் இழுத்து முதுகில் போட்டுக் கொள்வதும் காசை இடது கையால் வாங்குவதும் ஞாபகம் வந்தது. எழுந்து மம்மதுவுக்கு எதிரில் நின்று தனது ஆள்காட்டி விரலால் அவன் கைக் கட்டைத் தொட்டான். பாண்டேஜ் துணியின் மொரமொரப்பு விரலில் குறுகுறுத்தது.

“இப்ப வலியொண்ணும் இல்லடா. மரத்துப் போற ஊசி போட்டிருக்காங்க. கட்டப் பிரிச்சப்றந்தான் வலியெல்லாம் வருமாருக்கும்” என்று கையை இழுத்துக்கொண்டான்.

பாபு திரும்ப கட்டிலில் மம்மதுவுக்கும் நஜீருக்கும் நடுவில் உட்கார்ந்தான். மம்மது வலது கையால் பாபுவின் இடது கையை மெதுவாகப் பற்றினான். அவனுடைய உள்ளங்கை யின் காய்ப்பு உறுத்தியது. தன்னிச்சையாக வலது கையை நீட்டி நஜீரின் இடது கையைப் பிடித்தான். அவன் திரும்பி என்ன என்பதுபோலப் பார்த்தான். ‘ப்ச்சு’ என்று உதட்டைப் பிதுக்கிச் சிரித்தான்.

“எந்த ஹராம் பொறப்போ வெட்டிப் போட்டுட்டுப் போயிருக்கான். இந்த பதூக்கா மேல அவனுக்கு என்னா கோபமோ? யாரு வெட்டுனது, வெட்டுனவனப் பாத்தியான்னு இவங்கிட்டக் கேட்டா வாயத் தொறந்து சொல்றானா? மௌத்தாகாமப் படைச்சவன் காப்பாத்தி உட்டுட்டான். தெனோம் அஞ்சு வேள துவா பண்றவன சும்மா உட்டுட மாட்டான். அதான் உசிரு பொளச்சுது. இனி மொட்டைக் கைய வெச்சுட்டு எப்புடிப் பொளைக்கப் போறானோ? வெட்டுன சைத்தானுக்குப் படைச்சவன் கூலி குடுக்காமயா வுட்ருவான். அவனோட ரெண்டு கையும் வௌங்காமத்தான் போவும். மோள்றதுக்கும் பேள்றதுக்கும் தின்றதுக்கும் கையில்லாம பேஜார் படத்தான் போறான்.”

செய்யது மோதினார் சாக்குத் திரைக்குப் பின்னால் அலமாரியிலிருந்து எதையோ தேடுவதற்கிடையில் யாரிடமோ சொல்வதுபோலச் சொல்லிக் கொண்டிருந்தார். யாரிடமோ அல்ல தங்களிடம்தான் சொல்லிக் கொண்டிருக்கிறார் என்று புரிந்துகொள்ளப் பையன்களுக்கு நேரம் பிடித்தது. என்ன பதில் சொல்லுவது என்று பாபுவும் நஜீரும் மாறி மாறிப் பார்த்துக் கொண்டார்கள். இருவரையும் பார்த்து மம்மது வுக்குச் சிரிப்பு வந்தது.

“எதுக்கு அதையே சொல்லிட்டு இருக்கீங்க. என்னோட நசீபத்து கை இல்லாமப் பொளைக்கணும்னு. வெட்டுனவனத்

திட்டுனா போன கை திரும்பி வந்து ஒட்டிக்கப் போகுதாக்கும்? சும்மா இரிங்கத்தா” என்றான்.

“சும்மா இரிக்காம டேப் தட்டி ஆடவா போறேன். சும்மா இரிங்க சும்மா இரிங்கன்னு போலீசுக்காரங்க கேட்டப்பவும் வாய மூட வெச்சுட்டே. ஆரு வெட்டுனான்னு தெரியாது; பாக்கலேன்னு சொல்லிட்ட. நம்ப கையில நாலு தம்பிடி ஜாஸ்தியாவா இருக்கு கேசு கோர்ட்டுன்னு போவறதுக்குன்னு நீ சொன்ன மாதிரி நானும் வாய மூடிகிட்டுச் சும்மாத்தான இருந்தேன். ஹாங்க்... எல்லாத்தையும் ஒருத்தன் பாத்து கிட்டுத்தான இருக்குறான். நம்பள சீரளிச்சவன அவன் சீரளிப்பான். பாத்துக்கோ” என்று அலுமினியத் தூக்கின் மூடியை சத்தம் எழ அடைத்து மூடினார்.

“பாக்கவே வேண்டாத்தா. அவங்க ஒண்ணும் சீரளிய வேண்டாம். அஞ்சு வேள ஓதுற வாயால நீங்க சொல்ல வேண்டாம். எங்கியாவது பலிச்சிடக் கிலிச்சிடப் போகுது.”

மோதினார் பெருமூச்சு விட்டு “பேசிட்டு இரிங்க. நான் சாயா வாங்கிட்டு வந்தர்றேன்” என்று சரியாக இருந்த தொப்பியைக் கழற்றி முடியை ஒதுக்கி மறுபடியும் மாட்டிக் கொண்டார். இன்னொரு முறை ஹூம் என்று பெருமூச்சு விட்டார். அந்தப் பெருமூச்சுக்குப் பின்னாலேயே நடந்து கதவைத் தாண்டினார்.

நஜீர் எழுந்து நின்றான். “மம்மது, ஒண்ணுக்கடிக்கிற எடம் எங்கேருக்கு?” என்று சுண்டு விரலால் கேட்டான்.

“இங்கெ என்னா தனி ரூம்பா இருக்கு? சும்மா வெளியில் தள்ளிப் போய் ஊத்திட்டு வாடா” என்றான் மம்மது.

“டே ஊசி நீயும் வாடா” என்று துணைக்கழைத்தான் நஜீர். “கப்ருஸ்தான்குள்ள தனியாப் போக பயமாருக்குடா.”

“பகல்ல என்னாடா பயம், சும்மா போடா. ஒன்னுக்குப் போறதுக்கும் தொணை தேடறான்” என்று சிரித்தான் மம்மது.

“நான் வரல. இங்கெ துலுக்கங்க பிசாசுதான் சுத்திட் டிருக்கும். நீ துலுக்கன். ஒன்னைய ஒண்ணும் பண்ணாது. என்னயெச் சும்மா வுடாது” என்றான் பாபு.

மூத்திரம் முட்டிக்கொண்ட அவஸ்தையில் லெப்ட் ரைட் போடுவதுபோல கால்களால் உதைத்துக்கொண்டிருந்த நஜீர் ஒரு நொடி நின்றான். பாபுவைக் குழப்பத்துடன் பார்த்தான். பார்வையைத் திருப்பி மம்மதுவைப் பார்த்தான்.

“அதெல்லாம் ஒண்ணும் இல்லேடா. இபிலீசுங்களுக்கு இந்துக்காரன் துலுக்கன்னு நெகாத் தெரியாதுடா. அதுவு மில்லாம அதுங்கொண்ணும் இந்த நேரத்துல வராது. ஆனா ரெண்டு பேரும் சரியான பயந்தாங்குளிங்கடா” என்றான் மம்மது.

பாபு கட்டிலை விட்டு எழுந்து “நட்றா நஜூ” என்று வாசலை நோக்கி நடந்தான். நஜீர் அவனைத் தாண்டி வேகமாக வெளியே வந்தான். ஓட்டமாகப் போய் வீட்டைவிட்டுக் கொஞ்சம் தள்ளி நின்று மதிலையொட்டிய இடத்தில் ஒன்றுக் கடிக்க ஆரம்பித்தான். சாயங்காலக் குளிரில் அவன் லேசாக நடுங்கியதை வாசலில் நின்று பார்த்துக்கொண்டிருந்த பாபுவுக்குச் சிரிப்பு மூண்டது. திடீரென்று தனக்கும் வயிறு இறுகி ஒன்றுக்கு முட்டுவதுபோலத் தோன்றியது. நஜீர் நிற்கும் இடத்தைப் பார்த்து நடந்தான்.

“டே, ஊசி, இங்க வந்து பார்றா” என்று கத்தினான் நஜீர். ஓடிப் போய் “என்னடா?” என்றான்.

“இங்க பார்றா” மதிலையொட்டி சவுக்கு விறகுகள் கட்டுக் கட்டாக அடுக்கி வைக்கப்பட்டிருந்தன. விறகு அடுக்கை யொட்டி கண்டான் முண்டான்களாக ஏதேதோ சாமான்கள் கிடந்தன. அவற்றுக்குப் பக்கத்தில் நான்கைந்து பிளைவுட் டீப் பெட்டிகள் ஒருக்களித்துச் சரிந்து நின்றிருந்தன. விழுந்து விடுவதுபோல இருந்த இரண்டு பெட்டிகளுக்குக் கீழே இருந்த பெட்டியில் அரை அடி நீளத்துக்கு இரும்புத் தகடுபோல ஒன்று எட்டிப் பார்த்துக்கொண்டிருந்தது. சாயங்காலத்தின் கடைசி வெளிச்சத்தில் மின்னியது அது. “வெட்டுக் கத்தி மாதிரி இருக்குடா” என்றான் நஜீர்.

பாபு பதில் சொல்லாமல் பெட்டிக்குள்ளே இருந்து அதை எடுத்தான். வெட்டுக் கத்திதான். மரப்பிடி போட்ட கத்தி. பிடியில் பித்தளை வாஷர் போட்டு ஆணி அடித்திருந்தது. அதன் விளிம்பு மட்டும் வெள்ளிபோலப் பளபளப்பாக இருந்தது. அடி ஸ்கேலைவிடக் கொஞ்சம் நீளமாக இருந்தது. “வெட்டுக் கத்தியே தாண்டா” என்றான் நஜீரிடம்.

“இங்க எதுக்குடா வெச்சிருக்கு?” நஜீர் கேட்டான்.

“என்னமோ நான் வெச்சா மாதிரி என்கிட்ட எதுக்கு வெச்சிருக்குன்னு கேக்குறே? ஆடு வெட்டறதுக்கு வெச்சிருப்பாங்க ளாருக்கும். இல்ல சவுக்குக் கட்டை வெட்டறதுக்காருக்கும். ஆனா இத எங்கியோ பாத்திருக்கேண்டா நஜூ”.

“இருடா, மம்மதுகிட்டயே கேக்கலாம். மம்மது இங்கெ பொட்டிக்குள்ள ஒரு வெட்டுக் கத்திய ஆரோ வெச்சிருக்காங்க”

என்று நஜீர் உரக்கச் சொல்லி முடிப்பதற்குள் வாசலைத் தாண்டி வந்து அவர்கள் பக்கத்தில் நின்றான் மம்மது. ஆத்திர மாகவும் யாரும் பார்த்துவிடப் போகிறார்கள் என்ற அவசரத் துடனும் பாபுவின் கையிலிருந்த கத்தியின் மரப்பிடியை வலது கையால் இறுகப் பிடித்துப் பிடுங்கினான். அந்த வேகத்தில் அவன் உடல் தள்ளாடியது. சுற்றிலும் பார்த்துக் கொண்டே கத்தியை பாண்டேஜ் தொட்டிலுக்குக் கீழே மறைத்துக்கொண்டு "உள்ளாற வாங்கடா" என்று வீட்டுக்குள் போனான். நஜீர் அவசரமாகப் பொத்தனை மாட்டிக்கொண் டும் பாபு ஒன்றுக்கு வந்ததை மறந்தும் அவனுக்குப் பின்னால் வீட்டுக்குள்ளே போனார்கள்.

"யாருக்கும் தெரிஞ்சிரக் கூடாதுன்னு ஒளிச்சு வெச்சது உங்க கண்ணுலயாப் பட்டுத் தொலச்சிரிக்கு" என்று முணு முணுத்துக்கொண்டே கத்தியைக் கட்டில் மேல் வைத்துவிட்டு அதன் அருகில் உட்கார்ந்தான். பாபுவும் நஜீரும் ஒருவருக் கொருவர் முழித்துப் பார்த்துக்கொண்டார்கள்.

"அத்தா கண்ணுல பட்டுறக் கூடாதுன்னு கஷ்டப்பட்டு அந்தப் பொட்டிக்குள்ளாற மறச்சு வெச்சத செரியா எப்பிடிறா கண்டுபுடிச்சீங்க? டே, ஊசி நீதானே இந்த சங்கர்லால் வேல பண்ணுனே?"

"நான் இல்ல மம்மது. நஜூதான் மொதல்ல அதைப் பாத்தான். அவன் காட்டுனதுக்கு அப்புறமாத்தான் நான் எடுத்தேன். யாரோடது மம்மது? உங்க வீட்டுதுன்னா அத ஏன் வெளியில போட்டு வெச்சே? என்னாத்துக்கு அந்தக் கத்தி?"

"டேய், உன் கேள்விக்கெல்லாம் இப்ப பதில் சொல்ல முடியாதுடா. இன்னொரு நாளக்கிச் சொல்றேன். அத்தா வர்றதுக்குள்ள அவரு கண்ணுல படாம வெக்கணும். அதுக்கு ஒத்தாசை பண்ணுங்கடா" என்று மம்மது சலித்துக் கொண்டான். அதற்குள் நஜீர் ஒரு சாக்குத் துண்டை கட்டிலுக்கு அடியி லிருந்து எடுத்து நீட்டி "மம்மது இதுல சுத்தி எங்கியாவது வெச்சிரு" என்றான். பாபு கட்டிலின் மேலிருந்த கத்தியை எடுத்து எம்.ஜி.ஆர். படங்களில் செய்வதுபோல அதை மூக்கருகே தள்ளிப் பிடித்து முகர்ந்து பார்த்தான். இரும்பின் வாடையும் மீன் வாசனையும் அதிலிருந்தன.

"இவனப் பார்றா மோந்துட்டு நிக்கிறான். குடுறா அதை" என்றான் மம்மது.

அதற்குள் பாபுவே நஜீர் நீட்டிய சாக்குத் துண்டில் அதைச் சுற்றினான். மறைத்து வைக்க இடம் தேடி அகப் படாமல் உதட்டைப் பிதுக்கி நின்றான்.

274 சுகுமாரன்

“இப்பத்திக்கி அதைக் கட்டுலுக்குக் கீள தள்ளி விடுங்கடா. அத்தா இல்லாதப்ப நான் பாத்து என்னாவது பண்ணிக் கிறேன்” மம்மது சொன்னதும் அந்த மர்மப் பொட்டலத்தைக் கட்டிலுக்கு அடியில் தள்ளினான். நஜீர் தரையில் உட்கார்ந்து ஒரு காலை நீட்டி இன்னும் தூரமாகத் தள்ளி விட்டான்.

“டேய். இதப் பத்தி யாருகிட்டயும் சொல்லக் கூடாது. சொன்னீங்க அப்புறம் அல்லா சத்தியமாச் சொல்றேன், உங்ககூடப் பேச மாட்டேன்” கட்டிலில் உட்கார்ந்து இரண்டு பேரையும் மாறிமாறிப் பார்த்துச் சொன்னான் மம்மது. இரண்டு முகங்களிலும் தெரிந்த குழப்பத்தைக் கவனித்து ஒற்றைக் கையை நீட்டி ”சத்தியம் பண்ணுங்கடா” என்றான்.

பாபு நஜீரைப் பார்த்தான். நஜீர் பாபுவைப் பார்த்தான். ஒரே சமயத்தில் இரண்டு பேரும் தலையை ஆட்டிக் கொண் டார்கள். ஒரே சமயத்தில் இரண்டு பேரும் கைகளை நீட்டி னார்கள். அந்தரத்தில் நின்ற மம்மதுவின் உள்ளங்கை மேல் ஒரே சமயத்தில் நீட்டிய கைளை வைத்தார்கள். ஒரே சமயத்தில் “சத்தியம்” என்றார்கள்.

“எதுக்கு சத்தியமெல்லாம் போடுறீங்க” என்று வாசலில் மோதினாரின் குரல் கேட்டது. திரும்பிப் பார்த்தபோது அவருக்குப் பின்னால் வாசலில் இருட்டு நிற்பது தெரிந்தது.

“அப்ப எல்லார்கிட்டயும் யாத்திரை சொல்லிக்கிறேன்” என்று எல்லாரையும் பார்த்துக் கை கூப்பித் தொழுதார் மீரான் பாய்.

பாபு வீடு, கௌரி வீடு, விமலா வீடு எல்லா வீட்டுக்கும் முன்னால் தெருவின் மையமான இடத்தில் நின்றிருந்தார். வழக்கமாக அவர் மீன் கூடையை வைத்து வியாபாரம் செய்கிற அதே இடத்தில் நின்றிருந்தார். அவருடன் அவருடைய மனைவியும் நான்கு பெண் பிள்ளைகளும் நின்றிருந்தார்கள். பாயம்மா மூக்கை உறிஞ்சிக்கொண்டும் கண்களைத் துடைத்துக் கொண்டும் நின்றிருந்தாள். அவளைப் பார்த்துப் பெண்களும் அழுகை வராமல் உதடுகளைக் கடித்தபடி நின்றிருந்தார்கள். எல்லார் கையிலும் ஒரு பை இருந்தது. பாயம்மாவின் காலடியில் புதிய டிரங்குப் பெட்டி. மீரான் பாய் வழக்கமான லுங்கிக்குப் பதிலாக டபுள் முண்டு கட்டியிருந்தார். தலைப்பாகை இல்லை. பதிலுக்குத் தோளில் சிவப்புக் கட்டம் போட்ட துண்டு இருந்தது. அதையும் முக்கோணமாக மடித்துத் தோளில் போர்த்தினாற்போலப் போட்டிருந்தார்.

"நீங்க யாரும் என்னெ மீன் விக்கிற ஆளாப் பாத்ததில்ல. உடன் பிறந்த பொறப்பாத்தான் பாத்தீங்க. என் பெரிய பொண்ணு பண்ணுன காரியத்துக்கு ராவோடா ராவா யாருமறியாமப் போனா மதின்னுதான் நெனச்சேன். மனசு சம்மதிச்சில்லா" என்று மலையாளமும் தமிழும் கலந்து சொன்னார். இடையிடையே துண்டை எடுத்துக் கண்களைத் துடைத்துக் கொண்டார்.

எல்லா வீட்டுப் பெண்களும் இருந்தார்கள். ஆனால் யாரும் பேசவில்லை. மீரான் பாயின் துக்கத்தை எல்லாரும் அனுபவிப்பதுபோல முகத்தைத் தொங்கப் போட்டு நின்றிருந் தார்கள். பாயம்மா இரண்டு நாட்களுக்கு முன்பே வேண்டி யவர்கள் எல்லார் வீட்டிலும் வந்து சொல்லிக்கொண்டிருந் தாள். அதனால் இப்போது பேச எதுவும் இல்லை என்று கண்களைப் பிழிந்துகொண்டு கணவனை ஒண்டி நின்றிருந் தாள். எல்லாப் பெண்களுக்கும் அவளிடம் கேட்கவும் எதுவு மில்லை. கேட்க வேண்டியதெல்லாம் முன்பே அவளிடம் கேட்டுத் தெரிந்துகொண்டிருந்தார்கள். ஆளாளுக்கு தங்க ளுடைய ஞாபகார்த்தமாக எதையெதையோ கொடுத்தார்கள். கௌரியின் அம்மா ஒரு புதுப் புடைவையையும் சுகந்தியின் பழைய பாவாடை தாவணிகளையும் கொடுத்தாள். பாபுவின் அத்தை மீரானுக்கு ஒரு வேட்டியையும் பாயம்மாவுக்கு ஒரு புடவையையும் பிள்ளைகள் நான்கு பெண்களுக்கும் ஆளுக்குப் பத்து ரூபாயும் கொடுத்தாள். விமலாம்மா, குஞ்ஞுமோன் அம்மா, படகா கமலாம்மா, கங்கைய நாயுடு பெண்டாட்டி, அம்மாயி எல்லாரும் எதையோ ஒன்றைக் கொடுத்தார்கள்.

மீரான் மனைவி "இதெல்லாம் எந்தினா?" என்று கூச்சத் துடன் நெளிந்தாள். பொருள்களை வாங்கிக்கொள்ளும் ஒவ்வொரு முறையும் அவள் கண்களிலிருந்து புதிய நீர்க் கோடுகள் இறங்கிக் கன்னங்களில் வழிந்தன. 'என்டெ படச்சோனே' என்று பெரிய குரலில் விம்மினாள். 'படியிறங்கிப் போன சைத்தான் ஒரு நல்ல காரியத்தைத்தான் செய்திருக் கிறாள். இத்தனை நல்ல மனிதர்கள் மத்தியில்தான் இதுவரை கழித்தோம் என்று புரியவைத்திருக்கிறாள். அதற்காவது அல்லா அவளைக் காப்பாற்றுவான்' என்று அழுதுகொண்டே போனது பாபுவுக்கு ஞாபகம் வந்தது.

"சரி. வர்றோம்" என்று மீரான் பாய் முன்னால் நடந்தார். அவர் மனைவி டிரங்குப் பெட்டியைத் தூக்கிக் கொண்டு அரை வட்டமாகத் திரும்பி எல்லாரையும் ஒருமுறை பார்த்து விடை பெறுவதுபோலக் குலுக்கிவிட்டு தலை குனிந்து நடந்தாள். நான்கு பெண்களும் முக்காட்டை இழுத்து விட்டுக்கொண்டு பைகளுடன் நடந்தார்கள்.

விமலாம்மா வீட்டுத் திண்ணையில் உட்கார்ந்து பார்த்துக் கொண்டிருந்த பாபு திரும்பி ஜன்னல் வழியாகத் தெருவில் பார்வையை ஓட விட்டிருந்த விமலாவிடம் "மைமூனாவ காணமேக்கா?" என்றான்.

"அவ இருந்தா இவங்க எதுக்குடா ஊரவுட்டுப் போறாங்க?" என்று கிசுகிசுப்பான குரலில் சொன்னாள் விமலா.

"அவ எங்க போனா?"

"ஏன் நீங்கதான அந்த மம்மதோட வாலுங்களாச்சே, உங்களுக்குத் தெரியாதாக்கும்" என்றாள்.

நஜீரின் வாப்பா ரசாக் பாயிடம் செய்யது மோதினார் வந்து சொல்லும்வரை யாருக்கும் தெரிந்திருக்கவில்லை. மம்மது வும் மைமுனாவும் ஓடிப் போனார்கள் என்று ரசாக் பாயிடம் வந்து புலம்பினார் மோதினார்.

"இந்தப் பய இப்படி ஏமாத்திப் போடுவான்னு நெனக்கல பாய். வெவரமில்லாதவன். பதூசுன்னு நெனச்சிட்டிரிந்தேன். ஒரு கொமருப் புள்ளைக்காக என்னய அம்போன்னு வுட்டுட்டுப் போயிட்டான். கையி போயி கெடந்தப்ப அந்தப் புள்ள வந்து பாக்கும். ஒத்தாசையெல்லாம் பண்ணும். மலையாளத்துப் புள்ளேன்னாலும் இஸ்லாத்துதானேன்னு நானும் சும்மா இரிந்துட்டேன். அதுங்களுக்குள்ள முன்னயே ஒட்டு இரிந்திச்சுன்னு இப்பத்தான தெரியுது. இந்தக் கிறுக்கன விட அஞ்சாறு வயசு மூத்தது. அக்கா தம்பியாப் பளகுதுங்கன்னு இரிந்தேன். அதுங்க மனசுக்குள்ள வேற இரிந்திரிக்கின்னு கண்டுபுடிக்க முடியல. மொண்டிக் கையனும் மொலை முத்தினதும் ஒண்ணாச் சேந்து எங்க போச்சோ? எப்புடிப் பொளைக்கப் போவுதுங்களோ? போனதுங்க போனதுதான். எனக்கு அப்புடி ஒரு புள்ளையே இல்லேன்னு சமாதானப் பட்டுக்கிறேன். நீங்கதான் அந்த மீரான்கிட்ட சொல்லணும். பித்துக்குளித்தனமா எதையாவது செஞ்சு வெக்கப் போறான். நம்ம ஆளுன்னா சொல்லிப் புரிய வெக்கலாம். இந்த மலையாளத்தாங்கிட்ட எப்புடிச் சொல்லிப் புரிய வெக்கிறது. ஜமாத்துல நீங்கதான் பாத்துப் பேசணும். வில்லங்கமில்லாம முடிச்சுடணும்."

வாப்பாவிடம் மோதினார் வந்து பேசியதை நஜீர்தான் சொன்னான். அவர் கேட்டுக் கொண்டபடி ரசாக் பாய் பேசினாரா இல்லையா என்று தெரியவில்லை. மீரானிடம்

அவர் சமாதானம் செய்தாரா என்றும் தெரியவில்லை. மோதினார் பேசிவிட்டுப் போன நாலாவது நாள் மீரான் பாய் வீட்டைக் காலி செய்துவிட்டு குடும்பத்துடன் பொன்னானிக்குத் திரும்பிப் போனார். அவர்கள் போன அன்றைக்குச் சாயங்காலம் நஜீருக்குக் கடன் கொடுத்திருந்த ஜாமெட்ரி பாக்ஸை வாங்கப் போனபோது விமலா சொன்னதை பாபு அவனிடம் சொன்னான்.

“அந்தக்கா அப்புடித்தாண்டா சொல்லும். மம்மது நம்ப கூடத்தான பிரெண்டா இருந்தான். எல்லாரும் அப்புடித்தான் சொல்லுவாங்க. நீ எதையாவது ஒளறி வெச்சுராதடா. அப்புறம் எல்லாரும் நம்மளைப் புடிச்சுத் தொணதொணம்பாங்க” என்றான் நஜீர்.

“நாங்க ஒண்ணும் ஒளற மாட்டோம். நீங்க ஒளறாம இருந்தாச் சரி” என்று அவனை முறைத்தான் பாபு.

“கோச்சுக்காதடா, சும்மா சொன்னேன்.”

பாபு இறுக்கம் தளர்ந்து “மம்மதுவ வெட்டினது யாருன்னு எனக்குத் தெரியுண்டா?” என்றான்.

நஜீர் முகத்தைக் கூர்மையாக வைத்துக்கொண்டு என்னவோ கேட்க வாயத் திறந்தபோது ரசாக் பாய் அறைக் குள் வந்தார். நஜீரின் திறந்த வாய் அடைந்துகொண்டது. பாபுவைப் பார்த்து “என்னடா?” என்று கேட்டார் ரசாக் பாய்.

“என்னோட ஜாமெட்ரி பாக்ஸ் வாங்க வந்தேன். வர்றேன்” என்று எழுந்து வெளியே வந்தான்.

நஜீர் வீட்டுப் படியிறங்கி நடந்தபோது பாபுவின் மனதுக்குள் கேள்விகள் புரண்டு அலைந்தன. மம்மது ஒளித்து வைத்த கத்தியில் அடித்த மீன் வாசனை மீரான் பாயின் வாசனை தானா? தண்டவாள ஓரத்தில் வெட்டுப்பட்டுக் கிடந்த மம்மது வுக்கு அந்தக் கத்தி எப்படிக் கிடைத்தது? சாக்குத் துணி சுற்றி கட்டிலுக்கு அடியில் ஒளித்து வைத்த கத்தியை மம்மது என்ன செய்திருப்பான்?

அந்தக் கேள்விகளுக்கு ஒருபோதும் பதில் தெரியவில்லை.

●

கல்லறைத் திருநாளுக்காக மத்தியானமே பள்ளிக்கூடம் விட்ட வெள்ளிக்கிழமை மாலையில் பெரிய தாத்தா ராமசாமி காலமானார். சாகும் நேரத்தில் அவர் பக்கத்தில் யாரும் இருக்கவில்லை. வீட்டிலேயே யாரும் இல்லை. சரஸ்வதி டீச்சர் பள்ளிக்கூடத்துக்குப் போயிருந்தாள். சின்னத் தாத்தா வழக்கம்போல சாப்பிட்டு விட்டு ஸ்வெட்டர் அணிந்து தாரிவால் மப்ளரைக் காதைச் சுற்றிக் கட்டிக்கொண்டு எங்கோ இருக்கிற அவருடைய இடத்துக்குப் போயிருந்தார். ஜவான் மட்டும் உள்ளேயே கிடந்தது. உண்ணிகளின் பிடுங்கல் ஓய்ந்திருந்த நேரத்தில் கொஞ்சம் தூங்கியது. விழித்ததும் சிறுநீர் கழிக்க வெளியே போகத் தயாராகக் கதவருகே நின்று பெரிய தாத்தாவைப் பார்த்துச் சன்னமாக ஊளையிட்டது. ஒருபோதும் அது வீட்டுக்குள் அசிங்கம் பண்ணியதில்லை. வழக்கமாக ஜவானின் உறுமலைக் கேட்டதும் பகல் தூக்கத்திலிருந்து விழித்து கதவைத் திறந்து விடுவார் பெரிய தாத்தா. அன்றைக்குப் பலமுறை முனகியும் ஊளையிட்டும் அவர் எழுந்திருக்காமலிருந்ததும் ஜவான் படுக்கையருகில் வந்து முனகியது. பதில் அசைவு இல்லாமல் போகவே கதவைப் பிராண்டியது. முதலில் சன்னமாகவும் அப்புறமப்புறம் பலமாகவும் ஊளை எழுப்பியது. அக்கம்பக்கத்து வீட்டிலிருந்த யாரும் அதைச் சட்டை செய்யவில்லை. உற்சாகமாகவோ துக்கமாகவோ இருக்கும்போதெல்லாம் அது அப்படித்தான் தெருவையே புரட்டிவிடுவது போல ஊளையிடும்.

ஆனால் இப்போது ஜவான் எழுப்பிய ஊளையில் அசம்பாவிதமான ஏதோ இருந்ததை ராமர் தோட்டத்தில் ஆட்களுடன் வேலை செய்து கொண்டிருந்த போயர் தெரு ராமு புரிந்து

கொண்டான். கைவேலையைப் போட்டு விட்டு ஓடி வந்து பார்த்தான். வெளியில் தாழ்ப்பாள் போட்டிருந்த கதவைத் திறந்ததும் உள்ளே இருந்த ஜவான் பாய்ந்து வெளியே வந்தது. உரக்கக் குரைத்தது. நீளமாக ஊளையிட்டது. ராமு உள்ளே நுழைந்தபோது நிலைப் படியின் உள் பக்கத்தில் ஜவானின் மூத்திரம் தேங்கியிருந்தது. தாண்டிப் போய் கட்டிலை நெருங்கினான். பெரிய தாத்தா மார்புவரைக்கும் கம்பளியை இழுத்து விட்டுக் கண்கள் திறந்து அசையாமல் கிடந்தார்.

அன்றைக்குப் பார்த்து வழக்கத்தைவிடத் தாமதமாக பள்ளிக்கூடத்தை விட்டுப் புறப்பட்ட சரஸ்வதி டீச்சர் வீடு வந்து சேர்ந்தபோது ஆட்கள் கூடியிருந்தார்கள். கங்கையா நாயுடு, பெத்துசாமி மாமா, போலீஸ் அய்யப்பன் எல்லாரும் இருந்தார்கள். அம்மு, கௌரியம்மா, விமலாம்மா உட்பட எல்லாப் பெண்களும் நின்றிருந்தார்கள். பையன்கள் வீட்டுக் குள்ளே மருண்ட பார்வையுடன் நின்றார்கள். ஒவ்வொருவ ராக வந்து சேர வீடு வழிந்து வாசலிலும் தெருவிலுமாக ஆட்கள் நிரம்பினார்கள். நம்பியார் மாமா தன்னுடன் டாக்டர் நம்பியாரையும் அழைத்து வந்திருந்தார். பெரிய தாத்தாவின் கால் மாட்டில் உட்கார்ந்திருந்த டீச்சர் டாக்டரைப் பார்த்ததும் எழுந்து நின்றாள். பாபு டாக்டரையே பார்த்துக் கொண்டிருந்தான்.

டாக்டர் குனிந்து பெரிய தாத்தாவின் திறந்திருந்த கண்களைப் பார்த்துவிட்டு உதட்டைச் சுழித்தார். "உயிர் போய் ரொம்ப நேரம் ஆகியிருக்க வேண்டும்" என்றார். டீச்சரைப் பார்த்து "சாரி" என்றார். வாசலைத் தாண்டி வெளியே போனார்.

அதுவரைக்கும் இறுக்கமாக இருந்த டீச்சரின் முகம் கோணியது. உதடுகள் துடித்தன. அழுகையை அடக்கிக் கொண்டாள். அதற்குள் பெண்கள் பக்கமிருந்து ஓலம் எழுந்தது. வெவ்வேறு குரல்களில் அழுகைகள் ஒலித்தன. புதிதாக யாராவது பெண் வந்ததும் அழுகை உச்சமடைந்தது. பாபு மெதுவாக நகர்ந்து டீச்சர் அருகில் வந்து நின்றான். அழுகை கூடும்போதெல்லாம் வயிற்றுக்குள் ஒடுக்கு விழுந்தது போலிருந் தது. சேர்ந்து அழுது விடத் தோன்றியது. அத்தனை அழுகைக் கிடையிலும் சரஸ்வதி டீச்சர் அசையாமல் உட்கார்ந்திருந்தாள்.

பாபுவுக்கு டீச்சரைப் பார்க்கப் பயமாகக் கூட இருந்தது. முகத்தில் இருட்டு அப்பியிருந்தது. கண்களில் நீர் தேங்கி உறைந்திருந்தது. இன்னும் கொஞ்சம் நகர்ந்து டீச்சருக்குப் பக்கமாக நின்றான். அருகில் யாரோ நிற்பது தெரிந்ததும்

டீச்சர் திரும்பினாள். பாபுவைப் பார்த்ததும் கண்களால் அழைத்தாள். அப்போதும் கண்களிருந்து நீர் வழியாமலிருந்தது. பாபு அவள் முகத்தருகே குனிந்தான். "சித்தா வெளியே போயிருக்காரு. நீ போயிச் சொல்லிக் கூட்டீட்டு வர்றியா?" என்றாள். சரியென்று தலையாட்டிய பின்புதான் எங்கே போய் அவரைப் பார்ப்பது என்று சந்தேகம் வந்தது. டீச்சர் அவன் முகத்தை இன்னும் நெருக்கமாக இழுத்து அடக்கமான குரலில் சின்னத் தாத்தா இருக்கும் இடத்தைச் சொன்னாள். அவ்வளவு அழுகைக்கிடையிலும் போகிற வழியையும் முகவரியையும் தெளிவாகச் சொன்னாள். கூட யாரையாவது அழைத்துப் போகச் சொன்னாள். இருட்டில் பார்த்துப் போகவும் ஓட வேண்டாமென்றும் சொன்னாள். பாபு அவள் சொன்ன ஒவ்வொன்றையும் தலையாட்டிக் கேட்டுக் கொண்டான்.

வாசலின் உள் சுவரையொட்டி அம்மாவுடன் நின்றிருந்த ராஜுவின் கையை நிமிண்டி "கொஞ்சம் வெளில வாடா" என்று கதவைத் தாண்டி வந்தான். பின்னால் வந்த ராஜுவிடம் "பிளாக் பிரிட்ஜ்கிட்ட சித்தா இருக்காராம். டீச்சர் கூட்டிட்டு வரச் சொல்றாங்க. கூட வாடா போயிட்டு வரலாம்" என்றான். "அய்யோ நான் மாட்டேண்டா. இந்த நேரத்துல அங்கேல்லாம் போனா அம்மா திட்டும்" என்று மறுபடியும் வீட்டுக்குள் போனான். "போடா, பயந்தாங்குளி அஜ்ஜா" என்று முனகினான் பாபு. ஆட்கள் உட்காருவதற்காகப் பக்கத்து வீடுகளிலிருந்து நாற்காலிகளை எடுத்து வந்து கொண்டிருந்த ராமுவைக் கேட்டான். "ராமு . . . ராமூண்ணா . . . சித்தாவைக் கூட்டிட்டு வரச் சொன்னாங்க டீச்சர். வர்றியா . . . வர்றீங்களா?" கையிலிருந்த மடக்கு நாற்காலியை விரித்துக் கொண்டே "வர்லாண்டா, ஆனா இங்கே வேல ஜாஸ்தியா இருக்கே? ஆளுங்க வந்துட்டிருக்காங்களே? நான் இல்லேண்ணா செரியாவாது" என்றான். அவன் சாதாரணமாகத்தான் சொன்னான். ஆனால் ரொம்பவும் அலட்டிக் கொள்கிறான் என்றுதான் பாபுவுக்குத் தோன்றியது. "வேற யாரையாச்சும் கேக்கலாண்டா, கொஞ்சம் இரு" என்றவனிடம் "ஒண்ணும் வேணாம், எல்லாம் நாங்களே பாத்துக்குறோம்" என்று விறைத்துக்கொண்டு தெருவில் இறங்கினான் பாபு.

'பிளாக் பிரிட்ஜ் தாண்டி ரைட் சைடுல காரிஸன் எஞ்சினீர்ஸ்னு சின்னக் கட்டடம் இருக்கும். அதுக்குக் கொஞ்சம் தள்ளி நாலஞ்சு வீடுங்க இருக்கும். அதுல கண்ணாடிக் கதவு போட்ட வீடு. மஞ்சப் பெயிண்ட் அடிச்சிருக்கும். சித்தா அங்கதான் இருப்பாரு. நீ வேற ஒண்ணும் சொல்ல

வேண்டாம். டீச்சர் கூட்டிட்டு வரச் சொன்னாங்கன்னு மட்டும் சொல்லு போதும். பாத்துப் போ. ஓடாத. பயப்படாமப் போ.'

தெருவிலிருந்து வேகமாக இறங்கி போலீஸ் ஸ்டேஷனையும் குறுப்பு டீக்கடையையும் முனீஸ்வரன் கோயிலையும் தாண்டி வெல்லிங்டன் பாலத்தையும் கடந்து நடந்தான். கூடவே வந்த சரஸ்வதி டீச்சரின் குரலிடம் 'பயம்மா . . . எனக்கா?' என்று சத்தமாகச் சொன்னான். மூடுபனி இருந்தது. மூட்டத்தில் தெருவிளக்குகள் கசங்கலான வெளிச்சத்துடன் தெரிந்தன. மேலிருந்து வரும் வாகனங்களின் வெளிச்சம் பரவியபோது பனிப்புகை திரைபோல நகர்வதைப் பார்க்க முடிந்தது. பின்னால் வந்த மிலிட்டெரி டிரக்கின் வெளிச்சத்தில் தன்னுடைய உருவம் தனக்கு முன்னால் பனிப்படலத்தில் பெரிய நிழலாக அசைந்ததைப் பார்த்த முதல் நொடியில் பாபுவின் உடல் நடுங்கியது. யூனிஃபார்மை மாற்றவில்லை என்பதும், ஸ்வெட்டர்கூடப் போடாமல்தான் சரஸ்வதி டீச்சர் வீட்டுக்கு ஓடினான் என்பதும் நிழலைப் பார்த்ததும் ஞாபகம் வந்தது. டிரக் அவனை முந்திக்கொண்டு போனபோது வெளிச்சம் அலைந்து நிழல் இடது பக்கச் செடிகளின் மேல் விழுந்து பின்னோடி இருட்டில் கரைந்தது. வாயை உப்பலாக்கி 'பூஃஃஃஃப்' என்று மூச்சு விட்டுக்கொண்டு நடந்தான். அவனுடைய மூச்சு பனிப்படலத்தில் வெள்ளைப் புகையாக நெளிந்து மறைந்தது. ரோட்டின் வலது புறம் ஆற்றுக்கு அந்தப் பக்கமாக இருக்கும் இடுகாட்டில் ஒரு கல்லறையைச் சுற்றி யாரோ நிற்பது கலங்கலாகத் தெரிந்தது. நாலு பேர். நடை வேகத்தைக் குறைத்துப் பார்த்துக் கொண்டே நகர்ந்தபோது சின்னதாக ஒரு சுவாலை கிளம்பிச் சுடராக நின்று ஆடத் தொடங்கியது. அதன் வெளிச்சம் பனித் திரையில் கசிந்து படர்ந்தபோது அவர்கள் மண்டியிட்டு நின்றிருப்பது தெரிந்தது. 'லேட்டா வந்து ப்ரேயர் பண்றாங்க.'

பிளாக் பிரிட்ஜைத் தாண்டியதும் காரிஸன் எஞ்சினீர்ஸ் கொட்டகை தென்பட்டது. சாலையைக் கடந்து மேடேறி நின்றான். விளக்கெரிந்து கொண்டிருந்த வீடுகளில் டியூப்லைட் போட்ட மஞ்சள் வீட்டின் முன்னால் சித்தா நின்றிருந்தார்.

பாபு மேட்டிலிருந்தே 'சித்தா' என்று குரல் கொடுத்தான். குரல் எழும்பிய அதே சமயம் செய்யது மோதினாரின் சாயங்காலத் தொழுகைக்கான பாங்கு அழைப்பும் கேட்டது. குரல் சித்தாவின் காதில் விழுந்திருக்காது என்று மேடிறங்கி வீட்டை நோக்கி நடந்தான். வாசலில் நின்றிருந்த சித்தாவுக்கு பாபுவைப் பார்த்ததும் கண்கள் இடுங்கின. புருவம் உயர்ந்தது.

"டே இவனே, நீ எங்கடா இங்க வந்தே? நான் இங்கேருக் கேன்னு யாரு சொன்னா?" என்று பதற்றமாகக் கேட்டார். அவனை அங்கே பார்த்த அதிர்ச்சி அவர் முகத்தில் நிலைத் திருந்தது.

"யாருங்க அங்க?" என்று கேட்டுக்கொண்டே கதவருகே வந்து நின்றாள் ஒரு நடுத்தர வயதுப் பெண். அவளை ஒட்டி தாவணி அணிந்த பெண் ஒருத்தியும் வந்து நின்றாள். சாந்தா மணி வயது குறைந்து வந்து நின்றதுபோல இருந்தது. பாபு அவளையே கண்கொட்டாமல் பார்த்தான்.

"யாருங்க இது?" அந்தப் பெண் சித்தாவிடம் கேட்டாள்.

சித்தா கொஞ்ச நேரம் அசையாமல் கண்ணை மூடி நின்றார். குரங்குக் குல்லாயைக் கழற்றி முடியை விடாமல் கோதிவிட்டுக்கொண்டிருந்தார். அவர் கோதக்கோத முகம் இறுக்கம் கலைந்து இளகியது. முடியை அளைவதை நிறுத்தி மறுபடியும் குல்லாயை மாட்டிக்கொண்டார். பழைய லட்சுமணசாமியின் முகம் மீண்டது.

"நம்ம பையன் தான். சரசு கிட்ட டியூசன் படிக்கிறவன். என்கிட்ட பிரியமா இருக்கறவந்தான். நீ பேஜாராகாதே. இந்த இருட்டுல இங்க எப்பிடிடா வந்தே? டீச்சர் சொல்லிச்சா?" என்று கேட்டார். அவர் முகத்தில் எப்போதும் பாபுவிடம் பேசும்போது தெரியும் கனிவு ஒளிர்ந்தது. பாபுவுக்கு நிம்மதி யாக இருந்தது. டீச்சர் சொல்லித்தான் வந்தான் என்பது சித்தாவுக்குத் தெரிந்திருக்கிறது என்பது நிம்மதியை அதிகப் படுத்தியது.

"சித்தா, பெரிய தாத்தா செத்துப் போயிட்டார்" என்றான்.

"யென்னடா சொல்றே?" கேட்டுக்கொண்டே அவன் தோள்களைப் பற்றி உலுக்கினார் சித்தா. அவர் கைகள் நடுங்குவதை பாபு உணர்ந்தான். அந்தக் கேள்விக்குப் பிறகு வேறு எதுவும் பேசாமல் அவனை உலுக்கிக்கொண்டே இருந்தார். தோள்கள் வலித்தன. ஆனாலும் அந்த வலி நின்று விடக் கூடாது என்று நினைத்தான். பேசும்போது சித்தா காட்டும் பிரியத்தை விட அந்த உலுக்கலில் பாசமிருப்பதாக நினைத்தான். முரட்டுச் சிப்பாய் கண் கலங்கி நிற்பது ஆச்சரிய மாகப் பட்டது. தன்னுடைய தோள் மேலிருந்த சித்தாவின் கைககளைப் பிடித்துக் கொண்டான்.

வாசல் கதவருகே நின்ற பெண் அருகில் வந்து சித்தாவின் கைகளை பாபுவின் தோள் மேலிருந்து விடுவித்து தன் மார்போடு சேர்த்து வைத்து "என்னங்க, இந்தப் பையன் சொல்றது

நெசந்தானா? மூத்தாரு போயிட்டாரா? அய்யோ” என்று அலறினாள். சரிந்து கீழே உட்காரப் போனபோது சித்தாவும் தள்ளாடி விழப் போனார். பாபு அவருடைய இடுப்பைப் பிடித்துக்கொண்டான். இளம் பெண்ணும் “ஹோவ்” என்று கத்திக்கொண்டே வந்து அம்மாவைக் கட்டிக்கொண்டாள். பாபு மலங்க விழித்துக்கொண்டு நின்றான். சித்தாவின் முகத்தையே பார்த்தான். கண்களிருந்து நீர் துளிர்த்து மூக்கை யொட்டி வழிவது விளக்கு வெளிச்சத்தில் தெரிந்தது. தான் தப்பு செய்துவிட்டது புரிந்தது. ஒன்றும் சொல்லாமல் சித்தாவை அழைத்து வரும்படி டீச்சர் சொன்னதை மீறிவிட்டது புரிந்ததும் கால்கள் விறைத்தன. சித்தா ஏதாவது பேசினால் பரவாயில்லை. ஆனால் அசையாமல் நிற்கிறார். மரத்துப் போனது போல நிற்கிறார். என்ன செய்வது என்று யோசித்தான்.

மூடியிருந்த பக்கத்து வீடுகளிலிருந்து பெண்களும் ஆண்களும் குழந்தைகளும் வெளியே வந்தார்கள். ஒருவர் முகத்தை ஒருவர் பார்த்துக்கொண்டு சித்தாவையும் அந்தப் பெண்களையும் நெருங்கினார்கள். ஒரு பெண் “தனபாக்கியம், எந்திரு, என்னாச்சு?” என்று அந்தப் பெண்ணை எழுப்பி நிறுத்தினாள். துவண்டு எழுந்த அவளை அணைத்துப் பிடித்துக் கொண்டாள். இளம் பெண்ணின் சம வயதுப் பெண்ணொருத்தி அம்மாவைக் கட்டிக்கொண்டிருந்தவளை எழுப்பி நிறுத்தினாள். பாபு சட்டென்று அந்தப் பெண்ணைப் பார்த்தான். சாந்தாக்கா தாவணியில் வந்ததுபோல அச்சு அசலாக இருந்தாள். அவளை விட இந்தப் பெண்ணுக்கு ஐந்தாறு வயசு குறைவாக இருக்க லாம். அவளைவிட ஒரு சுற்றுக் குண்டாக இருந்தாள். பாபுவுக்கு எதுவோ புரிந்ததுபோல இருந்தது. ரகசியமாகவும் குழப்பமாக வும் இருந்தது.

தாடிக்காரர் ஒருவர் “நீ யாரு தம்பி, லெச்சுமணசாமியோட அண்ணன் செத்துப் போச்சா? எப்போ எத்தினி மணிக்கி?” என்று கேட்டார். அவரிடம் பேசலாமா வேண்டாமா என்ற ஊசலாட்டத்துடன் பாபு சித்தாவைப் பார்த்தான்.

ஆட்கள் நிற்பதும் நடமாடுவதும் பரபரக்கப் பேசுவதும் லட்சுமணசாமியை அசைத்தது. குரலைச் செருமி கழுத்தில் சுற்றியிருந்த மப்ளரைத் தளர்த்தி விட்டுக் கொண்டார். “சாயங் காலம் நான் பாக்குறப்ப நல்லாத்தான் இருந்தார். மருந்த எடுத்துக் குடிக்க வெச்சுகினுவந்தேன். அதுக்கப்புறந்தான் நடந்திருக்கணும். அறுவது வருசமா அவரு கூடவே இருந்துட்டு இன்னிக்குனு இல்லாமப் போனேம் பாரு. அவரோடக் காலச் சுத்திகினே திரிஞ்சப்ப எல்லாரும் ராமனும் லெச்சுமண னும் கெட்டாங்கன்னு கண்ணு வெச்சாங்க. அதான் இப்பப்

பிரிச்சுட்டுருச்சு கடவுளு. பொழுதன்னிக்கும் அங்கேயே கெடக்குற நான் சாகறப்பப் பக்கதுல இல்லாமப் போயிட் டேன்” கண்களில் நீர் வழிந்தாலும் குரலில் இடறலில்லாமல் பேசினார். பட்டாளத்துக்காரனின் சஞ்சலமில்லாத தோற்றத் தில் இருந்தார். “செரி, போயிப் பாத்து ஆக வேண்டியதப் பண்ணணும். தனபாக்கியம் வூட்டைப் பூட்டீட்டு வா. பாப்பா வா” என்றார்.

கொஞ்சம் விலகி நின்றிருந்த பாபுவை எட்டி இழுத்து சேர்த்து நிறுத்திக்கொண்டார். அவரை ஒட்டி நின்றது பாபுவுக்கு இதமாக இருந்தது. ஸ்வெட்டரின் கதகதப்பா இல்லை முதன்முதலாகச் சாவைப் பார்த்த திகைப்பை ஒத்தி வைக்கக் கிடைத்த ஆறுதலா என்று மனதுக்குப் புரிய வில்லை. தான் பள்ளிக்கூடம் விட்டு வரும்போதே டீச்சர் வீட்டில் கூட்டமாக இருந்ததையும், பெரிய தாத்தா செத்துப் போய்விட்டார் என்று ராமு சொன்னதையும், டீச்சர் லேட்டாக வந்ததையும், தன்னிடம் சொல்லியனுப்பியதையும் நிதானமாகச் சொன்னான். தான் பேசுவதையே எல்லாரும் உற்றுக் கேட்டுக் கொண்டிருப்பதைப் பார்த்ததும் பாபுவுக்குக் கூச்சமாகவும் அதே சமயம் குதூகலமாகவும் இருந்தது. சந்தோஷத்தை வெளியில் காட்டிக்கொள்ள முடியாமல் செய்த பெரிய தாத்தாவின் மேல் கோபமும் வந்தது. உடனேயே அவர் சாகாமலிருந்தால் யார் தன் பேச்சைக் கேட்கப் போகிறார்கள் என்பதும் ஞாபகம் வந்தது.

வீட்டுக்குள்ளே போன தனபாக்கியமும் பெண்ணும் வெளியே வந்து கதவைப் பூட்டிக்கொண்டிருந்தார்கள். இரண்டு பேரும் சால்வை போர்த்தியிருந்தார்கள். பெண்ணின் கையில் பெரிய ரெக்சீன் பை இருந்தது. மாற்றுத் துணிகளாக இருக்கும். அதைத் தூக்க விரும்பவில்லை என்று அவள் முகச் சலிப்பு சொன்னது. சித்தா வேட்டியைச் சரி செய்து கொண்டே “பாவியாப் போயிட்டேன், இத்தினி நாள் கூடவே இருந்துகினு சாவறப்போ அநாதையாச் சாக வுட்டுட்டேன்” என்று நொந்தபடி “நடங்க” என்றார். திரும்பி கூட்டத்தில் நின்ற ஒருவரிடம் “சோமு, கொஞ்சம் களிச்சு நீயும் வா. ஒத்தாசையா இருக்கும்” என்றார்.

“நீங்க போய்கிட்டே இருங்க. நாங்கெல்லாம் பின்னாடியே வந்துர்றோம்.”

முன்னால் சித்தா, பாபு, தனபாக்கியம். பெண் என்று வரிசையாக மேடேறினார்கள். தனபாக்கியம் பெருமூச்சும் அழுகையுமாக வந்தாள். சித்தா அழுகையை அடக்கிக்

கொள்வதற்காகத் தொண்டையைக் கனைத்துக் கொண்டே வந்தார். பெண் அழுகிறாளா மூச்சு வாங்குகிறாளா என்று விளங்காத சத்தத்துடன் வந்தாள். மேடிறங்கி ரோட்டை அடைந்தபோது முன்னாலிருப்பதைப் பார்க்க முடியாத ஈரப்படலம் கவிந்திருந்தது. தெருவிளக்கு இல்லாமல் இருட்டு அப்பியிருந்தது. யார் யார் எங்கே என்று தெரியாத மூட்டம். சித்தாவின் டயர் செருப்பின் அழுத்தத்தையும் தனபாக்கியத்தின் ரப்பர் செருப்பின் டப்டப்பையும் வைத்து அவர்கள் முன்னால் நடப்பதை ஊகிக்க முடிந்தது. ரெக்சின் பையின் உரசல் பக்கத்தில் கேட்டது. பெண் தனக்குப் பக்கமாகவே நடக்கிறாள். வழியில் வண்டிகள் எதுவும் இல்லை. வெல்லிங்டன் பாலத்தைத் தாண்டுகிற சமயத்தில்தான் குன்னூரிலிருந்து ஊட்டிக்குப் போகும் கடைசி பஸ் மூச்சிறைக்க மேல்நோக்கி வந்தது. அதன் வெளிச்சத்தில் பக்கவாட்டில் வந்து கொண்டிருந்தவளைப் பார்த்தான். பையைத் தோளில் மாட்டாமல் மார்போடு சேர்த்துப் பிடித்திருந்தாள். நடக்கும்போது அது நழுவியது.

"பையக் குடுங்க, நான் எடுத்துட்டு வர்றேன்" என்றான். பதில் சொல்லாமல் அவனிடம் கொடுத்தாள். "உங்க பேரு என்ன?" என்று கேட்டான்.

"ஹ ுங்?"

"உங்க பேரு என்னான்னு கேட்டேன்?"

"காந்தாமணி" என்று பதில் வந்தது. அவளிடமிருந்தல்ல; சித்தாவிடமிருந்து.

பெரிய தாத்தா இறந்த வெள்ளிக்கிழமைக்கு மறு வெள்ளிக்கிழமை ஜவான் செத்துப் போயிற்று. தாத்தாவுக்குக் காரியங்கள் நடக்கும்போதெல்லாம் வீட்டைச் சுற்றியே அலை மோதிக்கொண்டிருந்தது. முந்தைய சனிக்கிழமை மத்தியான மாகப் பாடையை எடுக்கும்வரை அவர் படுத்திருந்த கட்டிலுக்கு அருகிலேயே கிடந்தது. விரட்டி விட்டால் மூக்கால் அழுது கொண்டு வெளியே போகும். கொஞ்ச நேரத்திலேயே வாலைக் குழைத்துக் கொண்டு திரும்ப வீட்டுக்குள் வந்து படுத்துக் கொள்ளும். நாலைந்து முறை விரட்டியும் போகாமலிருந்த போது சரஸ்வதி டீச்சர் அதைக் கட்டிப் போடச் செய்தாள். சங்கிலியை இழுத்துக்கொண்டு ஓயாமல் ஊளையிட்டுக் கொண்டிருந்தது. பிறகு அதை அவிழ்த்து விடும்படியும் அவளே சொன்னாள். மறுபடியும் வீட்டுக்குள் நுழைந்து தாத்தாவுக்குக் காவல் கிடந்தது. எல்லாம் முடிந்து கட்டில் காலியாக

விடப்பட்டபோதும் ஜவானுக்கு நம்பிக்கை வரவில்லைபோல. கட்டிலை அண்ணாந்து பார்த்து முனகியபடிப் படுத்துக் கிடந்தது. உடம்பை அரிக்கும் சிரங்குகளைக் கடிக்காமலும் அப்பிக்கொண்டிருந்த உண்ணிகளின் குடைச்சலுக்கு நெளியா மலும் கிடந்தது. பெரிய தாத்தா இருந்தபோது எப்போதும் தைல வாசனை பரவிக் கிடந்த அந்த அறையில் இப்போது ஜவானின் உடம்புச் சிரங்குகளின் வாடை அடிக்கத் தொடங்கி யிருந்தது. அதன் தட்டில் வைத்த சோற்றை எலிகள் கிளறிப் போட்டு அறையை அலங்கோலமாக்கின. வெளியில் கட்டிப் போட்டால் தெருவே கேட்கிற அளவுக்கு ஓலமிட்டு அழுது முறையிட்டது.

அன்றுவரைக்கும் ஜவானைத் திட்டவோ அடிக்கவோ செய்யாத சரஸ்வதி ஆத்திரத்துடன் சவுக்குக் குச்சியால் விளாசினாள். "எதுக்கு ஒப்பாரி வெச்சு ஊரைக் கூட்டறே? அதுதான் போகவேண்டியவரு போய்ச் சேந்தாச்சே? நீ ஊளை போட்டுக் கத்தினா வரவா போறாரு? கூடப் பொறந்தது தன்னோட பொஞ்சாதி புள்ளேன்னு போயாச்சு. பாத்து வளத்ததும் அதுபாட்டுக்குப் போயாச்சு. யாருமில்லாத நான்தான் போய்ச்சேந்த மனுசன நெனச்சு மாஞ்சுகிட்டிருக் கேனே? இதுல நீயும் தொணையா? மனுசங்களுக்கு இல்லாத பாசம் உனக்கு என்னாத்துக்கு? போ, எங்கியாவது தொலஞ்சு போ" என்று விரட்டினாள்.

ஜவான் வாலைக் குழைத்தும் ஊளையிட்டும் கொஞ்ச நேரம் அங்கேயே நின்றது. கதவருகே தரையைப் பிறாண்டியது. முன்னங்கால்கள் மீது முகத்தை நீட்டி வைத்து முனகியது. டீச்சர் அதைச் சட்டை செய்யாமல் உள்ளே போய் கதவை அடைத்துக் கொண்டாள். இரண்டு மூன்று முறை கதவைப் பிறாண்டிப் பார்த்தது. டீச்சர் உள்ளே இருந்தபடியே சொன்னாள் "சனியனே, ஏன் என் உசிரை வாங்குறே? எங்கியாவது போய்த் தொலை."

நீண்ட நேரத்துக்குப் பிறகு சரஸ்வதி டீச்சர் கதவைத் திறந்து வந்து பார்த்தபோது ஜவானைக் காணவில்லை. கதவின் கீழ்ப் பக்கத்திலும் தரையிலும் அதன் நகக் கீறல்கள் மட்டும் இருந்ததைப் பார்த்தாள்.

நவம்பர் மாதக் குளிரும் பனியும் சட்டென்று கலைந்து பகல் பழுக்கக் காய்ந்தது. காலையில் ஏழு மணிக்கெல்லாம் எண்ணெய் மினுமினுப்புடன் வெயில் பரவியது. குப்பிக்குள்

கட்டியாக உறைந்திருக்கும் தேங்காயெண்ணெய் திரவமாகத் ததும்பியது. கையில் எண்ணெயை வைத்துக்கொண்டு பாபுவின் தலையில் தேய்க்கத் தொடங்கியபோது "நல்ல மழை வரும்" என்றாள் அத்தை. பாபு வெளியே ஓடி வந்து அண்ணாந்து பார்த்தான். ஊதுவத்திப் புகைபோலவோ ஜரிகைப்பந்து போலவோ கறுப்புக் கம்பளிபோலவோ தெரியும் மேகங்களில் ஒன்றுகூட இல்லாமல் வானம் நீலமாகப் பளபளத்துக் கொண் டிருந்தது. "மேகமே இல்ல, எப்பிடி மழ வரும்?" என்று கேட்டுக் கொண்டே மிச்ச எண்ணெய்க்காகத் தலையை அம்மு முன்னால் குனிந்து காட்டினான். அதற்குள் அவள் அதைத் தனது கைகளிலும் தலையிலும் புரட்டி முடித்திருந்தாள்.

காற்று வீசியபோது பரவிய அந்த வாடை பாபுவின் மூக்கைத்தான் முதலில் தொட்டது. "அத்தே, என்னமோ நாத்தம்?"

"உன் மூக்கு மட்டும் தனியா எங்கேருந்து மணம் புடிக்கப் படிச்சதுன்னு தெரியல, வல்லாத்த மூக்கு" என்று மூக்கை விடைத்துச் சுவாசித்தாள்.

"ஆமா, என்னவோ அழுகின நாத்தம். வெள்ளிக்கிழமை யும் அதுவுமா இது என்ன கெட்ட நாத்தம்" சொல்லிக் கொண்டே வாசலுக்குப் போனாள். அதற்குள் காற்று எல்லா மூக்குகளுக்கும் சேதி சொல்லியிருந்தது.

அலுவலகங்களுக்கும் பள்ளிக்கூடங்களுக்கும் கிளம்பிக் கொண்டிருந்த அந்தச் சந்தடியான நேரத்தில் எல்லாரும் தெருவில் இறங்கி நின்றார்கள். அந்த நாற்றம் எங்கேயிருந்து வருகிறதென்று தெரியவில்லை. அவரவர் வீட்டிலிருந்தல்ல; ஆனால் அடுத்த வீட்டிலிருந்துதான் என்று யூகித்தார்கள். எதிலிருந்து என்று தெரியாமல் பக்கத்து வீட்டுப் புழக்கடையை யும் கக்கூசுகளையும் கற்பனையாகக் குற்றம் சாட்டிக் கொண் டிருந்தார்கள்.

வாசலில் நின்ற ராஜூ மூக்கை இடது கையால் பொத்திக் கொண்டு வலது கைச் சைகையில் பாபுவிடம் என்ன என்று கேட்டான். பாபு கைகளை வாயருகில் குவித்து "அஜ்ஜா டர்ர்ர்" என்று அவனுக்குக் கேட்கிற அளவு சத்தத்தில் சொன்னான். அவனும் அதே போலக் கைகளைக் குவித்து "போடா ஊசி மூஞ்சி மூடா" என்றான். பாபு மறுபடியும் "அஜ்ஜா டர்ர்ர்ர்ர்" என்று மூக்கைப் பொத்திக் காட்டினான். அப்படிச் செய்யும்போதே யோசிக்கவும் செய்தான். ராஜூவின் வீட்டுச் சமையலில் எல்லா நாளும் உருளைக் கிழங்கு மொச்சைக் கொட்டை, முள்ளங்கி, டபுள் பீன்ஸ் என்று

ஏதாவது ஒன்று இருக்கும். அவன் விளையாட வரும்போதெல்லாம் வயிறு அந்த ரகசியத்தைக் காட்டிக் கொடுத்துவிடும். ஆனால் இப்போதைய மூக்கு மூடல்களுக்கு ராஜு காரணமில்லை என்று நினைத்தான்.

"டீச்சர் வூட்டு ஜவான் இங்க செத்துக் கெடக்குது" என்று தெருவின் மேல் கோடியிலிருந்து ராமுவின் குரல் வந்தது. பாபு அவனை நோக்கி ஓடினான். ராஜுவும் சேர்ந்து கொண்டான். இருவர் ஓடுவதைப் பார்த்ததும் குஞ்ஞுமோனும் அவர்களுக்குப் பின்னால் ஓடினான். "டே, ஸ்கூலுக்கு லேட்டாச்சு" என்ற அத்தையின் குரலும் குஞ்ஞுமோன் அம்மாவின் குரலும் அவர்களுக்குப் பின்னால் ஓடி வந்தன.

ராமர் கோவில் தோட்டத்தின் குப்பைக் குழியில் கண்கள் திறந்து செத்துக் கிடந்தது ஜவான். அதன் உடம்பில் எலிகள் பிறாண்டியிருந்தன. காக்கைகள் கொத்திக் குதறியிருந்தன. பார்க்கப் பாவமாக இருந்தது. "செத்து ரண்டு நாளாயிருக்கும்" என்ற ராமு, "டே, யாரச்சும் டீச்சர் வூட்டிலேர்ந்து மம்பட்டிய வாங்கிட்டு வாங்கடா" என்றான். பாபு ஓடிப் போய் டீச்சர் வீட்டு வாசலில் ரோஜாப் பாத்திக்குப் பக்கத்தில் சுவரையொட்டி வைத்திருந்த மண்வெட்டியை எடுத்தான். ஜன்னலில் எக்கி "டீச்சர் ராமர் தோட்டத்துல ஜவான் செத்துக் கெடக்கு. ராமுண்ணா அங்கே பொதக்கப் போறான். அதுக்காக மம்மட்டியை எடுத்துட்டுப் போறேன்" என்று மூச்சிரைக்கச் சொன்னான். டீச்சர் பதில் சொல்வாள்; கதவைத் திறந்து எட்டிப் பார்ப்பாள் என்ற நினைப்பில் ஒரு நிமிடம் காத்திருந்தான். உள்ளே ஒரு அசைவும் இல்லை. மண்வெட்டியுடன் மேடேறித் தோட்டத்துக்குப் போனான்.

குப்பைக் குழியிலிருந்து ஜவானை எடுத்து கொஞ்சம் தள்ளி காலியிடத்தில் போட்டிருந்தான் ராமு. மண்வெட்டியை வாங்கி நிலத்தைத் தோண்டினான். காலையில் தண்ணீர் பாய்ச்சிய மண் சீக்கிரமாக இளகிக் கொடுத்தது. பெரிய குழியாக ஆழமாகத் தோண்டினான். ஜவானைக் குழியில் போட்டு மண்ணைத் தள்ளி மூடினான். மண் மேட்டை மண்வெட்டியால் தட்டியும் கால்களால் மிதித்தும் சமப்படுத்தினான். அப்போதும் மேடாக இருந்தது. "மண்ணுக்குக் கொப்புளம் வந்திருக்கு" என்றான் பாபு. அதைக் கேட்டு ராமு மண்வெட்டியைச் சுரண்டுவதை ஒரு நொடி நிறுத்தி அவனைப் பார்த்தான். பாபு வெட்கத்துடன் சிரித்தான்.

ராமு அவன் இடுப்பளவு வளர்ந்திருந்த ஆரஞ்சுக் கன்றைப் பிடுங்கி வந்து மேட்டின் நடுவில் குழி தோண்டி ஊன்றினான்.

"டேய், அங்க பூவாளி இருக்கு. அதுல தண்ணி புடிச்சுட்டு வாங்கடா" என்றான். ராஜு ஓடிப் போனான். பெரிய பூவாளியை இரண்டு கைகளாலும் பிடித்து கால்களைப் பரப்பி வைத்து நடந்து வந்தான். "பாபேட்டா, ராஜு தவள டேன்ஸ் பண்ணுது" என்று கிசுகிசுத்தான். பாபு உதட்டைத் தாண்டி வந்த சிரிப்பை ராஜுவைப் பார்த்து அடக்கிக் கொண்டான். காலையிலேயே அவனை அழவைக்க வேண்டாம். ஆனால் ராஜுவுக்குத் தன்னைப் பற்றித்தான் என்னவோ சொல்லிச் சிரிக்கிறார்கள் என்று புரிந்தது.

"எதுக்குடா சிரிக்கிறே?"

"சும்மாத்தான்."

"சும்மா சிரிக்க நீங்க என்ன லூசா?"

"ஆமாங்க. மிஸ்டர் லூஸ் ராஜு" என்றான் பாபு. ராஜுவுக்குக் கோபம் வராமல் சிரிப்புத்தான் வந்தது.

"டேய், சாவு வூட்டுல என்னடா சிரிப்பு?" ராமுவின் வார்த்தைகளில் இருவரின் சிரிப்பும் அமுங்கியது. பூவாளியை ஆரஞ்சுச் செடியின் மேல் கவிழ்த்தான். செடி கூச்சத்துடன் சிலிர்த்து அசைந்தது. "இதாண்டா ஜவானோட சமாதி" என்றான் ராமு.

"அப்ப இது பெருசானா ஜவான்ஸ் ட்ரீ" என்றான் பாபு.

"போடாங்க இவனே, ஜவான் மிலிட்டரிகாரவூட்டு நாய்டா. அதனால ஜவான் கீ பேட்" என்றான் ராஜு.

"போடா, இவரு பெரிய இந்திவாலா, இந்தி ஒழிக" என்றான் பாபு. ஆனாலும் சந்தேகமாக இருந்தது. ஜவான் கீ பேடா? ஜவான் கா பேடா? மண்வெட்டியை எடுத்துக் கொண்டு கீழே இறங்கும்போது டீச்சரிடம் கேட்க நினைத்தான். அதை வைத்துவிட்டு நகர்ந்தபோது சரஸ்வதி டீச்சர் வாசல் நிலையில் நின்றிருந்தாள்.

"ஜவானெ ராமர் தோட்டத்துல பொதச்சுட்டோம்" என்றான். டீச்சர் எதுவும் சொல்லாமல் முந்தானையை எடுத்து அதே கையால் கண்ணாடியையும் கழற்றிக் கண்ணைத் துடைத்துக் கொண்டாள். அவள் துடைத்தது கண்களையா இல்லை அழுகையையா என்று யோசித்ததில் பாபுவுக்கு சந்தேகம் மறந்து போனது.

அன்று இரவு மழை பெய்தது. நல்ல மழை. விடியும்வரை கொட்டித் தீர்த்தது. அத்தையின் வாக்கு. பாதித் தூக்கத்தில்

விழித்து மழையின் சத்தத்தைக் கேட்டுக்கொண்டிருந்தான் பாபு. திடீரென்று ஜவானின் சமாதி என்ன ஆகும் என்று யோசித்தான். மண் கரைந்து மேடு பள்ளமாகிவிடும். குழிக்குள் தண்ணீர் நிரம்பிவிடும். ஜவானுக்குத் தண்ணீருடன் ஜென்மப் பகை. ஒரு சொட்டுத் தண்ணீர் மேலே விழுந்தாலும் உடம்பைக் குடைந்துகொண்டு அலறி ஆர்ப்பாட்டம் பண்ணிவிடும். பாவம், இப்போது என்ன செய்கிறதோ? என்று யோசித்துத் தூங்கிப் போனான். காலையில் போய்ப் பார்க்க நினைத்து பள்ளிக்கூடம் போகிற அவசரத்தில் முடியாமல் சாயங்காலம் ஸ்கூல் விட்டதும் ஓடி வந்து பார்த்தான். மழை வெள்ளத்தில் சமாதிக் குழியே தூர்ந்து போயிருந்தது. அதற்குப் பக்கத்தி லிருந்த வரப்பு உடைந்து வெள்ளம் பாய்ந்து குழிக்குள்ளிருந்ததை யும் பக்கத்திலிருந்த சின்னச் சின்னச் செடிகளையும் அடித்துப் போயிருந்தது. ராமு நட்டுவைத்த ஆரஞ்சுச் செடியும் காணாமல் போயிருந்தது. ஜவானையும் அடித்துப் போயிருந்தது.

பாபுவின் உடம்பை அழுகை குலுக்கியது. வாய்விட்டு “அம்மாவ்” என்று கத்தினான். கத்தும்போதே பெரிய தாத்தாவைத் தூக்கிக்கொண்டு போனபோதுகூட, தான் இப்படி அழ வில்லை என்பது ஞாபகம் வந்தது.

முழுப் பரீட்சையின் கடைசி நாளே பாபு கோயம்புத்தூர் போக விரும்பினான். ஆனால் அது நடக்காது போல இருந்தது.

“லீவு விட்டா உடனே ஊருக்குப் போகணும்னு கட்டாயம் ஒண்ணுமில்லே. அதான் ஒண்ணர மாசம் லீவு இருக்கே. எல்லாம் மே மாசம் போகலாம். இப்ப உன்னக் கொண்டு போய் விடறதுக்கு ஆளில்ல. உங்கப்பாவுக்கும் இப்ப வேல ஜாஸ்தியாம். எல்லாம் அப்புறமாப் பாக்கலாம். செக்கன்டெ ஒரு பிடிவாசி”, என்றாள் அம்மு.

நஜீரின் அப்பா ரசாக் பாய்க்கு ஆவடி கனரகத் தொழிற் சாலையின் ஒப்பந்தம் கிடைத்திருந்தது. பெரிய காண்டிராக்ட். பல வருடங்கள் நீண்டு நிற்கும் வேலைகளுக்கான குத்தகை. “வாப்பா, இங்கெ வீட்டக் காலி பண்ணீட்டு அங்கியே போயிடலாம்னு சொல்லிட்டாங்க. எனக்குப் பரீச்ச முடியட்டுன்னுதான் இத்தினி நாள் இங்க இருந்தோம். ஒரு வாரத்துல போயிடுவோம்” என்று நஜீர் சொல்லியிருந்தான்.

அங்கேயே படிக்கப் போகிறானாம். இனி இந்த மலைக்கு வரவே மாட்டானாம். ஆவடிக்குப் பக்கத்தில் சென்னை இருக்கிறதாம். இங்கே இல்லாதது எல்லாம் அங்கே இருக்கிறதாம்.

பதினாலு மாடிக் கட்டடம் இருக்கிறதாம். கவுடர் டாக்கீசை யும் டிலைட் தியேட்டரையும் விடப் பெரிய சினிமா கொட்டாய்கள் இருக்கிறதாம். இங்கே எப்போதாவது மெயின் ரோடு வழியாகக் காரில் போகும்போது எட்டிப் பார்க்கிற சினிமா நடிகர்களைப் பக்கத்திலேயே பார்க்கலாமாம். இந்தப் பள்ளிக்கூடத்தை விட ரொம்பப் பெரிய ஸ்கூல் இருக்கிறதாம். அதில்தான் அவனைச் சேர்த்திருக்கிறார்களாம். எல்லாவற்றை யும் விட முக்கியம், பெரிய கடல் இருக்கிறதாம்.

நஜீர் சும்மா புருடா விடுகிறான் என்றுதான் பாபு முதலில் நினைத்தான். ஆனால் பரீட்சை நடந்துகொண்டிருக்கும் நாட்களிலேயே நஜீரின் வீட்டுச் சாமான்கள் லாரி ஏறிப் போவதைப் பார்த்தபோது நம்ப வேண்டி வந்தது.

ராஜுவும் லீவு விட்டதும் ஹட்டிக்குப் போய் விடுவான். அவன் அப்பா பெள்ளி கவுடருக்கு உடம்பு சுகமில்லை. அடிக்கடி ஆஸ்பத்திரிக்குப் போக வேண்டியிருந்தது. பாதி நாட்கள் ஆபீசுக்குப் போக முடிவதில்லை. அவர் சம்பளம் வந்துதான் உலை வைக்க வேண்டிய தேவை அவர்களுக்கு இல்லை. ஜெகதளாவிலேயே தோட்டம் இருக்கிறது. கோத்தகிரிப் பக்கம் டீ எஸ்டேட். மேட்டுப்பாளையத்தில் தற்காறி மண்டி. இவ்வளவும் இருக்கின்றன. ராஜுவின் சித்தப்பா போஜா கவுடரால் பார்த்து முடிக்க முடியாத அளவுக்கு வேலைகள் இருக்கின்றன. அதனால் பெள்ளி கவுடரும் கண்டோன்மெண்ட் போர்ட் வேலையை விட்டு விட்டு ஹட்டிக்கே போகலாமா என்று பார்க்கிறார்.

“அப்ப உன்னோட ஸ்கூல்?”

“அரவங்காட்டுல ஸ்கூல்ல சேப்பாங்க. அதுனா பக்கம். இல்லேன்னா லவ்டேல்ல ஆஸ்டல்ல சேத்து வுட்றுவாங்க.”

கேட்டபோது பாபுவுக்கு வயிறு கலங்கியது. குஞ்ஞுமோனும் ஊருக்குப் போய்விட்டு ஜூன் மாதம் பள்ளி திறக்கும் போதுதான் வருவேன் என்று சொன்னது கலக்கத்தை இன்னும் அதிகப்படுத்தியது. இந்தப் பயல்கள் புறப்படுவதற்கு முன்னால் மலையிறங்கி விடவேண்டும் என்றுதான் அத்தை யிடம் கேட்டான். அவள் எதையும் புரிந்து கொள்ளாமல் மே மாதம் போனால் போதும் என்கிறாள். தனியாக அனுப்ப மாட்டாளாம். கோயம்புத்தூரிலிருந்து தனியாகவே வந்திருக் கிறேனே என்றால் ஒத்துக் கொள்ள மாட்டேன் என்கிறாள். அங்கேயிருந்து அப்பா பஸ் ஏற்றி விடுகிறார். இங்கே போலீஸ் ஸ்டேஷன் வாசலில் வந்து இறங்கி விடலாம். ஆனால் இங்கே யிருந்து போவது அப்படியா? இங்கே இருந்து ஏற்றி விட்டாலும்

யூ எம் எஸ் பஸ் ஸ்டாண்டிலிருந்து வீட்டுக்கு எப்படிப் போவாய்? அதெல்லாம் சரிப்படாது என்று ஒரேயடியாக மறுத்துவிட்டாள்.

"நான் ஒண்ணும் சின்னப் பையனில்ல. பதிமூணு வயசாச்சு. நானாப் பாத்துக்குவேன்" என்று முணுமுணுத்தான்.

"அது ஸ்கூல தள்றதுக்காக நான் குடுத்த வயசில்ல. உன் கணக்குக்கு இன்னும் ஒரு வருஷம் இருக்கு. அப்ப நீயாப் போய்க்கோ. இப்ப நீ போய் எங்காவது தொலைஞ்சேன்னா உங்க அப்பா அம்மாகிட்ட நான் ஜவாப் சொல்ல முடியாது. இல்லேன்னாலே எம் பையனத் தூக்கீட்டுப் போயிட்டான்னு உங்க அம்மா ஊரெல்லாம் சொல்லிட்டு திரியிறா? எனக்கு அந்தப் பொல்லாப்பு வேண்டாண்டா. மரியாதைக்கு அனுசரிச்சு இருந்நோ" அத்தையின் குரலில் கண்டிப்பு. அவளிடம் பேசிப் பயனில்லை.

பாபு கொடியிலிருந்து ஸ்வெட்டரை எடுத்தபோது "எங்கேடா போறே?" என்று கேட்டாள் அத்தை. அவளை முறைப்பாகப் பார்த்து விறைப்புடன் "எங்கியோ போறேன்" என்றான். அத்தைக்கு அந்த முறைப்பு சிரிப்பைத்தான் கொடுத்தது. "சரி, எங்கேயோ போ" என்றாள். ஸ்வெட்டரை மாட்டிக்கொண்டு வெளியே நடந்து மாரியம்மன் கோவில் மைதானத்தில் வந்து நின்றான்.

மைதானம் காலியாகக் கிடந்தது. ஓரத்துப் புற்கள் காய்ந் திருந்தன. மைதானத்தின் விளிம்பில் நின்றான். கீழேயிருக்கும் போலீஸ் ஸ்டேஷனின் பின் பக்கத்தில் உயரமாக வளர்ந்து நிற்கும் பட்டாசுப் பூ மரம் இலைகள் இல்லாமல் குச்சி குச்சியாகத் தெரிந்தது. உச்சிக் கிளையில் ஒரு காகம் தத்தித் தத்தி உட்கார்ந்து குழறிக்கொண்டிருந்தது. இன்னும் சரியாகப் பறக்கக் கற்றுக்கொள்ளாத குஞ்சாக இருக்கும் என்று மரத்தைக் கண்களால் துழாவியபோது ஒரு கவட்டைக் கிளையில் கூடு தெரிந்தது. 'நம்மளப்போல ஒண்டிக் காக்காவாருக்கும்' என்று சொல்லிக்கொண்டே மாரியம்மன் கோவிலின் பின்பக்கம் போனான். வழக்கமாக உட்காரும் நிழலில் உட்கார்ந்தான். சில நொடிகளில் மல்லாந்து படுத்தான். நீளமாக இழுத்து விடப்பட்டிருந்த தகரக் கூரையிலிருந்த சிறு ஓட்டைகள் வழியாக இறங்கும் வெளிச்சக் கோடுகளைப் பார்த்தான். அந்தக் கோடுகளில் ஆயிரக் கணக்கான துகள்கள் பறப்பதை ரசித்தான். சற்று நேரத்துக்குப் பிறகு எழுந்து ஸ்வெட்டரை இழுத்து விட்டுக்கொண்டு நடக்க ஆரம்பித்தான். யோசனை யுடன் நாலெட்டு வைத்த பின்பு திரும்பி நடந்தான். தலையை ஆட்டித் தனக்குத்தானே சம்மதம் சொல்லிக்கொண்டது

போல முன்பு எட்டுவைத்த திசையிலேயே நடந்து மேடிறங்கினான்.

பாபுவைப் பார்த்ததும் சித்தா கேட்ட முதல் கேள்வி "என்னடா இவனே, டீச்சர் கூட்டீட்டு வரச் சொல்லிச்சா?" என்பதுதான்.

"ஏன் சித்தா, டீச்சர் சொல்லாம உங்களப் பார்க்க வரக் கூடாதா?" என்று பதில் கேள்வி கேட்டான். சித்தா சிரித்தார்.

"ஐயா, தெரியாமக் கேட்டுட்டேன், நீங்க வாங்க. வந்து உக்காருங்க" என்றார். முன் அறையிலிருந்த பெஞ்சில் உட்கார்ந்தான். அடுப்படியிலிருந்து தனபாக்கியம் வந்து "வாப்பா" என்றாள். பாபு கூச்சமாகச் சிரித்துத் தலையைக் குனிந்துகொண்டான். குனிந்த நிலையிலேயே தலையைத் திருப்பி உள் அறையை அரைப் பார்வை பார்த்தான்.

"காந்தாமணியத்தான தேடற? அது இல்ல. தையக் கிளாஸுக்குப் போயிருக்கு" என்றார் சித்தா. தன்னுடைய ரகசியத்தை அவர் கண்டுபிடித்து விட்டதை உணர்ந்ததும் வெட்கமாக இருந்தது. தலை இன்னும் குனிந்தது.

"ரொம்பக் குனியாதடா, தாவாங்கட்ட ஒடஞ்சிடப் போவுது. ஆமா, நீயாத்தான் வந்தியா இல்ல டீச்சர் ஏதாச்சும் சொல்லி உட்டுச்சா?" என்று மறுபடியும் கேட்டார்.

"நானாத்தான் வந்தேன் சித்தா. எல்லாப் பசங்களும் ஊருக்குப் போய்த் தொலைஞ்சுட்டான்க. நீங்க கூட இப்பல்லாம் வர்றதில்லயே. அதான் பாக்க வந்தேன்" என்றான்.

"இதப் பார்றா, ஆட்டம் போடறதுக்குத் தொணையில்லன்னு இங்க வந்துட்டு என்னெயெப் பாக்க வந்ததாக் கத உடறியேடா."

பாபுவுக்குக் கிழவர் மீது எரிச்சலாக வந்தது. அவர் சொன்னது உண்மைதான் என்பதனால் வந்த எரிச்சல். இருந்தாலும் எதற்காகச் சொல்ல வேண்டும் என்று உள்ளுக்குள் முறுக்கிக்கொண்டது. சட்டென்று எழுந்தான். இவரைப் பார்க்க வந்தது தப்பு. போய்விடலாம் என்று நினைத்தான். தனபாக்கியத்தின் அதட்டல்தான் காலைப் பின்னுக்கு இழுத்தது.

"என்னங்க இது புள்ளகிட்ட பேசற பேச்சா இது? அதும் மூஞ்சியப் பாருங்க செவந்து போச்சு. சின்னப் பையங்

கிட்ட இப்படியா பேசுவீங்க? நீ உக்காருப்பா. அவரு அப்புடித்தான்."

"தனபாக்கியம் உனக்கு இவனெத் தெரியாது. பாக்கத் தான் சின்னப் பையன். காரியமெல்லாம் படாபடாவாக்கும். நான் சொன்னா ஒண்ணும் கோச்சுக்க மாட்டான். கோச்சுக் கிட்டியாடா இவனே?" என்றவர் பதிலை எதிர்பார்க்காமல் தொடர்ந்தார். "தெருவுல நான் யாருகைலயும் ஜாஸ்தியாப் பேசுனதில்ல. இவனோட டீச்சர் கிட்டக் கூட அவ்ளோ பேசுனதில்ல. இவன் கிட்ட, இந்தப் பெரியவரு கிட்டதான் எல்லாத்தையும் சொல்லிருக்கேன். இந்தப் பெரீய மனுசந்தான் நமக்கு தெருவுல பெரீய பிரண்டு. இல்லியாடா இவனே?" என்ற கேள்வியை அவன் முகத்தின் முன்னால் நிறுத்தினார்.

பாபுவுக்கு அவர் பேச்சுப் புதிதாக இருந்தது. தன்னை இப்படி அவர் சொல்வார் என்று நினைத்ததே இல்லை. கேட்கச் சந்தோஷமாக இருந்தது. சித்தாவின் குரலிலும் மாற்றம் இருந்தது. அவர் சொன்னதுபோல நிறையப் பேசியிருக்கிறார். ஆனால் அதையெல்லாம் தொண்டைக் கட்டு வந்ததுபோல் கம்மிய குரலில்தான் சொல்லியிருக்கிறார். இப்போது போல இவ்வளவு உரிமையுடனும் பிரியத்துடனும் சொன்னதில்லை. பாபுவின் கண்கள் மல்கின. அவரை நெருங்கி உட்கார்ந்தான். தனபாக்கியம் புன்னகையுடன் ஏதோ சொல்ல வந்து வார்த்தைகளை ஒத்தி வைத்தாற்போல உள்ளே போனாள். சின்ன எனாமல் தட்டில் நான்கைந்து வர்க்கிகளைக் கொண்டு வந்து பாபுவின் பக்கத்தில் வைத்தாள்.

"சாப்புடு. டீ போட்டுட்டு வர்றேன்" என்று திரும்பியவளிடம் "இந்த வர்க்கியை இவன் திங்க மாட்டான். நெய் வர்க்கி டப்பாவுலேருக்கே அதக் கொண்டாந்து குடு. இதெ எடுத்துட்டுப் போ" என்று தட்டை எடுத்து நீட்டினார். பாபு உதடு துடிக்க சித்தாவைப் பார்த்தான். தனக்கு இன்னதுதான் பிடிக்கும் என்று எப்படித் தெரிந்துகொண்டார் என்று யோசித்தான். யோசனை சிரிப்பாகப் புரண்டது.

அன்று முதல் கோயம்புத்தூர் போகிற இரண்டாவது வாரம்வரை பாபு எல்லா நாளும் சித்தா வீட்டில்தான் இருந்தான். ஒன்று காலையில் போனால் மத்தியானம் சாப்பாட்டுக்கு வீடு திரும்பும் வரைக்கும். இல்லையென்றால் சாப்பிட்டு விட்டு மத்தியானத்திலிருந்து பாரக்ஸிலிருந்து ஆறுமணி பியூகிள் சத்தம் கேட்கும் வரைக்கும். போகாத நாட்களில் சித்தா தெருவுக்கு வருவார். சரஸ்வதி டீச்சரைப் பார்த்து விட்டுத் திரும்பி வரும் வரைக்கும் பாபு காத்

திருப்பான். அவர் தெருவிலிறங்குகிற நேரம் வரைக்கும் இருப்புக் கொள்ளாமல் வீட்டுக்கும் வெளிக்குமாக நடப்பான். அம்மு கூட "இதென்னடா குட்டி போட்ட பூனை மாதிரி அலயுற" என்று கேட்டாள். ஒன்றிரண்டு தடவை டீச்சர் வீட்டிலேயே உட்கார்ந்து சித்தாவும் டீச்சரும் பேசுவதைக் கேட்ட பாதியும் கேட்காத பாதியுமாக இருப்பான்.

அவர்கள் பேசியதில் அரைகுறையாகப் புரிந்தவை அவனைக் குழப்பின. வெகு சீக்கிரம் அவர்களைத் தினம் தினம் பார்க்க முடியாமல் போகும் என்பது மட்டும் மங்கலாகப் புரிந்தது. இரண்டு வீடுகளையும் விற்கப் போகிறார்கள். ஒன்று சாந்தாமணிக்கு. இன்னொன்று காந்தாமணிக்கு. சரஸ்வதி டீச்சர் "எனக்கென்னாத்துக்கு வீடும் வாசலும்? புள்ளையா குட்டியா சேத்து வெச்சுக் குடுக்க. எனக்கு என்னோட வேலையே போதும். அந்தச் சம்பளத்துல நான் ராணி மாதிரி இருப்பேனே சித்தா" என்றாள். அதைச் சொல்லும் போது டீச்சர் அழவோ வருத்தப்படவோ இல்லை. குன்னூர் பள்ளிக்கூடத்தை விட்டு ஊட்டியிலோ கோத்தகிரியிலோ வேறு பள்ளிக்குப் போகிறாள். அங்கேயே வீடு பார்த்துக் குடியிருக்கப் போகிறாள்.

"சரசு, இது என்னா புடிவாதம்? யாருமில்லாத அநாதை யாட்டம் நீ ஏன் தனியா இருக்கணும்? நாங்கல்லாம் இல்லியா?"

"சொன்னாக் கோச்சுக்காத சித்தா, நெசமா எனக்கு யாருமில்ல? இத்தினி வருசம் நீ இங்க இருந்தது எனக்காக வும்னு நெனச்சிட்டிருந்தேன். ஆனா அது அப்பாவுக்காகன்னு அவர் போனதும் புரிஞ்சிடுச்சு. நீ உன் பொண்டாட்டி புள்ளை யோட போய்ச் சேந்துகிட்ட. அண்ணன் பொண்ண விட சொந்த ரத்தம்தாம் உனக்குப் பெருசாப் போச்சு."

"அது . . . சரசு . . ." என்று இடையில் பேசவிருந்த சித்தாவைப் பேச விடாமல் டீச்சர் சொன்னாள். "நீ ஒண்ணும் சொல்ல வேண்டாம் சித்தா. நான் யாரையும் தப்பு சொல்லலே, எனக்கும் எல்லாம் புரியும். காத்துக் காத்து முத்திப் போயி நானும் ஒம் வயசுல பாதிக்குப் பக்கம் வந்துட்டனில்ல. என்னக் கட்டிக்கன்னு வந்த சங்கரு நம்ம சாந்தாவக் கட்டி கிட்டப்பக்கூட நீ ஒரு வார்த்தை பேசல. அவ செஞ்சது சரின்னுதான பேசாம இருந்தே?" டீச்சர் கண்ணாடியைக் கழற்றி வாயால் ஊதி புடவைத் தலைப்பில் துடைத்து மாட்டிக் கொண்டாள்.

“ஏன் தெரியுமா என் அருமை சித்தப்பா, அது உன் பெண்ணின் வாழ்க்கை. அப்படிப் பார்க்க வேண்டாம். நானும் அவளும் ஒரு தாயின் பிள்ளைகள் என்று தெரியும்; ஒரே தகப்பனின் பிள்ளைகள் அல்ல என்று அதை விட நன்றாகவே தெரியும். ஆச்சரியப்பட வேண்டாம். காகம் கறுப்பு என்றும் சர்க்கரை இனிப்பு என்றும் என்றைக்குத் தெரிந்து கொண் டேனோ அப்போதே இதையும் தெரிந்துகொண்டேன்”

சரஸ்வதி டீச்சர் இதை மட்டும் ஆங்கிலத்தில் சொன்னாள். தனக்குத் தெரிந்துவிடக்கூடாது என்றுதான் அப்படிச் சொல் கிறாள். பாவம், டீச்சர். என்னால் ஆலிவர் டுவிஸ்டை ஆங்கிலத்திலேயே படிக்க முடியும் என்று ஆங்கிலத்தைக் கற்றுக் கொடுத்த அவளுக்கே தெரியவில்லை. பாபு கொஞ்சம் கர்வமாகவே நிமிர்ந்து பார்த்தான். டீச்சரின் கண்கள் கண்ணாடிக் கோலிகள்போலப் பளபளத்திருந்தன. ஆனால் கரைந்து இறங்கவில்லை. முகம் சோகமாக இருந்தது. பூமா தேவியின் முகம்போல இருக்கிறது என்று தோன்றியது.

சரஸ்வதி டீச்சர் வீட்டை அக்காவின் பிள்ளைகளே வாங்கினார்கள். சித்தா இருந்த முப்பத்தியொன்றாம் எண் வீட்டை சதாசிவமும் சிவஞானமும் தங்கள் பெயரிலும், டீச்சர் இருந்த முப்பத்திரண்டாம் எண் மேல் வீட்டை சங்கரிக்கும் மீனாவுக்குமாகவும் கிரயம் செய்தார்கள். வாங்கிய மறு வாரமே சிவஞானம் முப்பத்தியொன்றாம் நம்பர் வீட்டுக்குக் குடிவந்தார். மேல் வீட்டைக் காலி செய்ய வேண்டாம். டீச்சரே இருந்து கொள்ளலாம் என்று சொல்லிப் பார்த்தார்கள். டீச்சர் சிரித்துக்கொண்டே மறுத்துவிட்டாள்.

“என் ஒருத்திக்கு எதுக்கு அவ்ளோ பெரிய வூடு? அதுவு மில்லாம நான் ஊட்டில வேற ஸ்கூலுக்கு மாறிட்டேன். இங்கேருந்து தெனமும் போய்ட்டு வர்றது சரிப்படாதண்ணி. அங்கியே சின்னதா ஒரு வீட்டை வாடகைக்கு எடுத்திருக்கேன்.” என்று சதா அண்ணியிடம் சொன்னாள்.

“நீ சொல்றது சரிதான் சரசு, ஆனா தனியா எப்பிடி அவ்ளவு தூரத்துல.”

“தூரம்னு நெனச்சா தூரம்தான் அண்ணி. சாந்தா இங்கேருந்துதான ஊட்டிக்கு வேலைக்குப் போயிட்டு வந்தா. அப்புறம் தனியான்னு சொன்னீங்களே, யாருதான் தனியா இல்ல.” அண்ணி பதில் பேசவில்லை. பெரிய குடும்பத்துக்கு ஆக்கிப் போட்டு கழுவித் துடைத்துப் பொழுதை நகர்த்தினா லும் மிச்சமிருக்கும் பெரும் பொழுதில் அவளும் தனியாகத் தான் இருக்கிறாள் என்பது சதாண்ணிக்கு நினைவு வந்தது.

வீட்டைக் காலி செய்து சாமான்களை வண்டியில் ஏற்றுகிற நாள்வரை பெரும்பாலும் எல்லா நாட்களிலும் ஏதாவது ஒரு நேரம் டீச்சர் வீட்டில்தான் பாபு இருந்தான். துணைக்கு ராமுவும் இருந்தான். அவனுடன் கூடமாட உதவியாக ஓடித் திரிந்தான். ஞாயிற்றுக் கிழமை மத்தியான்னத்துக்குப் பிறகு தெருவில் எல்லாரிடமும் விடைபெற்றுக்கொண்டாள். விடை கொடுத்தவர்கள் முகத்தில் கலவரமும் கண்ணீர்த் திரையும் இருந்தன. டீச்சர் முகத்தில் புன்னகையின் மினுமினுப்புப் படர்ந்திருந்தது. கடைசியாக எல்லாச் சாமான்களையும் ராமு கொண்டுபோயிருந்தான். சித்தாவும் அவனுடன் போயிருந்தார். எப்போதும் போலப் பள்ளிக்கூடத்துக்குப் போகும் தோற்றத்தில் கையில் பையுடனும் குடையுடனும் இருந்தாள்.

"ரயில்வே ஸ்டேஷன்வரிக்கும் வர்றியாடா" என்று கேட்டதும் பாபுவுக்கு உடம்பு சிலிர்த்தது. சரியென்று தலையசைத்தான்.

ஸ்டேஷன் வருகிற வழியில் நன்றாகப் படிக்க வேண்டும்; சும்மா தெருவில் அலையக் கூடாது; அடிக்கடி சித்தாவைப் போய்ப் பார்த்துக்கொள்ள வேண்டும்; அத்தையுடனோ கௌரியுடனோ கோவிலுக்குப் போக ஊட்டி வந்தால் தன்னைப் பார்க்க வேண்டும்; நல்ல பையன் என்று பேர் வாங்க வேண்டும். புத்திமதியாகச் சொல்லிக்கொண்டு வந்தாள். அப்படி யாராவது சொல்லும்போது வழக்கமாக வரும் எரிச்சல் ஏன் இப்போது வரவில்லை என்று பாபுவுக்கு ஆச்சரியமாக இருந்தது.

மேலிருந்தும் கீழிருந்தும் ரயில்கள் மூச்சிரைக்க வந்து நின்றன. டீச்சர் பெட்டிக்குள்ளே ஏறி ஜன்னலோரமாக உட்கார்ந்தாள். பாபு வெளியே நின்று அவளைப் பார்த்துக் கொண்டிருந்தான். அழுகை முற்றி மூக்கில் நீர் வடிந்தது. "மூக்கைத் தொடடா" என்றாள். கைக்குட்டையை எடுத்துத் துடைத்தான். அப்புறமும் நீர் கொட்டியது. வண்டி நகரத் தொடங்கியபோது கண்களை உடைத்துக் கொண்டு நீர் உதிர்ந்தது. டீச்சரின் முகம் கனிந்து சிரித்தது. "பெரிய மனுசன் அழலாமாடா, கண்ணத் தொட. சாந்தாக்காவ பஸ் ஏத்தி விட்டப்பவும் இப்படித்தான் அழுதியாக்கும்?" என்று கேட்டுச் சிரித்தாள். வண்டி வேகமாக நகர ஆரம்பித்தது.

●

கிளிமாஞ்சரோ ஹாலில் இரண்டாவது ரவுண்டாக 'மேரா நாம் ஜோக்கர்' ரிலீசாகி யிருந்தது. பாபு போக வேண்டும் என்றான். அவ்வளவு தூரம் தனியாகப் போக வேண்டாம்; யாராவது துணையிருந்தால் போனால் போதும் என்று அத்தை மறுத்தாள். 'அது ஒண்ணும் அவ்வளவு தூரமில்ல' என்று அவளுக்குக் கேட்கும்படி முணுமுணுத்தான். வேலைக்குக் கிளம்பும் அவசரத்தில் நின்றவாக்கில் சாப்பிட்டுக் கொண்டிருந்த மாமா சட்டென்று அவனைத் திரும்பிப் பார்த்துப் புன்னகைத்தார். கிளி மாஞ்சரோ அல்ல; அதை விடவும் தொலைவான இடங்களில் தன்னந்தனியாக அவன் சுற்றித் திரிவதைப் பலமுறை பார்த்திருக்கிறார். அதுதான் புன்னகைக்குக் காரணம். பதிலுக்குப் பாபுவும் புன்னகைத்தான்.

"மாமா, நான் போகட்டா?" என்று கேட்டான். மாமா புன்னகை கலையாமல் சம்மதமாகத் தலையசைத்தார்.

"அத்தே, மாமாவே போகச் சொல்லியாச்சு. காசு குடுங்க" என்றான்.

"யார் போகச் சொன்னாங்களோ அவங்க கிட்டேயே வாங்கிக்க. நான் சொல்றதை மதிக்கா தவனுக்கு நான் ஏன் பைசா குடுக்கணும்"

மாமா எச்சில் கைக்குத் தட்டை மாற்றி இடது கையால் சட்டைப் பையிலிருந்து காசை விரல்களால் புரட்டி ஒரு பத்து ரூபாய்த் தாளை எடுத்து நீட்டினார். பாபு வாங்கி பேண்ட் பாக்கெட்டில் போட்டுக் கொண்டான். பத்து ரூபாய். வீண் செலவு செய்யாமலிருந்தால் நாலு தடவை சினிமா பார்க்கலாம். ஆசைப்பட்டுத்

தின்றாலும் தாராளமாக மூன்று சினிமா காசு மிச்சமிருக்கும். மாமா சாப்பிட்டு முடித்துத் தட்டுடன் சமையலறைக்கு நகரத் தொடங்கியதும் எச்சில் தட்டை வலுக்கட்டாயமாக வாங்கினான்.

"நான் போட்டுகிறேண்டா" என்று சொன்னதையும் மீறி கழுவும் தொட்டிக்குள் போட்டான்.

"குடுத்த பைசா வேல செய்யுது" என்றாள் அத்தை. மாமா கையைக் கழுவித் துடைத்துக் கொண்டு போனார். அவனும் தட்டை எடுத்து அதில் தாளம் போட்டுக்கொண் டிருந்தான்.

"நிறுத்துடா, எச்சித் தட்டுலயே தாளம் போடு. இருக்கிற தரித்திரியம் போதாதா? அடுப்பில இருக்கிறது வேகட்டும். உனக்கென்ன அவசரம், மத்தியானம் தானே படம், எட்டு மணிக்கே கொட்டாய்க்குப் போகப் போறியா என்ன?" என்றாள் அத்தை.

"படம் ரெண்டு மணிக்கில்ல. பன்னெண்டு மணிக்கு. பெரிய படம். ரெண்டு இண்டர்வெல் இருக்காம். தோ, இந்த இட்லி போதும். நான் வெளியில போயிட்டேன்னா நீங்க நிம்மதியா உங்க வேலையப் பாக்கலமில்ல" என்று இட்லிகளை எடுத்துப் போட்டு சட்டினியையும் ஊற்றிக் கொண்டு பிட்டு விழுங்கினான்.

"மெதுவா தின்னுடா. ரெண்டுதான இருக்கு. இரு இன்னொரு தட்டையும் எடுக்கறேன். தின்னுட்டுப் போ. அதுக்கப்புறம் நான் நிம்மதியா என் வேலையப் பாத்துக்கிறேன்" அவள் சொல்லி முடிப்பதற்குள் பாபு தட்டைப் போட்டு விட்டு வெளியே வந்தான். நின்றால் இன்னும் எதையாவது சொல்லிக்கொண்டிருப்பாள். ஆனால் வாசலில் வந்து நின்றதும் எங்கே போவது என்ற சந்தேகம் வந்தது. தெரு முனையில் ஆபீஸ் அவசரத்துடன் ஓட்ட நடையில் போகும் கௌரியின் உருவம் தென்பட்டது. அவளைப் பிடிக்க ஓடினான்.

"சாயா வேணும்னா குடிச்சுட்டுப் போடா" என்று பின் தொடர்ந்த அத்தையின் குரல் பாதி வழியிலேயே நின்றது.

"எதுக்குடா இப்புடி ஓடி வர்றே? ஆமா, எங்கே கௌம்பீட்ட?" என்றாள் கௌரி.

"மேரா நாம் ஜோக்கர் பாக்கப் போறேன். படம் பன்னெண்டு மணிக்குத்தான். வீட்ல இருக்கப் புடிக்கலே.

எம். ஆர். சி கிரவுண்டுக்குப் போறேன். தியேட்டர் அது பக்கத்துலதான" என்றான்.

"கூட்டாளிங்க இல்லாம கஷ்டமாருக்கில்ல" என்று கேட்டாள்.

அவன் பதிலை யோசித்தான். கஷ்டமாகத்தான் இருக்கிறது. ஆனால், ஆமாம் என்று ஒப்புக்கொள்ள முடியவில்லை. ராஜு, நஜீர், குஞ்ஞுமோன், ராதா மூன்று பேருடனும் சுற்றிக் கொண்டிருந்தது சந்தோஷமாகத்தான் இருந்தது. அப்படித் திரியும்போதே தனியாக இருந்தால் தேவலாம்போல இருக்கும். இப்போது தன்னந்தனியாக அலையும்போது அதைவிடச் சந்தோஷமாகவே இருக்கிறது. அதை வெளியே சொல்ல வேண்டாமென்று தோன்றியது.

"என்னடா பெரிய யோசனையாருக்கு? சரி, சாயங்காலம் எங்கியும் போய்டாதே. நான் மத்தியானமே வந்திடுவேன். நீ இருக்கணும்?" என்றாள் கௌரி.

"எதுக்கு?"

"அதெல்லாம் வந்து சொல்றேன். பஸ் வந்திடுச்சு" என்று வேகமாகப் போனாள்.

பாபு வந்த வழியிலேயே திரும்ப மேடேறி மாரியம்மன் கோவில் மைதானத்துக்கு வந்தான். கௌரியுடனேயே பஸ் ஏறியிருக்கலாம். அடுத்த நிறுத்தம் பிளாக் பிரிட்ஜ். இறங்கி தியேட்டருக்கு நடந்திருக்கலாம். பன்னெண்டு மணி ஆட்டத் துக்கு எட்டரை மணிக்கே வந்திருக்கிறானே என்று தியேட்டர் காரன் சிரிப்பான். அதனால்தான் மறுபடியும் மைதானத்துக்கு வந்திருந்தான். மைதானம் வெறிச்சோடியிருந்தது. யாரோ ஒரு பையன் கவர் இல்லாத காற்றடைத்த பிளாடரை உதைத்து புட்பால் ஆடிக்கொண்டிருந்தான். கண்ணுக்குத் தெரியாத எதிராளியின் காலில் அகப்பட்டுவிடாமல் பந்தைத் தட்டிக் கொண்டு போய் கோல் போஸ்டுக்கு அடையாளமாக வைத்திருந்த இரண்டு கற்களுக்கிடையில் உதைத்துத் தள்ளி னான். பந்து கற்களின் விசாலமான இடைவெளியில் உருண்டு அந்தப் பக்கமாகப் போனது. பையன் ஆவேசத்துடன் 'கோல்' என்று கத்தினான். பாபுவும் தன்னை மறந்து கைதட்டினான். பையன் வெட்கப்பட்டுச் சிரித்தான். "வர்றியாண்ணா வெளயாடலாம்" என்று தயக்கத்துடன் கேட்டான்.

"இல்லடா, நீயே வெளயாடு" என்று நகர்ந்து மாரியம்மன் கோவிலை ஒட்டி நடந்து மேடிறங்கினான். மெயின் ரோட்டுக்கு வந்து எதிர்ப்பக்கத்துக்கு கடந்து செல்ல நின்றான்.

இரண்டு எட்டு வைத்தபோது ஒரு ஜீப் 'பியாங்' என்று முனகிக்கொண்டு வந்தது. சட்டென்று பின் வாங்கி நின்றான். தன்னைத் தாண்டிப் போன ஜீப்பின் இடதுபக்க இருக்கையில் உட்கார்ந்திருந்த தாடிக்கார பாயை முன்பே பார்த்திருக்கும் ஞாபகம் வந்தது. கதவின் மேல் கையைச் செங்குத்தாக ஊன்றி யிருந்தார். போட்டிருந்த முழுக்கை சட்டைக்குமேல் தெரிந்த மணிக்கட்டு சாதாரணக் கைபோல இல்லை. பிளாஸ்டிக் மினுமினுப்புடன் இருந்தது. உடம்பைத் திருப்பி உட்கார்ந்து ஜீப் ஓட்டுநருடன் பேசிக்கொண்டிருந்ததால் முக விவரம் தெரியவில்லை. அந்தப் பழைய வில்லிஸ் ஜீப் பாரம் தாளாமல் முனகிக் கொண்டு கரிப் புகை விட்டபடி முன்னால் போனது. பாபு கண்களை மூடி கையால் வாயையும் பொத்திக் கொண்டான். சில நொடிகளுக்குப் பின் கண்ணைத் திறந்த போது வண்டி வளைவில் திரும்பிக் கொண்டிருந்தது. ரோட்டைக் கடக்கக் காலெடுத்த விநாடியில் கண் முன்னால் எலுமிச்சம் பழ நிறத்தில் கொத்துக் கொத்தாக நிறைய பட்டாம் பூச்சிகள் அந்தரத்தில் சிறகடித்தன. நூற்றுக்கு மேலே இருக்கும். எல்லாம் முண்டி முண்டிச் சிறகடித்துவிட்டுப் பறந்து மறைந்தன. பாபு தனக்குள் சொல்லிக் கொண்டான் "மம்மது".

பன்னிரெண்டு மணிக்குத் தொடங்கி நாலு மணிக்கு முடியவேண்டிய படம் ரீல் மாற்றி ஓட்டியதில் ஐந்து மணி தாண்டித்தான் முடிந்தது. தியேட்டரை விட்டு வெளியே வந்து நடக்கத் தொடங்கியபோது படத்துக்கு வந்திருக்க வேண்டாம் என்று பாபுவுக்குத் தோன்றியது. நெஞ்சு வலிப்பது போல இருந்தது. ராஜ் கபூரை நினைத்தால் வருத்தமாக இருந்தது. பாவம், அந்தக் கோமாளியை எல்லாரும் கைவிட்டு விடுகிறார்கள். மேரி டீச்சர், சர்க்கஸ்கார மெரினா, நாட்டியக்கார மீனு எல்லாரும் கோமாளியை மேலும் கோமாளியாகத்தான் ஆக்கி விடுகிறார்கள் என்று நினைத்த போது பாபுவுக்குக் கண்கள் கலங்கின. ஆனால் அவர்கள் எல்லாம் கிழவிகள் ஆனபின்னும் ராஜ் கபூர் மட்டும் நரையில்லாமல் முதலில் பார்த்ததுபோலவே இருப்பது அற்புத மாகத் தெரிந்தது. முன்பு யுனிவர்சல் சர்க்கஸ்காரர்கள் தெருவில் வாசித்துக் கொண்டு வந்த 'ஜீனா யஹா மர்னா யஹா' பாட்டைப் பார்த்தபோது அழுகையை அடக்க முடியவில்லை. மோத்தியிடமோ பட்டாணி சேட்டிடமோ அதற்கு அர்த்தம் கேட்டுத் தெரிந்துகொள்ள வேண்டும்.

தன்னையும் அந்தக் கோமாளி மாதிரித்தான் ஆக்கி விட்டார்கள். நஜீர், ராஜு, ராதா எல்லாரும். எல்லாரும்

படவாக்கள். ஒவ்வொருத்தனும் அவனவன் பாட்டைப் பார்த்துப் போய்விட்டார்கள். தனியாகத் திரிய விட்டு விட்டார்கள். 'போங்கடா, ஜீனா யஹா மர்னா யஹா' என்று வாய்விட்டே பாடினான். அவனை அறியாமலே கைகள் தாமாக விரிந்து கோமாளிபோல் பொம்மை அசைவுகளைச் செய்தன.

"அரே பாய், இதர் க்யா கரே ஹோ தும்?" எதிரில் வந்து நின்ற மிலிட்டரி உடுப்புக் கேட்டது. அப்போதுதான் ஆடிக்கொண்டே நடப்பது பாபுவுக்குத் தெரிந்தது. வெட்கமும் பயமுமாக இருந்தது. முன்னால் நிற்கும் மிலிட்டரியின் மார்பைப் பார்த்தான். ஏதோ ஆபீசர்போல. நாக்கு ஒட்டிக் கொண்டாற்போல இருந்தது. கண்களில் திரை கலங்கியது.

"நான்... கிளிமாஞ்சரோல...படம்... சினிமா..." என்று வார்த்தைகள் திக்கின. திக்கலைப் பார்த்து ஆபீசர் சிரித்தார்.

"லோக்கல் பையனா நீ, படம் பார்த்துவிட்டு வருகிறாயா?" என்று கனிவாகக் கேட்டார். பயம் கலைந்து புன்சிரிப்புடன் தலையாட்டினான்.

"இருட்டிவிட்டது. இங்கே என்ன செய்கிறாய்? இங் கெல்லாம் அதிக நேரம் இருக்கக் கூடாது. தெரிந்ததா? வீட்டுக்குப் போ" என்று தோளில் தட்டி விட்டுப் போனார். அவர் கிரவுண்டைக் கடந்து செல்லும் போது பாரக்ஸுக் குள்ளே இருந்து ப்யூகிள் முழங்கியது.

சாயங்காலம் எங்கேயும் போக வேண்டாம் என்று கௌரி சொன்னது அப்போதுதான் நினைவு வந்தது. நாக்கைக் கடித்துக் கொண்டான். மத்தியானமே வந்திருப்பாள். ஏதோ முக்கியமானதாக இருக்க வேண்டும். அதனால்தான் நீ இருக்கணும் என்றும் சொன்னாள். 'பாவம், அவளை ஏமாந்து போகச் செய்துவிட்டோம்.' இந்த எண்ணம் வந்ததுமே கால் களுக்குத் தானாக விசை கூடியது. வேகமாக நடந்தான். எவ்வளவு வேகமாக நடந்தாலும் மேடும் பள்ளமும் தாண்டிப் போய்ச் சேர அரை மணி நேரமாவது ஆகும். ஓடிப் போகலாம். ஓடிப் போனால் அதில் பாதி நேரத்தில் அவளிடம் போய் விடலாம். ஆனால் ஓடத் தயக்கமாக இருந்தது. முன்பெல்லாம் எந்த இடத்துக்கும் ஓடிப் போக முடிந்தது. இப்போது அப்படி ஓடினால் நீ என்ன சின்னப் பையனா என்று அத்தை முதற் கொண்டு எல்லாரும் கேலி செய்கிறார்கள். ஓட்டம் சின்னப் பையன்களுக்கு மட்டும்தானா? அப்படியானால் நான் சின்னப் பையனில்லையா? ஆனால் பெரிய பையனாகவும் யாரும் ஒத்துக் கொள்ளவில்லையே. யோசிக்காத கால்களின்

வெல்லிங்டன்

வேகத்திலும் யோசித்துக்கொண்டிருந்த மனதின் நிதானத்திலும் வழிகள் தாமாகவே இழுத்துக் கொண்டு போய் கௌரி வீட்டு வாசலில் நிறுத்தின.

வீட்டுக்கு யாரோ விருந்து வந்து போன தடயங்கள் தெரிந்தன. வாசலில் கைகழுவ வைத்த பாதியளவு தண்ணீர் மிஞ்சிய துத்தநாக வாளி. பக்கத்திலேயே எச்சில் இலைகளைப் போடுவதற்கு வைத்த பெரிய பெயிண்டு டின். வீட்டுக்குள்ளே நெய்யும் ஏலக்காயும் மணந்தன, ஆனால் கௌரி அம்மாவின் முகத்திலும் அப்பாவின் முகத்திலும் வாட்டம்தான் தெரிந்தது. சுகந்தியும் முகத்தைத் தொங்க விட்டு உட்கார்ந்திருந்தாள். எல்லாருக்கும் என்ன ஆனது? குழப்பமாக இருந்தது. கேட்கத் தயக்கமாக இருந்தது. கௌரியை முன் அறையில் காணவில்லை. சுகந்தியிடம் கௌரி எங்கேயென்று சைகையால் என்று கேட்டான். அவள் விரலால் சமையல் கட்டுப் பக்கம் காட்டினாள். முன் அறையை விட சமையல் கட்டில் ஏலக்காய் வாசனை இன்னும் தூக்கலாக இருந்தது.

சிவப்பும் ஆரஞ்சுமாக எரிந்துகொண்டிருந்த விறகு அடுப்பின் முன்னால் உட்கார்ந்திருந்தாள் கௌரி. ஒரு விறகுக் கட்டையைப் பிசிர் பிசிராகப் பிய்த்து நெருப்பில் போட்டுக் கொண்டிருந்தாள். "கௌரியேச்சி" என்றதும் திரும்பிப் பார்த்தாள். சிரிப்பே இல்லாத புன்னகையுடன் "உக்காருடா" என்றாள்.

வழக்கமாக உட்காரும் படிக்கட்டில் உட்கார்ந்தான். தீயின் பிரதியொளி கௌரின் முகத்தில் அலைந்து கொண்டிருந்தது. அந்த வெளிச்சத்தில் முகம் சோகமாகத் தெரிந்தது. ஆனால் அழுகை படராத சோகம். கும்முட்டி அடுப்பின் மீது வைத்திருந்த வாணலியைத் திறந்து கொஞ்சம் கேசரியை எடுத்துத் தட்டில் போட்டுச் சின்னக் கரண்டி வைத்துச் "சாப்பிடுறா" என்று நீட்டினாள். அதை வாங்கும்போதே நாக்கு அதன் ருசியை உணர்ந்தது.

"என்னமோ விசேஷன்னியே, அதுக்காகப் பண்ணினதா? என்ன விசேஷம்?" என்று கரண்டியால் கேசரியை முந்திரிப் பருப்புடன் எடுத்து வாயில் போட்டுக்கொண்டான்.

"கௌரியேச்சியப் பொண்ணு பாக்க வந்திருந்தாங்கடா" பின்னாலிருந்து சுகந்தியின் குரல் கேட்டது.

"ஆமா, வந்தாங்க வந்து மூக்கு முட்டச் சாப்டுட்டு வந்த மாதிரியே போனாங்க" என்றாள் கௌரி.

"ஏழ் போனாழ்ங்க?" கேசரியின் சூடு நாக்கைப் புரட்டியது. விழுங்க முடியாமல் விழுங்கிக்கொண்டே கேட்டான்.

“அதை அவுங்ககிட்டத்தான் கேக்கணும். ஒருவேளை நம்ம வீட்டுச் சாப்பாட்டுக்குப் பயந்து போயிட்டாங்களோ என்னமோ?” என்று சிரித்தாள் கௌரி. அதுவரை இறுகியிருந்த முகம் இளகியிருப்பது பல்வரிசை தெரிய மின்னிய சிரிப்பில் புலப்பட்டது.

“கௌரியேச்சியோட ஜாதகம் தோஷ ஜாதகம்னு சொல்லிட்டுப் போனாங்க” என்றாள் சுகந்தி.

“அதையெல்லாம் பாத்துட்டுத்தான வந்திருப்பாங்க. இங்க வந்துதான் தோஷம்னு தெரிஞ்சுதாமா?”

“இப்படிக் கேக்கறதுக்கு ஆளு வேணும்னுதாண்டா ஒன்ன சீக்கிரமே வரச் சொன்னேன். அய்யா, சினிமாப் பாத்த மயக்கத்துல இப்பத்தான வர்றீங்க” என்றாள் கௌரி.

பாபு தலையைக் குனிந்து கொண்டான். முட்டாள்தனம். சீக்கிரமே வந்திருக்க வேண்டும். படம் முடியத் தாமதமாகிறது என்று தெரிந்ததும் எழுந்து வந்திருக்க வேண்டும். அதிலேயே மூழ்கிப் போனதால் வந்த வினை. வந்திருந்தால் பெண் பார்க்க வந்தவனையும் பார்த்திருக்கலாம். பார்க்காததும் நல்லதுதான். அவ்வளவு மடையனைப் பார்ப்பது பிடிக்காத விஷயம்தான். தேவதைகளுக்கு ஜாதகமே கிடையாது. அப்புறம் எப்படி ஜாதக தோஷம் வரும்? கௌரியேச்சி தேவதை. அவளுக்குத் தோஷம் சொன்னவனைப் பார்க்காமலிருப்பது தான் நல்லது. யோசித்தபோது மனதுக்குள் என்னவெல்லாமோ கலங்கியது. தான் பார்த்திராத அந்த ஆள் மீது பொறாமையாக இருந்தது. அவன் வேண்டாமென்று போனதில் சின்ன மகிழ்ச்சி இருந்தது. அப்படி அவன் போனதில் ஆத்திரமாகவும் இருந்தது. இது ஆரம்பம். கௌரியேச்சியும் விலகிப் போகப் போகிறாள் என்பதற்கான அடையாளம். இனியும் யாராவது பெண்பார்க்க வருவார்கள். யாராவது ஒருவன் அவளைக் கொண்டு போவான். அவளும் அப்பா அம்மா வார்த்தைக்குப் பணிந்து அவனுடன் போவாள். அவள் போய் விட்டால் என்று யோசித்தபோதே கண்களுக்குள் இருட்டு ஊர்வதுபோல இருந்தது. வாயில் அதக்கியிருந்த கேசரி இனிப்புக் கரைந்து ரவைத் துகள்கள் சவசவத்தன. தட்டைப் படியில் வைத்துவிட்டு எழுந்து சமைய லறையின் பின் பக்கக் கதவைத் திறந்து துப்பினான். குழாயைத் திறந்து வாயைக் கொப்பளித்துத் துப்பினான். எச்சில் கசந்து வந்தது. கதவைச் சாத்திவிட்டு சமையலறையை விட்டுக் கூடத்துக்கு வந்தான்.

“டே, என்னாச்சு ஏன் சாப்பிடாமப் போறே” என்று கௌரி கேட்பது கூடத்திலிருந்த அவள் அம்மாவுக்கும் கேட்டது.

"எந்தா மோனே?" என்ற கேள்விக்குப் பதில் சொல்லாமல் வாசலில் வந்து நின்றான். வெளியே மழை இருட்டாக இருந்தது. வீட்டுக்குப் போகாமல் மாரியம்மன் கோவில் மைதானத்தைப் பார்த்து நடந்தான். தன்னை அறியாமல் கைகளைப் பறவை மாதிரி விரித்துக் கொண்டான். மேலும் கீழுமாகக் கைகளைக் கோமாளி அசைவாக ஆட்டிக் கொண்டே மைதானத்தின் நடுவில் போய் நின்றான். 'ஜீனா யஹா மர்னா யஹா' என்று உதடுகள் முணுமுணுத்தன. ஆளில்லாமலிருந்த மாரியம்மன் கோவிலுக்குள் எரிந்துகொண்டிருந்த விளக்கின் சுடர் பாபு நின்ற இடத்திலிருந்து பார்த்தபோது கேலியாக ஆடுவதுபோல் தெரிந்தது. அழ வேண்டும்போல் தோன்றியது.

"நமது ராணுவம் இப்போது வலுவானதாக மாறி யிருக்கிறது. சாதனையில் மட்டுமல்ல; எண்ணிக்கையிலும். நாட்டுக்கும் பாதுகாப்பு நெருக்கடிகள் அதிகரித்திருக்கின்றன. வடக்குப் பிராந்தியங்களில் நாளுக்கு ஒன்றாக அச்சுறுத்தல்கள் முளைத்துக் கொண்டிருக்கின்றன. உலகிலேயே மிகப் பெரிய ராணுவங்களில் நான்காவது நம்முடையது என்பதை நீங்கள் அறிவீர்கள். மிக அதிகமான ஆயுதங்களும் நவீனமான ஆயுதங் களும் நம்மிடம் இருக்கின்றன. மிகத் தீரமான சிப்பாய்கள் நம்மிடையே இருக்கிறார்கள். நாட்டையும் நாட்டு மக்களின் பாதுகாப்பையும் தங்கள் உயிரைவிட மேலானதாக அவர்கள் எண்ணுகிறார்கள். ஐம்பத்தைந்து கோடி மக்களின் நல்லுறக்கத் துக்கு அவர்கள்தாம் பாதுகாவலர்களாக இருக்கிறார்கள். இன்னும் சில ஆண்டுகளில் இந்த எண்ணிக்கை இதைவிட அதிகமாகலாம். அப்போது பாதுகாப்பின் தேவையும் அதிகரிக் கும். சிப்பாய்களின் தேவையும் அதிகமாகும். எண்ணிக்கையும் அதிகமாகும். இப்போது பணியிலிருக்கும் இருபத்தாறு ரெஜிமெண்டுகளில் மேலும் ஆட்கள் வருவார்கள். அது ஒரு அம்சம். தவிர்க்க முடியாத அம்சம். வளர்ச்சியின் கட்டாயம். நமது ரெஜிமெண்டுகளில் மிகப் பழைமையான ரெஜிமெண்ட் இது. எந்த வருடம் ஆரம்பமானது என்று உங்களால் சொல்ல முடியுமா? மிகவும் யோசிக்காதீர்கள். நீங்கள் ராணுவ வீரர்கள். பழைய காலத்தைப் பற்றி யோசிப்பது நல்லதல்ல. நிகழ்காலத்தை யும் எதிர்காலத்தையும் பற்றி மட்டுமே நீங்கள் சிந்திக்க வேண்டும். நானே சொல்லிவிடுகிறேன். 1758ஆம் வருடம் தொடங்கிய ரெஜிமெண்ட் இது. வீரம் நிரம்பிய பழைமையையும் விவேகமான நடப்பையும் கொண்டிருக்கும் இந்த ரெஜிமெண் டின் அதிகாரிகளின் ஆலோசனைக் கூட்டத்தை நான் கூட்டி யிருப்பது ரெஜிமெண்டின் விரிவாக்கப் பணிகளைப் பற்றித்

திட்டமிடுவதற்காக. பிரிகேடியர் அதைப் பற்றி உங்களிடம் விரிவாக எடுத்துரைப்பார்."

பாதுகாப்பு அமைச்சர் நீண்ட வாசகங்களைச் சொல்லி நிறுத்தினார். அருகில் அமர்ந்திருந்த பிரிகேடியரைத் தொடரும் படிச் சைகை காட்டினார். அடர்த்தியான மெத்தை வைத்துத் தைத்த அலங்கார நாற்காலியில் உட்கார்ந்ததும் தூக்கம் அவர் கண்களைச் சுழற்றியது. தலையைக் குலுக்கித் தூக்கத்தை உதறப் பார்த்தார். இதமான குளிர் இமைகளைக் கீழிறக்கி மூடச் செய்தது. பிரிகேடியர் தொண்டையைக் கனைத்துக் கொண்டு கனத்த குரலில் "மான்ய ராஜ்ய ரக்ஷா மந்திரிஜி, கேப்டன்ஸ், மேஜர்ஸ், லெப்டினெண்ட் கர்னல்ஸ், கர்னல்" என்று ஆரம்பித்தபோது அமைச்சரிடமிருந்து மெல்லிய குறட்டைச் சத்தம் எழுந்து கொண்டிருந்தது. பிரிகேடியரும் மற்ற அதிகாரிகளும் கலந்துரையாடி தீர்மானத்தை எட்டிய போது அமைச்சருக்கும் உறக்கம் கலைந்தது. பிரிகேடியர் நீட்டிய தாளில் கையெழுத்துப் போட்டார்.

அந்தக் கையெழுத்தின் பலத்தில் வெல்லிங்டனில் பின் னாட்களில் மேலும் பல புதிய கட்டடங்கள் எழ இருந்தன. மேலும் சில குன்றுகள் மொட்டையாக இருந்தன. மேலும் பல மரங்கள் பெயர்ந்து விழ இருந்தன. மேலும் சிப்பாய்கள் வந்தார்கள். தகரக் கூரைகளுக்குக் கீழே ஒண்டியிருந்த பலர் வேரைப் பிடுங்கிக் கொண்டு சமவெளியை நோக்கி இறங்கிப் போனார்கள்.

வெயிலும் குளிரும் சமமாக இருந்த ஒரு நாள் கௌரியின் தங்கை சுகந்தி தனக்குப் பிடித்த ஆளை ஊட்டியில் வைத்து நிக்காஹ் செய்துகொண்டாள். அதை அவளே பஜார் போஸ்ட் ஆபீஸ் போனில் அழைத்துக் கௌரியிடம் தெரிவித்தாள். போன் பேச கௌரியுடன் துணைக்கு வந்த பாபு போஸ்ட் ஆபீஸ் படியிறங்கும்போது சுகந்தியின் துலுக்கப் பெயர் என்னவாக இருக்கும் என்று கற்பனை செய்தான். ரேஷ்மா வாக இருக்கலாம். வஹீதாவாக இருக்கலாம். வஹீதாவாக இருந்தால் நன்றாக இருக்கும் என்று பட்டது. முந்தைய சனிக்கிழமைதான் எல்லாரும் குன்னூர் டிலைட்டில் *ரேஷ்மா அவுர் ஷேரா* படம் பார்த்திருந்தார்கள். வஹீதா ரஹ்மான் நடித்த படம். சுகந்தியும் அன்று படத்துக்கு வந்திருந்தாள்.

●

பாபுவைப் பார்த்ததும் தெரேசா ஆச்சரியப் பட்டாள். "எத்தினிப் பெரீய ஆளாயிட்டான்" என்று உட்கார்ந்திருந்த கட்டிலை விட்டெழுந்து கைகளால் அவன் முகத்தை வழித்துத் தன் நெற்றி யோரங்களில் விரல்களை வைத்து நெட்டி முறித்துக் கொண்டாள். பாபுவுக்கு வெட்கம் பிடுங்கியது. விலகி நின்றான். நாற்காலியில் உட்கார்ந்திருந்த அம்மு "ஆமா, நீ பாத்து எத்தன வருஷமாகுது. வளந்துட்டான்" என்றாள்.

"செரிதான், இப்பத்தான ரெண்டாவது வாட்டியாகப் பாக்குறேன். அன்னிக்குப் பாத்தப்ப இத்துனூண்டு இருந்துச்சு. அம்மணக் குண்டியா நின்னுகிட்டிருந்துச்சு. இப்பப் பாரு, பேண்ட் கீண்டெல்லாம் மாட்டிக்கிட்டு நிக்கறத. மீசை யெல்லாம் வந்திருச்சு. ஆளு ஒசரமாயிருச்சு. ஆனா ஒடம்பு மட்டும் அப்புடியே குச்சியாட்டந்தான் இருக்கு."

பாபுவுக்கு முதன்முதலாக தெரேசாவை இதே கட்டிலில் இதே இருப்பில் இதே போன்ற இரவில் பார்த்த ஞாபகம் வந்தது. அன்றைக்கு நம்பியார் மாமாவும் வசந்தி உட்கார்ந்திருந்த தோற்றமும் தெரேசா அவளை வாஞ்சையுடன் அணைத்துக் கொண்டிருந்ததும் ஞாபகம் வந்தது. அதையொட்டித்தான் தேவகி அம்மாயி அத்தை யிடம் சண்டைக்கு வந்தாள். வாய்க்கு வந்ததை தெருவே கேட்க அலறினாள். அத்தையும் பதிலுக்கு அவளுக்குச் சாபம் கொடுத்தாள். அதற்குப் பிறகு இரண்டு பேரும் இன்று வரை பேசிக்கொள்ள வில்லை. முகத்துக்கு முகம் பார்த்தால் திருப்பிக் கொண்டு போனார்கள். பாபுவையும் தேவகி அம்மாயி வீட்டுக்குப் போகவோ பேசவோ கூடாது என்று அத்தை தடை செய்திருந்தாள். அத்தையின்

தடையை அவனோ மாமாவோ சட்டை செய்யவில்லை. நம்பியார் மாமாவுக்கு அது வெறும் பொட்டைக் குசும்பாகத் தான் தெரிந்தது. அம்மாயியின் வார்த்தைகளைப் பொருட் படுத்தவே இல்லை. எப்போதும் போல வந்து போய்க் கொண்டுதான் இருந்தார். எந்தக் காரியம் செய்வதென்றாலும் மாமாவிடம் கலந்து பேசினார். அது மாமாவின் ஆலோசனை கேட்பதற்காக அல்ல; நட்பைப் பாதுக்காப்பதற்காக. அத்தையும் நம்பியார் மாமாவிடம் உரிமை எடுத்துக் கொண்டு பேசினாள். தேவகி அம்மாயியைப் பழி வாங்கத்தான் அப்படிச் செய்தாள் என்று இப்போதெல்லாம் பாபுவுக்குத் தோன்றும்.

இவ்வளவு வருடங்களுக்குப் பிறகு தெரேசா எதற்கு வந்திருக்கிறாள்? அவள் வருவதை அம்மாயி பார்த்திருப்பாளா? சண்டைக்கு வருவாளா? வசந்தி நம்பியார் மாமாவின் மகள் ஆனால், அம்மாயியின் ரத்தமல்ல என்று வெளியே யாரும் காட்டிக் கொள்வதில்லையே தவிர இப்போது எல்லாருக்கும் தெரியும். அதனால் சண்டை வர வாய்ப்பில்லை. 'எந்தக் காரணத்துக்காகவும் அந்த ஸ்த்ரீ நம் வீட்டுக்கு, எதற்கு நாம் குடியிருக்கிற இடத்துக்குப் பக்கம்கூட வரக்கூடாது' என்று அம்மாயி போட்டிருந்த கட்டளையை இத்தனை காலம் மீறாமலிருந்த தெரேசா இன்று எதற்காக வந்திருக்கிறாள்? அத்தையும் கூட அவளிடம் பல வருஷங்களுக்குப் பிறகு பார்ப்பவளைப்போல இல்லாமல் தினமும் பார்த்துப் பேசுகிற மாதிரித்தான் பேசிக்கொண்டிருக்கிறாள். ஒருவேளை இரண்டு பேரும் அடிக்கடி சந்திப்பவர்களாக இருக்கலாம். இது மட்டும் அம்மாயிக்குத் தெரிந்தால் பேயாட்டம் போடுவாள்.

தெரேசா வற்றிப் போயிருந்தாள். முன்பு பார்த்த திரேசா வின் மிச்சம்போல இருந்தாள். தலையில் பாதி வெளுத்திருந்தது. கண்கள் குழிந்து அதல பாதாளத்தில் மங்கலாக மின்னின. கன்னம் ஒட்டி எலும்புகள் துருத்தித் தெரிந்தன. வயிறு மட்டும் பெருத்துத் தொங்கியது. அவளைப் பார்க்கப் பாபுவுக்குப் பரிதாபமாக இருந்தது. அருவருப்பாகவும் இருந்தது.

“வந்த கால்லயெ எதுக்கு நிக்கிறே, உக்காரு” என்று பாபுவின் கையைப் பற்றி இழுத்தாள் தெரேசா. கூச்சத்துடன் நெளிந்து கையை விடுவித்துக் கொண்டு உட்காரலாமா வெளியே போகலாமா என்று யோசித்தான். அதற்குள் அத்தை குறுக்கிட்டாள்.

“டா, நீ போயி வசந்தியெ இங்க வரச் சொல்லு. நான் வரச் சொன்னேன்னு மாத்திரம் சொல்லு. வேற ஒண்ணும் ஒளறி வெக்க வேண்டாம்.”

“நான் போகல. போனா ஒளறுவேன்னு தெரியுதில்ல. நீங்களே போய்க் கூப்புடுங்க.”

“தே, சேச்சி. புள்ள கிட்ட இப்பிடியா பேசுவாங்க. அது கோச்சுகிச்சு பாரு” என்றாள் தெரேசா.

“ஆமா, அவனுக்கு மூக்குக்கு மேல்தான கோபம் உக்காந்துட்டிருக்கு. நான் எதுனா சொன்னா தொப்புன்னு குதிக்கும். மத்தவங்க கிட்டப் பேசுறப்ப மட்டும் வராது. அப்ப அந்தக் கோபமெல்லாம் எங்க ஒளிஞ்சுக்குமோ தெரியல” என்று அலுத்துக் கொண்டாள்.

“சின்னப் புள்ள அப்புடித்தான் இருக்கும். சாமி, நீ போயி அதை வரச் சொல்லு” என்று தாடையைப் பிடித்து உலுக்கினாள் தெரேசா. பாபு முகத்தைத் திருப்பிக் கொண்டு வெளியே வந்தான்.

பள்ளிவாசல் ஒலிபெருக்கி வழியாக மோதினார் அல்லாஹு அக்பர் என்று அழைத்துக் கொண்டிருந்தார். அவர் அப்படி அழைப்பதே ராகம் பாடுவதுபோல இருக்கும். ‘அல்லாஹு அக்பர்’ என்று நீண்டு முழங்கி அப்புறம் வருகிற ‘அஷ்ஹது அன்லா இலாஹ இல்லல்லாஹு’ம் அடுத்து வருகிற ‘அஷ்ஹது அன்ன முஹம்மதர் ரசூலுல்லாஹு’ம் சொல்லுவற்குள் அம்மாயி வீட்டை எட்டிவிட வேண்டும் என்று பாபு கணக்குப் போட்டு வேகமாக நடந்தான். மோதினாரின் குரல் இரண்டாவது ‘ரசூலுல்லாஹு’ என்று ரீங்கரித்து முடிவதற்குள் வாசலை அடைந்தான். சாத்தியிருந்த கதவைத் தள்ளி உள்ளே நுழைந்தான். வசந்தி மேஜை முன்னால் உட்கார்ந்து ஆபீஸ் பைலைப் பார்த்துக்கொண்டிருந்தாள். கதவைத் திறந்ததும் உள்ளே புகுந்த காற்றின் குளிரை உணர்ந்து திரும்பினாள். “நீயா, கதவைச் சாத்திரு. குளிருது” என்றாள்.

பேச்சுக் குரல் கேட்டு உள்கட்டிலிருந்து தேவகி அம்மாயி “டீ, வசந்தீ, ஆரா அவிடே?” என்றாள்.

“இவந்தான், பாபு வந்திருக்கான்.”

பாபு அவளிடம் ரகசியமான குரலில் “உன்ன அத்தை வரச் சொல்லிச்சு” என்றான்.

“எதுக்கு?”

“எதுக்கு என்னாத்துக்குன்னெல்லாம் தெரியாது. கூட்டீட்டு வரச் சொல்லிச்சு.”

வசந்தி உள்ளே பார்த்து “அம்மே, நான் சேச்சி வீட்டுக்குப் போறேன்” என்று எழுந்தாள்.

“இப்போது எதற்கு அங்கே ஓடுகிறாய்? வேறு வேலை இல்லையா என்ன?” உள்ளேயிருந்து அம்மாயின் குரல் சிடுசிடுத்தது.

வசந்தி பைலை மூடி வைத்து விட்டு எழுந்து நாற்காலி முதுகில் கிடந்த சால்வையை எடுத்துச் சுற்றிக் கொண்டாள். அமுங்கிய சத்தத்தில் பாபுவிடம் “அது, அப்படித்தான் சொல்லும். காரியம் இல்லாம சேச்சி கூப்புடாது. நீ வா” என்று நடந்து கதவைத் திறந்தாள். அவன் அவளைப் பின் தொடர்ந்தபோது அம்மாயி முன் அறைக்கே வந்து விட்டாள்.

“அச்சனுக்கும் மோளுக்கும் சொல்வதை அனுசரிக்கிற பழக்கமே இல்லையே? எனக்கு வேண்டாதவள் உங்களுக்கு அத்தியந்தமானவளாக இருக்கிறாள்” என்றாள்.

அவள் பார்த்துவிடாதபடி வசந்தி முகத்தைக் கோண லாக்கிக் காட்டினாள். “நீ வா” என்று படியிறங்கினாள்.

“டா, நீ நிக்கு. ஒரு காரியம் கேட்கணும்” என்றாள் அம்மாயி. வசந்தி திரும்பிப் பார்த்து ‘மாட்டிக் கொண்டாயா, அனுபவி’ என்று சைகை காட்டிவிட்டுப் போனாள். அவள் பின்னால் போவதா வேண்டாமா என்ற யோசனையில் நின்றவனின் கையை இறுகப் பிடித்து நிறுத்தினாள் அம்மாயி.

‘வசந்தி சொன்ன மாதிரி மாட்டிக் கொண்டோம். என்ன கேட்பாளோ? என்ன சொல்லப் போகிறேனோ? அத்தை சொன்னதுபோல உளறிவிடக்கூடாது. இந்த இரண்டு பெண் பிள்ளைகளின் சண்டைக்கு நானா பலி? பெரிய பொம்பிளைகள் ஏன் சின்னப் பிள்ளைகளைப்போல அடித்துக் கொள்கிறார்கள்? மனுசங்களுக்கு வயசு ஆக ஆகப் புத்தி கொரங்காயிரும் என்று சித்தா சொல்வது சரிதான்போல.’

“எதுக்குடா உங்க அத்தை அவள வரான் பறஞ்சது?” அம்மாயியின் கேள்வி கையை முறுக்கியது.

“எனக்கெப்டித் தெரியும்? கூட்டீட்டு வரச் சொல்லிச்சு. வந்து சொன்னேன்” என்று நகரப் பார்த்தான். அம்மாயி கையை விடவில்லை.

“இருடா, அங்கே ஆராவது வருந்திருக்கா?”

“ஆரும் வரல. நான் போறேன். வுடுங்க”

கையை விடாமல் “அந்த ஸ்த்ரீ அங்க வந்திருக்கா?” என்று கேட்டாள்.

“எந்த ஸ்த்ரீ?”

“நொணயன்*, அவள் உன் அத்தையை இங்கே வந்து பார்ப்பதும் உன் அத்தை அவளைக் குன்னூருக்குத் தேடிப் போய்ப் பார்ப்பதும் எனக்குத் தெரியாது என்று இரண்டு அசத்துகளும் நினைத்துக் கொண்டிருக்கிறார்கள். கொஞ்சம் முன்னால் தலையை மூடிப் புதைத்துக் கொண்டு அந்த ஸ்த்ரீ போனதை நானும் பார்த்தேன். நீ திருடன். இல்லை என்கிறாய்? சரி, இதையெல்லாம் உன்னிடம் சொல்லி என்ன பலன்? கை வளர்கிறதா கால் வளர்கிறதா என்று பொத்திப் பொத்தி வளர்த்த பெண்ணுக்குக்கூட நான் முக்கியமில்லை. நீயும் அந்தமாதிரிப் பையன்தானே? உன் அத்தையும் அனுபவிப் பாள். என்ன இருந்தாலும் நீயும் ஒருநாள் போகப் போகிறவன் தான். இதையெல்லாம் உன்னிடம் சொல்கிறேன் பார். நீ போ” என்று கையை விட்டாள்.

பாபு சற்றுத் தயங்கி நின்றான். எதுவோ புரிந்தது. எதுவோ புரியாமலிருந்தது. யாரிடமோ சொல்லிப் புலம்ப வேண்டியதை தன்னிடம் சொல்லுகிறாளா? இல்லை தன்னைச் சாக்காக வைத்து அவளுக்கே சொல்லிக் கொள்கிறாளா? குழப்பத்துடன் வெளியே வந்தான். நடக்கும்போது வீடு மிகவும் தூரமாக இருப்பதுபோலத் தெரிந்தது.

திரும்பி வந்தபோது அத்தையும் நம்பியார் மாமாவும் பேசிக்கொண்டிருந்தார்கள். தெரேசா, வசந்தியைக் கட்டிப் பிடித்து அழுது கொண்டிருந்தாள். வசந்தியும் இடைவெளி விட்டுக் கண்களைத் துடைத்துக் கொண்டிருந்தாள். முதலில் அவர்கள் பேச்சும் சோகமும் பிடிபடவில்லை. கொஞ்ச நேரம் கேட்டிருந்ததும் புரிந்தது. புரிந்ததும் வருத்தமாகவும் தனக்கும் அழுகை வரும்போலவும் இருந்தது.

தெரேசாவுக்கு வயிற்றில் கட்டி வந்திருக்கிறது. எல்லா டாக்டர்களும் பார்த்து விட்டு ஆபத்தான நிலைமை, உடனே ஆபரேஷன் செய்ய வேண்டும் என்று சொல்லிவிட்டார்கள். அப்படிச் செய்வதில் உயிருக்கு அபாயமில்லை என்று சொல்ல முடியாது என்றும் சொல்லி விட்டார்கள். ஆபரேஷன் செய்து கொள்ள முதலில் பயந்த தெரேசா அப்புறம் நம்பியார் மாமாவின் இதமான வார்த்தைகளுக்கும் சில சமயம் செய்த முரட்டு வற்புறுத்தலுக்கும் இணங்கி ஒத்துக் கொண்டாள். அதைச் செய்து கொள்ள நம்பியாரிடம் ஒரு நிபந்தனை போட்டாள்.

---

* நுணையன் – பொய்யன்

“அறுத்துக் கூறு போட்டதுக்குப் பொறகு இருப்பனா இல்லியான்னு டாக்டருங்களுக்கே கண்டிஷனாச் சொல்ல முடியல. அதுக்கு என்னா அர்த்தம்? இருக்க மாட்டேன்னு தான? இத்தினி காலம் இருந்து என்ன சொகத்தக் கண்டேன், இனியும் இருக்கணும்னு புடிவாதம் புடிக்கறதுக்கு? போறதுன்னு ஆச்சு, அதுக்கு முன்னாடி எம் பொண்ணு என்கூட இருக்க ணும். என்ன பண்ணுவீங்களோ ஏது பண்ணுவீங்களோ இதச் செய்யணும்.”

அதை உறுதிப்படுத்துவதற்காகத்தான் வந்திருந்தாள். அவள் இதைச் சொல்லும்போது பாபு அவளுடைய ஊதிப் பெருத்த வயிற்றையே பார்த்துக்கொண்டிருந்தான்.

அவள் சொல்வது நடக்காது என்றார் நம்பியார்.

“ஏன் நம்பியாரேட்டா நடக்காது. நடக்கணும். தான் பெத்ததைத் தூக்கிக் கொடுத்துவிட்டு இத்தனை காலம் மூளியாக இருந்தாளே, இன்னுமா அப்படி இருக்கணும்? இனி அவ இருக்கப் போறாளா இல்லையான்னு அந்த மகமாயிக்குத்தான் தெரியும். உங்க வார்த்தைக்குக் கட்டுப்பட்டு இத்தனை வருஷம் இருந்தவ இப்ப ஆசைப்படறா. அதை நீங்க எப்படிக் கூடாதுன்னு சொல்ல முடியும். சரின்னு சொல்லுங்க. தேவகியேடத்தி ஏதாவது சொல்லுவான்னுதான தயங்குறீங்க? அவளுக்கும் அது புரியும். வேணும்னா நான் சொல்லிப் பார்க்கிறேன்” என்றாள் அத்தை.

சட்டென்று திறந்த கதவைத் தாண்டிக் குளிரும் தேவகி அம்மாயியும் அறை நடுவில் வந்து நின்றார்கள். எல்லா முகங்களும் பீதியுடன் இருந்தன. அத்தை “தேவகியேடத்தி வா, இரிக்கு” என்றாள். தெரேசாவின் பார்வை கெஞ்சியது. நம்பியார் மாமாவின் முகத்தில் சதை இறுகியது. வசந்தி தலைகுனிந்து உட்கார்ந்திருந்தாள். பாபு குறுகுறுப்புடன் அம்மாயி யின் வாயிலிருந்து வரும் வார்த்தைக்காகக் காத்திருந்தான். பெரிய யுத்தம் நடக்கப் போவதற்கு முந்தைய அமைதி அறைக்குள் கவிந்திருந்தது. யார் சொல்லும் எந்த வார்த்தை சண்டைக்குக் காரணமாகப் போகிறது என்று அம்மாயியைத் தவிர எல்லாரும் உள்ளுக்குள் கலவரத்துடன் இருந்தார்கள். அம்மாயி புடவைத் தலைப்பால் முகத்தை ஒருமுறை அழுந்தத் துடைத்துக் கொண்டாள். நம்பியார் மாமாவைப் பார்த்துச் சொன்னாள்.

“நீங்கள் பேசியதையெல்லாம் வெளியே நின்று கேட்டுக் கொண்டுதான் இருந்தேன். அதைப் பற்றி வாதப் பிரதிவாதம் செய்ய நான் வரவில்லை. இந்தப் பெண்ணை பகவான்

தந்த என் மகளாகத்தான் இத்தனை காலம் வளர்த்திருக்கிறேன். அவளுக்கு நான் தாயில்லை என்பது ஒருபோதும் தெரிந்து விடக் கூடாது என்றுதான் தாங்கித்தாங்கிப் பார்த்துக் கொண்டேன். என்னதான் பார்த்துப் பார்த்து வளர்த்தாலும் என்னுடைய கர்ப்ப பாத்திரத்தில் குடியிருக்காத பெண் என்பதை அவள் சொல்லாமல் சொல்லி விட்டாள். ரத்தம் தன்னுடைய ரத்தத்தைத் தெரிந்துகொள்ளும் என்று சும்மாவா சொன்னார்கள். இனி அவள் எனக்கு வேண்டாம். இந்த ஸ்திரீக்கு ஆபரேஷன் நல்லபடியாக நடந்து இந்த வசந்தி திரும்பி வந்தாலும் என்னால் பழைய வாத்சல்யத்துடன் அவளைப் பார்க்க முடியும் என்று தோன்றவில்லை. இனி ஒரு நிமிஷம்கூட நான் அவளைப் பார்க்கக் கூடாது. என்ன செய்வீர்களோ தெரியாது. நான் இருக்கிற வீட்டுக்குள் அவளை நிறுத்திக்கொள்ள எனக்கு மனசில்லை. தாயையும் பெண்ணை யும் இங்கேயே தங்க வைப்பீர்களோ இல்லை வேறு எங்காவது கொண்டு போவீர்களோ அது உங்கள் பாடு. இனி அவர்களைப் பார்க்கக் கூடாது. உங்களையும் பார்க்கக் கூடாது என்றுதான் நினைக்கிறேன். அதுவும் முடிய வேண்டும்."

எல்லாரும் அமைதியாக அவள் பேசியதைக் கேட்டார்கள். அதிர்ச்சியில் உறைந்ததுபோலச் சில நிமிடங்கள் மௌனமாக நகர்ந்தன. 'தேவகியேடத்தி' என்று அம்மு எதையோ சொல்ல வந்தாள். அம்மாயி அவளைத் திரும்பிக் கூடப் பார்க்கவில்லை. அவளை மட்டுமல்ல; தெரேசாவை, வசந்தியை யாரையும் பார்க்கவில்லை. திரும்பி நடந்தபோது பாபுவை மட்டும் பார்த்தாள். அந்தப் பூனைக் கண்களில் இரக்கமும் உதாசீனமும் கலந்து மின்னின. கதவைத் தாண்டி வெளியே போகும்வரை யாருமே பேசவில்லை. சுவர்க் கடிகாரத்தின் முள் நடக்கும் சத்தம் கேட்குமளவுக்கு அந்த அறையை அமைதி இறுக்கி யிருந்தது.

அடுத்த நாள், அவளுடைய அத்தனை வருட வெல்லிங்டன் வாழ்க்கையில் முதன்முறையாக தேவகி அம்மாயி தலைசேரிக்குப் போவதற்காகத் தன்னந்தனியாகப் பஸ் ஏறினாள். அதே வாரத்தில் ஒரு நாள் தெரேசாவை ஆபரேஷனுக்காக ஆஸ்பத்திரியில் சேர்த்தார்கள். ஊசி போட்ட மயக்கத்தில் கட்டிலில் கிடந்தவளின் மூடிய கண்கள் பின்பு திறக்கவே இல்லை.

சண்டைக்கான எந்த அறிகுறியும் இருக்கவில்லை. சாதாரணமாகத்தான் தொடங்கியது. பள்ளிக்கூடம் விட்டு

வந்த காலோடு சட்டையைக்கூட மாற்றாமல் வெளியே போகத் தயாராக இருந்தான் பாபு.

"எங்கே போறே?" அம்மு கேட்டாள். அவன் பதில் சொல்லவில்லை. சொன்னால் போகக்கூடாது என்பாள். குன்னூரிலிருந்து சகுந்தலா மறுபடியும் வெல்லிங்டனுக்கே வந்திருந்தாள். அது அவளுக்கும் தெரியும். அவள் திரும்ப வந்துவிட்டது தெரிந்த அன்றைக்கே "தோ, பாருடா, சக்குவப் பாக்கிறேன், கொக்குவப் பாக்கிறேன்னு அவ வீட்டுக்குப் போனே உன்ன என்ன செய்வேன்னு எனக்கே தெரியாது. அவ சகவாசமே வேண்டாம்" என்று தாக்கீது செய்திருந்தாள். ஆனால், அவனால் போகாமல் இருக்க முடியாது.

சக்குவைப்போலத் தன்னிடம் அத்தனைப் பிரியமானவர்கள் யாருமில்லை. கௌரிகூட இப்போது மாறிவிட்டாள். சுகந்தி வீட்டைவிட்டுப் போன பிறகு அவளுடைய சுபாவமே மாறிவிட்டது. அப்பா ரிடையர்ட் ஆகி வீட்டிலிருக்க ஆரம்பித்த பின்பு எல்லா பாரத்தையும் அவளே சுமந்தாள். அதன் சலிப்பும் வலியும் அவள் கண்களில் தெரிந்தன. முன்னைப் போல அதிகம் பேசுவதுகூட இல்லை. யாரோ அவளை அழைத்துப் போக வருவார்கள், வந்ததும் போய் விடுவாள் என்பது மாதிரியாக இருந்தாள். பாபு எதையாவது சொல்லி சிரிக்க வைக்கப் பார்த்தான். அப்போது வலுக்கட்டாயமாகச் சிரித்தாள். ஆனால் அது சோகமாகவே இருந்தது. இப்போதெல்லாம் வெளியே எங்காவது போவதென்றால் துணைக்குக் கூப்பிடுவது கூடக் கிடையாது. வலியப் போனலும் "வேண்டாம், நான் தனியாப் போய்க்கிறேன்" என்று சொல்லி விடுகிறாள். அப்படி ஒன்றிரண்டு தடவை பாபுவை விரட்டவும் செய்தாள். அதற்குப் பிறகு அவன் அவளைத் தொந்தரவு செய்யவில்லை.

அந்த அழுமூஞ்சி நாட்களில்தான் சக்கு திரும்பி வந்தாள். தெருக்காரர்களில் அவளை முதலில் பார்த்ததும் அவள் வீட்டுக்குப் போனதும் அவன் மட்டுமே.

சகுந்தலாவைக் குன்னூரிலேயே தனியாக விட்டு விட்டுப் பாலாஜி கோயம்புத்தூரில் புதிய வேலைக்குப் போனான். முதலில் வீடு பார்த்துவிட்டு வந்து கூட்டிக் கொண்டு போவதாகச் சொல்லியிருந்தான். வேலையில் சேர்ந்து வீடு எடுத்துத் தங்க ஆரம்பித்த பிறகும்கூட அவளைப் பார்க்க வரவில்லை. வாரத்துக்கு ஒருமுறை வெல்லிங்டனுக்கு வந்து போனான். ஆனால் சகுந்தலாவை வந்து பார்க்கவே இல்லை. ஒரு மாதம் வரைக்கும் சக்கு பொறுமையாகக் காத்திருந்தாள். எப்படியும் வந்து விடுவான் என்று நம்பிக்கையைப் பிடித்துக் கொண்டு வேலைக்குப் போய் வந்தாள். ஆஸ்பத்திரிக்கு வந்த யாரோ

வெல்லிங்டன்காரர்கள் சொன்னார்கள். பாலாஜிக்கு வேறு பெண்ணைப் பார்த்திருக்கிறார்கள். பெரிய இடம். கோயம்புத்தூர் காரர்கள். சொந்த சாதி. பாலாஜியும் அவனுடைய அப்பாவின் வற்புறுத்தலுக்குச் சம்மதித்துவிட்டான். அதைக் கேட்டதும் சக்குவின் பிடிப்பு விட்டுப் போனது. பாலாஜி வெல்லிங்டனுக்கு வந்திருந்த சனிக்கிழமை அவன் வீட்டுகே வந்தாள். ஆனால் அவனைப் பார்க்க முடியவில்லை. அவனுடைய அப்பாதான் பேசி மிரட்டினார். மிரட்டலுக்கு அவள் பயப்படாமல் நின்ற போது அவளுடைய தலைமுடியைப் பிடித்து இழுத்துத் தெருமுனையில் கொண்டு போய் விட்டார்.

"இனி என் பையனைப் பார்க்கணும்னு ஒறவு கொண்டாட்டீட்டு வந்தே நல்லா இருக்காது" என்றார்.

சக்கு கூனிக் குறுகி நின்றபோது யாருமே அவளுக்கு ஆறுதலாக ஒரு வார்த்தை பேசவில்லை. கொஞ்ச காலம் அவளுடன் ஒன்றாக இருந்த பாலாஜி வீட்டுக்குள்ளே இருந்து அப்பா அவளைத் தூற்றுவதைக் கேட்டுக் கொண்டிருந்தான். சின்னம்மாகூட எட்டிப் பார்க்கவில்லை. "எம் பொண்ணு என்னிக்கு என்னெயெ வுட்டுப் போனாளே அன்னிக்கே செத்துப் போயிட்டா" என்றாள். தெருப் பெண்கள் ஒருவாரம் சக்குவைப் பற்றியே பேசினார்கள். நல்லதும் பொல்லாததுமாகப் பேசினார்கள். என்ன பேசினாலும் எல்லாருக்கும் அவள் மேல் பரிதாபம் இருந்தது. அடுத்த வாரமே அந்தப் பரிதாபம் ஆச்சரியமாக மாறியது. எல்லாரும் தகவலைக் கேட்டுப் பெருமூச்சு விட்டார்கள். சக்கு பள்ளிவாசல் தெருவுக்குக் குடிவந்திருந்தாள். 'அவள் பாலாஜியை ஒரு வழி பண்ணாமல் விடமாட்டாள். அதற்காகத்தான் வெல்லிங்டனுக்கே வந்திருக் கிறாள். ஆனாலும் அவன் செய்ததும் தப்புத்தான். ஒருத்தியை மோகிப்பித்துக் கொண்டுபோய் வைத்து அனுபவித்து விட்டு கடைசியில் எச்சில் இலையை வெளியே எறிவதுபோல எறிந்து விட முடியுமா? அதுவும் படித்து வேலை பார்த்துக் கைநிறைய சம்பாதிக்கிற பெண்ணை அவ்வளவு தரம் தாழ்த்திவிட முடியுமா? அதற்கு அவள் சம்மதிப்பாளா? சகுந்தலா செய்தது சரிதான்' என்று அத்தை, மாமாவிடம் சொன்னாள். ஆனால் அவளேதான் பாபுவிடம் 'சகுந்தலாவைப் பார்க்கப் போகாதே' என்றும் சொல்கிறாள்.

பள்ளிவாசல் தெரு என்று தெரியும். ஆனால் எந்த வீடு? தன் வகுப்பில் படிக்கும் அதே தெருக்கார ஜின்னாதான் அதைச் சொன்னான். அவன் வீட்டுக்குப் பக்கத்துச் சந்தில் இருந்தது சக்குவின் வீடு. சின்ன வீடு. மாரியம்மன் கோவில் கர்ப்பகிரகம்போல வெளிச்சமில்லாத வீடு. பெரிய நர்சாக

வேலை செய்கிறவள் இவ்வளவு குட்டியான வீட்டுக்கு ஏன் வந்தாள் என்று யோசித்தான். கர்ப்பக் கிரக இருட்டு அவளுக்கு வேண்டியிருக்கிறதோ என்னமோ?

“நான் கிரவுண்ட் மாரியம்மனாட்டம் இருக்கறதா நீதானடா சொன்னே? அதுதான் இந்த மாதிரி இருட்டு வூடு” என்று சிரித்தாள். சுவரில் ரங்கநாதர் படம் மாட்டியிருந்தது. பக்கத்தில் சகுந்தலாவும் பாலாஜியும் சேர்ந்து எடுத்துக் கொண்ட மார்பளவுப் படம் தொங்கியது. அதைப் பார்த்ததும் பாபுவுக்கு எரிச்சல் முண்டியது. அதற்குப் பின்பு அவன் அந்த வீட்டுக்கு வந்த பல நாட்களிலும் பார்க்கவே கூடாது என்று கட்டுப்படுத்திக் கொண்டாலும் அந்த எரிச்சல் தரும் படத்தையே பார்க்க வேண்டியிருந்தது. “பாலாஜி இங்க வருமா?” என்று கேட்டான். “அதுவா வராது. ஆனா வரவெப்பேன்” என்றாள் சக்கு. “அது வந்தாலும் வராட்டியும் நீ வாடா. நீ ஒருத்தந்தான் என்னெயெ மனுசியா நெனச்சு வந்திருக்கே. என்னாருந்தாலும் என்னோட குட்டிப் புருசனில்லியா?” என்று சிரித்தாள்.

‘இவளால் எப்படிச் சிரிக்க முடிகிறது? ஊர் முழுக்க வாயில் போட்டு மெல்லுகிறது. அவமானமாகப் பேசுகிறது. பெற்ற தாய்கூடத் திரும்பிப் பார்க்க மறுத்து விட்டாள். இருந்தும் எப்படி இவ்வளவு துள்ளலுடன் இருக்கிறாள்? அந்தத் துள்ளலுக்காகவே அவளைத் தேடி வருகிறேனா? பேசிக்கொண்டே இருக்கும்போது தொடுகிறாளே, அந்த ஸ்பரிசத்துகாகத்தான் வருகிறேனா? குன்னூர் வாழ்க்கையின் தனிமை பற்றிச் சொல்லி அழும்போது இறுக அணைத்துக் கொள்கிறாளே, அந்த அணைப்புக்காகவா? இப்போதும் தன் முன்னால் விகற்பமில்லாமல் நிர்வாணமாக நின்று ஆடை மாற்றிக் கொள்கிறாளே, அந்தக் களங்கமின்மைக்காகவா? எதற்காக இங்கே வருகிறேன்?’

“உங்கிட்டதான கேக்குறேன். ஒண்ணும் சொல்லாம இருக்கே?” என்றாள் மறுபடியும்.

“சொல்ல முடியாது. எல்லாத்தையும் உங்க கிட்ட சொல்லத் தேவையில்ல” என்றான் பாபு.

“ஆமா, சொல்ல வேண்டியதச் சொல்லாத. வேண்டாத்ததை எல்லாருகிட்டயும் சொல்லு.”

“யாருகிட்ட வேண்டாததைச் சொன்னேன்?”

“அந்தத் தெரேசா வந்தப்ப நான் உங்கிட்ட என்ன சொன்னேன், எதுவும் சொல்லாம வசந்தியக் கூட்டீட்டு

வான்னுதானெ. நீ அந்த அம்மாயி கிட்ட அச்சன் பத்தாயப் புரையில இல்லேனு சொன்னதாலாத்தான அவ இங்க வந்தா?" என்றாள்.

எத்தனையோ நாட்களுக்கு முந்தையதை அத்தை ஏன் இப்போது சொல்லிக் காட்டுகிறாள் என்று குழப்பமாக இருந்தது. தேவகி அம்மாயி ஊருக்குப் போய்விட்டாள். தெரேசாவின் சாவுக்குப் பிறகு நம்பியார் மாமாவும் வசந்தியும் எஸ்டேட்டுக்கே போய்விட்டார்கள். அவர்கள் குடியிருந்த வீட்டுக்கும் யாரோ புதிதாக வந்துவிட்டார்கள். எல்லாருக்கும் அவர்களை மறந்தே போயிருந்தது. இந்த நாட்களில் அத்தைதான் ஒன்றிரண்டு முறை எஸ்டேட்டுக்குப் போய் அவர்களைப் பார்த்து வந்தாள். ஆனால் இன்றைக்குப் போய் வந்ததற்கான அடையாளம் எதுவும் இல்லை. தலையைச் சிலுப்பிக் கொண்டு அவளைப் பார்த்தான். அவள் கண்களை இடுக்கிக் கொண்டு தன்னையே பார்த்துக்கொண்டிருக்கிறாள். அந்தப் பார்வை பயமுறுத்துவதாக இருந்தது. பயத்தை மூடுவதற்காக "நான் ஒண்ணும் சொல்லலே" என்று கத்தினான்.

"இப்ப எதுக்குக் கத்தறே? நீ சொல்லாம அம்மாயிக்கு த்ரேஸ்யா இங்கே இருக்கறது எப்பிடித் தெரியும்? நீதான் சொல்லியிருக்க. உன்ன என்ன பண்ணலாம்?"

பாபுவின் கால்கள் நடுங்கின. 'இல்லாததை ஏன் சொல்லுகிறாள்? நடக்காததை ஏன் நடந்த மாதிரிப் பேசுகிறாள்? அதற்கு என்னை ஏன் திட்டுகிறாள்' புரியவில்லை. அந்தக் குழப்பமும் அம்மு குற்றம் சாட்டிவிட்ட எரிச்சலும் பாபுவுக்கு ஆத்திரத்தைக் கொடுத்தன. முகம் கொதித்து இறுக்கமானது. ஆத்திரம் முற்றியது. "என்னை எதுக்குக் குத்தம் சொல்லுறீங்க?" என்று ஆங்காரமாகக் கத்திக்கொண்டே கட்டில் மேல் போட்டிருந்த பள்ளிக்கூடப் பையை எடுத்து ஆத்திரத்துடன் அவள் மேல் வீசி எறிந்தான். பை அம்முவின் முகத்தில் மோதியதும் உள்ளே இருந்த மர ஸ்கேல் உடைந்து கத்திக் கூர்மையுடன் பைக்கு வெளியில் நீண்ட முனை அவள் நெற்றியைக் கிழித்தது. அவள் போட்டிருந்த கண்ணாடி கீழே விழுந்தது. தடுமாறிக் கட்டிலில் உட்கார்ந்த அம்மு கண்ணாடியை எடுக்கக் குனிந்த போது கிழிபட்ட இடத்தில் ரத்தம் கசிந்தது. விரல்களால் தொட்டுப் பார்த்தாள். பின்பு வேகமாக எழுந்து பாபுவின் சட்டைக் காலரைப் பிடித்துக் கொண்டு கன்னங்களிலும் தோளிலும் மாறிமாறி அடித்தாள். அவள் கைக்கு அவ்வளவு வலு இருப்பது பாபுவுக்கு முதல்முறையாகத் தெரிந்தது. கண்கள் இருண்டு நீர் பெருகியது. வலியும் அவமானமும் உடம்பைக் குறுகச் செய்தன. குறுகிய உடம்பின் மீது மீண்டும்

அடிகள் விழுந்தன. தடுக்க நீண்ட அவன் கைகள் மேலும் விழுந்தன. அவனுடைய இரண்டு கைகளையும் ஒன்றாகச் சேர்த்துப் பிடித்துக்கொண்டு அத்தை ஓங்கி இடது கன்னத்தில் அறைந்தாள். சூடாக எரிந்தது வலி. வாய்விட்டு அலறினான். அலறல் தெருமுழுக்கக் கேட்டிருக்கும்போல. கௌரியம்மா ஓடி வந்து அவனைப் பிடித்து தனது முதுகுப் பக்கமாக மறைத்துக் கொண்டாள்.

“தே, சேச்சியே நிங்ஙள் எந்தா காணிக்குன்னது? சின்னப் பையனை அடித்தே கொன்று விடுவீர்கள் போலிருக்கிறதே.”

“இங்க பாருங்க” என்று நெற்றியைக் காட்டினாள். கௌரியம்மா அதைப் பார்த்தாள். “ஓ, சாரமில்லா, செறிய முறிவா. ஆனால் ரத்தம்தான் அதிகம் வருது. நான் மருந்தை எடுத்து வருகிறேன். ஒன்றும் பெரிய காயமில்லை. அதற்காகப் பையனைப் போட்டு இப்படியா அடிப்பது?”

“அடிப்பதா, கொல்ல வேண்டும். என்ன பேச்சுப் பேசுகிறான். நாயைக் குளிப்பாட்டி வெச்சாலும் அது கடிக்குங்கிறது எனக்குத் தெரியாமப் போச்சு. பாருங்க என்னெக் கொன்னுபோடற மாதிரி மொறைக்கறதெ.”

“சின்னப் பையனிடம் மல்லுக்கு நிற்கிறீர்கள். அவன் மேல் வந்த கோபமாகத் தெரியவில்லை. வேறு எங்கோ காட்ட வேண்டிய ஆத்திரத்தைப் பையனிடம் தீர்த்துக்கொண்டது போலத்தான் தெரிகிறது. நீ வா மோனே” என்று பாபுவை முன்னால் அனுப்பிவிட்டுப் பின் தொடர்ந்தாள் கௌரியம்மா. நிலைப் படியைத் தாண்டும்போது, முந்தின நாள் சகுந்தலா கேட்டு வாங்கி வரச் சொல்லி சின்னம்மாவிடமிருந்து வாங்கி வைத்திருந்த கம்மல்களை எடுக்கவில்லை என்பது ஞாபகம் வந்தது. திரும்ப நடந்து பட்டையறுந்து தரையில் அலங்கோலமாகக் கிடந்த பைக்குள்ளிருந்து ரோஸ் கலர் டிரேசிங் பேப்பரில் சுற்றி வைத்த கம்மல் பொட்டலத்தை எடுத்துச் சட்டென்று பேண்ட் பாக்கெட்டில் போட்டுக் கொண்டான். “என்னடா அது?” என்று கேட்ட அம்முவை ரோஷத்துடன் நிமிர்ந்து பார்த்தான். கட்டிலுக்குப் பக்கத்திலிருந்த மேஜை மேல் கொஞ்சூண்டு அளவில் பழுப்பு நிறத் திரவம் மிஞ்சிய கண்ணாடி டம்ளரும் பெர்க்லி சிகரெட்டின் காலிப் பெட்டியும் கிடப்பது தெரிந்தது. அவனுக்குத் தெரிந்து பெர்க்லி சிகரெட் பிடிப்பவர் நம்பியார் மாமா மட்டுமே.

●

கௌரி நீண்ட நாட்களுக்குப் பிறகு பாபுவைத் துணைக்கு அழைத்திருந்தாள். குன்னூர் மார்க்கெட்டுக்குப் போக வேண்டும். புதுத் துணிகள் வாங்க வேண்டும். "வர்றியா?" என்று கேட்டாள். அவள் அப்படிக் கேட்டதும் கால்கள் பரபரத்தன. மனது முரண்டு பண்ணியது. "நீதான் தனியாப் போய்க்கிறேன்னியே, இப்ப எதுக்குக் கூப்டுறே?" என்றான். அவளுக்குச் சிரிப்பு வந்து விட்டது. அவன் தலையைக் கலைத்துக் கோதி விட்டுத் "தெரியாமச் சொல்லிட்டேன் சார், அன்னிக்கு அப்படிச் சொல்லத் தோணிச்சு. இப்பக் கூப்டத் தோணுது. அப்ப சொன்னதுக்கு இப்ப இப்படி பிகு பண்ணிக்கிறீங்களே?" என்றாள்.

பாபு என்ன பதில் சொல்வது என்று யோசித் தான். அவள் சொன்னதுபோல அன்றைய வார்த்தைக்கு இன்றைக்கு ஏன் முரண்டு பிடிக்க வேண்டும்? அவளாகத்தானே கூப்பிடுகிறாள். போனால் என்ன?

"ரொம்ப யோசிக்காதே, ஒனக்கு மன சில்லேன்னா வர வேண்டாம். நம்ம பையனாச்சே கூப்டா வருவேன்னு நெனச்சேன். நீங்க இப்ப பெரிய ஆளாயிட்டீங்கங்கறத மறந்துட்டேன். மன்னிச்சுக்கோங்க சார், நானே போய்க்கிறேன்" என்றாள்.

பாபுவுக்கு வார்த்தைகள் குத்தின. உடம்பு முழுவதும் வலித்தது. வலியில் கண்கள் கலங்கின. அதைப் பார்த்ததும் கௌரிக்குச் சிரிப்பும் வேதனை யும் கலந்து வந்தன. அவனுடைய தோளைப் பற்றி இறுக்கியபடியே "டே, என்னடா இது, எதுக்கு அழற? இப்ப நான் என்ன சொல்லீட்டேன். ஒங்கிட்ட நான் அப்டிச் சொல்லக்கூடாதா?" என்றாள். அவள் கையின் இறுக்கம் பாபுவுக்குள்

எதையோ நொறுக்கி இல்லாமல் செய்தது. ஊட்டி மாரியம்மன் கோவில் பூசாரியிடம் 'தம்பியில்ல; எனக்குத் தம்பிய விட' என்று எப்போதோ அவள் சொன்னதை இப்போது நினைத்துக் கொண்டான்.

"கௌரியேச்சி, ஒரு நிமிஷம், மூஞ்சியக் கழுவிட்டு யூனிபார்ம் மாத்தீட்டு வந்தர்றேன்" என்று வீட்டுக்கு ஓடினான்.

"நல்ல பையன்டா" என்று முதுகுக்குப் பின்னால் அவள் செல்லமாகக் கேலி செய்தது அவனுக்குப் பிடித்திருந்தது. சிரிப்பு வந்தது. முகம் கழுவும்போது சிரித்ததால் கொஞ்சம் தண்ணீர் வாய்க்குள் புகுந்தது. குளிர்ந்த நீர் தொண்டையைத் தாண்டி இறங்கியபோது உடம்பு முழுவதும் சிலிர்த்தது. யூனிபார்ம் சட்டையைக் கழற்றிக் கொடியில் போட்டு கலர் சட்டையை எடுத்து மாட்டிக்கொண்டான்.

"நான் கௌரியேச்சிகூட குன்னூருக்குப் போறேன்" என்று அத்தையிடம் சொல்லிவிட்டு சட்டைப் பொத்தான்களை மாட்டியபடி வாசலுக்கு வந்தான். "நின்னு பட்டன் போட்டுட்டு வந்தா என்னடா?" என்று கேட்டுக்கொண்டே நடந்தாள் கௌரி. பாபுவும். தெரு இறங்கி நடக்கும்போது அவளுடைய வலது கை பாபுவின் தோளைச் சுற்றி மார்பில் விழுந்தது. எவ்வளவு நல்லவள். இனி எப்போதும் கௌரியைக் கோபித்துக்கொள்ளக் கூடாது என்று நினைத்துக்கொண்டான். மார்பில் கிடந்த கையை ஒரு நொடித் தயக்கத்துக்குப் பின்பு இறுகப் பிடித்துக்கொண்டான்.

"ஒசரமாயிட்டடா" என்றாள் கௌரி.

ஜப்பார் பாய் கடைக்கு முன்னால் வந்ததும் "பஸ்ஸுல போயிரலாண்டா, வரும்போது நடந்து வந்துறலாம். நடந்து போனா நாம போறதுக்குள்ள இருட்டிடும்" என்றாள். அவள் சொல்லி முடிப்பதற்குள் ஊட்டி – மேட்டுப்பாளையம் சேரன் வந்து நின்றது. வழக்கமாகப் பாதி வழி டிக்கெட்டை ஏற்ற மாட்டார்கள். கௌரியைப் பார்த்துவிட்டோ என்னவோ கண்டக்டர் "ஏறிக்கம்மா" என்றார். தெரிந்தவராக இருக்கும். பாபு நினைத்துக்கொண்டான். இருவரும் ஏறி உட்கார்ந்தார்கள்.

பாபுவின் விரல்களைப் பிடித்து நீவி விட்டுக்கொண்டே "பசங்க இல்லாம நல்லா இல்ல, அப்படித் தானேடா?" என்று கேட்டாள். பாபு பதில் சொல்லாமல் இருந்தான். கௌரியின் விரல் நுனிகள் முன்புபோல மிருதுவாக இல்லாமல் லேசாகக் கெட்டியாக இருந்தன. ஓயாமல் டைப் அடித்தால் விரல்கள் அப்படி ஆகிவிடுமா என்று யோசித்துக்கொண்டு இருந்தான்.

“என்னடா ஒண்ணும் சொல்லாம வர்றே?” மறுபடியும் கேட்டாள். “கொஞ்சம் போரடிக்குது. ஆனா கொஞ்ச நாளைக்குத்தான?” என்றான்.

“அப்புறம்?”

“நான் கோயம்புத்தூருக்கே போகப் போறேன். அங்க போயிப் படிச்சுக்கிறேன். இந்த அத்தைக்கு என்னப் புடிக்கல?”

“அதெல்லாம் சும்மாடா, அவுங்க ஒன்ன நல்லாத்தானப் பாத்துக்குறாங்க. அத்தை திட்டுனாலும் அடிச்சாலும் மாமா ஒன்ன நல்லாத்தானப் பாத்துக்குறாங்க” என்றாள்.

பாபு யோசனையுடன் ‘உம்ம்ம்’ என்று இழுத்தான்.

‘கௌரி சொல்வது சரி. நன்றாகத்தான் பார்த்துக் கொள்ளு கிறார்கள். கேட்டதை வாங்கித் தருகிறார்கள். காய்ச்சல், நோவு என்றால் கண் மூடாமல் கவனித்துக் கொள்ளுகிறார்கள். காசு கேட்டால் தருகிறார்கள். ஊருக்குப் போகும்போதும் பண்டிகைகளுக்கும் புதுத் துணி எடுத்துக் கொடுக்கிறார்கள். நல்ல மதிப்பெண் வாங்கினால் கொண்டாடுகிறார்கள். குறைந் தால் பரவாயில்லை என்று தட்டிக் கொடுக்கிறார்கள். எல்லாம் சரிதான். ஆனால் மொத்தத்தில் ஏதோ ஒன்று இல்லை. ராஜு, நஜீர், குஞ்ஞுமோன், ராமு, மம்மது என்று எல்லாருடனும் சுற்றித் திரிந்தபோது அந்தக் குறை என்னவென்று தெரிய வில்லை. சரஸ்வதி டீச்சர் இருந்தவரை தெரியவில்லை. விமலாவும் பெத்துசாமி மாமாவும் இழுத்து வைத்துப் பேசிக் கொண்டிருந்தவரை தெரியவில்லை. தேவகி அம்மாயியும் நம்பியார் மாமாவும் வசந்தியும் தினசரி பார்க்கக் கூடியவர் களாக இருந்தபோது தெரியவில்லை. பம்பரக் காலம், கோலிக் குண்டுக் காலம், கில்லி தாண்டுக் காலம், பட்டம் விடும் காலம், கால் பந்துக் காலம் என்று விளையாட்டுப் பருவங்கள் மாறிமாறி வந்தபோது தெரியவில்லை. ஊட்டி பிளவர் ஷோ, குன்னூர் ஃப்ரூட் ஷோ, தந்திமாரியம்மன் கோவில் முத்துப் பல்லக்கு, பள்ளிவாசல் சந்தனக் குடம், சகாயமாதா தேர் என்று ஆட்கள் பிதுங்கிய நாட்களில் தெரியவில்லை. பேண்ட் டுக்கு மாறாமலும் உதட்டுக்கு மேலே மயிர் முளைக்காமலும் இருந்திருந்தால் குறையே தெரியாமல் இருந்திருக்கும். இப்போது தன்னந் தனியாக இருப்பதுபோலப் பட்டது. ஒற்றைப் பிசாசாக அலைவதாகத் தோன்றியது. ஆலிவர் டுவிஸ்டைப் போல அநாதையாகி விட்டோம்’

இதை யோசித்தபோது பாபுவுக்குத் தொண்டை அடைத்துக் கொண்டது. உடம்புகூடக் கொஞ்சம் உலுக்கிக்கொண்டது.

அதை கௌரியின் விரல்கள் புரிந்து கொண்டன. தொடையில் தட்டி "என்னாச்சுடா?" என்றாள்.

"ஒண்ணுமில்லேச்சி" என்று அவள் கைகளைப் பிடித்துக் கொண்டான். பஸ்ஸின் ஜன்னல் வழியாக உள்ளே நுழைந்த காற்றின் ஜில்லிப்புக்கு அவள் கைகளின் வெதுவெதுப்பு இதமாக இருந்தது. பஸ் போய்க்கொண்டே இருந்தால் நன்றாக இருக்குமென்று ஏக்கமாக இருந்தது.

"வாம்மா" என்று வரவேற்றார் ஜவுளிக்கடைச் செட்டியார். கௌரி புன்னகைசெய்துவிட்டுப் புடவை அலமாரிப் பக்கம் போனாள். பாபு ஒரு முழு வட்டமாகக் கடையைப் பார்த்தான். செட்டியாரின் முதுகுக்குப் பின்னால் குனிந்து நிமிர்ந்து தண்ணீர் குடித்துக்கொண்டிருந்த கொக்கு பொம்மைகளைப் பார்த்தான். கடைப் பையன் புடவைகளை எடுத்துப் போடுவதைப் பார்த்தான். அந்தச் சின்னக் கடையில் அதற்குமேல் வேடிக்கை பார்க்க எதுவுமில்லை என்ற எண்ணம் வந்ததும் வெளியே பார்த்தான். கண்ணன் மாமாவைப் போல ஒருவர் நடந்து போவதைப் பார்த்தான்.

"கௌரியேச்சி, நீ செலக்ட் பண்றதுக்குள்ள வந்தர்றேன்" என்று நகர்ந்தான். "எங்க போற, சீக்கிரம் வந்திர்றா" என்ற வார்த்தைகளுக்குத் தலையை ஆட்டிவிட்டுத் தெருவில் நடந்தான். முன்னால் போனது மாமாவேதான். கூப்பிடலாமா என்று யோசித்தபோதுதான் அவரை ஒட்டி நடந்து போகும் ஆளைப் பார்த்தான். பேசிக் கொண்டே நடந்து கொண்டிருந்தார்கள். பாபு ரோட்டைக் குறுக்காகக் கடந்து எதிர்ச் சாரியில் வேகமாக நடந்து சற்று தூரம் போனான். அதே வழியில் திரும்பி நடந்து வந்தான். மாமாவும் கூட வந்தவரும் நன்றாகத் தெரிந்தார்கள். அந்த ஆளுக்கு மாமாவின் வயதில் பாதியாவது இருக்கும். அந்த வயதில் கண்ணன் எப்படி இருந்திருப்பாரோ அச்சு அசலாக அந்த ஆள் இருந்தார். அதே போன்ற மேடேறிய நெற்றி. அதே மீசையில்லாத முகம். அதே நடை. மாமாவின் தம்பியாக இருக்கலாமென்று நினைத்தபோது மாமா முன்பு சொன்னது ஞாபகம் வந்தது, 'என்னை அப்பான்னு கூப்பிட ஆள் இருக்கு.' பாபுவுக்கு ஒரு நிமிடம் பார்வை இருட்டிக்கொண்டு வந்தது. மூச்சு முட்டுவதுபோல இருந்தது. நின்று இடுப்பில் கை ஊன்றிக் குனிந்தான். மறுபடியும் நிமிர்ந்தபோது எதிர்ப் புறத்தில் வந்து கொண்டிருந்த மாமாவும் அவரும் தெரிந்தார்கள். ரோட்டைக் கடந்து போய் அவர்களைப் பிடித்துவிட எட்டு

வைத்தபோது டீ எஸ்டேட் லாரி உறுமிக்கொண்டு வந்தது. இரண்டு எட்டுப் பின்னால் ஒதுங்கி லாரி போகக் காத்திருந்தான். அது தாண்டிப் போனபோது எதிர்ப் பக்கம் வந்து கொண் டிருந்த மாமாவும் மற்றவரும் காணாமல் போயிருந்தார்கள். தேடிப் பார்க்கலாம் என்று இரண்டு அடி முன்னால் நடந்தான். பிறகு வேண்டாம் என்று திரும்பி ஜவுளிக் கடைக்குள் போனான்.

செட்டியார் உட்கார்ந்திருந்த கல்லா மேஜை மேல் கௌரி எடுத்த புடவைகளும் ஜாக்கெட் பிட்டுகளும் இருந்தன. நான்கு புடவைகள். அவற்றுக்குப் பொருத்தமான ரவிக்கைத் துண்டுகள். செட்டியார் ஒவ்வொன்றாக எடுத்து விலை பார்த்துப் பில் போட்டுக்கொண்டிருந்தார். ஜவுளிக்கடைப் பற்று நோட்டைப் புரட்டிக் கொண்டிருந்த கௌரி தலையைத் தூக்கி "எங்க போனே? யாரையோ தேடீட்டுப் போறதப் பாத்தேனே?" என்றாள்.

'மாமாவையும் அவரை மாதிரியே இன்னொருவரையும் பார்த்ததை இவளிடம் சொல்லிவிடலாமா? அது மாமாவின் பிள்ளையாக இருக்கும் என்ற சந்தேகத்தையும் சொல்லி விடலாமா? தன்னை அப்பா என்று கூப்பிட ஆளிருக்கிறது என்று சொல்லியிருந்ததையும் சொல்லி விடலாமா? கௌரி யிடம் சொன்னால் புரிந்துகொள்வாள். வேறு யாரிடமும் அதைச் சொல்லவும் மாட்டாள். ஆனால் சொல்ல வேண்டாம், அவள் முகத்தைப் பார்க்காமல் பொம்மைக் கொக்குகளைப் பார்த்துக்கொண்டே "இல்லே சும்மாத்தான் நடந்துட்டு வந்தேன்" என்றான்.

செட்டியார் நீட்டிய துணிப் பையை வாங்கி அவனிடம் கொடுத்தாள். பற்று எழுதிய நோட்டைக் கைப்பையில் வைத்தாள். "வர்றேங்க" என்று அவரிடம் சொல்லிவிட்டு பாபுவின் தோளைத் தொட்டு 'நட' என்றாள். சித்திரை மாத அந்தி வெயில் மிச்சமிருந்தபோதும் பனி மூட்டம் கவியத் தொடங்கியிருந்தது. வெயிலும் குளிரும் சேர்ந்து உடம்பை வருடின. நான்கைந்து கடைகளைத் தாண்டிக் கடிகாரக்கடை முன்னால் கௌரி நின்றாள். "வா" என்று உள்ளே போனாள். புதுக் கடிகாரம் வாங்குகிறாள். புதுப் புடவைகள் வாங்குகிறாள். மறுபடியும் பெண் பார்க்க யாராவது வருவார்களாக இருக்கும். கேட்க வேண்டாம். அவளாகச் சொல்லட்டும்.

"லேடீஸ் வாட்ச் அங்க இருக்குங்க" என்று கடைக்காரர் காட்டிய பக்கம் பார்த்த கௌரி "இல்லீங்க, ஜெண்ட்ஸ் வாட்ச்தான் வேணும். இதோ இவருக்கு?" என்றாள்.

பாபு ஆச்சரியத்துடன் அவளைப் பார்த்தான். சிரித்துக் கொண்டே கண்ணாடிப் பேழைக்குள் இருந்த கடிகாரங்களை நோட்டமிட்டாள். கறுப்பு டயலுடன் இருந்த வாட்சை எடுக்கச் சொன்னாள். அதை வாங்கி அவனிடம் காட்டி "நல்லாருக்கு, ஒனக்குப் புடிச்சிருக்கா?" என்று கேட்டாள். ஹெச்.எம்.டி. நிஷாந்த். அழகாக இருந்தது. "புடிச்சிருக்கு" என்றான். அதை வாங்கி ஒருமுறை காதில் வைத்துப் பார்த்து விட்டு பாபுவின் கையில் கட்டினாள்.

"அய்யே, ரைட் ஹேண்ட்ல கட்டி விட்டிருக்கே?" என்று அதைக் கழற்றப் பார்த்தான்.

"தெரிஞ்சுதாண்டா கட்டினேன். யாராவது ஏன் ரைட் ஹேண்டில கட்டீருக்கேன்னு கேட்டா என்னெ நெனச்சுக்கு வேல்ல, அதுக்காகத்தான்."

பாபு வெட்கமும் பிரமிப்புமாக அவளை ஏறிட்டுப் பார்த்தான். பரிவுடன் சிரித்துக்கொண்டிருந்தன அவள் கண்கள். "சும்மா முளிக்காத, இதுல பாதிக் காசு ஒங்க அத்தை குடுத்தது. மிச்சம் நான் போட்டது" என்றாள்.

இதற்காகத்தான் அவ்வளவு நாட்களுக்குப் பிறகு துணைக்கு வா என்று கூப்பிட்டிருக்கிறாள். போன வருடமே கடிகாரம் வாங்கித் தரச் சொல்லி மாமாவிடம் கேட்டிருந்தது. 'இந்த வருஷம் பாஸ் பண்ணு. பாக்கலாம்' என்று அத்தை சொல்லி யிருந்தாள். அப்போதே முடிவுசெய்திருக்க வேண்டும். காசு சேர ஒரு வருடம் ஆகியிருக்கிறது.

கௌரி கடிகாரத்தைக் கழற்றச் சொல்லி வாங்கி கடைக்கார ரிடம் கொடுத்து செயினின் இரண்டு கண்ணிகளை அகற்றச் செய்து வாங்கினாள். திரும்பக் கட்டிவிட வந்தபோது பாபு வேண்டுமென்றே இடது கையை நீட்டினான். செல்லமாகக் கையைத் தட்டி விட்டுவிட்டு வலது கையிலேயே கட்டி விட்டாள். கடிகாரம் வைக்கும் வெல்வெட் பெட்டியை வாங்கி அவனுடைய சட்டைப்பையில் செருகினாள். கடையை விட்டு வெளியே வந்தார்கள். யாராவது மணி என்ன என்று கேட்க மாட்டார்களா? என்று பார்த்துக்கொண்டே வந்தான் பாபு.

"நடந்து போலாமா, பஸ்ஸுல போலாமா?" என்று கேட்டாள் கௌரி.

"நடந்து போனா முக்கா மணி நேரத்துல போய்டலா மில்லே. இப்ப மணி ஆறே முக்கா. ஏழரை மணிக்கெல்லாம் போய்டலாம்" என்று கடிகாரத்தைப் பார்த்துச் சொன்னான்.

“செரி, வாட்ச்மேன்” என்று சிரித்தாள் கௌரி.

ரயில்வே ஸ்டேஷனைத் தாண்டியபோது தெரு விளக்குகள் ஒவ்வொன்றாக மின்ன ஆரம்பித்தன. எஞ்சினின் மூச்சிரைப்புத் தெளிவாகக் கேட்டது. வீட்டுக்குத் திரும்பும் பறவைகள் கத்திக்கொண்டு போயின. அநாதைக் குதிரை ஒன்று திடீரென்று ரோட்டில் ஓடிப் பாதி தூரம் போய் நின்று கனைத்தது. ரோட்டோரப் புல் மேட்டில் கட்டிப் போட்டிருந்த மாடு அவர்களைப் பார்த்ததும் ‘ம்மா’ என்று தலைகுலுக்கியது. குளிர் காற்றில் தைல வாசனை மிதந்து வந்தது. இருவரும் மூச்சு வாங்க நடந்து கொண்டிருந்தார்கள். சமமான ரோடு வந்த இடத்தில் நின்று “டே, இதைப் புடிடா” என்று கௌரி அவனிடம் துணிப்பையை நீட்டினாள். ஸ்வெட்டரின் பொத்தான்களைப் போட்டுக் கொண்டாள். திரும்பப் பையை வாங்கக் கையை நீட்டினாள். “இல்ல நானே எடுத்துட்டு வர்றேன்” என்றதும் நடக்க ஆரம்பித்தார்கள். பை சற்றுக் கனமாகத்தான் இருந்தது.

“கௌரியேச்சி, எங்கியாவது ஊருக்குப் போறியா?” என்று கேட்டான்.

“எதுக்குக் கேக்கறே?”

“இல்ல, புதுப் புடவ நெறய வாங்கீருக்கியே?”

“ஆமாண்டா, ஈரோட்டுக்குப் போறேன்” என்றாள். பாபுவுக்கு ஏமாற்றமாக இருந்தது. இதை ஏன் இவ்வளவு நேரம் சொல்லவில்லை? நின்று அவளைப் பார்த்தான்.

“எனக்கு டிரான்ஸ்பர் வந்திருக்கு. திங்கக் கிழம டூட்டீல ஜாய்ன் பண்ணனும். நாளான்னிக்குப் போறேன்” என்றாள்.

“அப்ப இங்க திரும்பி வரமாட்டியா, அச்சாவும் அம்மாவும் என்ன பண்ணுவாங்க? அவங்களும் வர்றாங்களா?”

இல்லை. அவள் மட்டும் போகிறாள். ஆறு மாதமாவது அங்கேயே வேலை பார்த்தால்தான் திரும்ப இந்த மாவட்டத்துக்கு மாறுதல் கிடைக்கும். அதுவரைக்கும் அங்கே இருக்கப் போகிறாள். யாரோ தெரிந்தவர்கள் வீட்டில் தங்கியிருப்பாள். மாதத்துக்கு ஒருமுறை வருவாள். அப்பாவும் அம்மாவும் இங்கேயே இருப்பார்கள். வேலை மாற்றிக் கிடைக்காவிட்டால் அப்புறம் அவர்களையும் அழைத்துப் போய்விடுவாள். வேலை வேண்டாமென்று வைக்க முடியாது. ஜாதகம் பார்த்து யாரும் வரவில்லை என்றாலும் வேலையைப் பார்த்தாவது வருவார்களே. எல்லாம் நடக்கட்டும்.

“ஏண்டா நின்னுட்டே?” என்றாள்.

“நீ போகாம இருக்க முடியாதா?” என்று உடைந்த குரலில் கேட்டான்.

“அதத்தானடா இத்தினி நேரமாச் சொல்லீட்டு வர்றேன். ஆறு மாசம். அதுக்குள்ள டிரான்ஸ்பர் கெடக்குமான்னு பாக்கணும். இல்லேன்னா அங்கியே இருக்க வேண்டியதுதான். இந்த ஊர்ல இவ்ளோ நாள் இருந்தாச்சே, இனி வேற இடத்துல இருந்து பாப்போம். இங்கதான் நமக்கு வேண்டப்பட்டவங்க எல்லாம் ஒண்ணொண்ணாப் போயிட்டிருக்காங்களே. தோ, நீ கூடப் போகப் போறேங்கறே. அப்புறம் எதுக்கு இங்கியே இருக்கறதுன்னு புடிவாதம் புடிக்கணும்?”

பாபுவுக்கு அதைக் கேட்டதும் கால்கள் மரத்துப் போனது போல இருந்தது. நான் இங்கேயே இருந்தால் அவளும் இங்கே இருப்பாளா? இருந்தாலும் கொஞ்ச நாட்கள். அப்புறம் கல்யாணம் செய்துகொண்டு போய் விடுவாள். நான் ஒற்றைப் பிசாசாக ‘ஜீனா யஹா, மர்னா யஹா’ என்று கோமாளிப் பாட்டைப் பாடிக்கொண்டு திரிய வேண்டியிருக்கும். அத்தையிடம் திட்டும் அடியும் வாங்க வேண்டியிருக்கும். வேண்டாம். அம்மா அப்பாவிடம் போய்விடலாம். அங்கே தங்கை இருக்கிறாள். ஆனால் வெயிலும் புழுதியும் இருக்கிறது. இவ்வளவு குளிரான காற்றையும் மலைகளையும் என்னோடு பேசுகிற ஆற்றையும் சக்குவையும் விட்டுவிட்டுப் போக முடியுமா? இங்கே இருப்பது என்பது பிடிவாதமா? போவது பிடிவாதமா?’ குழப்பமாக இருந்தது. ஆதரவுக்காக கௌரியின் கையைப் பிடித்துக்கொண்டான். அவளுக்கும் வேறு யோசனைகள் ஓடிக் கொண்டிருக்க வேண்டும். கையை விடாமல் பேச்சில்லாமல் நடந்தார்கள்.

வெல்லிங்டன் பஜார் போஸ்ட் ஆபீசுக்குக் கீழே வந்து விட்டிருந்தார்கள். படியேறும்போது பாபு கையைத் திருப்பி மணி பார்த்தான். எட்டு மணி ஆகியிருந்தது. வீட்டுக்கு முன்னால் வந்து நின்ற பிறகுதான் கௌரி கையை விட்டாள். அவளுடைய சூடு தன் கைகளுக்குள் இருப்பதைப் பரவசத்துடன் உணர்ந்தான்.

“அத்த கிட்ட வாட்சக் காட்டு. நான் இதையெல்லாம் வெச்சிட்டு அப்புறமா வர்றேன்” என்று வீட்டுக்குள் புகுந்தாள். கதவைத் தட்டினான். மாமா தான் திறந்தார். வலது கையை முன்னால் நீட்டிக்கொண்டே உள்ளே நுழைந்தான். “கதவை அடைக்கு” என்று சொல்லிக்கொண்டே சமையல் கட்டு நிலைப்படியில் நின்ற அத்தை “இதென்னடா வாட்ச வலத்தேக் கையிலு கட்டியிருக்கே?” என்று கேட்டாள்.

“வேணும்னுதான். ஒங்க ஆளும் வலது கையில்தான கட்டுறாரு, அது மாதிரின்னு வெச்சுக்கங்க.”

“அதாரு எங்க ஆளு?”

“யோசிச்சுப் பாருங்க.”

“அடுப்பில தோசை கரியுது. அப்புறம் யோசிக்கிறேன்” என்று மறுபடியும் உள்ள போனாள். மாமாவின் முகத்துக்கு முன்னால் கடிகாரக் கையை நீட்டி “நல்லா இருக்கா” என்று கேட்டான். அவர் கையைப் பிடித்து ஒருமுறை திருப்பிப் பார்த்துவிட்டு “கொள்ளாம். ஒனக்குப் பிடிச்சிருக்கா?” என்று கையை விட்டார். பாபு கடிகாரத்தில் மணி பார்த்துக்கொண்டே அத்தைக்குக் கேட்டுவிடக் கூடாதென்ற ஜாக்கிரதைக் குரலில் “மாமா, நான் ஒங்களப் பாத்தேன். குன்னூர்ல. ஒங்களை மாதிரியே ஒருத்தர் கூட” என்றான். ஏனோ அவர் முகத்தைப் பார்க்க முடியவில்லை. அரை டிரவுசர் காலம் முதல் இன்று வரை பொத்தி வைத்திருந்த ரகசியம் இப்போது இன்னும் ஆழத்துக்குள் நழுவிப் போய்க்கொண்டிருப்பதாகத் தோன்றியது. அவரும் எதுவும் பேசவில்லை. சுவர்க் கடிகாரத்திலிருந்து கேட்கும் ‘டிக் டிக்’ சத்தத்துக்குப் பொருத்தமாகக் கைக்கடிகார நொடிமுள் நகர்கிறதா என்று கவனித்துக் கொண்டிருந்தான். மாமா தன்னிடம் எதையோ சொல்லக் காத்திருக்கிறார் என்பது மட்டும் புரிந்தது.

சகுந்தலாவின் வீட்டுப் படியேறும்போதே உள்ளே இருந்து கலவரமான குரல்கள் கேட்டன. சண்டை போடுகிற குரல்கள். கதவு திறந்து இருந்தது. பக்கத்து வீட்டுக்காரர்கள் சாதாரணமாக நடப்பதுபோல நடந்து எட்டிப் பார்த்து நகர்ந்தார்கள். பாபு உள்ளே போகலாமா என்ற தயக்கத்துடன் கதவருகில் நின்றான். நிழலாடியதைப் பார்த்துக் குரல்கள் ஒரு நொடி நின்றன. “நீயா, உள்ள வாடா” என்றாள் சக்கு.

நின்றிருந்த ஆள் “நான் போறேன்” என்று நகரத் தொடங்கினான். சகுந்தலா ஆவேசமாக வந்து அவன் சட்டையைக் கொத்தாகப் பிடித்தாள். “பாலாஜீ, எங்க போறே? எனக்கு வழி சொல்லீட்டுப் போ” என்று அவனை உலுக்கினாள்.

“மொதல்ல சட்டைய வுடு. ஒனக்கு நான் என்னா வழி சொல்றது? ஒன் வழிதான் ஊருக்கே தெரிஞ்சிருக்கே, ஓடு காலின்னு ஆளாளுக்குப் பேசறாங்களே?” தலையைச் சிலுப்பி உடம்பை நெளித்துத் தன்னை விடுவித்துக்கொள்ளப் பார்த்தான்.

சக்கு இன்னும் மூர்க்கமாக அவனை உலுக்கினாள். "நானா ஓடுகாலி. நீதான என்னெ ஓட வெச்சே? ரெண்டு வருசம் கூடப் படுத்துக் கெடந்தியே அப்ப எங்க ஓடினேன்..? ஒன்னையத்தான நம்பிகிட்டிருந்தேன். இப்ப நான் ஓடுகாலி யாயிட்டேனா? நீயாப் பேசல, ஒங்கப்பா சொல்லிக் குடுத்துப் பேசறே? என்னெய வுட்டுட்டு வந்தா சொத்து கெடைக்கும்னு அந்த ஆளு சொன்னது ஒன்னப் பேச வெக்குது" என்று கத்தினாள்.

"என்னெப் பத்திப் பேசு, கேட்டுக்கிறேன். எங்க அப்பாவப் பத்திப் பேச ஒனக்கு யோக்கியத இல்ல" என்று திமிறினான் பாலாஜி. அவனுடைய முரட்டுத் திமிறலில் தடுமாறிக் கீழே விழுந்தாள் சக்கு.

பாபு ஓடிப் போய் அவளைத் தூக்க முயன்றான். "நீ தள்ளி நில்லுடா" என்று அவன் கைகளைத் தட்டி விலக்கினாள். அவள் உடம்பு நடுங்கிக்கொண்டிருந்தது. முடி கலைந்தது. நைலக்ஸ் சேலை குலைந்து தரையில் விழுந்திருந்தது. பீதி நிரம்பிய கண்களுடன் பாபு நின்றான். அவன் உடம்பு அதிர்ந்து கொண்டிருந்தது.

உட்கார்ந்த நிலையிலேயே பாலாஜியைப் பார்த்துச் சீறினாள் சக்கு. "என் யோக்கியதையைப் பத்திப் பேசற நீ ஒன் யோக்கியதையையும் ஒங்கப்பாவோட யோக்கியதையை யும் நெனச்சுப் பாத்தியா? பொம்பளைன்னுகூடப் பாக்காம அந்த ஆளு என்னெத் தெருவிலெ இழுத்துத் தள்ளுனது என்ன யோக்கியதை? அதெத் தெரிஞ்சுகிட்டும் வூட்டுக் குள்ளேயே ஒளிஞ்சுகிட்டிருந்த ஒன்னோடது என்ன யோக்கியதை? யோக்கியதை பத்தி நீ பேசுறியா?"

உட்கார்ந்தபடியே குமுறிக் கொண்டிருந்த சக்கு சட் டெனெ சேலை தரையில் இழுபட நகர்ந்து பாலாஜியின் கைகளைப் பிடித்து எழுந்து நின்றாள். தள்ளாடிக்கொண்டே நின்று அவன் தோள்களைப் பற்றினாள். குமுறல் உடைந்து அழுகையாக மாறியது. உயிர் நடுங்கும் வேதனையுடன் ஊளையாகக் குரல் வந்தது.

"பாலாஜி, ஒன்னே நம்பித்தானே இத்தினி அவமானப் பட்டேன். ஒனக்காகத்தானே எல்லாரையும் விட்டுட்டுப் பின்னால வந்தேன். நீ வேண்டாம்னு வெலகி வந்தப்பறமும் ஒன்னத் தேடி வந்து கெடக்கிறேன். நான் ஒனக்கு என்ன கொற வெச்சேன், சொல்லு. சம்பாதிச்சதயெல்லாம் ஒங் கிட்டத்தான குடுத்தேன். நீ ஆசப்பட்டதெல்லாம் செஞ்சேன்? எதுல ஒனக்குக் கொற வெச்சேன்? திங்கிறதுலயா, காசுலயா?

ஒண்ணுலயும் ஒனக்குக் கொற வெச்சேனா? ஒடம்பு ஒடிய வேல பாத்துட்டு வந்தாக்கூட ஒனக்கு வேணுங்குறதுக்காகக் கூடப் படுக்கலியா? தூரமாயி ரத்தம் ஒளுகுறப்பக்கூட ஒனக்காக முண்டக் கட்டையாக் கெடந்திருக்கேனே? நீ வேண்டான்னு சொன்னேங்கறதுக்காக வயித்துல மொளச்ச உசிரக் கொன்னேனே? அந்தப் பாவத்தையும் செய்ய வெச்சுட்டு இப்ப உட்டுட்டுப் போகப் பாக்கிறியே, நீ நல்லா இருப்பியா?" என்று வாய்விட்டுக் கதறினாள். கண்களிலிருந்தும் மூக்கி லிருந்தும் வாயிலிருந்தும் நீர் கொட்டியது.

பாபுவுக்கு உடல் பிளந்து விடும்போல நடுங்கியது. அவள் சொல்லுவதெல்லாம் மூன்றாம் மனிதர் யாரைப் பற்றியோ என்பதுபோல பாலாஜி அசைவில்லாமல் கேட்டுக்கொண் டிருந்தான். அவனைப் பிறாண்டிக் கொன்றுவிட வேண்டும் போல பாபுவின் கைகளும் மனமும் பரபரத்தன. ஆனால் எதுவும் செய்ய முடியாமல் உறைந்துபோய் நின்றிருந்தான்.

"என்னமோ யாரும் செய்யாததச் செஞ்சா மாதிரிக் கத்தற. ஒனக்கும் அது வேண்டியிருந்துச்சு. செஞ்சே. செரி. அப்பிடியேதான்னு வெச்சுக்க. இப்ப எனக்கு அது வேண் டான்னு தோணீருச்சு. போறேன். எனக்காகத்தான் எல்லாம் செஞ்சேன்னியே அப்ப இதயும் எனக்காகச் செய்யி. என்னெயெ வுடு. ஒங்கூடவே இருந்தா நான் முன்னுக்கு வர முடியாது. எனக்கு மரியாத கெடைக்காது. என்னிக்கும் பிச்சக்கார னாட்டம் இருக்க என்னால முடியாது" என்றான் பாலாஜி.

"அப்பிடி உட்டுடுறதுகாகவா நான் இத்தன சீப்பட்டேன். நாயாட்டாம் ஒன்னத் தொரத்தீட்டு வந்தேன். நீ பேசுறது நாயமில்ல. என்னோட பாவம் ஒன்னயச் சும்மாவுடாது, பாலாஜி" என்று ஆங்காரமாகச் சொன்னாள் சக்கு. பாலாஜி தோளைக் குலுக்கி அந்த வார்த்தைகள் தன் மேல் படாமல் நகர்ந்து நின்றான்.

"என்னோட போதாத காலம் நாசுவத்தி பின்னால புத்தி கெட்டுத் திரிஞ்சது" என்று தனக்குத்தானே சொல்லிக்கொண் டான். அது சக்குவுக்கும் பாபுவுக்கும் தெளிவாகக் கேட்டது. கேட்க வேண்டுமென்பதற்காகவே அதைச் சொன்ன தோரணை யில் நின்றிருந்தான்.

அதுவரை குமுறலும் கெஞ்சலுமாகத் தள்ளாடிக் கொண் டிருந்த சகுந்தலா பெரும் கொந்தளிப்புடன் நிமிர்ந்து நின்றாள். "தெல்லவாரி நாயே, தொங்கனக் கொடுக்கா, நான் நாசுவத்தீன்னு இப்பத்தான் தெரிஞ்சுதாடா, ஒண்ணாக் கெடந்தப்பத் தெரியலியா, தேவடியாப் பையா" என்று

உரத்த குரலில் கத்தினாள். பித்துப் பிடித்தவள்போல சேலையை அவிழ்த்து வீசினாள். ரவிக்கையைப் பிய்த்து தரையில் போட்டாள். பாடீசைப் பிடுங்கி எறிந்தாள். பாவாடைக் கயிற்றை இழுத்து அறுத்து தலையோடு உருவி எடுத்தாள். தன்னை மூடியிருக்கும் உபரியான கற்களை உதறிக் கொண்டு பாறைக்குள்ளிருந்து கருங்கல் சிலை வெளியே வந்ததுபோல நிர்வாணமாக நின்றாள். கையில் வைத்திருந்த சிவப்புப் பாவாடையைச் சுருட்டி பாலாஜியின் முகத்தில் விட்டெறிந் தாள். முகத்தில் விழுந்த துணியை அவன் அருவருப்புடன் கைகளால் தள்ளிவிட்டு விலகி நின்றான். “தேவ்டியா முண்டெ” என்று காறி உமிழ்ந்தான். முக்கால்வாசி திறந்திருந்த கதவை விரிய திறந்துகொண்டு வேகமாக வெளியே போனான். வாசலில் சில முகங்கள் தென்பட்டு மறைந்தன.

பாபுவின் கண்கள் இருண்டன. வாழ்க்கையில் முதன் முதல் பார்க்கும் நிர்வாணம் கண்களை மங்கச் செய்தது. காது மடல்களில் அனல் சுட்டது. வாய்க்குள் எச்சில் அமில மாகப் புளித்தது. கால்கள் நடுங்கின. உள்ளங்கைகளில் வியர்வை ஊறியது. அவன் பார்த்துக்கொண்டிருக்க சகுந்தலா கால்கள் சோர்ந்து உடல் மடங்கி உட்கார்ந்துகொண்டிருந்தாள். அவன் வேகமாகப்போய் வாசல் கதவைச் சாத்தினான். திரும்பி வந்து தரையில் கிடந்த புடவையை எடுத்து அவள் மேல் போர்த்தினான். அவளுடைய வலது கையைப் பிடித்து கட்டில் அருகே இழுத்தான். இடது கையைத் தரையில் ஊன்றி உடம்பைத் தேய்த்து நகர்ந்து கட்டில் சட்டத்தின்மேல் அண்ணாந்த வாக்கில் தலையை வைத்துச் சாய்ந்தாள் சகுந்தலா. கண்களிலிருந்து நீர் வழிந்து கொண்டிருந்தது. மூக்கு விரிந்து சுருங்கி ஒழுகிக்கொண்டிருந்தது. வாய் திறந்து எச்சில் வழிந்துகொண்டிருந்தது. பாபுவுக்கு அவளைப் பார்க்கப் பீதியாக இருந்தது. “சக்குக்கா” என்றான் மெதுவாக.

கண்களை ஒரு முறை மூடித் திறந்தாள் சகுந்தலா. “தண்ணி” என்றாள். மண்ணெண்ணெய் அடுப்பின் மேல் வைத்திருந்த பாத்திரத்திலிருந்து தம்ளரில் நீரை மொண்டு நீட்டினான். இரண்டு மிடறு நீரை வாய் வழியக் குடித்து விட்டுத் தம்ளரைத் தரையில் வைத்தாள். நீர் கழுத்தில் வழிந்து மார்பில் கசிவு பரவியது. நைலக்ஸ் துணியில் கசிவு படர்ந்து புடவை மார்பகங் களின் மேல்ஒட்டிக் கொண்டது. மூச்சிறைப்பில் மார்புகள் விம்மித் தணிந்துகொண்டிருந்தன. அந்தக் குமிழிகளைப் பார்த்துக் கொண்டே “ஏன் இப்படிப் பண்ணுனே சக்குக்கா?” என்று கேட்டான் பாபு.

சகுந்தலா தன் முன்னால் குனிந்து நின்ற பாபுவின் இரு கைகளையும் பற்றி முகத்துக்கு நேராக இழுத்து அவன் தலையைத் தனது மார்பின்மேல் சார்த்திக்கொண்டாள். அவன் முகம் அவள் மார்பகங்களுக்கிடையில் அமிழ்ந்தது. கண்கள் செருகி மூடிக்கொண்டன. காது மடல்கள் சூடேறின. கைகளுக்குள் வியர்ப்பதுபோல இருந்தது. கால்கள் துவண்டன. மொத்த உடம்புமே அதிர்ந்தது. பற்கள் அடித்துக்கொள்வதை அவனால் கேட்க முடிந்தது. சக்குவின் மணமும் மென்மையும் அவன் உடலை வில்போல வளைத்தன. வளைந்த போது அடிவயிறு குழைந்தது. இடுப்புக்குக் கீழே உறுப்புகள் இல்லாமல் விறைப்பு மட்டுமே மிஞ்சியது. சகுந்தலாவின் உடம்பு அந்த விறைப்பை உள்ளே இழுத்து பத்திரப்படுத்திக்கொள்ளும் என்று நினைத்தான். அவளுடைய உடம்பும் கரைந்து குழைவு மட்டுமாகக் கிடந்தது. இதுவரை அவளால் தொடப்பட்ட போதெல்லாம் தெரியாமலிருந்த அந்தக் குழைவுக்குள் புகுந்து விட அவனுடைய உடல் தவித்தது. இதுவரை அறியாத பரவசத்துடன் நடுங்கியது. சக்கு அவனை இன்னும் இறுக்கிக் கட்டிக் கொண்டாள். விறைப்பும் குழைவும் ஒன்று சேர்ந்து குழைவு மட்டுமே மிச்சமானது. மேனி அதிர வாய்விட்டு அழுதாள். அழுகையில் அவள் உடம்பு குலுங்கியது. பாபு தன்னுடைய தலையில் ஈரம் சொட்டுவதை உணர்ந்தான். அவள் உடலுக்கு உள்ளே நெருப்பு எரிவதுபோன்ற சத்தம் அவன் காதுகளுக்குள் கேட்டது. இரண்டு முலைகளும் அனலாகக் கொதித்தன. அவனுக்கு மூச்சுத் திணறியது. ஆனால் சந்தோஷமாக இருந்தது. பயமாகவும் இருந்தது. சட்டென்று அவள் கைகளைப் பிரித்துத் தலையை நிமிர்த்தினான். அவள் கண்களைப் பார்த்தான். முடிவேயில்லாத கருணையில் ஊறியிருந்தன அந்தக் கண்கள். கட்டிலின் சட்டத்தில் கையூன்றி அவளிடமிருந்து விலகினான். மேலே கிடந்த புடவையை எடுத்துக் கண்ணீரையும் எச்சிலையும் துடைத்தபடி சகுந்தலா சொன்னாள் “தாங்க்ஸ்டா ஊசி.”

‘எதற்கு?’ என்ற சந்தேகத்துடன் அவளைப் பார்த்தான். கண்களை ஒருமுறை இமைத்துச் சிரித்தாள் சக்கு. சிரிப்பில் தோல்வியும் சோர்வும் தெரிந்தன.

“சிரிக்காத, சக்குக்கா. இவ்ளோ நேரம் ஆங்காரம் பண்ணீட்டு இப்ப என்ன சிரிப்பு? மொதல்ல பொடவயெ எடுத்துக் கட்டு. நான் குறுப்புக் கடைலேர்ந்து டீ வாங்கிட்டு வர்றேன், ஃப்ளாஸ்க் எங்கேருக்கு?” என்று தேடினான். அடுப்புக்கு நேராக சுவர் ஆணியில் தொங்கிய ஈகிள் ஃப்ளாஸ்க்கை எடுத்து ஒருமுறை திறந்து பார்த்து மூடினான். சட்டைப் பையில் காசு இருக்கிறதா என்று பார்த்தான்.

“எந்திரிக்கா, இதோ வந்தர்றேன்” என்று கதவைத் திறந்து வெளியே வந்து கதவை மூடினான். அவனைப் பார்த்ததும் வாசலில் நின்றிருந்த ஒன்றிரண்டு பேர் விலகிப் போனார்கள். பாபு படியிறங்கி டீக் கடைக்குப் போனான். “யாருக்குடா டீ?” என்று கேட்டுக்கொண்டே டீயை ஊற்றி ஃப்ளாஸ்க்கை மூடிக் கொடுத்தார் குறுப்பு. காசை வாங்கும்போது வேறு ஒன்றும் வேண்டாமா என்று கேட்டார். வேண்டாம் என்று தலையசைத்துவிட்டுப் படியேறினான்.

தெருவில் நுழைந்ததும் சகுந்தலா வீட்டுச் சந்து முனையில் ஆட்கள் நிற்பது தெரிந்தது. பாபுவுக்கு வயிற்றுக்குள் பயம் புரண்டது. பாலாஜி மறுபடியும் வந்து சண்டை போடுகிறானா? என்று ஓடினான். மூடி இருந்த கதவுக்கு அந்தப் பக்கமிருந்து மண்ணெண்ணெய் வாடையும் துணி கருகும் நெடியும் மயிர் பொசுங்கும் நாற்றமும் வந்துகொண்டிருந்தன. யாரோ பலமாகக் கதவைத் தட்டினார்கள். சிலர் அதைத் தள்ளித் திறக்க முயன்று கொண்டிருந்தார்கள்.

பாபு கையிலிருந்த ஃப்ளாஸ்க்கை வீசி எறிந்தான். அது டொம் என்று சிதறும் ஓசை கேட்டது. கதவருகில் ஓடினான். கதவை மூர்க்கமாக இடித்து “சக்குக்கா, கதவெத் தொற” என்று அலறினான்.

●

பின்னுரை

சென்ற காலத்தின் நிலப்படம்

"The memory of the heart eliminates the bad and magnifies the good; thanks to this artifice, we are able to bear the past."

Gabriel Garcia Marquez

பிறந்த ஒன்பதாம் மாதத்திலிருந்து ஒன்பது, பத்து வயதுவரை நிரந்தரமாகவும் கல்லூரிப் பருவம்வரை அவ்வப்போதும் நான் வசித்த ஊர் நீலகிரி மாவட்டத்திலுள்ள 'வெல்லிங்டன்'. இந்திய ராணுவத்தின் மிகப் பழைமையான பிரிவும் பாதுகாப்புச் சேவைப் பணியாளர் கல்லூரியும் அமைந்துள்ள இடம் என்பதைத் தவிர இந்தச் சின்ன ஊருக்குக் குறிப்பிட்டுச் சொல்ல வேறு எந்தப் பெருமையும் இல்லை. சாதாரண மனிதர்களின் எளிய இடம். எனினும் எனது நினைவுகளில் இந்த நிலமே துல்லியமாகப் பதிந்திருக்கிறது. 'உங்கள் சொந்த ஊர் எது?' என்று யாராவது கேட்டால் 'வெல்லிங்டன்' என்று பதில் சொல்லவே பெரும்பாலும் விரும்பியிருக்கிறேன். அப்படிச் சொன்ன பிறகு அதைப் பற்றிய புவியியல் விவரங்களையும் விளக்க நேரும் சங்கடங்களை எண்ணிச் சொல்லாமலும் விட்டிருக்கிறேன். அந்தத் தருணங்களில் 'நான் பிறந்த இடம்தான் என் ஊரா? நான் மிக விரும்பும் நிலந்தானே சொந்த ஊர்?' என்று மனதுக்குள் சொல்லிக் கொள்வேன். விவரம் தெரிந்த பருவம்வரை, நூற்றுக்கணக்கான முறை அந்த ஊருக்குப் போய்

வந்திருக்கிறேன். ஒரு காலப்பகுதியில் அலுவல் நிமித்தமாக நீலகிரி மாவட்டத்தின் எல்லாத் திசைகளிலும் அலைந்து திரிந் திருக்கிறேன். 'சரணாலயத்துக்கு வரும் பறவை போல, இந்த மலைநகரத்துக்குத் திரும்பத் திரும்ப வருகிறேன்' என்று ஏக்க உணர்வுடன் எழுதவும் செய்திருக்கிறேன். அதன் பின்னர் வெவ்வேறு ஊர்களில் வாழ்ந்திருக்கிறேன். அந்தப் புதிய சித்திரங்களின் அடுக்கில் வெல்லிங்டன் நிலப்படம் மனதின் அடித்தட்டுக்குச் சென்றுவிட்டது. ஆனால், ஆறு ஆண்டு களுக்கு முன்பு நடந்த சிறு நிகழ்ச்சி, வெல்லிங்டன் இன்னும் எனக்குள் வாழ்கிறது என்ற உண்மையை உணர்த்தியது.

தமிழ் – மலையாளக் கவிஞர்களின் சந்திப்பு நிகழ்ச்சி யொன்றை ஜெயமோகன் உதகமண்டலத்திலுள்ள ஸ்ரீ நாராயண குருகுலத்தில் 2008 மே மாதம் முதல் வாரம் நடத்தினார். அந்த மூன்று நாள் நிகழ்ச்சியில் நானும் கலந்துகொண்டேன். முதல் நாள் மாலை, ஊட்டியைச் சுற்றிப் பார்க்க விரும்பிய மலையாளக் கவிஞர்களான கல்பற்றா நாராயணன், பி. ராமன் இருவருக்கும் ஊரைச் சுற்றிக் காட்டும் வேலையை வலிய ஏற்றுக்கொண்டேன். ஊட்டியின் பிரசித்தமான இடங்களை அவர்களுக்குக் காண்பித்து அவற்றைப் பற்றிய பின்னணி விவரங்களை உற்சாகமாகத் தெரிவித்தேன். இந்த இடங்கள் இன்னும் என் மனதுக்குள் இருக்கின்றன; இவை தொடர்பாக இத்தனைத் தகவல்கள் எனக்குள் மங்காமல் இருக்கின்றன என்பதை அப்போதுதான் கண்டுபிடித்தேன். உதகமண்டலம் உருவான வரலாற்றையும் நகரத்தை உருவாக்கிய ஜான் சல்லிவனின் வாழ்க்கை பற்றியும் கவிஞு நண்பர்களிடம் ஆர்வத் துடன் சொல்லிக்கொண்டிருந்தேன். அவர்களுக்கு அது எந்த அளவுக்கு சுவாரசியமாக இருந்தது என்று தெரியவில்லை. ஆனால் நான் உள்ளுக்குள் சிலிர்ப்புடன் சொன்னேன் என்பதும், அதைக் கொண்டாடிக்கொள்ளும் விதமாக உதகை கமர்சியல் சாலையில் இருந்த பழங்காலத் தேநீர் விடுதியான ஈரானீஸ் ரெஸ்டாரெண்டில் ஒரே இருப்பில் மூன்று குவளைத் தேநீரைப் பருகிய உற்சாகக் கொந்தளிப்பும் நினைவிலிருந்து விலக வில்லை. அந்த அற்புதப் பொழுதின் ஏதோ நொடியில் பதி னெட்டாம் நூற்றாண்டைச் சேர்ந்த ஜான் சல்லிவன் எனது நிகழ்காலக் கதாபாத்திரமாக மாறியிருக்க வேண்டும்.

நிகழ்ச்சி முடிந்து திருவனந்தபுரம் திரும்பியதும் நாவலின் முதல் அத்தியாயத்தை எழுதினேன். எழுதத் தொடங்கியபோது இருந்த திட்டத்தின்படி ஜான் சல்லிவன் ஒரு அத்தியாயத்தில் மட்டுமே வரக்கூடிய பாத்திரம். ஆனால் எண்ணப்போக்கில் அவர் வளர்ந்து பல அத்தியாயங்களிலும் நடமாடக்கூடும் என்ற

யூகம் வலுத்தபோது எழுத்து வேலையைக் கைவிட்டேன். நான் எழுத விரும்புவது சல்லிவனைப் பற்றிய நாவலோ உதகமண்டலத்தைப் பற்றிய ஆவணப்பதிவோ அல்ல. நான் செய்ய விரும்புவது ஒரு பகிர்வை. வெல்லிங்டன் வாழ்க்கை பற்றிய எனது உணர்வுகளை. எனவே நாவல் எழுதும் எண்ணத்தை விட்டேன். நான்கு மாதங்கள் கடந்தன. இந்த நான்கு மாதக் காலமும் நாவலைப் பற்றிய கனவும் வெல்லிங்டன் பற்றிய ஏக்க உணர்வும் என்னைப் பின் தொடர்ந்தன. மீண்டும் தொடங்குவதற்கு முன்பு சில தீர்மானங் களைச் செய்துகொண்டேன். எந்தத் திட்டமும் இல்லாமல் எழுதிச் செல்வது. நான் கண்டதையும் கேட்டதையும் உணர்ந்ததையும் உணராமல் விட்டதையும் இயல்பான போக்கில் பதிவு செய்வது. நானாகக் கதையின் போக்கில் குறுக்கிடுவதில்லை. தானாக உருவாகும் கதையையே முன் வைப்பது. இவை தீர்மானங்கள். இந்தத் தீர்மானங்கள் தந்த சுதந்திரத்தில் எழுத்து தன்னிச்சையாகவே வளர்ந்தது. சல்லிவ னின் கண்டுபிடிப்பும், நீலகிரியில் படகர் குடியேற்றமும், வெல்லிங்டன் உருவான விதமும் பின்புலமாக எழும்பின. குறுக்கீடு கூடாது என்ற சுயக் கட்டுப்பாட்டைக் கடைப்பிடித்த போதும் எழுதத் தூண்டிய உள் நோக்கத்தைத் தவிர்க்கவில்லை. அது, நான் வாழ்ந்த வாழ்க்கையை, நான் கண்ட மனிதர்களை மீட்டெடுப்பது என்பதே.

இந்த ஆயுளில் அடைந்த அனுபவங்களில் மிக அணுக்க மான வாழ்வும், கண்ட மிக மேலான மனிதர்களும் வெல்லிங்ட னில் வாய்த்தவையே என்று நம்பினேன். அந்த வாழ்வை மறுபடியும் வாழ்ந்து பார்க்கவும் அந்த மனிதர்களுடன் மீண்டும் உறவு கொள்ளவும் விரும்பினேன். காலம் பின்னகர்த்திய வாழ்வையும் மனிதர்களையும் நடைமுறையில் திரும்பப் பெற இயலாது. ஆனால் எழுத்தின் மூலம் முடியும். அதற்காக எத்தனித்ததன் விளைவு இந்த நாவல். இதை நான் எழுதினேன் என்பது மிகை. என்னால் எழுதப்பட்டது என்பதே சரி.

○

2008 ஆகஸ்டிலேயே ஏறத்தாழ நூற்றைம்பது பக்கங்கள் முடிந்தன. முடித்த பகுதிகளை நம்பிக்கைக்குரிய நண்பர்கள் சிலரை வாசித்துக் கருத்துச் சொல்லுமாறு கேட்டுக்கொண் டேன். அவர்களது கருத்துக்களும் ஆலோசனைகளும் உற்சாக மளித்தன. இருந்தபோதும் தொடர்ந்து முன்னேற முடிய வில்லை. வேலைமாற்றங்கள், வசிப்பிட மாற்றங்கள் என மன நிலையில் குலைவுகள். பாதிக் கனவாக நின்றது நாவல். இனித் தொடர்வதற்கான முகாந்திரமில்லை என்று தோல்வியை

ஒப்புக்கொண்டு அமைதியானேன். திரும்ப எழுத முயன்ற சந்தர்ப்பங்களில் நாவலின் மொழி கை நழுவிப் போனதை உணர்ந்தபோது அடைந்த பதற்றம் கிட்டத்தட்டத் தற்கொலை மனநிலைக்கு ஒப்பானது. இதற்குள் ஐந்து ஆண்டுகள் ஓடிப் போயிருந்தன. எனது மொழியை மீண்டும் கைப்பற்றுவதற்கான முயற்சியாகச் சில மொழிபெயர்ப்புகளில் கவனம் செலுத்தினேன். துருக்கி எழுத்தாளர் அய்ஃபர் டுன்ஷின் 'அஸீஸ் பே சம்பவம்' அப்படி நிகழ்ந்த ஒன்று. அந்தக் குறுநாவலை மொழிபெயர்க்க அமைத்துக்கொண்ட நடை காணாமல் போயிருந்த எனது சொந்த நடையை மீட்டுக் கொடுத்தது. நாவலை மீண்டும் தொடர முடியும் என்ற தெம்பைக் கொடுத்தது. அதைச் செயல்படுத்தத் தோதான வாய்ப்பும் தற்செயலாக அமைந்தது.

பெங்களூரு, ஹெஸ்ஸரகட்டாவிலுள்ள சங்கம் ஹௌஸ் எழுத்தாளர் உறைவிடத்தில் பதினைந்து நாட்கள் தங்கும் வாய்ப்புக் கிடைத்தது. அந்த முகாமின் நான்காவது பருவத்தில் *2012 பிப்ரவரி 6 முதல் 20 முடிய இரண்டு வாரக் காலம்* தங்கினேன். எழுதுவதைத் தவிர வேறு எந்த வேலையையும் செய்யத் தேவையில்லாத சூழல். சங்கம் ஹௌஸ் அமைப்பின் பொறுப்பாளர்களான அர்ஷியா சட்டாரும் டி.டபிள்யூ. கிப்ஸனும் காட்டிய தோழமை. மலைகள் அருகில் இல்லை என்பதைத் தவிர்த்தால், உதகமண்டலத்தின் அதே குளிர்ச்சியான காலநிலை. இந்தப் பின்னணியில் எழுத்து வேகம் கொண்டது. உறைவிடத்தில் தங்கியிருந்த பிற நாட்டு இலக்கிய வாதிகள் 'எதைப் பற்றியது உன் நாவல்?' என்று கேட்டார்கள். என் வசமிருந்தவை புனைவின் சிதறுண்ட பகுதிகள். அவற்றை ஒன்றிணைக்கும் இழை என்னவென்று எனக்கே விளங்காமலிருந்தது. பனிமூட்டம் கவிந்த வெல்லிங்டனாகவே இருந்தது. 'நாவல் அல்லவா இது? இன்னதைப் பற்றியது என்று எப்படிச் சொல்ல?' என்று நழுவினேன். இரண்டு நாட்கள் தொடர்ந்து பணியாற்றி, செய்த தீர்மானத்தைக் கவனத்தில் வைத்துக் கொண்டே ஏற்கெனவே முடித்திருந்த சில பகுதிகளை நீக்கினேன். இந்த நீக்கம் மூட்டத்தைக் கலைத்தது. நாவலின் வடிவமும் போக்கும் துலங்கின. அடுத்து வந்த தினத்தில் அதே கேள்வியை முகாமிலிருந்த ஆங்கிலத்தில் எழுதும் இத்தாலிய எழுத்தாளர் ஃப்ரான்செஸ்கா மார்சியானோ கேட்ட போது மழுப்பாமல் பதில் சொல்ல முடிந்தது. 'ஒரு சிறுவன் வயசுக்கு வந்ததை; ஒரு படைத்தளத்தின் பின்புலத்தில் மனிதர்கள் வாழ்வதை; மனிதர்கள் மேலதிக மனிதர்களாக இருப்பதைப் பற்றியது இது.'

சங்கம் இல்லத் தினங்களில்தான் நாவலின் பெரும் பான்மைப் பக்கங்கள் எழுதப்பட்டன. எழுதப்படவிருந்த பக்கங்களின் இயல்பும் தெளிவடைந்தது. இனி இதை எந்த நேரமும் எழுதி முடிக்க முடியும் என்ற அளவுக்கு மனமும் மொழியும் இசைவு கூடியிருந்தன. அதன் பிறகே நாவலைப் பற்றி விசாரித்தவர்களிடம் பேசுவதற்கான தன்னம்பிக்கை கைவந்தது. ஊர் திரும்பிய பின்னர் தொடர்ச்சியாக எழுதவில்லை என்றபோதும் அவ்வப்போது எழுதிச் செல்ல முடிந்தது. ஒரு கட்டத்தில் விசித்திரமான எண்ணமும் ஏற்பட்டது. நான் பங்காளியாகவும் சாட்சியாகவும் இருந்த ஒரு வாழ்க்கையைத்தானே மானசீகமாக வாழ்ந்துகொண்டிருக்கிறேன். அது அப்படியே தொடர்ந்தால் போதாதா? அதை எழுதித் தீர்த்துவிட வேண்டுமா? என்று யோசிக்க ஆரம்பித்தேன். ஆனால் அது ஒரு இனிய சுமை என்ற எச்சரிக்கையுணர்வு உசுப்பியதும் வேகமாக எழுதி முடித்தேன்.

இதற்கிடையில் மேற்கொண்ட இரண்டு மொழிபெயர்ப்புகள் சொந்தச் சரக்குக்குச் செறிவைக் கூட்ட உதவின என்பதையும் இங்கே நினைவுகூர்கிறேன். அலெசான்ட்ரோ பாரிக்கோவின் 'பட்டு', காப்ரியேல் கார்ஸியா மார்க்கேஸின் 'தனிமையின் நூறு ஆண்டுகள்'. இந்த இரு நாவல்களின் தமிழாக்கத்தின் இடைவேளைகளில் 'வெல்லிங்ட'னில் திருத்தங்களை மேற்கொண்டேன். இந்த இரட்டைச் சாகசத்தின் சாயல் நாவலிலும் தட்டுப்படக்கூடும். மார்க்கேஸின் நாவலில் இடம்பெறும் ஒரு சந்தர்ப்பத்தின் நிழலாட்டம் இந்த நாவலிலும் இருக்கிறது. 'தனிமையின் நூறு ஆண்டுகள்' நாவலின் பாத்திரமான மவுரிசியோ பாபிலோனியா வரும் தருணங்களிலெல்லாம் அவன் வருகையை அறிவிக்கும் அடையாளமாக மஞ்சள் நிறப் பட்டாம்பூச்சிகள் பறக்கின்றன. இந்த நாவலிலும் மம்மது வரும் இரு சந்தர்ப்பங்களில் எலுமிச்சம்பழ நிறப் பட்டாம்பூச்சிகள் சிறகடிக்கின்றன. நீலகிரி மாவட்டத்தில் பரவலாகக் காணப்படும் உண்ணிச் செடிகள் பூக்கும் சமயத்தில் அவற்றிலிருந்து தேன்பருகப் பட்டாம்பூச்சிகள் முண்டுவது சாதாரணக் காட்சி. ஆனால் அதை எழுத்தில் பதிவு செய்ய மார்க்கேஸின் சித்திரிப்பே என்னைத் தூண்டியது. இது நான் மிகவும் நேசிக்கும் காபோவுக்கு இலக்கியரீதியான எனது நன்றி பாராட்டல்.

○

என்னுடைய நோக்கம் வரலாற்றை ஆவணப்படுத்துவதோ இலக்கியச் சாதனை நிகழ்த்துவதோ அல்ல; எனக்குப் பிடித்தமான கடந்த காலத்தை மீண்டும் வாழ்ந்து பார்ப்பது; பிடித்தமாக

இருந்த மனிதர்களை நினைவுகூர்வது என்பதுதான். எனினும் அந்த வாழ்வின் பின்புலத்தை உருவாக்க உண்மைகளைச் சார்ந்து செயல்பட வேண்டியிருந்தது. அதற்காக வரலாற்று நூல்களைப் பயில வேண்டியிருந்தது. ஆய்வுகள் மேற்கொள்ள வேண்டியிருந்தது. பயணங்கள் நடத்த வேண்டியிருந்தது. இந்தச் செயல்கள் நாவல் எழுத்தைவிடப் பரவசம் தரும் அனுபவங் களாக இருந்தன. ஒருவேளை இதை நான் எழுதியிராதபோதும் அந்த வாசிப்பும் ஆய்வும் சந்திப்புகளும் உரையாடல்களும் பொருள் மிக்கவையாகவே இருந்திருக்கும்.

நாவலின் பின்புலத்தை உருவாக்கப் பல நூல்கள் துணை யாக இருந்திருக்கின்றன. பிரிட்டிஷ் ஆட்சிக் காலத்தில் இந்தியக் குடிமைப் பணியில் இருந்த டபிள்யூ. ஃப்ரான்சிஸ் (*W. Francis ICS*) தயாரித்து, அரசு அச்சகத்தால் 1908ஆம் ஆண்டு அச்சியற்றி வெளியிடப்பட்ட சென்னை மாவட்ட அரசிதழ்கள் – நீலகிரி (*Madras District Gazetteers - The Nilgiris*), ஃப்ரெடெரிக் ப்ரைஸ் (*Frederick Price*) எழுதிய உதகமண்டலம் – ஒரு வரலாறு (*Ootacamund - A History (1908)* ஆகிய இரண்டு நூல்கள் உதகை உருவாக்கம் பற்றிய தகவல்களை அளித்தன. இந்த இரு நூல் களிலும் பதிவு செய்யப்பட்டுள்ள தகவல்களுக்கு அப்பால் சொல்லாமல் விடப்பட்ட மௌனங்களைக் கற்பனையால் முழுமைப்படுத்திக்கொள்ள முடிந்தது. நீலகிரியின் பூர்வ குடிகளான படகர்களைப் பற்றி மானுடவியல் ஆய்வாளர் பால் ஹாக்கிங்ஸ் (*Paul Hockings*) எழுதிய நான்கு புத்தகங்கள், இளம்பருவத்தில் படகர்களைக் குறித்துக் கேட்டறிந்திருந்த விவரங்களைப் பரிசோதித்துக்கொள்ளவும் பிழைகளை நிவர்த்தி செய்துகொள்ளவும் பெரிதும் உதவின. அவை: 'கவுன்சல் ஃப்ரம் தி ஏன்சியண்ட்ஸ் – *Counsel from the ancients, a study of Badaga proverbs, prayers, omens and curses.(1988) Berlin and New York: Mouton de Gruyter.* 'ப்ளூ மௌண்டன்ஸ்: தி எத்னோகிராபி அண்ட் பயோ ஜியாகரபி ஆஃப் எ சவுத் இண்டியன் ரீஜன் (*Blue Mountains: The ethnography and biogeography of a South Indian region (1989) New Delhi and New York: Oxford University Press.* 'கிண்ட்ரெட்ஸ் ஆஃப் தி எர்த்' (*Kindreds of the earth: Badaga household structure and demography.(1999) New Delhi and Thousand Oaks, CA,* 'மார்ச்சுவரி ரிச்சுவல்ஸ் ஆஃப் தி படகாஸ் ஆஃப் சதர்ன் இண்டியா *Mortuary ritual of the Badagas of Southern India. (2001) Chicago: Field Museum of Natural History.* டேன் கென்னடியின் (*Dane Kennedy*) 'மேஜிக் மௌண்டன்ஸ் – ஹில் ஸ்டேஷன்ஸ் அண்ட் தி பிரிட்டிஷ் ராஜ் (*Magic Mountains- Hill Stations and The British*

Raj (1996) University of California Press) உதகமண்டலத்தின் மலைவாழ் நகரக் கதையைப் பற்றிய விளக்கங்களை அளித்தது. நீலகிரி மாவட்டம் நடு ஹட்டியைச் சேர்ந்த பொக்கமாதா கவுடர் எழுதி குன்னூர், புளூ மௌண்டன் பிரஸ்ஸில் அச்சிட்டு வெளியான 'ஸ்ரீ ஹெத்தயம்மாள் சரித்திரம்' என்ற சிறு நூல் படகர்களின் தொன்மத்தைப் பற்றிய வெளிச்சத்தைக் கொடுத்தது. இந்த நூல்களைப் படைப்பின் வெளி ஆதாரங் களாகவே எடுத்துக் கொண்டிருக்கிறேன். கேட்ட செவிவழிச் செய்திகளையும் கதைகளையுமே முதன்மையாகப் பயன் படுத்தியிருக்கிறேன்.

சிலருடன் நடத்திய உரையாடல்கள் நாவலின் ஆக்கத்தில் உறுதுணையாக இருந்தன. குறிப்பாக, நீலகிரியைக் காப்போம் இயக்கம், நீலகிரி ஆவண மையம், நீலகிரி அருங்காட்சியகம் ஆகிய அமைப்புகளை உருவாக்கிய தர்மலிங்கம் வேணு கோபாலுடன் நடத்திய தொலைபேசி உரையாடல் ஜான் சல்லிவனின் பாத்திரத்தை நான் கற்பனை செய்திருந்த விதத்தை நியாயப்படுத்தியது. நாவலில் இடம்பெறும் படக மொழி உரையாடல்களைச் செம்மைப்படுத்த நண்பர் நிர்மால்யா துணையாக இருந்தார். அவரது நண்பர் தியாகராஜன் உரையாடல்களைத் துல்லியமாக்க உதவினார்.

❍

கரட்டு வடிவத்தில் இந்த நாவலுக்கு வாய்த்த முதல் வாசகர் அமரர் ராஜமார்த்தாண்டன். எழுதிய ஆரம்பப் பகுதியை உடனடியாக அண்ணாச்சி மார்த்தாண்டனுக்கு அனுப்பினேன். 'எழுதியது சரியாக வந்திருக்கிறதா? அசட்டுத் தனமான காரியத்தில் இறங்கியிருக்கிறேனா?' என்றெல்லாம் தொலைபேசியில் கேட்கவும் செய்தேன். இலக்கிய விவகாரங் களில் எழும் சந்தேகங்களைத் தீர்த்துவைக்க நான் நம்பி யிருந்தது அவரைத்தான். அவர் சொல்வதையொட்டி முன்னேறலாம் என்று காத்திருந்தேன். அனுப்பிய சில மணி நேரங்களுக்குள் 'ஏங்க, நல்லாத்தானே எழுதியிருக்கீங்க, அப்புறமென்ன சந்தேகம்? எழுதி முடியுங்க. காலச்சுவடுல போட்டுறலாம்' என்று தொலைபேசி மூலம் ஆசுவாசப்படுத் தினார். 'கேக்க நல்லாருக்கு அண்ணாச்சி, எழுதி முடிப்பேனாங் கறது எனக்கே தெரியல. இது 'ஆசை பற்றி அறையலுற் றேன்'ங்கிற கதைதான். அதுவுமில்லாம இப்படி ஒண்ணை எழுதிட்டிருக்கேன்னு ஹமீது கிட்டேயும் சொல்லித் தொலைச் சிருக்கேன். அவர் புத்தகமாகப் போடலாம்னு சொல்றார். பார்ப் போம்' என்றேன். நண்பர் பெருமாள்முருகனும் காலச்சுவடு மூலம் வெளியிடுவதை வலியுறுத்தினார். அவருக்கும்

அண்ணாச்சிக்குச் சொன்ன பதிலையே சொல்ல நேர்ந்தது. இரண்டு மூன்று ஆண்டுகள் தொடர்ந்து 'எப்பங்க எழுதி முடிக்கப் போறீங்க?' என்று கேட்டுக்கொண்டிருந்த ஹமீது (மனுஷ்ய புத்திரன்) மெல்லமெல்ல 'இது சரி வராது' என்று அமைதியானார். அந்தரங்கமான காரணங்களால் நாவலைப் பற்றியோ அதை வெளியிடுவது தொடர்பாகவோ பின்னர் அவருடன் என்னால் உரையாட முடியாமல் போனது இப்போது வருத்தமளிக்கிறது.

பல பகுதிகளை நண்பர் பார்த்திபனிடம் அவ்வப்போது படித்துக் காட்டியிருக்கிறேன். அசாதாரணப் பொறுமையுடன் அதைக் கேட்டிருந்தார். அவரிடம் மட்டுமல்ல; நம்பிக்கைக்கு உகந்தவர்கள் என்று தோன்றிய பலரிடமும் படிக்கக் கொடுத்தேன். அறிமுகமில்லாத வீட்டுக்குள் புகுந்த குழந்தையின் திக்குமுக்காட்டத்துடன் அதைச் செய்திருக்கிறேன் என்று இப்போது தோன்றுகிறது. பி. ரவிகுமார் (குறிப்பாக அவர் துணைவியார்), ஜார்ஜ் பேபி, 'நிர்மால்யா' மணி, ஏ.எஸ். பத்மாவதி, ஜேக்கப் ஜோசப் தயாளன், ஜி. குப்புசாமி, கே.என். செந்தில் தேவிபாரதி, 'மண்குதிரை' ஜெயகுமார், எஸ்.வி. ஷாலினி, யுவன் சந்திரசேகர் எனப் பலரும் வாசித்துப் பார்த்துக் கருத்துகளைத் தெரிவித்தார்கள். இவர்களின் கருத்துகளைப் பொருட்படுத்தியிருப்பது நாவலின் பக்கங்களில் தெரியலாம். குறைந்தபட்சம் எனக்காவது. எடுத்துக்காட்டாக ஒன்றைச் சொல்லலாம். ராஜமார்த்தாண்டனுக்கு அனுப்பிய முதல் வடிவில் 'மாட்சிமை பொருந்திய பிரித்தானிய மகாராணியின் விசுவாசமுள்ள ஊழியனான தன்னுடைய வலதுகை ஆள்காட்டி விரலுக்கும் கட்டை விரலுக்கும் நடுவிலிருந்துதான் இந்த மலைப்பிரதேசத்தின் சரித்திரம் தொடங்குகிறது என்பதை ஜான் சல்லிவன் கொஞ்சம் கர்வத்துடனும் அதைவிட அதிகமான அடக்கத்துடனும் நினைத்துப் பார்த்தார்' என்றுதான் எழுதப்பட்டிருந்தது. 'அதையெக் கொஞ்சம் சரிபாருங்க' என்று அண்ணாச்சி தெரிவித்தார். ஒப்புக்கொண்டு சரிபார்த்தபோது அவர் எழுப்பிய சந்தேகம் புரிந்தது. ஜான் சல்லிவன் கோயம்புத்தூர் கலெக்டராகப் பணியாற்றிய காலத்தில் பிரித்தானிய ஆட்சியை நடத்தியவர் அரசி அல்ல; அரசர். அதை உடனடியாகத் திருத்திக்கொண்டேன்.

முதல் இரண்டு பகுதிகளை 'வாழ்நிலம்' என்ற எனது வலைப் பக்கத்தில் பதிவேற்றியிருந்தேன். சுறுசுறுப்பான செயல்பாடுகள் அவ்வளவாக இல்லாத எனது வலைப் பக்கத்தில் அதிகம் பேரால் பார்வையிடப்பட்ட பதிவுகளாக இரண்டு பகுதிகளும் இருந்தன என்பது மகிழ்ச்சியையும்

கிலியையும் ஏற்படுத்தியது. எல்லாரும் 'நன்றாகத்தான் வந்திருக்கிறது' என்று கருத்துத் தெரிவித்தபோது 'பரவாயில்லை' என்ற இழுப்புக்குப் பின்பு 'நன்றாக இருக்கிறது' என்று ஆமோதித்தவர் மனைவி பிரேமாமணி. இவர்கள் அளித்த ஊக்கம் ஒருபோதும் மனதைவிட்டு நீங்காது.

எழுதி முழுமைப்படுத்திய கட்டத்தில் நாவலின் களமான வெல்லிங்டனுக்குச் சென்றுவர ஆசைப்பட்டேன். அதற்குப் பெருந்துணையாக இருந்தவர்கள் கோவை அருவி அமைப்பைச் சேர்ந்த நண்பர்களான சீனிவாசன், சூரியநாராயணன், நை.ச. சுரேஷ்குமார் மூவரும். ஊட்டியிலும் வெல்லிங்டனிலும் ஜகதளாவிலும் துணையாக வந்தவர்கள் 'நிர்மால்யா'வும் புகைப்படக் கலைஞர் தத்தன் புனலூரும். தத்தன் முகப்புக் கான படத்தையும் எடுத்து உதவினார். நாவலை முழுமையாக வாசித்துப் பிழைகளைத் திருத்தவும் செம்மைப்படுத்தவும் உதவியவர்கள் 'மண்குதிரை' ஜெயகுமார், எஸ்.வி. ஷாலினி இருவரும். கணிணியில் ஏற்றி வடிவமைத்தவர் கலா. அட்டையை வடிவமைத்தவர் முரளி. இவர்கள் அனைவருக் கும் நன்றி

'காலச்சுவடு பதிப்பகம்' வாயிலாக நாவலை வெளியிடும் கண்ணனுக்குப் பிரத்தியேகக் காரணத்துக்காகவும் நன்றி தெரிவிக்கிறேன். சங்கம் ஹௌஸ் எழுத்தாளர் உறைவிட முகாமில் பங்கேற்கச் செய்தவர் அவர்தான். அந்த வாய்ப்பு இல்லாமலிருந்தால் இந்த முயற்சியில் ஈடுபட்டிருக்கவே மாட்டேன்.

திருவனந்தபுரம் **சுகுமாரன்**
11.12.2013